AF809706

ഗ്രീൻ ബുക്സ്

ഗൗരിലങ്കേഷ്

കെ.ആർ. കിഷോർ

തൃശ്ശൂർ ജില്ലയിൽ എടത്തിരുത്തിയിൽ ജനനം.
വിദ്യാഭ്യാസം: നാട്ടിക എസ്.എൻ. കോളേജ് (ബിരുദം).
തൃശൂർ സഹകരണ കോളേജിൽ നിന്ന്
സഹകരണത്തിലും ദൽഹി ഇന്ത്യൻ ഇൻസ്റ്റിറ്റ്യൂട്ട്
ഓഫ് ജേണലിസത്തിൽ നിന്ന് ജേണലിസത്തിലും
ബിരുദാനന്തര ഡിപ്ലോമ പഠനം.
ബാംഗ്ലൂരിൽ താമസം.

ജീവചരിത്രം

ഗൗരി ലങ്കേഷ്

കെ.ആർ. കിഷോർ

ഗ്രീൻ ബുക്സ്

green books private limited
gb building, civil lane road, ayyanthole,
thrissur- 680 003, kerala, ph: +91 487-2381066, 2381039
website: www.greenbooksindia.com
e-mail: info@greenbooksindia.com

branches:
thrissur 8589095302
thiruvananthapuram 8589095301
kozhikode 8589095307

malayalam
gauri lankesh
biography
by
k.r. kishor

first published april 2019
reprinted august 2024
copyright reserved

printed in india
repro india ltd

isbn : 978-93-88830-17-1

---

no part of this publication may be reproduced,
or transmitted in any form or by any means,
without prior written permission of the publisher.

₹ 280.00
GBPL/1072/2019

മുഖക്കുറി

കൊല്ലപ്പെട്ടവരുടെ ശബ്ദമാണ് ജനഹൃദയങ്ങളിൽ പുനർജനിക്കുക എന്ന് കൊല്ലുന്നവർ അറിയുന്നതേയില്ല. ബുദ്ധിജീവികളുടെ വാക്കുകളെ നേരിടാനാവാതെ ജീവ നോടെ കൊന്നുതീർക്കുന്ന ഫാസിസ്റ്റ് പ്രവണതകൾ. വർഗ്ഗീയവാദികളാൽ കൊലചെയ്യപ്പെട്ട ഇന്ത്യ കണ്ട ധീരവനിതയായ ഗൗരി ലങ്കേഷിന്റെ ജീവചരിത്ര രേഖകൾ എക്കാലവും ഇന്ത്യൻ മണ്ണിൽ കരുത്തോടെ നിലകൊള്ളും.

കൃഷ്ണദാസ്
മാനേജിങ് എഡിറ്റർ

2017 സെപ്റ്റംബർ 5ന് രാത്രി എട്ടുമണിയോടെ ഗൗരി ലങ്കേഷിന്റെ നേർക്ക് കുതിച്ച വെടിയുണ്ടകൾ അമൂല്യമായ ആ ജീവൻ അപഹരിച്ചപ്പോൾ ഉയർന്ന ഭീകരശബ്ദം അവർ താമസിച്ചിരുന്ന രാജരാജേശ്വരി നഗറിനുമപ്പുറം ബാംഗ്ലൂർ നഗരവും കടന്ന് കർണാടക സംസ്ഥാനത്തിനുംമീതെ ഇന്ത്യയൊട്ടാകെ പടർന്നു ലോകമനസ്സാക്ഷിയെ ഞെട്ടിച്ചു. കൊലപാതകം സൃഷ്ടിച്ച ഭീകരമായ നിശബ്ദതയെ ഭേദിച്ചുകൊണ്ട് പ്രതിഷേധങ്ങൾ പൊട്ടിത്തെറിച്ചു.

ഗൗരിലങ്കേഷിനെ നേരിൽ കണ്ടാൽ അനീതിയും അധർമ്മവും ഭയന്നു വിറയ്ക്കുമായിരുന്നു. സമാധാനത്തിനും മതേതരധാർമ്മികതയ്ക്കും വേണ്ടി ജീവൻപോലും അവഗണിച്ചു അവർ നടത്തിയ പോരാട്ടങ്ങൾ ശരിയായ അർത്ഥത്തിൽ അടയാളപ്പെടുത്തണം എന്ന തീരുമാനമാണ് 'ഗൗരി ലങ്കേഷ്' എന്ന കൃതിയുടെ രചനയായി പരിണമിച്ചത്.

ഗൗരി ലങ്കേഷിന്റെ അമ്മ ഇന്ദിരാ ലങ്കേഷ്, സഹോദരി കവിത ലങ്കേഷ്, സഹപ്രവർത്തകർ, സുഹൃത്തുക്കൾ എന്നിവരുമായി മുഖാമുഖങ്ങൾ, ഗൗരിലങ്കേഷ് എഴുതിയ ലേഖനങ്ങൾ, അവരെക്കുറിച്ച് മറ്റുള്ളവരുടെ ലേഖനങ്ങൾ പുസ്തകങ്ങൾ എന്നിവയിലൂടെ അഞ്ചു മാസത്തെ സഞ്ചാരസാഫല്യമാണ് ഈ കൃതി.

വിഷയത്തിലേക്ക് ആഴ്ന്നിറങ്ങാൻ മുഖാമുഖം നൽകി സഹായിച്ച ബാംഗ്ലൂരിലെ എല്ലാ സുഹൃത്തുക്കൾക്കും ഡോ. ഉഷാ ബാലകൃഷ്ണനും നിറഞ്ഞ സ്നേഹം.

ഗ്രീൻബുക്സിന് നന്ദി.

കെ. ആർ. കിഷോർ

ഉള്ളടക്കം

ഒന്ന്

അഗ്നിച്ചിറകുള്ള പക്ഷി

കത്തുന്ന തീയിൽ വെള്ളമൊഴിച്ചാൽ ആളിക്കത്തും, പന്ത് നിലത്തടിച്ചാൽ ഉയർന്നുപൊങ്ങും, അധികാര ഗർവിനെ ചോദ്യം ചെയ്ത ഗൗരി ലങ്കേഷിനെ കൊന്നാൽ ആയിരമായിരം ഗൗരിമാർ പുനർജ്ജനിക്കും, ആകാശം നടുങ്ങുന്ന ഉച്ചത്തിലവർ വിളിച്ചു പറയും, "ഞാനും ഗൗരി, ഞങ്ങളും ഗൗരി, ഞങ്ങളെയും കൊല്ലൂ..." സംസ്ഥാനത്തുമാത്രമല്ല, രാജ്യത്തും വിദേശത്തും ഒരുപോലെ കൊലപാതക പ്രതിഷേധസ്വരമുയർന്നു...

വാക്കില്ലാത്തവരുടെ വാക്കായി മാറിയപ്പോൾ, ഗൗരി ലങ്കേഷിനായി പാവങ്ങൾ ഹൃദയമൊഴിച്ചിട്ടു. മിണ്ടാൻ ശീലിച്ചിട്ടിലാത്ത ആ സാധുക്കളൊണ് ചിറകുകളിൽ തീ പടർത്തി ഗർജ്ജിച്ചത്. അവരുടെ സ്വന്തം ഗൗരിയുടെ ചിന്തകളെ കൊല്ലാനാവില്ലെന്ന്. രാജ്യമെമ്പാടും പത്രമാധ്യമങ്ങളിൽ ഒഴുകിയ കണ്ണീർചാലുകൾ പ്രതിഷേധക്കടലുകളായിരമ്പി. അന്തിച്ചർച്ചകളിൽ ഇടി വെട്ടി...

കർണ്ണാടകത്തിലെ കൊച്ചുഗ്രാമത്തിൽ വൃദ്ധയായ ഒരു സ്ത്രീ നാൽക്കവലയിൽ വന്നു "ഞാനും ഗൗരി, എന്നെയും കൊല്ലൂ..." എന്ന പ്ലക്കാർഡും പിടിച്ചുനിന്ന് വൈകുന്നേരംവരെ ഒറ്റയ്ക്ക് പ്രതിഷേധിച്ചു. യുണൈറ്റഡ് നേഷൻസ് ഇന്ത്യയിൽ നടന്ന

ഈ കൊലപാതകത്തിൽ ആശങ്കയറിയിച്ചു. വിദേശ മാധ്യമങ്ങളും സ്വദേശ മാധ്യമങ്ങളും ഒരുപോലെ ഈ ജനാധിപത്യധ്വംസനത്തെ അപലപിച്ചു.

വാക്കിന്റെ ഗർജ്ജനങ്ങളെ തോക്കിന്റെ ഗർജ്ജനങ്ങൾക്കു നിശ്ശബ്ദരാക്കാനാവില്ല എന്നത് ലോകത്തിനു പുത്തനറിവല്ലെങ്കിലും അധികാരം ഇനിയും പഠിക്കാത്ത പാഠമാണ്. പൗരന്റെ വിയോജിക്കാനുള്ള സ്വാതന്ത്ര്യം ചുരുട്ടിയെടുത്തു വിഷപ്പുകയിലേക്കെറിയുന്ന ജനാധിപത്യത്തിന്റെ കാവലാളുകളായി അവരോധിക്കപ്പെടുന്ന കപടാധികാരത്തിനു പച്ചപ്പനന്തത്തയുടെ വയൽപ്പാട്ടുപോലും അപസ്വരമാകും...

ജേണലിസം പ്രൊഫഷണൽ വായനകളായ കാലത്ത്, ബിരുദവും അനന്തരപഠനവും കഴിഞ്ഞ്, വിദേശത്തെ ഉപരിപഠനവും പൂർത്തിയാക്കി മാധ്യമപ്രവർത്തനത്തിൽ ഒന്നര ദശാബ്ദം പ്രമുഖ ഇംഗ്ലീഷ് മാധ്യമങ്ങളിൽ അക്ഷരങ്ങളെ തെളിയിച്ചെടുത്ത ഗൗരി ലങ്കേഷ്, ഉയർച്ചയുടെ ഉന്നത നിലകൾ അനായാസം കയറുമ്പോഴാണ്, പാർലമെന്റ് മെമ്പർ മുൻസിപ്പൽ ചെയർമാനാവുന്നതു പോലെ, ഒരു സുപ്രഭാതത്തിൽ പ്രാദേശിക ഭാഷാപത്രത്തിന്റെ എഡിറ്ററായി മാറുന്നത്. വായനയുടെ ധാരാളിത്തങ്ങളിൽ പീലി വിടർത്തിയ മാനവികതയുടെ തണലുകളിൽ പുഞ്ചിരി പൊഴിച്ച ലോകം, വിദേശജീവിതത്തിൽ നേരറിവുകളായി ഹൃദയത്തിൽ അടയാളങ്ങളുണ്ടാക്കിയപ്പോൾ ജന്മരാജ്യത്തിലും ആ തണൽവീണ ലോകം നിർമ്മിച്ചെടുക്കാൻ മോഹിച്ചുപോയി എന്നതാണ് ഗൗരി ലങ്കേഷിന്റെ പ്രവർത്തനത്തിന്റെ രത്നച്ചുരുക്കം.

ഇന്ത്യയുടെ വിവിധ ഭാഗങ്ങളിൽ, തോട്ടികളും ചെരുപ്പുകുത്തികളും ട്രാൻസ്ജെണ്ടറുകളുമടക്കം, എഴുത്തുകാർ, മാധ്യമപ്രവർത്തകർ, പൗരാവകാശപ്രവർത്തകർ, സിനിമ, നാടകകലാകാരന്മാർ, ബുദ്ധിജീവികൾ, യുക്തിവാദികൾ,പരിസ്ഥിതിപ്രേമികൾ, രാഷ്ട്രീയ യുവനേതാക്കൾ, ചരിത്രകാരന്മാർ, അഭിഭാഷകർ തുടങ്ങിയവരുമായി നിരന്തരസമ്പർക്കം പുലർത്തിയ ഗൗരി ലങ്കേഷ്, എല്ലാവർക്കും ആകർഷണീയയായത് കണ്ണിൽ തിളങ്ങുന്ന വിശാലതയും നിഷ്കളങ്കമായി വിടരുന്ന പുഞ്ചിരിയും നിറഹൃദയത്തിന്റെ സ്നേഹവുമായിരുന്നു. ഒരിഞ്ചു ഭൂമിയോ ബാങ്ക് ബാലൻസോ സമ്പാദിക്കാൻ ശ്രമിക്കാത്ത ഗൗരി ലങ്കേഷിനു ഏറ്റവും വലിയ സമ്പാദ്യം അവരുടെ സ്നേഹാദരങ്ങളുമായിരുന്നു. സങ്കീർണ്ണ നിമിഷങ്ങളെ നർമ്മത്തിലൂടെ ലാഘവമാക്കുന്ന ഇന്ദ്രജാലം അവർക്ക് സ്വായത്തമായിരുന്നു. നേരെവരുന്ന ഭീഷണികളും അസഭ്യങ്ങളും അവർ ശ്രദ്ധിച്ചതേയില്ല. കൗമാരഭാവനകളുടെ പളുങ്കുപാത്രത്തിൽ കൊരുത്തെടുത്ത കുടുംബജീവിതം നിലത്ത് വീണുടഞ്ഞു ചിന്നിച്ചിതറിപ്പോയപ്പോൾ പെറുക്കിയെടുത്തു കൂട്ടിയോജിപ്പിക്കാനോ പുതിയതൊന്നിന് രൂപം കൊടുക്കാനോ ശ്രമിച്ചില്ല. 'ലോകമേ തറവാട്' ആയി കാണാനാണ് ശ്രമിച്ചത്. നിരവധി ഉന്നതന്മാരുടെ കാപട്യമുഖം വലിച്ചുചീന്തുവാൻ മൃദുല

ഭാഷ്യങ്ങൾ തേടിപ്പോകാതെ കടുത്ത ഭാഷ തന്നെ തൂലികയിൽനിന്നും തെറിച്ചു വീണു. വെണ്ണപുരട്ടിയ വാക്കുകളായിരുന്നെങ്കിൽ ജീവിത ദൈർഘ്യം ഒരുപക്ഷേ, കൂടിയേക്കാം എന്ന മോഹത്തിന് പ്രസക്തി യൊന്നുമില്ല. ഭീഷണികൾ മൊബൈൽ മെസ്സേജ് ബോക്സിൽ നിറയു മ്പോഴും പൊലീസിലറിയിച്ചില്ല, ആരോടും വ്യക്തിവിരോധമോ പരാ തിയോ പ്രകടിപ്പിച്ചില്ല. രാഷ്ട്രീയ എതിരാളികളുടെ അധോലോകങ്ങളും ക്വട്ടേഷൻ സംഘങ്ങളും രാക്ഷസവീര്യങ്ങളിൽ ചുടുചോരകൊണ്ട് രംഗോലി വരയ്ക്കുന്ന ബാംഗ്ലൂർ നഗരത്തിന്റെ തെരുവീഥികളിലൂടെ, രാത്രി മൂന്നുമണിക്കുപോലും ഒറ്റയ്ക്ക് കാറോടിച്ചു വീട്ടിൽ പോകുന്ന ഗൗരി ലങ്കേഷ് ധീരതയുടെ മറുനാമമായിരുന്നു. കൊലയാളികൾ ഗൗരി ലങ്കേഷിനെ ഒരു തവണയെങ്കിലും നേരിട്ട് സംസാരിച്ചിരുന്നെങ്കിൽ ഉറപ്പു പറയുന്നു, ലക്ഷങ്ങളുടെ ക്വട്ടേഷൻപോലും ഒഴിഞ്ഞു, തോക്കും വലി ച്ചെറിഞ്ഞു അവർ ഗൗരിയോടൊപ്പം കൂടുമായിരുന്നു. അവരുടെ അടുത്ത കൂട്ടുകാരിയായ ജേണലിസ്റ്റ് മംമ്താ സാഗർ പറഞ്ഞു:

"കൊല്ലാൻ വരുന്നത് ഗൗരി നേരിട്ട് കണ്ടിരുന്നുവെങ്കിൽ, ആ ദീപ്ത മായ കണ്ണുകൾ വിരിയിച്ച്, വായ് മുഴുവനും വിടർത്തി ചിരിച്ചു, കൊല യാളിയുടെ ദേഹത്തൊന്നു ചെറുതായി മുട്ടി, അയാളെയൊന്നു വരിഞ്ഞു കെട്ടിപ്പിടിച്ച് അവൾ പറയും, "ആ തോക്കു ദൂരെക്കളയെടോ, വാ മോനെ നമുക്കൊരു ഡ്രിങ്ക് കഴിക്കാം." അതായിരുന്നു ഗൗരി ലങ്കേഷ്.

കേസന്വേഷണം എസ്.ഐ.ടി. (Special Investigation Team) ഏറ്റെ ടുത്തു. വ്യക്തിപരമായി ഒരു എറുമ്പിനോടുപോലും ശത്രുതയില്ലാത്ത ഗൗരിലങ്കേഷിനു രാഷ്ട്രീയ എതിരാളികളുണ്ടായിരുന്നു. എല്ലാവരും പ്രതീക്ഷിച്ചതു പോലെ തീവ്രഹിന്ദുത്വവാദികൾ തന്നെയാണ് കൊലപാ തകത്തിന് ക്വട്ടേഷൻ കൊടുത്തതെന്നു അറസ്റ്റ് ചെയ്യപ്പെട്ട പ്രതികൾ പൊലീസിനോട് സമ്മതിച്ചു. ഇന്നുവരെ പതിമൂന്നു പ്രതികളെ അറസ്റ്റ് ചെയ്തവരിൽ എല്ലാവരും ഈ വർഗീയ വിഷക്കാറ്റിന്റെ ഒഴുക്കിലൊഴു കുന്ന അടിമകളാണെന്നു സമ്മതിച്ചുകഴിഞ്ഞു. തൊണ്ടിമുതലുകളേയും സാക്ഷികളെയും തേടുന്ന അവസാന ഘട്ടത്തിലാണ് പൊലീസ്. കേസ ന്വേഷണഏജൻസിയോട് കൊലക്കുറ്റം സമ്മതിച്ച പരശുറാം വാഗ്മോറെ എന്ന വാടകഗുണ്ട പറഞ്ഞുവത്രേ:

"എന്റെ മതത്തെ ആക്ഷേപിച്ചുവെന്നു ധരിച്ചിട്ടാണ് ഞാൻ ആ സ്ത്രീയെ കൊന്നത്, എന്നാൽ കൊലയ്ക്കു ശേഷമാണറിയുന്നതു അ വർ നല്ലൊരു സ്ത്രീയായിരുന്നുവെന്നു, അവരെ കൊല്ലേണ്ടിയിരുന്നില്ല."

ഇനി ഈ കുമ്പസാരത്തിലെന്തു കാര്യം? പണംവാങ്ങി കീശയിലി ട്ടില്ലേ? വേണ്ട സമയത്തു സൽബുദ്ധിയുണ്ടായില്ലല്ലോ, മഹത്തായ ഒരു ജന്മത്തിന്റെ ജീവിതത്തെ നിഷ്ഠുരമായി മുറിച്ചുകളഞ്ഞില്ലേ? മതം അരുളിയ സഹിഷ്ണുതയും അഹിംസയുമുൾക്കൊള്ളാത്ത ഭ്രാന്തനായ ഈ മതവാദിയെ തീവ്രവാദിയെന്ന് വിളിക്കണം. ഹിന്ദുസംസ്കാരമെന്ത ന്നറിയാത്ത ഹിന്ദുത്വതീവ്രവാദിയെ ഹിന്ദുവെന്നു വിളിക്കാനാവില്ല.

"കൊലക്കുറ്റം തെളിയിക്കപ്പെട്ട കൊലപാതകിയെപോലും വധ ശിക്ഷയ്ക്കു വിധിക്കരുത്, അത് പ്രാകൃതമാണ്" എന്നെഴുതിയ അനു കമ്പയൊഴുകുന്ന ഒരു നെഞ്ചിലേക്കാണ് ഈ മുട്ടാളൻ നിറയൊഴിച്ചത് എന്നോർക്കുമ്പോൾ രാജ്യത്ത് വളരുന്ന അസഹിഷ്ണുതയുടെ വിഷ വായുവിന്റെ ദൂരവ്യാപകമായ ദുരന്തങ്ങളെന്തെന്നാലോചിച്ച് നാം അസ്വസ്ഥരാകും. ഗാന്ധിജിയുടെ കൊലയാളികളുടെ വംശമിനിയും അറ്റു പോയിട്ടില്ല എന്നും.

'നാനു ഗൗരി' എന്ന പ്ലക്കാർഡുമായി മരണാനന്തരം നടന്ന പ്രതിഷേധജാഥ

ഇവിടെ ഇരുട്ട് പരക്കുകയാണ്, ഇരുട്ടിന്റെ സന്തതികൾ വെളിച്ചത്തെ മറയ്ക്കുകയാണ്. സ്വന്തം മന്ത്, മണ്ണിൽ കാലുപൂഴ്ത്തിവെച്ച മന്തനെപ്പോലെ പാക്കിസ്ഥാനിലേക്കും അഫ്ഗാനിസ്ഥാനിലേക്കും നോക്കി നമ്മൾ പറയും, അവിടെയാണ് ഭീകരതയെന്ന്. കാപട്യം അരങ്ങുവാഴുമ്പോൾ, നമ്മളിരുന്നു കയ്യടിക്കുന്നു, നല്ല മനുഷ്യൻ! വിചിത്രമായ മനുഷ്യൻ, മാക്സിം ഗോർക്കി പറഞ്ഞ 'മനുഷ്യൻ.'

വേണമെങ്കിൽ, നട്ടെല്ല് വളച്ച് നിന്ന് ഇലത്താളം കൊട്ടി അധികാരത്തിന്റെ നല്ല പുസ്തകത്തിൽ കയറി പുരസ്കാരങ്ങൾ ഷോക്കേസിൽ പ്രദർശിപ്പിച്ചു നാടുമുഴുവൻ വിലസാമായിരുന്നു. എന്നാൽ അവർ നിർഭയമായി അധികാരത്തോടു സത്യം പറഞ്ഞു, അവസാനശ്വാസം വരെ ചോദ്യങ്ങൾ ചോദിച്ചു കൊണ്ടേയിരുന്നു. ഉത്തരങ്ങളുണ്ടായില്ല, കിട്ടിയത് ഏതാനും വെടിയുണ്ടകൾ മാത്രം.

ഇന്ത്യയുടെ ഭരണഘടനയാണ് ഗൗരി ലങ്കേഷ് പൊക്കിപ്പിടിച്ചത്. ജന്മനാടിനെ നയിക്കുന്നത് അക്ഷരവിരുദ്ധവഴികളിലൂടെയാണെന്നറിഞ്ഞപ്പോൾ കയ്യും കെട്ടി നോക്കി നിന്നില്ല, അക്ഷരമെടുത്തു കലഹിച്ചു. ജനാധിപത്യമതേതരത്വമാനവിക മൂല്യങ്ങൾക്ക് വേണ്ടിയാണ് അവർ കലഹിച്ചുകൊണ്ട് അവർ നയം വ്യക്തമാക്കി:

"ഹിന്ദുക്കളായ ലക്ഷക്കണക്കിന് ജനങ്ങളോട് എനിക്കു സ്നേഹവും ആദരവുമാണ്. സഹിഷ്ണുതയുള്ള മതമാണ് ഹിന്ദുമതമെന്ന പൊതു അഭിപ്രായമുണ്ട്. ഹിന്ദുമതം സ്ത്രീകൾക്ക് സ്വാതന്ത്ര്യം നിഷേധിച്ച കാര്യം വിസ്മരിക്കാനാവില്ല. ജാതീയമായി വിഭജിച്ചു, സർഗ്ഗശേഷിയേയും ചിന്താശേഷിയേയും ഇടപഴകാനുള്ള സഹജവാസനകളെയും മുരടിപ്പിച്ചു. ഇതെന്റെ വിയോജിപ്പാണ്. എന്നാൽ ഞാനെതിർക്കുന്നത്, ഹിന്ദുക്കളുടെ രക്ഷാകർതൃത്വം ഏറ്റെടുത്തു, അന്യമത വിദ്വേഷവും വെറുപ്പും സൃഷ്ടിച്ച്, വർഗ്ഗീയത വളർത്തി മതത്തെ രാഷ്ട്രീയവൽക്കരിക്കുന്ന തീവ്രഹിന്ദുത്വ രാഷ്ട്രീയ വാദത്തെയാണ്. വർഗീയത, ന്യൂനപക്ഷമായാലും ഭൂരിപക്ഷമായാലും ശാന്തിയും സമാധാനവും സൗഹാർദ്ദവും തകർക്കും. സമൂഹത്തെ നശിപ്പിക്കും. എല്ലാ വർഗ്ഗീയതയെയും എതിർക്കണം.

"ജാതിയെ ചൂഷണോപാധിയാക്കിയ മതമാണ് ഹിന്ദുമതം, അതിന്റെ അടിസ്ഥാനത്തിൽ രാഷ്ട്രം കെട്ടിപ്പടുക്കുന്നത് പുരോഗതിയെ തകർക്കും. ബസവണ്ണയുടെയും അംബേദ്കറുടെയും ഭാവനയിലുള്ള ജാതിരഹിതമായ സമൂഹത്തിനുവേണ്ടി പ്രവർത്തിക്കുന്ന എന്നെ ഒറ്റപ്പെടുത്താൻ തീവ്രഹിന്ദുത്വവാദികൾ ശ്രമിക്കുകയാണ്, ഞാൻ ചെയ്യുന്നത് തികച്ചും ഭരണഘടനാപരമായ ദൗത്യമാണ്."

"മതാധിഷ്ഠിതരാഷ്ട്രമല്ല, മതനിരപേക്ഷ രാഷ്ട്രമാണ് ആധുനിക ലോകം അംഗീകരിക്കുന്നത്. നമ്മൾ കേവലം കന്നഡിഗരോ ഇന്ത്യക്കാരോ മാത്രമല്ല, വിശ്വപൗരന്റെ വിശാലവീക്ഷണങ്ങൾ നമുക്കുണ്ടാവണം. ബഹുസ്വരതയെ അംഗീകരിക്കാത്ത തീവ്രവലതുഹിന്ദുത്വരാഷ്ട്രീയം കൃത്യമായും

രാഷ്ട്രവിരുദ്ധദർശനമാണ്, അഖണ്ഡതയ്ക്കെതിരാണ്. ന്യൂനപക്ഷങ്ങൾ നൂറ്റാണ്ടുകളായി ഇന്ത്യൻ ജനതയുടെ ജീവിതസഞ്ചാരങ്ങളിൽ ഗണ്യമായ സംഭാവനകൾ ചെയ്തിട്ടുണ്ട്, രാഷ്ട്രീയ സ്വാതന്ത്ര്യസമര വേദിയിലും ശാസ്ത്ര കായിക കലാ സാഹിത്യ സാംസ്കാരിക മേഖല കളിലും അവരുടെ സംഭാവനകൾ മികച്ചതാണ്, അവർ പാക്കിസ്ഥാനി ലേക്കു പോകേണ്ടവരാണെന്ന് പറയുന്നവർ വിഘടനവാദികളാണ്."

"എല്ലാ സംസ്കാരങ്ങളെയും സ്വീകരിക്കാൻ സന്നദ്ധമായ മതനിര പേക്ഷവും സ്വതന്ത്രമായ ഒരു സംസ്കാരമാണ് ആധുനികസമൂഹം വിഭാവനം ചെയ്യുന്നത്. വിയോജിക്കുന്നവരെയും മതന്യൂനപക്ഷങ്ങളേയും ദളിതരെയും അടിച്ചമർത്തി, ഭയപ്പെടുത്തി, ഭീതി പടർത്തി, അധികാര ത്തിൽ കയറാനുള്ള തീവ്രവലതുപക്ഷശക്തികളുടെ ശ്രമങ്ങളെ ധീരമായി എതിർക്കണം."

"രാജ്യത്തെ ഭരണഘടന ഓരോരുത്തരെയും പഠിപ്പിക്കുന്നത് മത നിരപേക്ഷത പാലിക്കുന്ന പൗരനാകാനാണ്, അല്ലാതെ വർഗ്ഗീയ വാദി യാകാനല്ല. അതുകൊണ്ട് വർഗ്ഗീയവാദികളെ എതിർക്കുമെന്ന് ഉറക്കെ പറയണം."

"ഒരു ഇന്ത്യൻപൗര എന്ന നിലയിൽ ഞാൻ ബി.ജെ.പിയുടെ ഫാസിസ്റ്റ് വർഗ്ഗീയ രാഷ്ട്രീയത്തെ എതിർക്കുന്നു. ഹിന്ദുധർമ്മത്തിന്റെ ആദർശ ങ്ങളെക്കുറിച്ച് നടത്തുന്ന ദുർവ്യാഖ്യാനത്തെ എതിർക്കുന്നു. ഹിന്ദുമത ത്തിന്റെ വിവേചനപരവും അനീതിപൂർവ്വകവും ലിംഗസമത്വവിരുദ്ധവു മായ സമീപനത്തെ എതിർക്കുന്നു."

"ഭരണഘടനയാണ് എന്റെ മതം, അന്ധവിശ്വാസത്തിൽനിന്നും ജന തയെ പുരോഗതിയിലേക്ക് നയിക്കാൻ ഓരോ പൗരനും ബാധ്യതയു ണ്ടെന്നാണ് ഭരണഘടന അനുശാസിക്കുന്നത്."

"ഇന്ത്യ ഒരു മതേതരജനാധിപത്യ രാഷ്ട്രമാണ്, വിമർശിക്കാനും പ്രവർത്തിക്കാനുമുള്ള സ്വാതന്ത്ര്യം എനിക്കുണ്ട്, എനിക്കെതിരെ സംവാദത്തിന് വരട്ടെ, ഞാൻ എന്റെ നിലപാടുകൾ വ്യക്തമാക്കാം."

കൊല്ലപ്പെടുന്നതിൽ ഗൗരിലങ്കേഷ് ഖേദിച്ചിരിക്കാനിടയില്ല, കാരണം അവർ സ്വാതന്ത്ര്യദാഹിയായ ബുദ്ധിജീവിയാണ്. ആശാന്റെ വാക്കുകൾ ഇവിടെ ഓർക്കാം.

"സ്വാതന്ത്ര്യം തന്നെയമൃതം
സ്വാതന്ത്ര്യം തന്നെ ജീവിതം
പാരതന്ത്ര്യം മാനികൾക്കു
മൃതിയേക്കാൾ ഭയാനകം."

രണ്ട്

വാക്കിതളായി വിരിഞ്ഞ പൂവ്

ശാന്തഗംഭീരമായ, മനോഹരമായ തടാകങ്ങളും തലയെടുപ്പോടെ മാനത്തേക്ക് കണ്ണയയ്ക്കുന്ന മാമരങ്ങളും നിറഭേദങ്ങളോടെ ദൃശ്യവിസ്മയമൊരുക്കുന്ന ഉദ്യാനങ്ങളും പ്രകൃതി വരദാനമായി നൽകിയ ബാംഗ്ലൂരിന്റെ സൗഭാഗ്യം. വീതിയേറിയ വീഥികളുടെ വശങ്ങളിൽ വളർന്ന തണൽമരങ്ങൾ കുടപിടിച്ച് നിൽക്കുമ്പോൾ റോഡു മുഴുവൻ ശീതീകരിച്ച അനുഭവമായിരുന്നു ഗതകാല ബാംഗ്ലൂർ നഗരത്തിന്റെ പേരും പെരുമയും. ചുട്ടുപൊള്ളുന്ന വേനൽക്കാലമറിയാത്ത, തോരാമഴയിൽ പുറത്തിറങ്ങാനാകാതെ, നനയുന്ന വർഷങ്ങളില്ലാത്ത, മരം വെറുങ്ങലിക്കുന്ന മഞ്ഞുമില്ലാത്ത, മിതമായി കാലാവസ്ഥ ഇവിടെ സന്നിവേശിക്കുമ്പോൾ, ഇതരഇന്ത്യൻ നഗരങ്ങളിൽ നിന്നും ബാംഗ്ലൂർ വ്യത്യസ്തമായി. ആകർഷകമായി. വെറുതെയിരിക്കുമ്പോഴും ഇടയ്ക്കിടെ, കുസൃതിയിലൊന്നു തഴുകി, നിർവൃതിയോടെ ചെവിയിലൊരു സ്വകാര്യം പറഞ്ഞു പോകുന്ന ഇളംകാറ്റ് ബാംഗ്ലൂരിന്റെ സ്വന്തമായിരുന്നു സുകൃതമായിരുന്നു.

തൊള്ളായിരത്തി എൺപതുകളോടെ ധനശക്തികളുടെ കഴുകൻകണ്ണുകൾ ബാംഗ്ലൂരിനെ വലയെറിഞ്ഞപ്പോൾ, ഈ നഗരം വ്യവസായ വിപണന സോഫ്റ്റ്‌വെയർ കേന്ദ്രമായി മാറി. കോൺക്രീറ്റ്

കെട്ടിടങ്ങൾ മുളച്ചുപൊങ്ങുകയും പ്രകൃതി പിണങ്ങുകയും കാലാവസ്ഥ യുടെ സുഖദാനുഭവം എന്നന്നേക്കുമായി വിടപറയുകയും ചെയ്തപ്പോൾ നഗരത്തിന്റെ ആത്മാവ് ഈ വെറിപിടിച്ച വികസനത്തെ പഴിച്ചിരിക്കാം.

കർണാടകത്തിലെ ശിവമോഗ ജില്ലയിൽ, ഒരു കർഷകന്റെ മകനായി കൊനഗവള്ളിയിൽ 1935 മാർച്ച് എട്ടാം തിയതി ജനിച്ച ആ കുട്ടിക്ക് രാവ ണന്റെ പേരിട്ടു, പി. ലങ്കേഷ്..! (പലിയാടാ ലങ്കേഷപ്പ) രാവണന്റെ കലാ വൈദഗ്ധ്യവും ധീരതയും നിഷേധവും അയാളെ വ്യത്യസ്തനാക്കി. സ്കൂൾ വിദ്യാഭ്യാസത്തിനുശേഷം, മൈസൂർ മഹാരാജാസ് കോളേജിൽ നിന്നും ഇംഗ്ലീഷിൽ മാസ്റ്റർ ബിരുദമെടുത്തു. ശിവമോഗയിൽ കോളേ ജിൽ ലക്ച്ചറർ ആയാണ് ജോലിയിൽ പ്രവേശിക്കുന്നത്. അവിടെനിന്നും ട്രാൻസ്ഫർ ആയി 1960ൽ ബാംഗ്ലൂരിൽ ഗവണ്മെന്റ് സെൻട്രൽ കോളേ ജിലേക്ക് വന്നു. ഉദ്യാനനഗരിയുടെ ഹൃദയഭാഗമായ സിറ്റി മാർക്കറ്റിന്റെയും സുപ്രസിദ്ധ പൂങ്കാവനമായ ലാൽബാഗിന്റെയും സമീപത്ത് ബസവന ഗുഡിയിൽ, ഗാന്ധിബസാറിൽ ചെറിയ ഒരു വാടകവീട്ടിൽ താമസമാക്കി. കോളേജ് അധ്യാപകർക്ക് ഭേദപ്പെട്ട ശമ്പളമൊന്നും ഇല്ലാത്ത ആ കാലം. സാധാരണ ജീവിതം നയിക്കാൻ മാത്രമേ സാധിച്ചിരുന്നുള്ളൂ.

സിറ്റി റെയിൽവേസ്റ്റേഷനും മെജസ്റ്റിക്ക് ബസ്സ്റ്റാൻഡും ഇണക്കിളി കളെപ്പോലെ തൊട്ടുരുമ്മിയിരിക്കുന്നു. മെജസ്റ്റിക്ക് എന്ന സിനിമാതിയറ്റർ അവിടെ ഉണ്ടായതുകൊണ്ടാണ് ബസ് സ്റ്റാൻഡ് പരിസരത്തെ മെജസ്റ്റിക്ക് എന്ന് വിളിക്കുന്നത്. ബാംഗ്ലൂരിൽ, പലയിടങ്ങളിലും സിനിമാതിയേറ്ററിന്റെ

പി. ലങ്കേഷ്, ഇന്ദിരാ ലങ്കേഷ്
(ഗൗരി ലങ്കേഷിന്റെ മാതാപിതാക്കൾ)

പേരാണ്, സ്ഥലപ്പേരായി മാറുന്നത്. മെജസ്റ്റിക്കിൽ നിന്നും തെക്കു കിഴക്കു ഭാഗത്തുള്ള കലാശിപ്പാളയത്തിൽ പുരാതനമായ സിറ്റി മാർക്കറ്റും സർക്കാർ ആസ്പത്രിയും. അവിടെനിന്നും ഒരു കിലോമീറ്റർ നീങ്ങിയാൽ ബസവനഗുഡി. പന്ത്രണ്ടാം നൂറ്റാണ്ടിൽ കന്നഡിഗരുടെ ജീവിതത്തിൽ വിപ്ലവകരമായ മാറ്റങ്ങൾ വരുത്തിയ നവോത്ഥാന ഗുരു, ബസവണ്ണയുടെ ഓർമ്മയ്ക്കായി ഈ പ്രദേശത്തിന് ബസവനഗുഡി എന്ന പേര് നൽകിയതാണ്. പിന്നെയും നീങ്ങിയാൽ ഇരുന്നൂറ് ഏക്കർ വിസ്തീർണ്ണമുള്ള ലോകപ്രശസ്തമായ പൂങ്കാവനം, ലാൽബാഗ്.

ബസവന ഗുഡി(ബസവാങ്കുടി)യെന്നാൽ കർണാടകത്തിന്റെ ആത്മാവ് എന്നാണ് ഒരു കാലത്ത് അറിയപ്പെട്ടിരുന്നത്. പ്രശസ്തരും പ്രഗദ്ഭരുമായ ഭാഷാധ്യാപകരും ഗവേഷകരും എഴുത്തുകാരും അറുപതുകളിൽ അവിടെയുണ്ടായിരുന്നു. ആദരണീയരായ എഴുത്തുകാർ ഡി.വി. ഗുണ്ടപ്പ, മസ്തി വെങ്കിട്ട അയ്യങ്കാർ, ആക്ഷേപ ഹാസ്യരാജാവ് ടി.പി.കൈലാസം, ചിത്രകാരനായ എ.എൻ.സുബ്ബറാവു, നോവലിസ്റ്റുകളായ എ.എൻ. കൃഷ്ണറാവു, രായസം ഭീമസേനറാവു, കവി ഗോപാലകൃഷ്ണ അഡിഗെ, പണ്ഡിതകവി ജി.എസ്.ശിവരുദ്രപ്പ എന്നിവർ ബസവനഗുഡിയിലും പരിസര പ്രദേശത്തുമുണ്ടായിരുന്നു. പുതിയ തലമുറയിലെ പ്രശസ്തരായ നിസാർ അഹമ്മദും പി. ലങ്കേഷും വന്നുചേർന്നതോടെ കന്നഡ സാഹിത്യ പരിഷത്തിലും ബാംഗ്ലൂർ ജ്ഞാനസമാജത്തിലും നടന്നുവന്നിരുന്ന സാഹിത്യസദസ്സുകൾ സംവാദങ്ങളാൽ തീ കത്തിപ്പടർന്നുതുടങ്ങി.

കവിത, കഥ, ലേഖനം, നോവൽ, ജീവചരിത്രം, വിവർത്തനം, നാടകം, അഭിനയം, തിരക്കഥ, സിനിമാസംവിധാനം, നിർമ്മാണം, അധ്യാപനം, അന്വേഷണാത്മക പത്രപ്രവർത്തനം സംസ്കാരവിമർശനം, ഇങ്ങനെ നിരവധി സർഗ്ഗവാസനകൾ ഒരാളിൽ സംഗമിച്ച അസാധാരണ പ്രതിഭയാണ് പി ലങ്കേഷ്. ഒഴുക്കിനെതിരെ നീന്തുന്നത് തന്റെ ജന്മനിയോഗമായി നിശ്ചയിച്ചുറച്ച അദ്ദേഹം വ്യവസ്ഥിതിക്കെതിരെ സ്വന്തം ജീവിതമെടുത്തു സാഹസികമായി പോരാടുകയായിരുന്നു. വ്യക്തിജീവിതത്തിലും പൊതുജീവിതത്തിലും പൊള്ളയായ ആചാരങ്ങളേയും അന്ധവിശ്വാസങ്ങളേയും നിഷ്കരുണം നിഷേധിക്കുന്നതിൽ ആനന്ദിച്ചിരുന്നു. ദിശയറിയാതെ, യാന്ത്രികമായി പരിപാലിച്ചുപോരുന്ന ചട്ടങ്ങളെ തിരുത്തിയെഴുതിക്കൊണ്ട്, സാംസ്കാരികമണ്ഡലത്തിൽ ഒരു കൊടുങ്കാറ്റായിട്ടാണ് അദ്ദേഹം കടന്നുപോയത്.

1959ൽ പി. ലങ്കേഷ്, ഇന്ദിരയുമായുള്ള വിവാഹമുറപ്പിക്കുമ്പോൾ എം.എ പഠനം പൂർത്തിയായിരുന്നില്ല, 60ൽ വിവാഹാനന്തരമാണ് ജോലി കിട്ടുന്നത്. ബാംഗ്ലൂരിലേക്ക് ട്രാൻസ്ഫർ ആകുന്നത്. ഗാന്ധിബസാറിൽ താമസമാക്കുന്നത്. ആ ദമ്പതികളുടെ ആദ്യസന്തതിയാണ് ഗൗരിലങ്കേഷ്. 1962ൽ ഗൗരിയെ പ്രസവിച്ച്, അപ്പോൾ ആ കുഞ്ഞിന് ഒൻപതുപൗണ്ട് തൂക്കമുണ്ടായിരുന്നു. രണ്ടു വർഷങ്ങൾക്കു ശേഷം കവിതാ ലങ്കേഷും നാല് വർഷങ്ങൾക്കുശേഷം ഇന്ദ്രജിത് ലങ്കേഷും ജനിച്ചു.

ചലച്ചിത്രതാരം ഹേമാമാലിനിയെ ഓർമിപ്പിക്കുന്ന ആ കുഞ്ഞിന്റെ കണ്ണുകളും സുന്ദരമായ രൂപവും കണ്ടപ്പോൾ അമ്മ ഇന്ദിരാലങ്കേഷ് അനുഭവിച്ച കഠിനമായ പ്രസവവേദനയെല്ലാം ഒരു നിമിഷം കൊണ്ടലിഞ്ഞില്ലാതായി.

പുത്തനുടുപ്പുകളുമായി വന്ന പി. ലങ്കേഷിനോട് പ്രസവിച്ചു വീണ കുഞ്ഞിനെ പുത്തനുടുപ്പുകൾ ധരിപ്പിക്കാൻ പാടില്ലെന്നാണ് പ്രമാണമെന്നു കുഞ്ഞിന്റെ മുത്തശ്ശി ഓർമ്മിപ്പിച്ചിട്ടും അതൊന്നും കൂസാതെ തന്റെ കുഞ്ഞിനെ തനിക്കിഷ്ടമുള്ള വസ്ത്രം ധരിപ്പിക്കുമെന്നു പറഞ്ഞു പുത്തനുടുപ്പുകൾ തന്നെ ധരിപ്പിച്ചു. യുക്തിരഹിതവും അർത്ഥശൂന്യവുമായ ആചാരങ്ങളേയും വിശ്വാസങ്ങളേയും അന്ധമായി അനുവർത്തിക്കാൻ പി. ലങ്കേഷിനെ കിട്ടില്ല. തലമുറകളായി അടിച്ചേൽപ്പിക്കപ്പെട്ട ആചാരങ്ങൾ ചോദ്യം ചെയ്യാതെ അനുസരിക്കുന്നതിലൂടെയാണ്, ചൂഷണത്തിന്റെ ആണികൾ തലച്ചോറിൽ തറയ്ക്കുന്നതെന്ന തിരിച്ചറിവുള്ള ലങ്കേഷ്, ഇത്തരം നേരങ്ങളിൽ എഴുത്തുകാരന് വ്യക്തിജീവിതത്തിലും പുരോഗമന നിലപാടുകൾ പാലിക്കാനുണ്ടെന്ന പക്ഷമാണ്.

ചെറുപ്പം മുതൽ ഗൗരിക്ക് മൂത്രം ഇടയ്ക്കിടെ ശല്യം ചെയ്യുമായിരുന്നു. ഗാൾ ബ്ലാഡറിൽ മൂത്രം നിറയുന്ന നേരത്തു മൂത്രശങ്കയുണ്ടാവും. ഉടൻ മൂത്രമൊഴിക്കണം, അതിനെ നിയന്ത്രിച്ചു നിർത്താനുള്ള ശേഷി ഗാൾ ബ്ലാഡറിനുണ്ടായിരുന്നില്ല. പലയിടത്തും പോയി ചികിത്സിക്കാൻ ശ്രമിച്ചെങ്കിലും ഫലപ്രദമായ ഒരു ചികിത്സയും ഇതിനില്ല എന്ന് അറിഞ്ഞു. ഈ ബുദ്ധിമുട്ട് ആരെയും അറിയിക്കാതെ ജീവിതാന്ത്യംവരെ ഗൗരി സഹിച്ചു ജീവിച്ചു.

കുഞ്ഞുനാളിൽ തന്നെ അച്ഛൻ പറഞ്ഞു കൊടുക്കുന്ന കഥകൾ കേട്ടാണ് ഗൗരി വളർന്നത്. 'സിംഹവും മുയലും' എന്ന പ്രിയപ്പെട്ട കഥ പറയാൻ അച്ഛനെ എന്നും നിർബന്ധിച്ചിരുന്നു. നഗരത്തിലെ പ്രശസ്തമായ ഇംഗ്ലീഷ് മീഡിയം വിദ്യാലയത്തിൽ തന്നെ ഗൗരിയെ ചേർത്തു പഠിപ്പിച്ചു. ആ സമയത്താണ് ഗാന്ധിബസാറിൽ തന്നെയുള്ള ഗോവിന്ദപ്പ റോഡിലുള്ള മറ്റൊരു വാടകവീട്ടിലേക്ക് താമസം മാറ്റുന്നത്.

സർക്കാർ സ്കൂളുകൾ കുറവായ കർണ്ണാടകത്തിൽ വിദ്യാഭ്യാസം വൻകിട കച്ചവടമാണ്. സമ്പന്നരുടെ മക്കൾ കാറിൽ വന്നിറങ്ങുമ്പോൾ, ഓട്ടോയിൽ വന്നിറങ്ങുന്ന ഗൗരിക്ക് അപകർഷതാബോധത്തിൽ നിന്നും രക്ഷപ്പെടാൻ ഇംഗ്ലീഷ് നല്ലവണ്ണം കൈകാര്യം ചെയ്യാൻ ശീലിക്കണം എന്ന തിരിച്ചറിവുണ്ടായി. മക്കൾക്ക് വിദ്യാഭ്യാസം നൽകാൻ ഏറെ കഷ്ടപ്പാടുകളിൽ ഞെരുങ്ങിയിരുന്നുവെങ്കിലും തന്റെ അച്ഛൻ, നിരവധി ശിഷ്യസമ്പത്തുള്ള കോളേജധ്യാപകനും കാവ്യലോകം സ്നേഹാദരങ്ങൾ ചൊരിയുന്ന കവിയുമാണ് എന്നതിൽ ആ കുഞ്ഞുഹൃദയം അഭിമാനിച്ചിരുന്നു.

കന്നഡ ഭാഷാപഠനത്തോട് അന്നൊന്നും ഗൗരവമോ താത്പര്യമോ ഉണ്ടായിരുന്നില്ല. വീട്ടിൽ കന്നഡയിൽ സംസാരിക്കും എന്നല്ലാതെ

അക്കാദമിക് വിഷയങ്ങളിൽ നിന്നും വിട്ടുള്ള വായന കന്നഡയിലേക്കു കടന്നിരുന്നില്ല.

അക്കാദമിക് പുസ്തകങ്ങൾക്കുമപ്പുറത്ത് മറ്റു പുസ്തകങ്ങളും ധാരാളം വായിക്കാൻ ആവേശമായിരുന്നു ഗൗരിക്ക്. അച്ഛന്റെ ബൃഹത്തായ ലൈബ്രറിയിലെ പുസ്തകങ്ങളും വായിക്കാൻ ശീലിച്ചു. ഗൗരിക്കായി കൊടുത്തിരുന്ന പോക്കറ്റ്മണി ബ്ളാങ്ക് ചെക്കിന്റെ രൂപത്തിലായിരുന്നു. പുസ്തകം വാങ്ങാനാണ് ഗൗരി ആ പണം ഉപയോഗിച്ചിരുന്നത്. ഗൗരിയുടേയും സഹോദരങ്ങളുടേയും പഠനകാര്യങ്ങളിൽ അതീവ ശുഷ്ക്കാന്തിയൊന്നും അച്ഛൻ കാണിച്ചിരുന്നില്ല, അത്തരം ഇടപെടലുകൾ ഇല്ലാതെ സ്വതന്ത്രമായി വളരുന്നതാണ് നല്ലതെന്നും തന്റെ താത്പര്യങ്ങൾ അടിച്ചേൽപ്പിക്കുന്നത് അവരുടെ സ്വാതന്ത്ര്യത്തിലേക്കുള്ള കടന്നുകയറ്റമാവുമെന്നും അദ്ദേഹം വിശ്വസിച്ചിരുന്നു. എന്നാൽ ഗൗരി വായിക്കുന്ന പുസ്തകങ്ങളേതെന്ന് അദ്ദേഹം ശ്രദ്ധിക്കുമായിരുന്നു.

ഓട്ടമത്സരത്തിൽ ഗൗരി

അന്ന് ഗൗരി അഞ്ചാം ക്ലാസ്സിൽ പഠിക്കുകയായിരുന്നു. സ്കൂളിന്റെ വാർഷികാഘോഷത്തോടനുബന്ധിച്ചു നടക്കുന്ന കായിക മത്സരം. കായികമത്സരങ്ങളിലൊന്നും താത്പര്യമുണ്ടായിരുന്നില്ല. എന്നിട്ടും ഓട്ടമത്സരത്തിൽ പേര് കൊടുത്തു. എന്തിലെങ്കിലും ഒന്നിൽ പേര് കൊടുക്കണമായിരുന്നു. രണ്ടു വയസ്സിനു താഴെയുള്ള കവിത(ബേബി)യാകട്ടെ ഓട്ടത്തിലും ചാട്ടത്തിലും സമ്മാനങ്ങൾ വാങ്ങുമായിരുന്നു. ആറു വയസ്സിനു താഴെയുള്ള ഇന്ദ്രജിത്ത് കായിക താരമായിരുന്നു, ക്രിക്കറ്റിലും അത്‌ലറ്റിക്സിലും അയാൾ സജീവം.

പ്രാഥമികറൗണ്ടിൽ നല്ല പ്രകടനം കാഴ്ചവെച്ച നിലയ്ക്ക് ഫൈനലിൽ വിജയിക്കാം എന്ന പ്രതീക്ഷയും ആത്മവിശ്വാസവും തോന്നി. തന്റെ ഓട്ടപ്രകടനം കാണാൻ മാതാപിതാക്കളെ സ്കൂളിൽ ക്ഷണിച്ചതനുസരിച്ച് അവരും വന്നിട്ടുണ്ടായിരുന്നു.

ഫൈനൽ മത്സരത്തിൽ പങ്കെടുക്കുന്നവരെ അമ്പയർ വിളിച്ചു. ഗൗരി ഉന്മേഷത്തോടെ ഓടിച്ചെന്നു. തയ്യാറെടുപ്പോടെ എല്ലാവരും വെടി പൊട്ടുന്നതു കാത്ത് ഓടാൻ നിന്നു.

"ഓൺ യുവർ മാർച്ച്, വൺ, ടു, ത്രീ..." അമ്പയർ വിസിലടിച്ചു,

ഗൗരി ഓടി. പക്ഷേ തുടക്കത്തിൽ തന്നെ ശരീരത്തിന്റെ ബാലൻസ് തെറ്റി, പതറി. ആ പതർച്ചയിൽ നിന്നും അതിജീവിക്കാൻ പരിശ്രമിക്കുന്നതിനിടയിൽ സമ്മാനം എതിരാളികൾ കൊണ്ടുപോകുന്നത്, പിന്നാലെ ഓടിയെത്തുന്ന ഗൗരി നിരാശയോടെ കണ്ടു.

എല്ലാ സങ്കടങ്ങളും തട്ടിയുടഞ്ഞു പുറത്തേക്കൊഴുകി. പൊട്ടിക്കരഞ്ഞു, നിസ്സഹായമായ ആ കരച്ചിൽ കാണികളെല്ലാവരും ശ്രദ്ധിച്ചു. അമ്മയും കൂട്ടുകാരും വന്നു സമാശ്വസിപ്പിച്ചു, അപ്പോൾ ലങ്കേഷ്

മൗനമായിരിക്കുകയായിരുന്നു. വൈകീട്ട് വീട്ടിൽ വന്നപ്പോഴും ഗൗരി ഓട്ടമത്സരത്തിലെ തോൽവിയുടെ വേദനയിൽ നിന്നും മുക്തമാകാതെ സങ്കടപ്പെട്ടിരിക്കുന്നത് ലങ്കേഷ് കണ്ടു. ഗൗരിയുടെ കയ്യിൽ ഒരു പൊതി ട്രോഫി പോലെ വെച്ചുകൊടുത്തിട്ടു സ്നേഹവായ്പോടെ സമാധാന വാക്കുകൾ പറഞ്ഞു.

"ഹായ്... ഓട്ടമത്സരത്തിൽ തോറ്റുപോയതുകൊണ്ടാണോ ഈ സങ്കടം? മോൾ മത്സരത്തിൽ പങ്കെടുത്തില്ലേ, അത് പോരെ? അതിന്, ഇതാ മോൾക്കൊരു സമ്മാനം."

കൊതിയോടെ ആ പൊതി തുറന്നു നോക്കിയപ്പോൾ അതൊരു ചെറു കഥാസമാഹാരമായിരുന്നു, ഘനീഭവിച്ച സങ്കടം ആവിയായിപ്പോയി.

പാനിപ്പൂരി കഴിച്ചപ്പോൾ

'എവിടെത്തിരിഞ്ഞൊന്നു നോക്കിയാലും അവിടെല്ലാം പാനിപ്പൂരിക്കടകൾ മാത്രം' എന്നപോലെ പാനിപ്പൂരി വിൽപന വഴിയരികിൽ എവിടെയും കാണാം. നഗരവാസികളുടെ വായിൽ പാനിപ്പൂരി വെള്ളം നിറയ്ക്കുന്നു. ഏഴാം ക്ലാസ്സിൽ പഠിക്കുന്ന സമയത്ത് ഒരിക്കൽ ഗൗരി സ്കൂൾ വിട്ടു വരുമ്പോൾ, സൗത്തെൻഡ് സർക്കിളിലുള്ള ഒരു കടയിൽ നിന്നും പാനിപ്പൂരി കഴിച്ചു വീട്ടിലെത്തി. വൈകുന്നേരമായപ്പോഴേക്കും പനി തുടങ്ങി, ചുട്ടു പൊള്ളുന്ന പനി. അബോധാവസ്ഥയിൽ പിച്ചും പേയും പറയാൻ ആരംഭിച്ചു. പതിനൊന്നു മണിയോടെ സമീപമുള്ള പാണ്ഡു നേഴ്സിങ് ഹോമിൽ പ്രവേശിപ്പിച്ചു. ഡോക്ടർ വന്നു പരിശോധിച്ചശേഷം, 'നിങ്ങൾ കുട്ടിയെ അശ്രദ്ധയമായിട്ടാണ് പരിചരിച്ചത്' എന്ന് പരാതിപ്പെട്ട് ആശുപത്രിയിൽ നിന്നും അയാൾ ഇറങ്ങിപ്പോയി. ഇനി ആ ഡോക്ടർ പിറ്റേ ദിവസം രാവിലെയാണ് തിരിച്ചു വരികയെന്നറിഞ്ഞപ്പോൾ, ലങ്കേഷ് കുട്ടിയെയുമെടുത്തു വേറെ ആശുപത്രിയിലേക്കു പോകാനൊരുങ്ങി.

'ഡോക്ടറുടെ അനുവാദമില്ലാതെ ഡിസ്ചാർജ്ജ് ചെയ്യാനാവില്ല'യെന്ന്, തടഞ്ഞുകൊണ്ട് നേഴ്സ് പറഞ്ഞപ്പോൾ ലങ്കേഷ് പൊട്ടിത്തെറിച്ചു:

"എന്നെ തടയരുത്, ഈ ആശുപത്രിയുടെ ഗ്ലാസുകളും വാതിലുകളും ഞാനൊരു നിമിഷംകൊണ്ട് ചവിട്ടിതകർക്കും. പനിപിടിച്ചു കിടക്കുന്ന കുഞ്ഞിനെ നോക്കി, ഞങ്ങൾ അശ്രദ്ധ കാണിച്ചുവെന്നു പറഞ്ഞു, ഒരു ഡോക്ടറുടെ ഉത്തരവാദിത്വം മറന്ന ആ മനുഷ്യനെ ഞാൻ പിന്നീട് കാണുന്നുണ്ട്, വഴി മാറൂ..."

വൈദ്യുതാഘാതമേറ്റപോലെ നേഴ്സ് വഴിമാറി. കാറ്റ് പോലെ ലങ്കേഷ് കുഞ്ഞിനോടൊപ്പം ചെന്ന് കയറിയത്, മിഷനറിമാർ നടത്തുന്ന മാർത്താസ് ഹോസ്പിറ്റലിൽ ആയിരുന്നു.

വിശദമായ പരിശോധന കഴിഞ്ഞു, രോഗനിർണ്ണയം നടത്തി, ബ്രെയിൻ ഫീവർ. ചികിത്സ നിശ്ചയിച്ചു, മരുന്ന് കൊടുത്തു. എല്ലാവരും ഭീതിയുടെയും ആശങ്കയുടെയും മുൾമുനയിൽ. ഇതിനിടയിൽ

പി. ലങ്കേഷിന്റെ അടുത്ത സുഹൃത്തും പ്രശസ്ത എഴുത്തുകാരനുമായ മരളുസിദ്ധപ്പയും വന്നു. ഗൗരിയുടെ തലയിൽ സിറിഞ്ചു കുത്തി, ചെല മെടുക്കാൻ ശ്രമിച്ചപ്പോൾ രോഗിയായി അബോധാവസ്ഥയിൽ കിടക്കുന്ന അവളൊന്നു കുതറി. എങ്കിലും വളരെ ശ്രമകരമായി ചെലം കുത്തി യെടുത്തു. ഡോക്ടർ കാര്യം സൗമ്യമായി പറഞ്ഞു:

“ഒന്നും ഉറപ്പു പറയാനാവില്ല, ബോധം തിരിച്ചുവരാൻ, നാല്പത്തെട്ടു മണിക്കൂറു വേണ്ടിവരും. അതിനകം ബോധം വന്നില്ലെങ്കിൽ, ചിലപ്പോൾ ജീവൻ പോയേക്കാം, ഒരുപക്ഷേ, എന്നന്നേക്കുമായി കാഴ്ച നഷ്ട മായേക്കാം, എങ്കിലും നമുക്ക് പരമാവധി ശ്രമിക്കാം.”

പിന്നീടുള്ള നിമിഷങ്ങൾ... അതിഭീകരമായൊരു കാളരാത്രി കണ്ണു രുട്ടികാണിച്ചുകൊണ്ട് ആശുപത്രിയിലൂടെ കടന്നുപോയി. ലങ്കേഷ് ദമ്പതി കൾ ഉറങ്ങാതെ ആശങ്ക ഉള്ളിലൊതുക്കി, പ്രതീക്ഷയോടെ ഗൗരി കണ്ണ് തുറക്കുന്നത് കാത്തിരുന്നു. നിരീശ്വരവാദിയായ പി.ലങ്കേഷിനു പ്രാർത്ഥി ക്കാൻ തോന്നിയില്ല, ഡോക്ടറിലും ചികിത്സയിലും വിശ്വാസവും പ്രതീക്ഷ യുമുണ്ടായിരുന്നു. കവിതയും ഇന്ദ്രജിത്തും വീട്ടിൽ ശ്വാസമടക്കിപ്പിടിച്ചു കിടന്നു, ഉറങ്ങാതെ.

ഒന്നര ദിവസം കഴിഞ്ഞപ്പോൾ ഗൗരിയുടെ കാലുകൾ ചെറുതായൊ ന്നിളകാൻ തുടങ്ങി. പിന്നെയും രണ്ടു മണിക്കൂറുകൾക്കുശേഷം ബോധം തിരിച്ചു കിട്ടി, ഗൗരി കണ്ണ് തുറന്നു നോക്കി. വിവരം ഡോക്ടർ എല്ലാവ രെയും അറിയിച്ചപ്പോൾ, കുടുംബാംഗങ്ങളുടെയും സുഹൃത്തുക്കളുടെയും മനസ്സിൽ നിലാവ് പരന്നു.

ഏതാനും ദിവസം കൂടി ഐസിയുവിൽ കിടത്തിയശേഷമാണ് ഗൗരിയെ വാർഡിലേക്ക് കൊണ്ടുവന്നത്. അപ്പോൾ എഴുന്നേറ്റ് നിൽക്കാ നുള്ള ശേഷി പോലുമുണ്ടായിരുന്നില്ല. പിന്നെയും നാളുകൾ പിന്നിട്ടപ്പോൾ ആശുപത്രി വിട്ടു, ഗൗരിയെ വീട്ടിലെത്തിച്ചു. കുറച്ചു ദിവസങ്ങൾ ഹരി ഹരപ്പയെന്ന അവരുടെ സഹായിയാണ് അവളെ സ്കൂളിൽ കൊണ്ടു ചെന്നാക്കിയതും തിരിച്ചു വീട്ടിൽ കൊണ്ടുവന്നിരുന്നതും.

മാർത്താസ് ആശുപത്രിയിൽ രോഗശയ്യയിൽ കിടക്കുന്ന ഗൗരിക്ക് അവിടത്തെ കന്യാസ്ത്രികളായ നേഴ്സുമാർ പ്രാർത്ഥിക്കാനായി ഒരു കുരിശു കൊടുക്കുകയും അവർ പറഞ്ഞപോലെ പ്രാർത്ഥിക്കുകയും ചെയ്തിരുന്നു. അത് കുറെ വർഷങ്ങൾ ഗൗരി കിടപ്പുമുറിയിൽ സൂക്ഷി ച്ചിരുന്നു. വളർന്നപ്പോൾ ഗൗരിയുടെ മനസ്സിൽ നിന്നും ദൈവം പടിയിറ ങ്ങിപ്പോയപ്പോൾ ആ കുരിശ് എവിടെയോ നഷ്ടപ്പെട്ടു.

നാടകാനുഭവം

കർണ്ണാടകത്തിൽ സമകാലികരായ എല്ലാ എഴുത്തുകാരും നാടക ചലച്ചിത്ര രംഗങ്ങളിലെ പ്രമുഖരും ലങ്കേഷ് കുടുംബത്തിന്റെ സ്നേ ഹവും ആദരവും ഏറ്റെടുത്തവരായിരുന്നു. ജ്ഞാനപീഠം അവാർഡ്

ജേതാക്കളായ പ്രൊഫസർ അനന്തമൂർത്തി, നാടകകാരന്മാരായ ബി.വി. കാരന്ത്, പ്രേമാകാരന്ത്, ഗിരീഷ് കർണാട്, പൂർണ്ണചന്ദ്രതേജസ്വി, ചന്ദ്രശേഖര കമ്പാർ, നിസാർ അഹമ്മദ്, മരളു സിദ്ധപ്പ, ബറഗൂർ രാമചന്ദ്രപ്പ, റഹമത്ത് താരീക്കരെ.. ആ പട്ടിക നീളുകയാണ്....

ബി.വി.കാരന്തുമായുള്ള ബന്ധം ഏറെ ഊഷ്മളമായിരുന്നു. അദ്ദേഹത്തിന്റെ ഭാര്യ പ്രേമാ കാരന്ത് ഗൗരിക്ക് പ്രിയപ്പെട്ടവളും. ബി.വി.കാരന്ത് സ്കൂൾ ഓഫ് ഡ്രാമയുടെ ഡയറക്ടർ ആയിരുന്ന കാലത്ത് കുറെക്കാലം ഡൽഹിയിലായിരുന്നു. ലങ്കേഷ് ദമ്പതികൾ ഡൽഹിയിൽ പോയി ഏതാനും നാളുകൾ അവരോടൊപ്പം താമസിച്ചിരുന്നു. ഗൗരി അമ്മയ്ക്കെഴുതിയ കത്തുകൾ പ്രേമാ കാരന്ത് വായിക്കുകയും ഗൗരിയോട് അദമ്യമായ വാത്സല്യം തോന്നുകയുമുണ്ടായി. കുട്ടിക്കാലത്തെ പരിമിതമായ ഭാഷയല്ലാതെ നല്ല ഇംഗ്ലീഷിൽ എഴുതാൻ കഴിയാത്തതിൽ ഗൗരിക്ക് പ്രേമാകാരന്തിനെ കാണുമ്പോൾ ജാള്യതയുണ്ടായിരുന്നു. ബി.വി.കാരന്ത് പ്രേമ കാരന്തുമായി വീട്ടിൽ വന്നപ്പോൾ, ഗൗരിയെ ചുറ്റി പിടിച്ചശേഷം പി. ലങ്കേഷിനോട് ചോദിച്ചു:

“ഞങ്ങൾക്ക് മക്കളില്ല, നിങ്ങൾക്ക് രണ്ടു പെണ്മക്കളില്ലേ, ഗൗരിയെ ഞങ്ങൾക്ക് തരൂ, ഞങ്ങൾ ഇവളെ പൊന്നുപോലെ വളർത്താം...” പി.ലങ്കേഷ് പൊട്ടിച്ചിരിച്ചുകൊണ്ട് പറഞ്ഞു: “എടുത്തോളൂ.”

കാരന്തിനും ഗൗരിയോട് അനിർവചനീയമായ സ്നേഹമായിരുന്നു.

കർണാടകത്തിനു, ഭേദപ്പെട്ട ഒരു നാടക പൈതൃകവും, നാടകവേദിയുമുണ്ട്. പ്രസിദ്ധമായ രവീന്ദ്ര കലാക്ഷേത്ര, എ.ഡി.എ. രംഗമന്ദിര, പുട്ടണ്ണ ഷെട്ടി ടൗൺ ഹാൾ എന്നിവ അടുത്തടുത്താണ്. അവിടെയാണ് ടിക്കറ്റ് വെച്ച് നാടകങ്ങൾ അരങ്ങേറുന്നത്. എഴുതിയും സംവിധാനം ചെയ്തും അഭിനയിച്ചും നാടകവേദിയിൽ നിറഞ്ഞുനിൽക്കുന്ന പി. ലങ്കേഷ് കുടുംബസമേതം നഗരത്തിൽ നടക്കുന്ന എല്ലാ നാടകങ്ങളും കാണാൻ പോകുമായിരുന്നു. നാടകം ആസ്വദിക്കുന്നത് ഗൗരിക്കും ഇഷ്ടമായിരുന്നു.

ഒരിക്കൽ, ബി.വി.കാരന്തിന്റെ ‘പ്രതിമാ നാടക തണ്ട’ എന്ന നാടകസമിതി മൂന്നു നാടകങ്ങൾ അവതരിപ്പിച്ചു. പി. ലങ്കേഷ് എഴുതിയ ‘ഈഡിപ്പസ് രാജാവും ആന്റിഗോണയും’ എന്ന നാടകത്തിൽ ഗൗരി ലങ്കേഷ്, ബേബിയോടൊപ്പം ഈഡിപ്പസ് രാജാവിന്റെ മക്കളുടെ വേഷത്തിൽ അഭിനയിച്ചു. അന്ന് ഈഡിപ്പസ് രാജാവായി അരങ്ങു തകർത്തഭിനയിച്ചത് പ്രശസ്തനായ ഗിരീഷ് കർണാട് ആയിരുന്നു. അതിൽ ഗൗരിയുടെയും കവിതയുടെയും അഭിനയം നന്നായി എന്ന് അഭിപ്രായം വന്നെങ്കിലും സംഭാഷണങ്ങൾ അധികമില്ലാതിരുന്നതിനാൽ രംഗത്തു കഷ്ടിച്ചു രക്ഷപ്പെട്ടുവെന്നാണ് ഗൗരിക്ക് തോന്നിയത്.

അഭിനയിക്കാനുള്ള ആഗ്രഹം ഗൗരിയിൽ പിന്നീട് നിറഞ്ഞു. പ്രശസ്ത നാടകകൃത്തും കവിയും നോവലിസ്റ്റുമായ ചന്ദ്രശേഖരകമ്പാറിന്റെ

'സംഖ്യബാല്യ' എന്ന നാടകത്തിൽ അഭിനയിക്കാനുള്ള ശ്രമം നടത്തി. അതിന്റെ ഓഡിഷൻ ടെസ്റ്റ് കഴിഞ്ഞു. കടിച്ചാൽ പൊട്ടാത്ത ഡയലോഗുകൾ തങ്ങൾക്ക് വേണ്ടപോലെ അഭിനയിച്ചു കാണിക്കാൻ കഴിയാഞ്ഞതിനാൽ, സംവിധായകനായ ബി. വി. കാരന്തിന് അവരുടെ അഭിനയം തൃപ്തികരമായില്ല. അദ്ദേഹം അവർക്കു നാടകം കാണാനുള്ള ഗേറ്റ്പാസ് കൊടുത്തു സമാധാനിപ്പിച്ചു.

പിന്നീടൊരിക്കൽ, ഹൈസ്കൂൾ പഠനകാലത്തു ഗൗരി പഠിച്ചിരുന്ന വിജയ സ്കൂളിൽ ബി.വി.കാരന്തിനെ നാടകം സംവിധാനം ചെയ്യാനായി സ്കൂൾ അധികൃതർ ക്ഷണിച്ചു. വീണ്ടും ഓഡിഷൻ ടെസ്റ്റ്! താൻ ലങ്കേഷിന്റെ മകളാണ് എന്ന ഓർമ്മപ്പെടുത്തലോടെ, ഓഡിഷൻ ടെസ്റ്റ് നടക്കുന്ന സമയത്ത് സ്വന്തം പേര് 'ഗൗരി ലങ്കേഷ്' എന്നുറക്കെ പറഞ്ഞു. അത് ശ്രദ്ധിച്ചിരുന്ന ബി.വി.കാരന്ത് ഗൗരിയുടെ സാമർത്ഥ്യത്തെ പുഞ്ചിരിയോടെ പരിഗണിച്ചു, രവീന്ദ്രനാഥടാഗോറിന്റെ 'Kingdom of Cards' എന്ന വിഖ്യാതമായ നാടകത്തിൽ ഹൃദയറാണിയെന്ന കഥാപാത്രത്തെ അഭിനയിക്കാൻ ഏൽപ്പിച്ചു.

വിളക്കുകൾ അണഞ്ഞു, നാടകത്തിന്റെ മണിയടിച്ചു, തിരശ്ശീല ഉയർന്നു. നാടകമാരംഭിക്കുന്നു. ഏതാനും നിമിഷങ്ങൾക്ക് ശേഷം ഗൗരിലങ്കേഷ് രംഗത്തു പ്രവേശിക്കുന്നു. സദസ്സിലേക്കൊന്നു ഗൗരി നോക്കി. അപ്പോഴതാ, തന്റെ അച്ഛൻ മുൻവരിയിൽ തന്നെ ഇരിക്കുന്നു. അച്ഛനെ കണ്ടതോടെ ഗൗരിയുടെ ആത്മവിശ്വാസം തകർന്നു. തല ചുറ്റിയപോലെ തോന്നി. എങ്ങനെയോ അഭിനയം പൂർത്തിയാക്കി. ഗ്രീൻ റൂമിലെത്തി.

നാടകത്തിന്റെ തിരശ്ശീല വീണു. കന്നഡ സിനിമയിലെ നിത്യഹരിത യൗവ്വനമായ ഡോ. രാജ്കുമാർ കാറ്റ് പോലെ ഗ്രീൻ റൂമിലേക്ക് അപ്രതീക്ഷിതമായി കടന്നു വന്ന് എല്ലാ അഭിനേതാക്കളെയും അഭിവാദ്യം ചെയ്തു: "നമസ്കരാ..."

"നമസ്കരാ...!" ഓരോ അഭിനേതാക്കളെയും അടുത്ത് വിളിച്ചു ചേർത്ത് നിർത്തി അഭിനന്ദിക്കുകയും സ്നേഹപുരസ്സരം ആശീർവദിക്കുകയും ചെയ്തപ്പോൾ എല്ലാവരും ആഹ്ലാദിച്ചു. ബി.വി.കാരന്തിനോടൊപ്പം അദ്ദേഹം പോയപ്പോൾ, പി. ലങ്കേഷ് എല്ലാവരെയും അനുമോദിച്ചു, ഗൗരിയേയും കവിതയെയും ചേർത്ത് നിർത്തി ഗൗരിയോടായി പറഞ്ഞു:

"മോൾ രംഗത്തു നന്നായിരുന്നു, എന്നാൽ നിന്റെ ഡയലോഗുകൾ എനിക്ക് വ്യക്തമായി കേൾക്കാൻ കഴിഞ്ഞില്ല..." മനസ്സിൽ ഒരു സമാധാനത്തിന്റെ പൂമഴ പെയ്തെങ്കിലും പിന്നീട് ആലോചിച്ചപ്പോൾ നാടകാഭിനയം തനിക്കു ചേരുന്ന കാര്യല്ലെന്ന തിരിച്ചറിവിൽ അഭിനയരംഗത്ത് നിന്ന് വിട്ടുപോരാൻ തീരുമാനിച്ചു. എന്നാൽ വർഷങ്ങൾക്കുശേഷം കവിതാ ലങ്കേഷ് നിർമ്മിച്ച ഒരു സിനിമയിൽ വീണ്ടും ഗൗരിക്ക് അഭിനയിക്കേണ്ടി വന്നു.

മൂന്ന്

പൂത്തുലഞ്ഞ പ്രണയവസന്തങ്ങൾ

ഗൗരി ഉയർന്ന മാർക്കോടെ സ്കൂൾ ഫൈനൽ ജയിച്ചു. പിന്നീട് കലാലയത്തിന്റെ ലോകത്തേക്ക്. സ്കൂൾ ജീവിതത്തിന്റെ നിയന്ത്രണങ്ങൾക്കും നിബന്ധനകൾക്കും വിരാമം. കോളേജ് ജീവിതത്തിന്റെ സ്വാതന്ത്ര്യവായു ശ്വസിക്കാനുള്ള ഉത്സാഹം. ഭാവിയിൽ ആരായി തീരണം എന്ന ചോദ്യമാണ് അവിടെ ഉയർന്നത്.

അവരവരുടെ ഭാവി, അവരവരുടെ വിരൽത്തുമ്പിലാണെന്നെന്നു നിലപാടുള്ള പി. ലങ്കേഷ് മകളുടെ പഠനകാര്യത്തിൽ ഏതു ഗ്രൂപ്പ് തെരഞ്ഞെടുക്കണമെന്ന അഭിപ്രായം പറഞ്ഞില്ല. അമ്മയ്ക്കാണെങ്കിൽ ഗൗരിയെ എൻജിനീയർ ആയി കാണണമെന്നാഗ്രഹമുണ്ടായിരുന്നത് മറച്ചുവെച്ചില്ല. ഗൗരിക്ക് ഡോക്ടറാകണമെന്നായിരുന്നു ആഗ്രഹം. ബയോളജിയും കെമിസ്ട്രിയും ഫിസിക്സും എടുത്തു സെക്കൻഡ് ഗ്രൂപ്പിൽ വീടിനടുത്തുള്ള നാഷണൽ കോളേജിൽ പി.യു.സിക്ക് ചേർന്നു.

നാടകവും സിനിമയും കൂടാതെ ഏതാനും കൂട്ടുകാരുമൊത്തുള്ള റെസ്റ്റോറന്റിൽ പോക്കും മാത്രമായി ജീവിതം. സ്വീകരണമുറിയിൽ ടി.വി അന്ന് എത്തിയിട്ടില്ല.

പി.ലങ്കേഷ്, ജോലിരാജിവെച്ച് നാടകത്തിലും സിനിമയിലും തുടരുന്നു. ജാതിവിവേചനത്തേയും

നാടുവാഴിത്ത വ്യവസ്ഥയുടെ ബാക്കിപത്രമായി സമൂഹത്തെ നോക്കി കൊഞ്ഞനം കുത്തുന്ന സാമൂഹിക അസമത്വങ്ങളേയും അനീതികളേയും തൂലികയുടെ മൂർച്ചകൊണ്ട് അരിഞ്ഞെറിഞ്ഞ എഴുത്തുകാരായിരുന്നു പി.ലങ്കേഷ്, പ്രൊഫ.യു.ആർ.അനന്തമൂർത്തി, പൂർണ്ണചന്ദ്രതേജസ്വി മുതലായവർ. മൂന്നുപേരും കർണ്ണാടകത്തിലെ ഷിമോഗയിൽ നിന്നും സമീപദേശത്തു നിന്നും വന്നവർ. ഇവർക്ക് മുൻപേ കുവെമ്പുവും ലോഹ്യ സിദ്ധാന്തത്തിൽ വിശ്വസിച്ചിരുന്നവരിൽ പ്രശസ്തരായിരുന്ന നിസാർ അഹമ്മദും ചന്ദ്രശേഖര കമ്പാറും...

അച്ഛന്റെ കാര്യങ്ങൾ കരുതലോടെ ശ്രദ്ധിക്കുന്നതിൽ അമ്മ അതീവ ശുഷ്കാന്തി പ്രകടിപ്പിക്കുമായിരുന്നു. അച്ഛന്റെ ധിഷണാപരമായ മണ്ഡലങ്ങളിലേക്കു കയറിച്ചെല്ലാൻ അമ്മ ശ്രമിക്കുന്നത് ഒരിക്കലും കണ്ടിട്ടുമില്ല. അമ്മയ്ക്കു വായനയുടെയും വിദ്യാഭ്യാസത്തിന്റെയും കുറവുമുണ്ടായിരുന്നു. എന്നാൽ അച്ഛൻ എന്ന വ്യക്തിയെ ശരിയായി മനസ്സിലാക്കുവാൻ അമ്മയ്ക്ക് കഴിയുമായിരുന്നു. അവർ പരസ്പരം സ്നേഹിക്കാനും മനസ്സിലാക്കാനും അവരവരുടെ കഴിവുകൾ പോഷിപ്പിക്കുവാനും സഹകരിക്കുന്നവരായിരുന്നു.

ഗൗരിക്ക് സഹോദരിയെന്നതിനേക്കാളുപരി പരസ്പരം എല്ലാം തുറന്നു പറയാവുന്ന സുഹൃത്തുകൂടിയായിരുന്നു ബേബി. ബേബിക്ക്, ഗൗരി ആവേശകരമായ വഴികാട്ടിയും. അച്ഛനോടു ബേബിയാണ് കൂടുതൽ തമാശകൾ പറയാറുള്ളത്. അച്ഛൻ എഴുത്തുകാരെക്കുറിച്ചും സാഹിത്യത്തെക്കുറിച്ചും ഗൗരിയുമായി സംസാരിക്കാൻ തുടങ്ങിയതും അക്കാലത്തായിരുന്നു. മികച്ച വായനക്കാരിയും ശാന്തപ്രകൃതക്കാരിയും സന്തോഷവതിയും നർമ്മപ്രകൃതവുമായിരുന്നു ഗൗരി. വായിച്ച പുസ്തകങ്ങളെക്കുറിച്ചു അച്ഛനുമായി ചർച്ച ചെയ്യുമായിരുന്നു. ജിതു (ഇന്ദ്രജിത്) വുമായി അച്ഛന്റെ ഇടപഴകൽ സ്പോർട്സിനെക്കുറിച്ചായിരുന്നു.

വീട്ടിലും പുറത്തും വ്യക്തിഭാവങ്ങൾക്കു മാറ്റമില്ലാത്ത പ്രകൃതമുള്ള പി.ലങ്കേഷ്. ഉറക്കമൊഴിച്ച് ഏറെനേരം അവരവരുടെ മുറിയിലിരുന്ന് വായിക്കുന്ന ഗൗരിയേയും പി.ലങ്കേഷിനെയും ഒരിക്കൽ വായിക്കാനായി ഇന്ദിര ലങ്കേഷ് ഒരു മുറിയിലേക്ക് മാറ്റി. അതോടെ വായിക്കുന്ന പുസ്തകങ്ങൾ തമ്മിൽ ചർച്ച ചെയ്യുവാനുള്ള അവസരം ലങ്കേഷിനും ഗൗരിക്കും കൂടുതലായി ലഭിച്ചു. വായനാഭിരുചിയിലും ആശയങ്ങളിലും ആദർശങ്ങളിലും ഗൗരിയും ലങ്കേഷും തമ്മിൽ വളരെ സാമ്യമുണ്ടായിരുന്നു. ഗബ്രിയേലാ മാർകേസ് (Gabriela Marques) ഇസബെൽ അലെൻഡെ (Isabel Allende) എന്നിവരുടെ കൃതികൾ ലങ്കേഷും ഗൗരിയും ഒരുപോലെ ഇഷ്ടപ്പെട്ടിരുന്നു.

കന്നഡയിലെ മിക്കവാറും എല്ലാ എഴുത്തുകാരുമായും കലാകാരന്മാരുമായും ഗൗരിക്കും കുടുംബത്തിനും ബന്ധമുണ്ട്. എല്ലാ കുടുംബാംഗങ്ങൾക്കും ബോധ്യമായ ഒരു കാര്യമുണ്ട്, അവർ കണ്ടിട്ടുള്ള

വ്യക്തികളിൽ നിന്നും വ്യത്യസ്തനും പ്രതിഭാധനനും പ്രഗദ്ഭനുമാണ് ലങ്കേഷ്. ആദർശങ്ങൾ അർത്ഥരഹിതമായി എഴുതാനോ കയ്യടിക്കുവേണ്ടി പ്രസംഗിക്കാനോ ഉള്ളതല്ലെന്നും അവ സ്വജീവിതത്തിൽ അനുവർത്തിക്കാനുള്ളതാണെന്നും അച്ഛൻ തന്റെ ജീവിതത്തിലൂടെ കാണിച്ചുകൊടുത്തത് ആദരവോടെ നോക്കി നിന്നു. അച്ഛന്റെ ഈ ആദർശപ്രണയം ഗൗരിയിലും ബേബിയിലും ആഴത്തിൽ വേരുകളിറങ്ങി ജീവിതത്തെ സ്വാധീനിക്കാൻ ഇടയാക്കിയിട്ടുണ്ട്. ആ സ്വാധീനമാണ് പ്രതിസന്ധികളിലും ആദർശം ഇരുമ്പുമറയിലിട്ടു സംരക്ഷിക്കാൻ ഗൗരി ലങ്കേഷിനു പ്രേരണയായത്.

പ്രണയത്തിന്റെ നാളുകൾ

ഗൗരിയുടെ സൗഹൃദങ്ങളെ ജാതിമതഭാഷാവംശീയതകൾ തടസ്സപ്പെടുത്തിയില്ല. ഒരു മെട്രോനഗരത്തിന്റെ ഹൃദയവിശാലത ഗൗരിയിൽ സ്വാഭാവികമായുമുണ്ടായിരുന്നു. അച്ഛന്റെ സുഹൃദ്ബന്ധങ്ങളും കൂടുതൽ വിപുലമായിക്കൊണ്ടിരിക്കുകയായിരുന്നു. സുഹൃത്തായ ചിദാനന്ദ രാജാഘട്ടെയുടെ രൂപത്തിലാണ് പ്രണയം ഗൗരിയുടെ ഹൃദയത്തിൽ മുട്ടിവിളിക്കുന്നത്. ചിദാനന്ദരാജ്ഘട്ടെ ഗൗരിയേക്കാൾ രണ്ടു വർഷം സീനിയറായി കോളേജിൽ പഠിക്കുകയാണ്. ഇരുണ്ട നിറത്തിൽ, മെലിഞ്ഞു, ഉയരമുള്ള ഒരു ചെറുപ്പക്കാരൻ. രൂപപരമായ ആകർഷണീയതയേക്കാൾ ആരെയും വശീകരിക്കുന്ന അറിവും സംസാരശൈലിയും ശരീരഭാഷയും ഊർജ്ജസ്വലതയും. ഏതൊരു പെൺകുട്ടിയും അയാളോടടുക്കാൻ കൊതിക്കുമായിരുന്നു. ചിന്തകളോടും ജീവിതസമീപനങ്ങളോടും ചേർന്ന് നിൽക്കുന്ന സുഹൃത്തെന്ന നിലയിലാണ് അവർ തമ്മിലുണ്ടായ സൗഹൃദം പ്രണയവഴിയിലേക്ക് തിരിയുന്നത്.

ഒരിക്കൽ ഗാന്ധിബസാറിലെ ഗണേഷ് ബേക്കറിയിൽ ചിദാനന്ദരാജഘട്ടെ വന്നപ്പോൾ സീനിയർ ക്ലാസ്സിൽ പഠിക്കുന്ന സുഹൃത്താണെന്നാണ് പറഞ്ഞു അമ്മയെ പരിചപ്പെടുത്തിയിരുന്നു. അവർ പ്രണയത്തിലാണെന്ന് ഇന്ദിരാ ലങ്കേഷിന്റെ കാതിൽ റാണി സ്വകാര്യം പറഞ്ഞു.

ഗൗരി വീട്ടിൽ വന്നു കയറിയപ്പോൾ അമ്മ ശാസിച്ചു:

“പഠിക്കുന്ന സമയമല്ലേ? ഈ സമയത്താണോ പ്രണയം? പ്രണയവും വിവാഹവുമെല്ലാം പഠിപ്പു കഴിഞ്ഞു ജോലി കിട്ടിയ ശേഷമല്ലേ ആകാവൂ...? ഈ പ്രായത്തിൽ പലതും തോന്നും. പഠിക്കുന്നവർ അതെല്ലാം തടയണയിട്ട് ഒതുക്കി നിർത്തേണ്ടതല്ലേ?”

ലങ്കേഷ് വന്നപ്പോൾ അവർ ഗൗരിയുടെ പ്രണയകഥ പറഞ്ഞു. അദ്ദേഹം ചിദാനന്ദരാജഘട്ടെയെ വിളിപ്പിച്ചു. അയാൾ വന്നപ്പോൾ സ്നേഹപൂർവ്വം പരിചയപ്പെട്ടശേഷം മൃദുവായി ഉപദേശിച്ചു:

“വിദ്യാഭ്യാസത്തിനു പ്രഥമപരിഗണന കൊടുക്കേണ്ട സമയമാണ്

രണ്ടുപേരും. അത് കഴിഞ്ഞല്ലേ വിവാഹം? ആദ്യം പഠനം പൂർത്തിയാക്കൂ. നമുക്ക് വേണ്ടത് ചെയ്യാം."

ചിദാനന്ദരാജഘട്ടെ ശ്രദ്ധാപൂർവ്വം കേട്ട്, മൗനമായി സാവധാനം പടിയിറങ്ങിപ്പോയി. ക്ഷമയോടെ ലങ്കേഷ് ഗൗരിയോടും ഉപദേശിച്ചു.

അമ്മ ഒരു 'സ്ത്രീപക്ഷചിതാഗതിക്കാരി'യാണ്. "സ്ത്രീകൾ വിദ്യാഭ്യാസം നേടി ആത്മാഭിമാനത്തോടെ ജോലി ചെയ്ത് സ്വന്തം കാലിൽ നിൽക്കണം. സ്വന്തമായി വരുമാനമില്ലാതായാൽ സ്വാതന്ത്ര്യം ഇല്ല, വ്യക്തിത്വം പുരുഷന്റെ മുന്നിൽ പണയം വെക്കേണ്ടി വരും." പ്രീഡിഗ്രി മാത്രം പഠിച്ച അമ്മയ്ക്ക് സ്വന്തമായ ജോലി ചെയ്യാൻ കഴിയാത്തതിൽ വൈഷമ്യമുണ്ടായിരുന്നു. ഇനിമേലിൽ പഠനകാര്യങ്ങൾക്കു കൂടുതൽ പ്രാധാന്യം കൊടുക്കാമെന്നും ചിദാനന്ദരാജഘട്ടെയെ കാണാതിരിക്കാമെന്നും അമ്മയ്ക്ക് വാക്കു കൊടുത്തു.

ഗൗരിക്ക് രണ്ടു വിവാഹാലോചനകൾ വന്നു. രണ്ടു കൂട്ടരും പരിചയബന്ധത്തിൽപെട്ട ഡോക്ടർമാർ. അതിലൊരാൾ, മുന്നറിയിപ്പില്ലാതെ പെണ്ണ് കാണാൻ വന്നു. വിവരമറിഞ്ഞ ഗൗരി, ആ ദിവസം മുഴുവൻ അകത്തുനിന്നും വാതിലടച്ചു മുറിയിൽ കഴിച്ചു കൂട്ടി.

പിറ്റേ ദിവസം തന്നെ, ബ്യൂട്ടി പാർലറിൽ പോയി, അരക്കെട്ടു കവിഞ്ഞൊഴുകി കിടന്നിരുന്ന മനോഹരമായ മുടിമുറിച്ചു ക്രോപ്പ് ചെയ്തു ഗൗരി വന്നു. ആ പയ്യന്റെ വീട്ടുകാർ, യാഥാസ്ഥിതികരാണെന്നും മുടി മുറിച്ച പെൺകുട്ടിയെ കണ്ടാൽ അവർ കല്യാണത്തിന് സമ്മതിക്കുകയില്ലെന്നും പ്രതീക്ഷിച്ചു. അത് ശരിയായിരുന്നു, മുടി മുറിച്ചതറിഞ്ഞ പയ്യന്റെ വീട്ടുകാർ പിന്നീട് വിവാഹാലോചനയുമായി വന്നില്ല.

പിന്നെയൊരു ഡോക്ടർ സ്വർണ്ണമെഡൽ വാങ്ങിയ വ്യക്തിയാണ്. അയാളുടെ അച്ഛനോടൊപ്പം ഒരു ദിവസം പെണ്ണുകാണാൻ വന്നു. ഉയരം കുറഞ്ഞു കുടവയറനായ അയാളെ കണ്ടപ്പോൾ തന്നെ ഗൗരിക്കു ശുണ്ഠിയായി. വീട്ടിലിട്ടിരുന്ന അതേ വേഷത്തിൽതന്നെ, പെണ്ണുകാണൽ ചടങ്ങിന്റെ വേഷങ്ങളണിയാതെ, യാതൊരു ഒരുക്കങ്ങളുമില്ലാതെയാണവൾ അവരോടൊപ്പമിരുന്നതും സംസാരിച്ചതും.

പെണ്ണുകാണൽ ചടങ്ങ് ഔപചാരികതകളൊന്നുമില്ലാതെ കഴിഞ്ഞു. അയാൾ വീട്ടിൽ പോയി, ഗൗരി എന്ത് തീരുമാനിച്ചു എന്ന് ചോദിച്ചുകൊണ്ട് കത്തെഴുതി. ഗൗരി വ്യക്തമായ മറുപടിയെഴുതി:

"ഞാൻ പഠിക്കാനാഗ്രഹിക്കുന്നു, വിവാഹം തൽക്കാലമില്ല."

ദൂരെയൊരിടത്ത് ഷൂട്ടിങ്ങിനു പോയ അച്ഛൻ വിവരങ്ങളറിഞ്ഞപ്പോൾ കത്തെഴുതി:

"മോളേ, നിന്റെ വ്യക്തിപരമായ കാര്യങ്ങളിൽ നീ തന്നെ യോജ്യമായൊരു തീരുമാനമെടുക്കുക, അമ്മയെ വേദനിപ്പിക്കാതെ നോക്കണം"

അമ്മയെ വേദനിപ്പിക്കാതെയായിരിക്കണം എന്നേയുള്ളൂ. അതുതന്നെയായിരുന്നു ഗൗരിയിലും സംഘർഷമുണ്ടാക്കിയത്. എന്നാൽ രണ്ടു പേർക്കും ജോലിയായാൽ അമ്മ ചിദുവുമൊത്തുള്ള (ചിദാനന്ദ രാജഘട്ടെ) വിവാഹത്തിന് സമ്മതിക്കും എന്ന് ഉറപ്പായിരുന്നു.

അടിയന്തിരാവസ്ഥ

1975 ജൂൺ 25നു പ്രധാനമന്ത്രി ഇന്ദിരാഗാന്ധി അടിയന്തിരാവസ്ഥ പ്രഖ്യാപിക്കുന്നതിന് മുൻപ് തന്നെ പി. ലങ്കേഷ് ജോലിരാജി വെച്ച് തന്റെ സർഗ്ഗാത്മക പ്രവർത്തനമേഖലകളായി സിനിമയെയും നാടകത്തെയും തെരഞ്ഞെടുത്തിരുന്നു. 1971 ൽ അദ്ദേഹമെഴുതി അവതരിപ്പിച്ച 'സംക്രാന്തി' എന്ന നാടകം, ജനമനസ്സുകളെ കീഴടക്കി, നാടായ നാടുകളിൽ അരങ്ങേറി. യു.ആർ. അനന്തമൂർത്തിയുടെ 'സംസ്കാര' എന്ന നോവൽ പട്ടാഭിരാമ റെഡ്ഢി സംവിധാനം ചെയ്തു സിനിമയാക്കിയപ്പോൾ സുഹൃത്തായ പി ലങ്കേഷിന് അതിൽ ഒരു വേഷം അഭിനയിച്ചു. പട്ടാഭിരാമ റെഡ്ഢിയുടെ ഭാര്യയും അഭിനേത്രിയുമായ സ്നേഹലതാ റെഡ്ഢിയും അതിൽ അഭിനയിച്ചിരുന്നു.

അതിനുശേഷമാണ് പി. ലങ്കേഷ് തന്റെ തന്നെ കഥയെ ആസ്പദമാക്കി 'പല്ലവി' എന്ന സിനിമാ സംവിധാനം ചെയ്യുന്നത്. ഇന്ദിരാ ലങ്കേഷ് ആയിരുന്നു നിർമാതാവ്. ആ ചിത്രത്തിന്റെ സ്വിച്ച് ഓൺ കർമ്മത്തിനു അദ്ദേഹം തെരഞ്ഞെടുത്തത് രാഹുകാലമായിരുന്നു. രാഹുകാലം, ശുഭകാര്യങ്ങൾ ചെയ്യാൻ പാടില്ലെന്ന വിശ്വാസം നിലനിൽക്കുന്ന സമൂഹത്തിൽ, അത് അശുഭകരമായി പരിണമിക്കുമെന്നുമുള്ള അന്ധവിശ്വാസത്തിലെ പൊള്ളത്തരത്തെ തുറന്നു കാണിക്കാൻ വേണ്ടിയാണ് അങ്ങനെ ചെയ്തത്. സിനിമാ രംഗത്തു പൊതുവെ നിലനിൽക്കുന്ന അന്ധവിശ്വാസങ്ങളേയും വിശ്വാസിസമൂഹത്തേയും ആ സംഭവം ഞെട്ടിച്ചു. രാഹുകാലം നോക്കി കാര്യങ്ങൾ നിർവഹിക്കുന്നത് നിരർത്ഥകമാണെന്നു തെളിയിക്കാൻ ഈ പ്രവർത്തിയിലൂടെ അദ്ദേഹത്തിന് കഴിഞ്ഞു 'പല്ലവി' എന്ന സിനിമ ആ വർഷത്തെ (1974) ഏറ്റവും നല്ല ചിത്രത്തിനും സംവിധായകനുമുള്ള ദേശീയ അവാർഡ് കരസ്ഥമാക്കുകയും ചെയ്തു.

പി.ലങ്കേഷ് പ്രശസ്തിയിലേക്കെത്തുകയായിരുന്നു. അദ്ദേഹം സംവിധാനം ചെയ്ത 'അനുരൂപ' (1978) 'ഖണ്ടവിടെ ക മാംസവടെ കോ' (1979), 'എല്ലിന്തോ വന്തവര്' (1980) മുതലായ ചിത്രങ്ങളെല്ലാം ബ്ലാക്ക് ആൻഡ് വൈറ്റ് ആയിരുന്നു. എല്ലാം കലാമൂല്യമുള്ളവയായിരുന്നുവെങ്കിലും ബോക്സ് ഓഫീസിൽ അത്രയൊന്നും വിജയിച്ചില്ല.

മറ്റു പല പ്രമുഖരേയുംപോലെ അദ്ദേഹവും തന്റെ എഴുത്തിലൂടെയും പ്രസംഗത്തിലൂടെയും അടിയന്തിരാവസ്ഥയ്ക്കെതിരെ പ്രവർത്തിച്ചു. സിനിമാസംവിധായകനായ പട്ടാഭിരാമ റെഡ്ഢിയും സോഷ്യലിസ്റ്റ് നേതാവ് ജോർജ്ജ് ഫെർണാണ്ടസും അടുത്ത സുഹൃത്തുക്കളായിരുന്നു.

അവർ ഒരുമിച്ച് രൂപം കൊടുത്തതാണ് People's Union of Civil Liberties (PUCL) എന്ന പൗരാവകാശ സംഘടന. ഉത്തരേന്ത്യയിൽ അടിയന്തിരാവസ്ഥയ്ക്കെതിരെയുള്ള പ്രതിഷേധത്തിന്റെ ഭാഗമായി ജോർജ്ജ് ഫെർണാണ്ടസ് നേതൃത്വം കൊടുത്ത ബറോഡ ഡൈനാമൈറ്റ് സംഭവം വിവാദമായി. അതിന്റെ പ്രതികളെ വേട്ടയാടിയ കൂട്ടത്തിൽ, നടിയായ സ്നേഹലതാ റെഡ്ഢിയെ കോൺഗ്രസ് സർക്കാർ അറസ്റ്റ് ചെയ്തു, ലോക്കപ്പിൽ വെച്ച് ക്രൂരമായി ആക്രമിക്കുകയും ചെയ്തു. ദീർഘകാലം മർദ്ദനമേറ്റതിന്റെ ഫലമായി, ദീർഘകാലം അവർ ആസ്തമ രോഗത്തിനടിമപ്പെടുകയും പരോളിൽ വന്നു അഞ്ചു ദിവസത്തിനകം മരണപ്പെടുകയും ചെയ്തു.

അവരുടെ വീട്ടിൽ പോയി സ്നേഹലതാ റെഡ്ഢിയെ കണ്ടപ്പോൾ ലങ്കേഷ് വികാരാധീനനായി. ആ കാഴ്ച അസുഖകരമായിരുന്നു. അദ്ദേഹത്തിന്റെ പ്രതിഷേധം ഒരു ലേഖനമായി പ്രസിദ്ധീകരിച്ചു. മനസ്സിൽ സ്നേഹാദരങ്ങൾ നിറഞ്ഞു നിന്നിരുന്ന പ്രതിഭാസമ്പന്നയായ ആ കലാകാരിയെ, ലോക്കപ്പിൽ നിന്നിറങ്ങിയ ശേഷം ഗൗരി വീണ്ടും കണ്ടപ്പോൾ തിരിച്ചറിയാനാകാത്ത വിധം ശരീരം ശോഷിച്ച് രോഗം ബാധിച്ച് വെറുമൊരു മാംസപിണ്ഡമായി മാറിയിരുന്നു.

ജനങ്ങൾ ആദരിക്കുന്ന ഒരു കലാകാരിയെ ഭരണകൂടത്തിന്റെ അനീതിക്കെതിരെ ശബ്ദിച്ചതിന്റെ പേരിൽ കേസിൽ കുടുക്കി ലോക്കപ്പിൽ വെച്ച് മർദ്ദിച്ച്, രോഗത്തിനടിമയാക്കിയ ഭരണകൂടം ഇന്ത്യൻ ജനതയെ എങ്ങോട്ടാണ് നയിക്കുന്നതെന്ന് ഗൗരി ചിന്തിച്ചു. രാഷ്ട്രീയത്തിന്റെ ബാലപാഠങ്ങൾ മാത്രമേ അറിവായിട്ടുള്ളൂ എങ്കിലും അധികാര രാഷ്ട്രീയത്തിന്റെ ഭീകരപ്രയോഗങ്ങളെക്കുറിച്ചു ബോധവതിയാകാൻ ഗൗരിക്ക് കഴിഞ്ഞു. ഈ വേദനകൾ ഗൗരിയുടെ ഹൃദയത്തിലും എന്നന്നേക്കുമായി ഉണങ്ങാതെ കിടന്നു.

പൗരാവകാശത്തിനുവേണ്ടി ശബ്ദിച്ച ഒരു വ്യക്തി നിയമാനുസൃതമായ വിചാരണയ്ക്ക് വിധേയമാകാതെ, ക്രൂരമായ മർദ്ദനങ്ങൾക്കു ഇരയായി രോഗിയായി, നിസ്സഹായയായി ഉണങ്ങിയ ഓലപോലെ അടർന്നു വീഴുന്ന ചിത്രം, അവർ മരണമടയുന്നതിന്റെ നേർചിത്രം, ഒരു ചലച്ചിത്രമായി ഉറങ്ങാൻ നേരത്തും പതിനേഴുകാരിയായ ഗൗരിയുടെ മനസ്സിൽ നിറഞ്ഞു.

ആ സംഭവം ഗൗരിയുടെ രാഷ്ട്രീയവീക്ഷണത്തിൽ വലിയൊരു ചോദ്യചിഹ്നം ഉയർത്തി. തനിക്കും ഈ രാഷ്ട്രത്തിന്റെ ഭാഗമാവേണ്ടി വരില്ലേ? ഇത്തരം ഒരു രാഷ്ട്രത്തെയാണോ നമ്മുടെ സ്വാതന്ത്ര്യസമരസേനാനികൾ സ്വപ്നം കണ്ടത്? ഗൗരിയിൽ ആദർശ രാഷ്ട്രീയത്തിന്റെ വ്യക്തതയുള്ള വീക്ഷണവും സമഗ്രാധിപത്യ പ്രവണതകൾക്കെതിരായ (Dictatorship/Fascist) കടുത്ത നിലപാടുകളും വളർന്നു വരികയായിരുന്നു.

കുടുംബഭാരം ഇന്ദിരാ ലങ്കേഷിന്റെ ചുമലിൽ

പി.ലങ്കേഷ് ജോലി രാജിവെച്ചു. മുഴുവൻ സമയവും സിനിമയിലും നാടകത്തിലും. കുടുംബത്തിൽ സാമ്പത്തിക ബുദ്ധിമുട്ടുകളുടെ പിരിമുറുക്കം. വീട്ടിൽ നിന്നും ലങ്കേഷ് ഇടയ്ക്കിടെ മാറി നിൽക്കുമ്പോൾ ഇന്ദിരാ ലങ്കേഷിന്റെ മനസ്സിൽ ഒറ്റപ്പെടലിന്റെ അസ്വസ്ഥതകൾ.

“ഞാൻ ജോലിക്കു പോകാം, കുട്ടികളെ പഠിപ്പിക്കണ്ടേ? ജീവിക്കേണ്ടേ?” ഇന്ദിരാ ലങ്കേഷ് ഭർത്താവിന്റെ മുന്നിൽ വിഷയം അവതരിപ്പിച്ചപ്പോൾ അദ്ദേഹത്തിന്റെ മറുപടിയിങ്ങനെയായിരുന്നു:

“പ്രീ ഡിഗ്രി വരെ മാത്രം പഠിച്ച നിനക്ക് എന്ത് ചെയ്യാനാകും?”

പല ജോലികളും ആലോചിച്ച്, അവസാനം, ഇന്ദിരാ ലങ്കേഷ് കച്ചവടത്തിലേക്കു തിരിയാൻ തീരുമാനമെടുത്തു. തുടക്കത്തിൽ വീട്ടിൽ തുടങ്ങിയ കല്യാണസാരികളുടെ ബിസിനസ്സ്, പിന്നീട് സ്വന്തമായി കടവാടകയ്ക്കെടുത്തു നടത്തുവാൻ കഴിഞ്ഞതോടെ ആ കച്ചവടം പുരോഗമിച്ചു. ക്രമേണ ആ കുടുംബം പുലർത്താനുള്ള വരുമാനം ഉണ്ടാവുകയും കാലക്രമത്തിൽ ഇന്ദിരാ ലങ്കേഷ് സാമ്പത്തിക ഭദ്രത നേടി. രാജരാജേശ്വരിനഗറിൽ അവർ താമസിച്ചിരുന്ന സ്ഥലവും വാങ്ങാൻ അവരുടെ സമ്പാദ്യം കൊണ്ട് സാധിച്ചു.

നാല്

ഉപരിപഠനം

കോളേജിൽ ചിദാനന്ദരാജ്ഘട്ടെയോടൊപ്പം അധ്യാപകരോടും കൂട്ടുകാരോടും സാഹിത്യം, രാഷ്ട്രീയം, സിനിമ മുതലായ വിഷയങ്ങൾ ചർച്ച ചെയ്യുന്നത് പതിവായി.

നാഷണൽ കോളേജിൽ താമസിച്ചിരുന്ന പണ്ഡിതനായിരുന്ന ഡോ. എച്ച്.എൻ. നരസിംഹയ്യയുടെ മുറിയിൽ അവർ പോകുമ്പോൾ ആദ്യം കാണുന്നത് ആൽബർട്ട് ഐൻസ്റ്റീന്റെ പടവും അതിനോടൊപ്പം ഐൻസ്റ്റീന്റെ പ്രസിദ്ധ വാചകവുമാണ്.

ഡോ.എച്ച്.എൻ. നരസിംഹയ്യ

"Great Spirits have always encountered violent opposition from mediocre Minds."

ഓരോ ദിവസവും എച്ച്. നരസിംഹയ്യയുടെ വീട്ടിൽ ചെല്ലുമ്പോൾ പുതിയ അറിവുകൾ അവർക്കു ലഭിക്കുമായിരുന്നു. തമിഴ്നാട്ടിൽ പ്രസിദ്ധനായ ഇ. വി. രാമസ്വാമി അഥവാ തന്തൈ പെരിയാർ എന്ന വിപ്ലവകാരിയെക്കുറിച്ചറിയുന്നത് അങ്ങനെയാണ്. ലിംഗസമത്വവും ജാതിമത സമത്വവും അനിവാര്യമാണെന്ന ചിന്തകൾ വായിക്കുന്നതും അവയോടു അഭിനിവേശം തോന്നിയതും ഗൗരിയുടെ ജീവിത വീക്ഷണത്തെ ഏറെ സ്വാധീനിച്ചു. ജനനം, വിവാഹം, മരണം എന്ന് തുടങ്ങി ജീവിതത്തിന്റെ എല്ലാ സന്ധികളിലും ബ്രാഹ്മണർ അനുവർത്തിക്കുന്ന വൈദിക ആചാരാനുഷ്ഠാനങ്ങൾ നിരാകരിക്കാൻ പെരിയാർ ആഹ്വനം ചെയ്തു. താന്ത്രിക ആചാരങ്ങളിൽ നിന്നും മോചനം നേടാതെ ജനതയ്ക്കു മുന്നേറ്റമില്ല. അതിനു വേണ്ടി, ആത്മാഭിമാന വിവാഹങ്ങൾ (Self Respect Marriages) പ്രോത്സാഹിപ്പിക്കാനും അവ നടത്താനുമുള്ള സംവിധാനങ്ങൾ ചെയ്തുകൊണ്ട് ജനതയ്ക്ക് ആവേശം പകർന്നു. മിശ്രവിവാഹങ്ങൾ നടത്തി ജാതി മത ഭിന്നതകൾ ഇല്ലാതാക്കാനുള്ള പരിശ്രമങ്ങൾ നടത്തിയത് നിരവധി പോരാട്ടങ്ങളിലൂടെയും ത്യാഗപൂർണ്ണമായ സമരങ്ങളിലൂടെയുമായിരുന്നു. 'തന്തൈ പെരിയാർ' എന്ന അസാധാരണ മനുഷ്യൻ ഗൗരിയെ ഏറെ സ്വാധീനിക്കുകയും ആ സാമൂഹികനവോത്ഥാന നായകന്റെ ജീവിതം നക്ഷത്രദീപംപോലെ മനസ്സിൽ തിളങ്ങുകയും ചെയ്തു.

യുക്തിബോധവും ശാസ്ത്രീയ വീക്ഷണവും പ്രചരിപ്പിക്കുന്നതിൽ മുൻപന്തിയിൽ നിന്ന ഡോ.എച്ച്.എൻ. നരസിംഹയ്യ ചിക്കബെല്ലാപ്പുര ജില്ലയിൽ, ഗൗരി ബിദനൂർ താലൂക്കിൽ ഹൊസൂർ എന്ന ഗ്രാമത്തിൽ ദരിദ്ര കുടുംബത്തിൽ ജനിച്ചു. ദൂരെയുള്ള സ്കൂളിലും കോളേജിലും വിദ്യാഭ്യാസം. ബാംഗ്ലൂർ നാഷണൽ കോളേജ് അധ്യാപകനായി, പ്രിൻസിപ്പാൾ ആയി, അമേരിക്കയിൽ പോയി ഗവേഷണം നടത്തി, ഡോക്ടറേറ്റ് നേടി. പിന്നീട് ബാംഗ്ലൂർ യൂണിവേഴ്സിറ്റിയിൽ വൈസ് ചാൻസലർ ആയി വിരമിച്ചു. 1957ൽ അമേരിക്കയിലെ ഒഹ്യോ യുണിവേസിറ്റിയിൽ നിന്ന് ഭൗതിക ശാസ്ത്രത്തിൽ (Nuclear Physics) ഡോക്ടറേറ്റ് നേടി.

ഗാന്ധിജി 1936ൽ, ബാംഗ്ലൂർ സന്ദർശിച്ചപ്പോൾ മുതൽ ഗാന്ധി ശിഷ്യനാവുകയും അദ്ദേഹത്തിന്റെ ആഹ്വാനം ഏറ്റെടുത്ത് 1942ൽ ക്വിറ്റ് ഇന്ത്യ സമരത്തിൽ പങ്കെടുക്കുകയും ഇടയ്ക്ക് വിദ്യാഭ്യാസം മുടങ്ങുകയും ചെയ്തിട്ടുണ്ട്.

യുക്തിവാദിയായും ശാസ്ത്രപ്രചാരകനായും മഹത്തായ പ്രവർത്തനങ്ങളാണ് അദ്ദേഹം നടത്തിയത്. വെളുത്ത മുണ്ടും അരക്കയ്യൻ ഷർട്ടും ഗാന്ധി തൊപ്പിയും ആയിരുന്നു വേഷം. സംഭവബഹുലമായ ജീവിതം ഐതിഹാസികമായിരുന്നു. 1962ൽ ബാംഗ്ലൂർ സയൻസ് ഫോറം

(Bangalore Science Forum) സ്ഥാപിക്കുകയും 2000 ത്തിലധികം ശാസ്ത്ര സാങ്കേതിക യുക്തിസംബന്ധമായ സെമിനാറുകൾ സംഘടിപ്പിക്കുകയും പലപ്പോഴും മുഖ്യപ്രഭാഷണം നടത്തുകയും ചെയ്തു. ശാസ്ത്രീയ വീക്ഷണം വളർത്താനുപകരിക്കുന്ന 500ൽ പരം ചലച്ചിത്രങ്ങൾ (Documentaries) നിർമിച്ചു.

അന്ധവിശ്വാസങ്ങൾക്കും അനാചാരങ്ങൾക്കുമെതിരെ ജനതയെ നയിക്കാൻ വേണ്ടി ജീവിതം ഉഴിഞ്ഞുവെച്ച നരസിംഹയ്യയ്ക്ക് പദ്മഭൂഷൺ ബഹുമതിയും സർ എം. വിശ്വേശ്വരയ്യ അവാർഡും നൽകി ആദരിച്ചു. എന്നാൽ ഈ അവാർഡുകളെല്ലാം സ്വീകരിക്കുമ്പോഴും നിസ്സംഗനായിരുന്നു, അതിലൊന്നും അമിതാസക്തിയോ അഭിനിവേശമോ ഉണ്ടായിരുന്നില്ല. തന്റെ പ്രവർത്തനങ്ങളിൽ എപ്പോഴും നിഴലിച്ചിരുന്ന ഈ നിസ്വാർത്ഥതയും പ്രതിബദ്ധതയും ഗൗരിയുടെ പിന്നീടുള്ള ജീവിതത്തിൽ, സാമൂഹിക പ്രതിബദ്ധതയുള്ള എഴുത്തുകാരിയാക്കി മാറ്റുവാൻ സ്വാധീനം ചെലുത്തിയ ഘടകമായിരുന്നു.

ബി.എ ജേണലിസം

മക്കൾ വളർന്നു വലുതാവുന്നതോടെ ലങ്കേഷ് കുടുംബത്തിന് താമസിക്കാൻ ഈ വീട് മതിയാകില്ലെന്നായി. മെച്ചപ്പെട്ട സൗകര്യങ്ങളുള്ള മറ്റൊരു വീട്ടിലേക്കു അവർ താമസം മാറിയിരുന്നു. പി. ലങ്കേഷിനു നാടകത്തിലും സിനിമയിലും തിരക്ക് വർദ്ധിച്ചതോടെ വീട്ടിൽ നിന്നും അധികവും മാറി നിൽക്കേണ്ടി വന്നു.

"ഭർത്താവ് എത്ര വലിയ ആളാണെങ്കിലും സ്ത്രീകൾക്ക് സ്വന്തമായി വരുമാനം ഉണ്ടെങ്കിൽ വീട്ടിലും പുറത്തും അംഗീകാരവും ആദരവും ലഭിക്കും. വയസ്സുകാലത്തു ഭർത്താവിൽ നിന്നും മക്കളിൽനിന്നും തിരസ്കരിക്കപ്പെടാതിരിക്കാനും സ്ത്രീകൾക്ക് വരുമാനം അനിവാര്യമാണ്." ഇന്ദിരാ ലങ്കേഷിന്റെ വാക്കുകളായിരുന്നു അത്, സ്വന്തം അഭിലാഷങ്ങൾ നേടിയെടുക്കാൻ അവർ കഠിനമായി ശ്രമിക്കുകയും ചെയ്തിരുന്നു.

പി. ലങ്കേഷ് അധ്യാപകനായി ജോലി ചെയ്തിരുന്ന ഗവൺമെന്റ് സെൻട്രൽ കോളേജിൽ പുതിയതായി ജേണലിസം കോഴ്സ് ആരംഭിച്ചിരുന്നു. വീട്ടിൽനിന്നും തന്നെ പോകാവുന്ന ദൂരമേയുള്ളൂ, ലാൽബാഗിനും മൈസൂർ ബാങ്ക് സർക്കിളിനും ഇടയിലാണ് യൂണിവേഴ്സിറ്റി. അതോടൊപ്പം തന്നെയാണ് സെൻട്രൽ കോളേജ്. ചിദാനന്ദ രാജഘട്ടെ ഡിഗ്രി പൂർത്തിയാക്കി പോസ്റ്റ് ഗ്രാജുവേഷൻ പഠനത്തിലേക്ക് പ്രവേശിച്ചു. അയാളുമായുള്ള അടുപ്പവും അയാളുടെ സ്വാധീനവുമാണ് ബി.എയ്ക്ക് ജേർണലിസം തെരഞ്ഞെടുക്കാൻ ഗൗരി തീരുമാനിക്കാൻ കാരണം.

ഗൗരി ലങ്കേഷ് ജേണലിസം മുഖ്യവിഷയമെടുത്ത് ബി.എയ്ക്കു ചേരാൻ തീരുമാനിച്ചപ്പോൾ തന്റെ മകൾക്ക് ആഴവും പരപ്പുമുള്ള വായനയും അക്ഷരങ്ങളുടെ കരുത്തുമുണ്ടെന്നു ബോധ്യമുള്ള അച്ഛൻ ആ തീരുമാനത്തെ പിന്തുണച്ചു.

ലങ്കേഷ് പത്രികെ ടാബ്ലോയ്ഡ്

അടിയന്തിരാവസ്ഥ അവസാനിച്ചതോടെ ഇന്ദിരാഗാന്ധിക്കെതിരെ രാഷ്ട്രീയസമൂഹത്തിന്റെ എതിർപ്പുകൾ ശക്തമായപ്പോൾ ഇന്ത്യൻ എക്സ് പ്രസ്സ് പത്രത്തിന്റെ കന്നഡ പ്രസിദ്ധീകരണമായ 'സഞ്ജയ് വാണി'യിൽ പ്രതിവാര കോളമെഴുതാൻ പി ലങ്കേഷിനോട് ആവശ്യപ്പെട്ടു. സിനിമ യിൽ നിന്നും കാര്യമായി വരുമാനമൊന്നുമില്ലാത്ത സമയത്ത് അതൊരു സഹായമായി. ആക്ഷേപഹാസ്യത്തിൽ ചാലിച്ചെടുത്ത മൂർച്ചയുള്ള ശൈലിയിൽ ലങ്കേഷ് എഴുതാൻ തുടങ്ങിയതോടെ സഞ്ജയ് വാണി യുടെ സർക്കുലേഷൻ പെട്ടെന്ന് വർദ്ധിക്കാൻ തുടങ്ങി. എന്നാൽ ഇന്ദിരാഗാന്ധിക്കെതിരായി രൂപം കൊടുത്ത ജനത പാർട്ടി ജയപ്രകാശ് നാരായണന്റെ മരണത്തോടെ തമ്മിൽ തല്ലി നശിക്കാൻ തുടങ്ങി. പി. ലങ്കേഷ് ജനത പാർട്ടിക്കെതിരെയും വിമർശനം തുടങ്ങിയപ്പോൾ ഇന്ത്യൻ എക്സ്പ്രസ്സ് മാനേജ്മെന്റ് യാതൊരു മുന്നറിയിപ്പുമില്ലാത്തെ പി. ലങ്കേ ഷിന്റെ പ്രതിവാരകോളം നിർത്തലാക്കി. പി. ലങ്കേഷ് ഉടൻ തന്നെ 1980ൽ സ്വന്തം പേരിൽ ഒരു ടാബ്ലോയ്ഡ് പ്രതിവാരപത്രം തുടങ്ങിയത് കർണാ ടകയുടെ ചരിത്രത്തിന്റെ ഭാഗമായി മാറി, 'ലങ്കേഷ് പത്രികെ'. പതിനാറ് പേജുകളുള്ള ഈ പത്രത്തിലൂടെ കർണാടകത്തിന്റെ രാഷ്ട്രീയ സാംസ്കാ രിക മണ്ഡലങ്ങൾ ചലനാത്മകമാകുന്നത് പെട്ടെന്നായിരുന്നു. പരസ്യ മൊന്നുമില്ലാതെ, കോപ്പികളുടെ വിറ്റുവരവ് കൊണ്ട് മാത്രം നടത്തുന്ന ഇന്ത്യൻ പ്രസിദ്ധീകരണരംഗത്തെ ആദ്യപരീക്ഷണം, സമ്പൂർണ്ണ വിജയ മാവുകയും ചെയ്തു. ബാംഗ്ലൂർ നഗരത്തിൽ ടി.വി. പ്രചാരമാവുന്ന കാല മായിരുന്നു. ലങ്കേഷിന്റെ വീട്ടിലും ടി.വി എത്തി.

ഗൗരിയുടെ സഹോദരൻ ജിതുവുമായും അച്ഛനുമായും ചിദാനന്ദ രാജ ഘട്ടെ സൗഹൃദത്തിലായി. അവർ എല്ലാവരും കൂടി ക്രിക്കറ്റും ടെന്നീസ് കളിയും എല്ലാമായി വീട്ടിൽ പി. ലങ്കേഷിനൊപ്പം കാണുന്നത് പതിവായി. അമ്മയുടെ കൂട്ടുകാരി റാണി വീണ്ടും ചിദാനന്ദരാജഘട്ടെയുടെ കൂടെ ഗൗരിയെ കാണുകയും പ്രണയവാർത്ത ഇന്ദിരാ ലങ്കേഷിന്റെ ചെവിയി ലേക്കുമെത്തി.

ഗൗരി ബി.എ.പാസ്സായി, ഡൽഹിയിൽ പോസ്റ്റ് ഗ്രാജുവേറ്റ് ഡിപ്ലോമ യ്ക്ക് ചേരാൻ തീരുമാനിച്ചു. ആദ്യമായി ഡൽഹിയിലേക്ക് പോകുകയാണ്. അതിനു മുൻപൊന്നും ഒറ്റയ്ക്ക് താമസിച്ചിട്ടില്ല. അച്ഛനമ്മമാർക്കും ബേബിക്കും ഗൗരിയുടെ വേർപാട് വേദനിപ്പിക്കുന്നതായിരുന്നു.

ദൽഹി...! മഹാനഗരം!!!, രാജ്യത്തിന്റെ അധികാരം കേന്ദ്രീകരിച്ച നഗരം. രാഷ്ട്രീയ നേതാക്കൾ, ഭരണ കർത്താക്കൾ, സാഹിത്യകാരന്മാർ, കലാകാരന്മാർ, ചലച്ചിത്ര താരങ്ങൾ. എല്ലാറ്റിനും അസാമാന്യമായ വർ ദ്ധിതഗൗരവം എവിടെയും കാണുന്നു. ലോകത്തിന്റെ വിവിധ ഭാഗങ്ങളിൽ നിന്നും വന്ന വിദ്യാർത്ഥികൾ, പ്രശസ്തരും പ്രഗദ്ഭരുമായ അധ്യാപകർ. ആ അന്തരീക്ഷം ഗൗരിയിൽ കൂടുതൽ ഉന്മേഷവും ഉത്തരവാദിത്വ ബോധവും ഉണ്ടാക്കി.

അഞ്ച്

പിഴയ്ക്കുന്ന പ്രണയതാളം

ഡൽഹിയിലെ പഠനം പൂർത്തിയാക്കി ഉദ്യാനനഗരത്തിൽ തിരിച്ചെത്തി. ഗൗരി ഫ്രീലാൻസിൽ ചില ലേഖനങ്ങൾ എഴുതാൻ തുടങ്ങിയിരുന്നു. ഒരു കൊല്ലത്തിനുള്ളിൽ തന്നെ ടൈംസ് ഓഫ് ഇന്ത്യയിൽ ജേണലിസ്റ്റായി ജോലിയിൽ ചേർന്നു. ആദ്യമായി ജോലി ചെയ്യുന്നതിന്റെ ആഹ്ലാദവും സ്വന്തമായി വരുമാനം കിട്ടുന്നതിലെ അഭിമാനവും ഗൗരിലങ്കേഷിൽ ആത്മബോധം വളർത്തി. ടൈംസിൽ ജോലിയിൽ പ്രവേശിക്കുമ്പോൾ പ്രശസ്തനായ ലങ്കേഷിന്റെ മകൾ എന്ന ആദരവും ലഭിച്ചിരുന്നു. പി. ലങ്കേഷിന്റെ മകൾ എന്ന നിലയിൽ എഴുത്തിലും ആ നിലവാരം പുലർത്താൻ തനിക്കു ബാധ്യതയുണ്ടെന്നു ഗൗരി മനസ്സിലാക്കി.

ബാംഗ്ലൂർ നഗരത്തിൽ ഡെക്കാൻഹെറാൾഡ്, ഇന്ത്യൻ എക്സ്പ്രസ്സ്, ഹിന്ദു, ഡെക്കാൻ ക്രോണിക്കിൾ, ടൈംസ് ഓഫ് ഇന്ത്യ എന്നീ പത്രങ്ങളാണ് മുന്നിൽ. വാർത്തകൾ മാത്രമല്ല, വിനോദത്തിനും അറിവിനും ഉപകാരപ്രദമായ രീതിയിൽ ടി.വി ഉപയോഗിക്കാൻ തുടങ്ങിയതോടെ പ്രിന്റ് മാധ്യമങ്ങളുടെ നിലനിൽപ്പു തന്നെ ചോദ്യം ചെയ്യാൻ തുടങ്ങി. അവയെല്ലാം അതിജീവന തന്ത്രങ്ങൾ ആവിഷ്കരിക്കാൻ നിർബന്ധിതമാവുന്ന കാലം. ക്രിക്കറ്റിലേക്കും സിനിമയിലേക്കും ജനങ്ങൾ കൂടുതൽ ആകൃഷ്ടരാവുമ്പോൾ പ്രിന്റ് മാധ്യമങ്ങൾ കൂടുതൽ ജാഗരൂകരാവാൻ ശ്രദ്ധിച്ചു തുടങ്ങിയ വെല്ലുവിളികൾ ഏറെയായിരുന്നു.

ദൃശ്യമാധ്യമങ്ങൾക്കു ലഭിക്കാത്ത വാർത്തകളും ഫീച്ചറുകളും കണ്ടെ ത്തണം. എഴുതുന്നതു ചടുലവും സൂക്ഷ്മവും അനുപമവുമായിരിക്കണം. മാധ്യമപ്രവർത്തകയായി അവരോധിതയാവുമ്പോൾ ഉണ്ടാകേണ്ടുന്ന ആർജ്ജവം സ്വാംശീകരിക്കാനും അക്ഷരങ്ങൾ സാർത്ഥകമാകാനുമുള്ള പരിശീലനം നേടിയെടുക്കുകയായിരുന്നു.

ചിദാനന്ദരാജ്ഘട്ടെയും ബാംഗ്ലൂരിലുണ്ട്. ബാംഗ്ലൂർ നഗരത്തിൽ ഒരു വാർത്താ മാധ്യമഗ്രൂപ്പിൽ പ്രവർത്തിക്കുമ്പോൾ തന്നെ കൊൽക്കത്ത കേന്ദ്രമായ 'ആനന്ദബസാർ പത്രിക'യുടെ എല്ലാ പ്രസിദ്ധീകരണ ങ്ങളിലും അയാൾ എഴുതിയിരുന്നു. ഭേദപ്പെട്ട വരുമാനമുള്ള ജേണലിസ്റ്റ് എന്ന നിലയിൽ അദ്ദേഹം പ്രശസ്തനായി. വൈകുന്നേരങ്ങളിൽ മിക്ക വാറും ജോലി കഴിയുന്ന സമയത്തു പാർക്കിലും റെസ്റ്റോറന്റിലുമായി കണ്ടുമുട്ടുക പതിവായി. വിവാഹത്തെക്കുറിച്ചുള്ള ചിന്തയൊന്നും അക്കാ ലത്തുണ്ടായിട്ടില്ല. അങ്ങനെയൊരു നാൾ അമ്മയുടെ ചോദ്യം:

"മോളേ ഗൗരീ, നിങ്ങൾ തമ്മിൽ ഇങ്ങനെ ചുറ്റിക്കറങ്ങി നടക്കുന്നത് ശരിയല്ല, ഒന്നുകിൽ അത് നിർത്തണം, ഇനി നിങ്ങൾ കാണരുത്. അല്ലെ ങ്കിൽ ഉടൻ തന്നെ വിവാഹം കഴിക്കണം..."

അമ്മയുടെ മുന്നിൽ ഒരാശങ്കയുണ്ടായിരുന്നു. സന്ദർഭവശാൽ അയാൾക്ക് മനസ്സ് മാറിയാൽ ഗൗരിയുടെ ഗതി എന്തായിരിക്കും? ഇപ്പോൾ തന്നെ അയാൾ നല്ല ജേണലിസ്റ്റ് എന്ന നിലയിൽ പ്രശസ്തനായി ക്കഴിഞ്ഞു. ഗൗരിയാണെങ്കിൽ പത്രത്തിൽ ജോലിയായി. നല്ല വരുമാനവും കല്യാണപ്രായവുമായി. ഇനി വിവാഹം കഴിച്ചുകൂടേ?

ശരിയാണ്, ഗൗരി ലങ്കേഷ് വിഷയം ചിദുവിനോടു സംസാരിച്ചു. അത്തരമൊരു അഭിപ്രായത്തോട് പ്രതികൂലമായി ചിന്തിക്കേണ്ട കാര്യം ചിദുവിനുമില്ല. എങ്കിലും ചില തീരുമാനങ്ങളെല്ലാം എടുക്കണം. തമ്മിൽ സ്നേഹിച്ചു, ഒരുമിച്ചു ജീവിക്കാൻ തീരുമാനിക്കുന്ന വിവാഹമെന്ന ചടങ്ങിന് അത്ര വലിയ പ്രാധാന്യമൊന്നും കൊടുക്കേണ്ടതില്ല. നാട് മുഴുവൻ ക്ഷണിച്ചു, ഗംഭീരസദ്യ നടത്തി, വിവാഹം ഒരാഘോഷമാക്കുന്ന തിനോട് രണ്ടുപേർക്കും യോജിപ്പില്ല. സാമ്പത്തിക വലിപ്പവും സാമൂഹിക ബന്ധങ്ങളുടെ പ്രദർശനങ്ങളോടും കൊട്ടിഘോഷിച്ചു വിവാഹം ഒരു സംഭവമാക്കി മാറ്റുന്നതിനോടും താത്പര്യമില്ല.

'ലങ്കേഷ് പത്രികെ' ഒരു സംഭവമാകുന്നു

ലങ്കേഷിന്റെ 'ലങ്കേഷ് പത്രികെ' എന്ന ടാബ്ലോയ്ഡ് അപ്പോഴേക്കും ജനകീയസമ്മതിയിലൂടെ അഞ്ചു വർഷം പിന്നിട്ടിരുന്നു. കോളേജിൽ വിദ്യാർത്ഥികളും അധ്യാപകരും ഒരുപോലെ ഈ പത്രത്തിൽ വരുന്ന അസാധാരണവും രസകരവുമായ തലക്കെട്ടുകൾ വായിച്ചു രസിക്കുന്നത് ഗൗരി ലങ്കേഷ് അഭിമാനത്തോടെ കണ്ടിട്ടുണ്ട്. ഉള്ളടക്കത്തിൽ തിളയ്ക്കുന്ന ആക്ഷേപഹാസ്യം വായനക്കാരുടെ ആവേശമാവുകയായിരുന്നു. നില വാരമുള്ള നിരൂപണങ്ങളിലൂടെ കന്നഡത്തിലെ പ്രമുഖരായ എല്ലാ

സാഹിത്യ സാംസ്കാരിക നായകരും ലങ്കേഷ് പത്രികയുടെ താളുകൾ ധന്യമാക്കിയവരിൽ ഉൾപ്പെടുന്നു. ഒന്നും രണ്ടും ലക്ഷങ്ങളായി പത്രത്തിന്റെ പ്രചാരം വർദ്ധിച്ചതോടെ ലങ്കേഷിന്റെ സാമ്പത്തിക സ്ഥിതി മെച്ചപ്പെട്ടു.

അക്കാലത്താണ് ലങ്കേഷ് പെൺമക്കൾക്ക് ഒരു മോട്ടോർ ബൈക്ക് വാങ്ങികൊടുത്തത്. ആദ്യം ബേബിയാണ് ഡ്രൈവിങ് പഠിച്ച് ഓടിക്കാൻ ശീലിച്ചത്, പിന്നീട് ഗൗരിയും. എൺപതുകളുടെ ആരംഭത്തിൽ, ഇരുചക്ര വാഹനം പെൺകുട്ടികൾ ഓടിക്കാൻ തുടങ്ങിയിട്ടില്ലാത്ത സമയത്ത്, ലങ്കേഷ് സഹോദരിമാർ നഗരം മുഴുവൻ ചുറ്റിക്കറങ്ങി പാറി പറക്കുന്നത് കാണാൻ ആളുകൾക്ക് കൗതുകമായിരുന്നു.

ഗാന്ധി ബസാറിൽ മൂന്നു നിലയുള്ള ഓഫീസ് കെട്ടിടം വാങ്ങുകയും പിന്നീട് ബനശങ്കരിയിൽ സ്ഥലം വാങ്ങി വീട് വെക്കുകയും ചെയ്തു. ബെന്നാർക്കട്ടെ പാർക്കിനടുത്ത് ഒഴിവുസമയങ്ങൾ ചെലവഴിക്കാനായി ഒരു കൃഷിസ്ഥലത്തോട് കൂടിയ ചെറിയൊരു വീടും (Farm House) വാങ്ങി.

സാഹിത്യം, നാടകം, നവസിനിമ തുടങ്ങിയ സമൂഹത്തിന്റെ സമസ്ത മണ്ഡലങ്ങളിലും പുരോഗമനപരമായ സമീപനത്തോടെ വീക്ഷിക്കാൻ ഈ വാരിക കർണ്ണാടക സമൂഹത്തിനു പ്രേരണയായി. നവീനഭാവുകത്വങ്ങൾക്ക് സ്വാഗതമരുളുകയും പ്രതിഭാശാലികളെ അണിനിരത്താനും സാമ്പ്രദായിക വിശ്വാസങ്ങളെ തള്ളിക്കളയാനും യുവാക്കളെ ജനശ്രദ്ധയിലേക്ക് കൊണ്ടുവരാനും ഗണ്യമായ പങ്കുവഹിച്ചതോടെ വാരികയുടെ സ്വാധീനം വർദ്ധിച്ചു.

അന്വേഷണാത്മക ജേണലിസം കർണ്ണാടകത്തിൽ ആദ്യമായി പരീക്ഷിച്ചതും ജനകീയമാക്കിയതും ലങ്കേഷ് പത്രികെയിലായിരുന്നു. ലങ്കേഷ് പത്രികെയുടെ ഒരു കോപ്പി വാങ്ങി പോകുന്ന ആളുകളെ അറിവിന്റെ അടയാളപ്പെടുത്തലായി സമൂഹം പരിഗണിച്ചിരുന്നു, സ്റ്റാറ്റസിന്റെ ചിഹ്നമായിരുന്നു ലങ്കേഷ് പത്രികെ.

രാഷ്ട്രീയരംഗത്തും ലങ്കേഷ് പത്രികെ വിമർശനപരമായി ഇടപെട്ടതോടെ അതിന്റെ എഡിറ്ററും ഉടമയുമായ പി. ലങ്കേഷിന് എതിർപ്പുകൾ നേരിടേണ്ടി വന്നു. നിലനിന്നിരുന്ന നാടുവാഴിത്ത സവർണ്ണ മനോഭാവത്തോട് സന്ധിയില്ലാസമരം നയിച്ചതും ഈ പ്രസിദ്ധീകരണമായിരുന്നു. കന്നഡ സംസ്കാരത്തോടും പുരോഗമനപരമായ നിലപാടുകളിലൂടെ തന്റെ അഭിപ്രായം തുറന്നു പറഞ്ഞതിന്റെ പേരിൽ യാഥാസ്ഥിതികരായ രാഷ്ട്രീയനേതൃത്വത്തിന്റെയും പിന്തിരിപ്പൻ ശക്തികളുടെയും ശത്രുവാകേണ്ടിവന്നു. ഓഫീസിനു നേരെ ആകമണങ്ങൾ ഉണ്ടായി, പൊതുവേദിയിൽ വെച്ച് ആക്രമണങ്ങളെയും നേരിടേണ്ടി വന്നു.

അപ്പോൾ സുഹൃത്തുക്കളോടും കുടുംബാംഗങ്ങളോടുമായി പി.ലങ്കേഷ് ചിരിച്ചുകൊണ്ട് സമാധാനിപ്പിച്ചു:

“ഇത്തരം ആക്രമണങ്ങൾ കൊണ്ടൊന്നും എന്നെ ആർക്കും പിന്തിരിപ്പിക്കാൻ കഴിയില്ല, എന്റെ അക്ഷരങ്ങൾ എന്റേതാണ്, എനിക്കെഴുതാനുള്ളത് ഞാനെഴുതും. ആർക്കും തടയാൻ കഴിയില്ല.”

ലളിതമായ വിവാഹം

ഒരു ദിവസം മഹാത്മാഗാന്ധി റോഡിലെ ഒരു റെസ്റ്റോറന്റിലേക്കു ഭക്ഷണം കഴിക്കാൻ കുടുംബത്തെ ലങ്കേഷ് കൊണ്ടുപോയി. എല്ലാവരും സന്തോഷത്തിന്റെ നിമിഷങ്ങൾ പങ്കുവെച്ചുകൊണ്ടിരിക്കുമ്പോൾ ഗൗരി ലങ്കേഷ് ഒരു ബോംബിട്ടു:

"ചിദുവും ഞാനുമായുള്ള വിവാഹം തീരുമാനിച്ചു, പേരുകൾ രജിസ്റ്റർ ചെയ്തു. ഒരു മാസം കഴിഞ്ഞാൽ രജിസ്ട്രാറുടെ ഓഫീസിൽ വെച്ച് കല്യാണം."

ആ ബോംബിൽ ഞെട്ടിയത് ഇന്ദിരാ ലങ്കേഷാണ്:

"ഇതെന്തു കല്യാണം?" പി.ലങ്കേഷിന് ഒരു കുലുക്കവുമില്ല.

"ഞങ്ങളുടെ കല്യാണത്തിന് വെറും പതിനഞ്ചു രൂപയും അമ്പത് പൈസയും മാത്രമാണ് ചെലവ്." ഗൗരി അനായാസമായി പറയുന്നത് കേട്ട് ലങ്കേഷ് ആനന്ദിച്ചു.

ആർഭാടപൂർവ്വം വിവാഹം നടത്തുന്നതിനോടും യാന്ത്രികമായ മതാചാരങ്ങളിലൂടെ ജീവിതപങ്കാളിയെ തെരെഞ്ഞെടുക്കുന്നതിനോടും വിയോജിക്കുന്ന തന്റെ മകൾ ലളിതമായി ജീവിതത്തെ സമീപിക്കുന്നതിൽ ആ വിപ്ലവകാരി അഭിമാനം കൊണ്ടു. അദ്ദേഹം ആഹ്ലാദം മറച്ചു വെച്ചില്ല. ലങ്കേഷ് ആ വിവാഹസങ്കൽപ്പത്തെ അനുകൂലിക്കുകയും തന്റെ മകളെ പ്രോത്സാഹിപ്പിക്കുകയും ചെയ്തു.

ആഴ്ചകൾ കടന്നു പോയി. ഓഫീസിൽനിന്നും വന്ന ഗൗരി ലങ്കേഷ് പ്രഖ്യാപിച്ചു:

"റജിസ്ട്രാർ ഓഫിസിൽ വെച്ച് നാളെ രാവിലെ പതിനൊന്നു മണിക്ക് ഞങ്ങളുടെ വിവാഹം, നമുക്കെല്ലാവർക്കും പോകാം."

അച്ഛനെ നേരിട്ട് ഫോണിൽ വിളിച്ചറിയിച്ചു. വിഷയം നേരത്തെ വീട്ടിൽ പറഞ്ഞിരുന്നെങ്കിലും ചിദുവിന്റെ വീട്ടിൽ ഈ വിഷയം അയാൾ പറഞ്ഞിരുന്നില്ല. പാരമ്പര്യവിശ്വാസങ്ങൾ പിന്തുടരുന്ന ചിദുവിന്റെ വീട്ടുകാർക്ക് ഈ വിവാഹസങ്കല്പങ്ങളോട് വിയോജിക്കാൻ സാധ്യതയുള്ളതുകൊണ്ടാണ് നേരത്തെ അറിയിക്കാതിരുന്നത്. അന്നുരാവിലെ മാത്രമാണ് അവരെ ചിദു വിവരം അറിയിച്ചത്.

അമ്മ ഇന്ദിരാ ലങ്കേഷ് സാരിക്കട തുറന്നു, തന്റെ സഹായിയെ കട നടത്താൻ ഏല്പിച്ചു. ലങ്കേഷിനോടൊപ്പം രജിസ്ട്രാർ ഓഫീസിലേക്ക് ചെന്നപ്പോൾ ഗൗരിയും ചിദുവും ചിദുവിന്റെ അച്ഛൻ ഡോക്ടർ രാജണ്ണയും അമ്മ ഉമയും അവിടെയുണ്ട്. എല്ലാവരും കൂടി അകത്തു കടന്നു ഔപചാരിക നടപടി ക്രമങ്ങളെല്ലാം പൂർത്തിയാക്കി, രജിസ്ട്രാർ നല്ലൊരു വിവാഹ ജീവിതം വധൂവരന്മാർക്കായി ആശംസിച്ചു. എല്ലാവരും പുറത്തിറങ്ങി.

ചിദുവിന്റെ അമ്മ ഉമയ്ക്കു വിവാഹം ഇത്തരത്തിൽ ഒരു ഔദ്യോഗിക

ചടങ്ങു മാത്രമായി കലാശിച്ചതിലുണ്ടായ അസംതൃപ്തി അവർ മറയില്ലാതെ പുറത്തെടുത്തിട്ടു.

"ഇതെന്തൊരു കല്യാണമാണ്? പാരമ്പരാകൃതമായി നടത്തുന്ന ആചാരങ്ങളോടെ ബന്ധുക്കളേയും സുഹൃത്തുക്കളേയും അറിയിച്ചു നമുക്ക് അന്തസ്സായി ഒരു വിവാഹം നടത്താമല്ലോ?"

ഗൗരി ലങ്കേഷ് വിയോജിച്ചു:

"സ്ത്രീധനം കൊടുത്തു, സദ്യയടക്കമുള്ള എല്ലാ ചിലവുകളും പെൺവീട്ടുകാർ നടത്തി, നേട്ടം മാത്രം അനുഭവിക്കുന്ന ആൺവീട്ടുകാർക്ക് അനുകൂലമാണ് നമ്മൾ അനുവർത്തിക്കുന്ന എല്ലാ പരമ്പരാഗതമായ ആചാരങ്ങളും. എന്റെ അച്ഛനമ്മമാർ എന്നെ വിദ്യാഭ്യാസം ചെയ്യിച്ചിട്ടുണ്ട്, എന്റെ വിവാഹം അതിനൊന്നും അനുകൂലിക്കാൻ പാടില്ല, എനിക്കിത് മതി."

ഉമ പിന്നീടൊന്നും പറഞ്ഞില്ല.

സ്ത്രീവിരുദ്ധമായ ആചാരമാണ് സ്ത്രീധനം. വിദ്യാസമ്പന്നരായ സ്ത്രീകൾ അതിനോട് വിയോജിക്കാതെ ആചാരത്തിന്റെ പേരും പറഞ്ഞ് ഈ വിവാഹധൂർത്ത് തുടർന്നാൽ സ്ത്രീ സ്വാതന്ത്ര്യമെന്നത് ഒരു ഉട്ടോപ്പിയൻ സ്വപ്നമാകുമെന്നു ഗൗരി വിശ്വസിച്ചിരുന്നു. പക്ഷേ അതൊന്നും അപ്പോൾ പറയാൻ പോയില്ല. രണ്ടിന്റെയും ഇടയിൽ കിടന്നു ഞെരുങ്ങിയ ഇന്ദിരാ ലങ്കേഷ് വിയോജിപ്പിന്റെ അകലം കുറയ്ക്കാൻ ഒരു നിർദ്ദേശം വെച്ചു.

"ഇരുപത്തഞ്ചു പേര് വീതം നമ്മുടെ രണ്ടു വീടുകളിൽ നിന്നും ക്ഷണിച്ച് ഏറ്റവും അടുത്ത ബന്ധുക്കൾ മാത്രമുള്ള ഒരു ചെറിയ വിവാഹാഘോഷം നമുക്ക്, നമ്മുടെ വീട്ടിൽ വെച്ച് നടത്തിയാലോ?"

"ആകെ അമ്പത് പേര് മാത്രമല്ലേ വരുന്നുള്ളൂ, എന്നാലത് നടത്താവുന്നതാണ്." അതുവരെ മൗനിയായിരുന്ന ലങ്കേഷ് അങ്ങനെ പറഞ്ഞതോടെ ഗൗരിക്ക് പിന്നെ ഒന്നും പറയാനുണ്ടായിരുന്നില്ല, അംഗീകരിച്ചു. നാലഞ്ച് ദിവസം കഴിഞ്ഞപ്പോൾ വീട്ടിൽ ഒരു ചെറിയ ആഘോഷം സംഘടിക്കപ്പെട്ടു.

പി. ലങ്കേഷിന്റെ സഹോദരൻ ശിവരുദ്രപ്പയും കുടുംബവും ഇന്ദിരാ ലങ്കേഷിന്റെ അച്ഛൻ, സഹോദരൻ ശിവുവും ഭാര്യയും കുടുംബവും അടുത്ത ബന്ധുക്കളും ചിദുവിന്റെ വീട്ടിൽ നിന്നും ഏകദേശം അമ്പതോളം പേർ.

പുതിയതായി പി. ലങ്കേഷ് വാങ്ങിയ ബനശങ്കരിയിലെ വീട്ടിലേക്ക് താമസം മാറ്റിയ സമയത്തായിരുന്നു അവരുടെ വിവാഹം. ചുവട്ടിലെ ഹാളിൽ നടക്കുന്ന വിവാഹച്ചടങ്ങുകൾ പി. ലങ്കേഷ് തന്റെ മുറിയിലിരുന്ന് വീക്ഷിക്കുകയായിരുന്നു. ഇന്ദിരയുടെ സഹോദരൻ ശിവുവാണ് കല്യാണത്തിന്റെ ചരട് കൊടുത്തു കന്യാദാനം നിർവഹിച്ചത്. തുടർന്ന് ആരോ തട്ടിൻ മുകളിലിരിക്കുന്ന ലങ്കേഷിനെ വിളിച്ചു പറഞ്ഞു:

"വധൂവരന്മാരെ തലയിൽ കൈവെച്ചു അനുഗ്രഹിക്കാൻ വരൂ."

"ഇത്തരം പ്രകടനാത്മകതയുടെ ഒന്നും ആവശ്യമില്ല, എന്റെ മകൾക്ക് എപ്പോഴും എന്റെ അനുഗ്രഹമുണ്ട്." ഇന്ദിരാ ലങ്കേഷ് മുകളിലേക്ക് ചെന്ന് നയത്തിൽ വിളിച്ചപ്പോൾ ലങ്കേഷ് താഴെ വന്നു ചടങ്ങുകളിൽ പങ്കു കൊണ്ടു.

വധൂവരന്മാർ ഏതാനും ദിവസം ചിദാനന്ദ രാജ്ഘട്ടെയുടെ വീട്ടിൽ കഴിഞ്ഞ ശേഷം വീടിനു തൊട്ടടുത്ത് തന്നെയുള്ള ഒരു ഫ്ളാറ്റിലേക്ക് താമസം മാറ്റി. രണ്ടു പേരുടെയും സുഹൃത്തുക്കൾക്ക് ഒത്ത് കൂട്ടാനും തമാശകൾ പങ്കിടാനുമുള്ള ഇടമായി അവരുടെ വീട് മാറി. പത്രപ്രവർത്തകരായിരുന്ന അവരെ സന്ദർശിക്കാൻ എത്തിയിരുന്നവരിൽ സോഷ്യലിസ്റ്റ് നേതാക്കളായ ജെ.എച്ച്. പാട്ടീൽ (പിന്നീട് മുഖ്യമന്ത്രിയായി) എം.പി. പ്രകാശ്, അബ്ദുൽ നസീർ സാബ്, സിദ്ധരാമയ്യ എന്നിവരുമുണ്ടായിരുന്നു.

താമസം ഡൽഹിയിലേക്ക് (1986–1989)

ഒരു വർഷം കഴിഞ്ഞപ്പോഴേക്കും 'ആനന്ദബസാർ പത്രികെ'യുടെ ദൽഹി പത്രമായ ടെലഗ്രാഫ് എഡിറ്ററായിരുന്ന എം.ജെ. അക്ബർ ചിദാനന്ദ രാജ്ഘട്ടെയെ വിളിച്ച് ഡൽഹി ബ്യൂറോവിൽ ചേരുവാൻ അഭ്യർത്ഥിച്ചു. ബാംഗ്ലൂരിൽ എല്ലാവിധ സൗകര്യങ്ങളും സന്തോഷവുമുണ്ടായിരുന്നെങ്കിലും ജന്മനാട് വിട്ടുപോകാൻ തന്നെ രണ്ടുപേരും തീരുമാനിച്ചു. ഗൗരിയുടെ ജോലി ടൈംസ് ഓഫ് ഇന്ത്യയിൽ തന്നെ ഡൽഹി ബ്യൂറോവിലേക്ക് മാറ്റവും എം.ജെ. അക്ബർ ശരിയാക്കിക്കൊടുത്തു. ടെലിഗ്രാഫ് പത്രം അവർക്കു താമസസ്ഥലം വാടകക്കെടുത്തു കൊടുത്തു. ന്യൂഡൽഹിയിൽ ഡിഫെൻസ് കോളനിയിൽ താമസമാക്കി.

ചിദാനന്ദ രാജ്ഘട്ടെ

എം.ജെ അക്ബറിന്റെ കീഴിൽ ബ്യൂറോ ചീഫ് ആയി പ്രവർത്തിച്ചിരുന്ന കേവൽവർമ്മ ചിദാനന്ദ രാജ്ഘട്ടെയുടെയും ദിലീപ് പദ്ഗോൺകർ ഗൗരി ലങ്കേഷിന്റെയും മേലുദ്യോഗസ്ഥന്മാരായിരുന്നു. സബീന സിങ്, തവ്‌ലീൻ സിങ്, സീമ മുസ്തഫ, റീത മാൻചന്ദ എന്നീ പത്രപ്രവർത്തകർക്കു പുറമെ മനോജ്

മിത്തയും തേജ്പാലും അവരുടെ അയൽക്കാരായിരുന്നു. പത്രപ്രവർത്തക എന്ന ജോലിയിൽ ഗൗരിലങ്കേഷ് ആനന്ദം കണ്ടെത്തുന്നുണ്ടായിരുന്നു. ഫലിതം നിറഞ്ഞ സംഭാഷണവും നിഷ്കളങ്കവും സ്നേഹപൂർവ്വമുള്ള തുറന്ന ഇടപെടലുകളും ഗൗരിയെ ഡൽഹിയിലെ മാധ്യമരംഗത്തും പ്രിയപ്പെട്ടവളാക്കി.

പുതിയ സഹപ്രവർത്തകരും കൂട്ടുകാരുടെ സാന്നിധ്യവും പ്രണയവും കളിയും ചിരിയും രാഷ്ട്രീയവും സംഗീതവും സിനിമയും സാഹിത്യവുമെല്ലാം അവരുടെ ജീവിതത്തിലേക്ക് വീണ്ടും തിരിച്ചു വന്നു. ബാംഗ്ലൂരിൽ ഒരു സാധാരണ കുടുംബത്തിൽ വളർന്ന ചിദാനന്ദ രാജ്ഘട്ടെയ്ക്ക് വീട്ടുജോലികൾ, പ്രത്യേകിച്ച് അടുക്കള പാചകകാര്യങ്ങൾ ഒന്നും അറിയാമായിരുന്നില്ല. എന്നാൽ, പാചകത്തിലും മറ്റുവീട്ടുപണികളിലും ഭർത്താവു സഹായിക്കണമെന്ന് ഗൗരി അയാളെ സ്നേഹപൂർവ്വം പ്രേരിപ്പിച്ചു. എല്ലാ ജോലികളും പങ്കുവെക്കാൻ ശീലിച്ചു. അവരുടെ ദാമ്പത്യത്തിൽ ഭാര്യാഭർതൃ ബന്ധത്തേക്കാൾ സൗഹൃദവും സ്നേഹവുമാണ് പ്രകടമായത്. ഗൗരി ലങ്കേഷിന് രാത്രി ഷിഫ്റ്റ് ഉള്ള ദിവസങ്ങളിൽ അയാൾ പാചകം ചെയ്യും. വായന കഴിഞ്ഞാൽ ഒഴിവു നേരങ്ങളിൽ സംഗീതത്തിൽ ലയിക്കുന്ന ഗൗരി ലങ്കേഷിന്റെ ജീവിതത്തിൽ വീണ്ടും താളം കിട്ടിത്തുടങ്ങി.

ധാർമ്മികമൂല്യബോധം, ജനകീയ നീതിബോധം എന്നിവ പാലിക്കുന്നതിൽ ടൈംസ് ഓഫ് ഇന്ത്യ പ്രസിദ്ധീകരണങ്ങൾക്ക് പ്രതിബദ്ധതയുണ്ടായിരുന്നില്ല എന്ന പൊതുധാരണ ഏറക്കുറെ തിരുത്തിക്കുറിച്ചു. ദൽഹി വായനക്കാർക്കിടയിൽ ഇങ്ങനെയൊരു അഭിപ്രായം വളർന്നുവരുന്നുണ്ടായിരുന്നെങ്കിലും ചിദാനന്ദ അതിനോട് തർക്കിക്കുമായിരുന്നു. അവർ തമ്മിൽ സൗഹൃദം തുടിക്കുന്ന വാദപ്രതിവാദങ്ങൾ എപ്പോഴും ഉണ്ടായിരുന്നു.

ടൈംസ് ഓഫ് ഇന്ത്യയുടെ 150–ാം വർഷം 1987ൽ സമുചിതമായി ആഘോഷിച്ചത് അപ്പോഴായിരുന്നു. അങ്ങനെ മൂന്നു വർഷം പിന്നിടുന്നതിനിടയിൽ അവരുടെ പ്രണയകാലത്തു എടുത്ത പ്രതിജ്ഞകളെല്ലാം ലംഘിക്കപ്പെട്ടു. കുടുംബ ജീവിതത്തിന്റെ ഉത്തരവാദിത്വം മറന്നു പോയ ആ നാളുകളിൽ, സാമൂഹികാചാരങ്ങൾ ധിക്കരിച്ച ജീവിതക്രമങ്ങളിൽ, അച്ചടക്കമില്ലാത്ത ജീവിതശൈലികൾ, ആ കുടുംബജീവിതത്തിന്റെ കുത്തഴിഞ്ഞു പോകുന്നത് രണ്ടുപേരും അറിഞ്ഞിരുന്നില്ല. കൂട്ടുകൂടിയുള്ള പാർട്ടികൾ, ലഹരിയിൽ മയങ്ങുന്ന രാവുകൾ എന്നിവയിൽ മുഴുകിപ്പോയപ്പോൾ അവരുടെ പ്രണയത്തിന്റെ രാഗവും താളവും ഈണവും അന്യമാവുകയായിരുന്നു.

നിയന്ത്രണമില്ലാത്ത ജീവിതം, കോപവും വഴക്കും കലഹവും ദിവസേനയെന്നോണമുള്ള കുടുംബാന്തരീക്ഷം. തമാശകൾക്കും

പൊട്ടിച്ചിരികൾക്കും പകരം അസ്വസ്ഥത. ഭാവിയുടെ പ്രതീക്ഷകൾ പൊട്ടിത്തകരുകയായിരുന്നു. കൗമാര കാലത്ത് കണ്ട സ്വപ്നങ്ങൾ പ്രായോഗിക ജീവിതത്തിന്റെ പരുക്കൻ യാഥാർഥ്യങ്ങൾക്കു മുന്നിൽ വീണുടയുന്നത് നിസ്സഹായരായി രണ്ടുപേരും നോക്കിനിന്നു.

ഏകാന്തതയിൽ, ആരുമറിയാതെ അവളുടെ മനസ്സ് വിങ്ങിപ്പൊരിഞ്ഞു. ആരോട് പറയാൻ? അച്ഛനും അമ്മയും ബേബിയും എല്ലാവരും ബാംഗ്ലൂരിൽ. അവരോട് എങ്ങനെ ഈ പൊരുത്തക്കേടുകൾ പറയും? ഗൗരി ലങ്കേഷ് തന്നെ സ്വയം തെരഞ്ഞെടുത്ത ജീവിതം, അനന്തരഫലങ്ങൾ സ്വയം അനുഭവിച്ചേ തീരൂ. വാസ്തവത്തിൽ ചിദാനന്ദയെ കഠിനമായി പരിശ്രമിച്ചാൽ തിരുത്താൻ കഴിയുമായിരിക്കും. പക്ഷേ, ഒരാളെ സ്വാർത്ഥതാത്പര്യത്തോടെ, അയാളുടെ ജീവിതവീക്ഷണത്തിൽ നിന്നും മാറ്റിയെടുത്തു തന്റെ താത്പര്യങ്ങളിലേക്കു അടുപ്പിക്കേണ്ട കാര്യമുണ്ടോ? അയാളുടെ ജീവിതവീക്ഷണം അയാൾക്കുള്ളതല്ലേ? തനിക്കു അതുമായി പൊരുത്തപ്പെടാൻ ആകുന്നില്ല എങ്കിൽ തനിക്കു ആ ബന്ധത്തിൽ നിന്നും വിട്ടുപോരുന്നതല്ലേ ഉചിതം?

അച്ഛന്റെ വീക്ഷണം ചെറുപ്പം മുതൽ ഗൗരി ലങ്കേഷിന്റെ ജീവിതത്തിൽ സ്വാധീനം ചെലുത്തിയിരുന്നു. വായനക്കാരോടും ജനങ്ങളോടും നീതി പുലർത്തി മാത്രമേ പത്രപ്രവർത്തനത്തെ വീക്ഷിക്കാൻ കഴിഞ്ഞിട്ടുള്ളൂ. ആദർശത്തിന്റെയും പ്രതിബദ്ധതയുടെയും അടിത്തറയില്ലാതെ തനിക്കു പത്രപ്രവർത്തനത്തെയും കാണാൻ കഴിയില്ല. എന്നാൽ ജോലിയിലെ ഉയർച്ച, ഉന്നതരുടെ അംഗീകാരം, ഉയർന്ന ശമ്പളം, ഉയർന്ന ജീവിതശൈലി, വലിയ കൂട്ടുകെട്ടുകൾ എന്ന കരിയറിസ്റ്റ് ജീവിതശൈലിയിലേക്ക് നീങ്ങികൊണ്ടിരിക്കുന്ന ചിദാനന്ദ രാജ്ഘട്ടെ, വർത്തമാനകാല ജീവിതത്തിന്റെ പ്രയോഗികവാദിയായ ജേണലിസ്റ്റാണ്. അതിനനുസൃതമായ വീക്ഷണഗതി അയാളിൽ വളർന്നുവരുന്നത് കാണുമ്പോൾ യോജിക്കാനും കഴിയുന്നില്ല. ആത്മസംഘർഷം മുറുകിയപ്പോൾ, എല്ലാ പ്രതീക്ഷകളും ചിന്നിച്ചിതറിയപ്പോൾ ഒരു ദിവസം ഗൗരി തന്നെ പ്രഖ്യാപിച്ചു:

“എനിക്ക് നാട്ടിലേക്ക് പോകണം, എന്റെ കുടുംബത്തോടൊപ്പം കഴിയണം...”

അച്ഛനെപ്പോലെ മഹത്ത്വമൊന്നുമില്ലെങ്കിലും അച്ഛന്റെ കഴിവുകളൊന്നും തന്നെ അനുഗ്രഹിച്ചിട്ടില്ലെങ്കിലും സമൂഹത്തോടു അച്ഛനുണ്ടായിരുന്ന ആത്മാർത്ഥതയും അച്ഛന്റെ എഴുത്തിൽ പ്രകടമാകുന്ന സത്യസന്ധതയും പാലിക്കാൻ അവളിൽ അഭിനിവേശം വളരുന്ന സമയമായിരുന്നു. തന്റെ എഴുത്തിന്റെ ആത്മാർത്ഥതയിലെ സൗന്ദര്യം ആസ്വദിക്കുന്നതിൽ ചിദാനന്ദരാജ്ഘട്ടെ പരാജിതനാവുന്നുവോ എന്നും ഗൗരി ചിന്തിക്കാതിരുന്നില്ല.

ആറ്

ഉദ്യാനനഗരിയിൽ വീണ്ടും

ഇന്ദ്രപ്രസ്ഥത്തിന്റെ ചൂടിനോടും തണുപ്പിനോടും വിട പറഞ്ഞു. ഉദ്യാനനഗരിയിലെ ഇളംകാറ്റിന്റെ തണുപ്പ്. ഗൗരി ലങ്കേഷ് സ്വന്തം വീട്ടിലും ചിദാനന്ദ രാജ്ഘട്ടെ അയാളുടെ വീട്ടിലുമായി താമസിച്ചു. വിവരങ്ങളെല്ലാമൊന്നും ഗൗരി ലങ്കേഷ് പറഞ്ഞില്ലെങ്കിലും അമ്മയ്ക്ക് ഏറക്കുറെ മനസ്സിലായി. അവർ ഉപദേശിച്ചു:

"അഭിപ്രായവ്യത്യാസങ്ങൾ ദാമ്പത്യത്തിൽ ഉണ്ടാവും. അതെല്ലാം തരണം ചെയ്യണം, മോളേ."

ആ മാതൃഹൃദയം വേദനിച്ചു. അച്ഛനറിഞ്ഞപ്പോൾ ഒന്നും മിണ്ടിയില്ല. ലങ്കേഷിന് കുടുംബകാര്യങ്ങൾക്കൊന്നും അധികം സമയം കിട്ടിയിരുന്നില്ല. പത്രപ്രവർത്തനത്തിലും സാഹിത്യരചനയിലും രാഷ്ട്രീയത്തിലും ലങ്കേഷ് സജീവമായ കാലമായിരുന്നു.

കുടുംബജീവിതത്തിന്റെ താളം തെറ്റിയപ്പോൾ രണ്ടുപേരും അഭയം തേടിയത് വായനയിലും എഴുത്തിലുമാണ്. 'പെൺകുട്ടികൾ പഠിക്കണം, ജോലി ചെയ്യണം'എന്ന അമ്മയുടെ ഉപദേശത്തിന്റെ പൊരുൾ ഇപ്പോഴാണ് അറിയുന്നത്. ജോലിയുണ്ടായതുകൊണ്ട് ഗൗരിയുടെ ജീവിതത്തിൽ ഉണ്ടായ താളപ്പിഴകളിൽ കമിഴ്ന്നു കിടന്നു വേദനിക്കാൻ സമയം കിട്ടിയില്ല. ഓരോ ദിവസവും പുതിയ ജോലിയും വായനയും എഴുത്തും ജീവിതത്തെ സജീവമാക്കി. ജോലിയില്ലാത്ത ഒരു പെണ്ണായിരുന്നെങ്കിൽ ഈ ഒരൊറ്റ

സംഭവം കൊണ്ട് ആ സ്ത്രീയുടെ ജീവിതം കണ്ണീരിൽ ഒതുങ്ങുമായിരുന്നു.

അഭിപ്രായവ്യത്യാസങ്ങൾക്കിടയിലും തമ്മിൽ കാണുകയും പൊതുകാര്യങ്ങൾ സംസാരിക്കുകയും പതിവായിരുന്നു. ഇവർ തമ്മിൽ അകന്നു നിൽക്കുകയാണെന്നറിഞ്ഞിട്ടും രണ്ടു വീട്ടുകാരിൽനിന്നും മുതിർന്നവരിൽനിന്നും അടുപ്പിക്കാൻ യാതൊരു ശ്രമവും ഉണ്ടായില്ല. രണ്ടുപേർക്കും വിവരവും വിദ്യാഭ്യാസവും ഉണ്ടല്ലോ തങ്ങൾ എന്തിനു പറയണം എന്നാണവർ കരുതിയത്. സഹപാഠികൾ, സഹപ്രവർത്തകർ, അടുത്ത സുഹൃത്തുക്കൾ ആരുംതന്നെ അകന്ന കണ്ണികളെ ഇണക്കിച്ചേർക്കാൻ ശ്രമിച്ചുമില്ല.

പുതുവർഷത്തിന്റെ കലണ്ടർ ചുമരിൽ വന്നു. പ്രണയം മൊട്ടിട്ടനാൾ മുതൽ എല്ലാ വാലന്റൈൻസ് ദിനത്തിലും പ്രണയാശംസകൾ പരസ്പരം കൈമാറിയിരുന്നു. 1990ലെ ഫെബ്രുവരി 14-ാം തിയതി സാധാരണപോലെ ജോലിയിൽ മുഴുകിയപ്പോൾ, പ്രണയാശംസകൾ കൈമാറാൻ അവർ രണ്ടുപേരും മറന്നു. ചിദാനന്ദരാജ്ഘട്ടെ ജീവിതത്തിന്റെ വഴിത്തിരിവിലേക്ക് നീങ്ങി. ഏറെ പ്രതീക്ഷകളോടെ, ആരംഭിച്ച കുടുംബജീവിതം വഴിമുട്ടി, ഇനി വഴികൾ കാണുന്നില്ല. എന്നാൽ തൊഴിൽപരമായി ഉയർച്ചയെങ്കിലും വേണമെന്നയാൾ ഉറപ്പിച്ചു. ബാംഗ്ലൂർ, ഒരു സംസ്ഥാന തലസ്ഥാനം മാത്രമാണ്, പത്രപ്രവർത്തകന് ഡൽഹിയാണ് കൂടുതൽ സാധ്യത നൽകുന്നത്. ദേശീയ, അന്തർദേശീയ രാഷ്ട്രീയം എഴുതുമ്പോഴാണ് ജേണലിസ്റ്റിന്റെ പ്രതിഭ വെല്ലുവിളി നേരിടുന്നത്. ഡൽഹിയിലും സാധ്യമായാൽ പാശ്ചാത്യ രാജ്യങ്ങളിലും പോകണം. എഴുതി വളരണം. ഇന്ദ്രപ്രസ്ഥം വീണ്ടും മാടിവിളിച്ചു. ടൈംസ് ഓഫ് ഇന്ത്യ പുതിയ പ്രൊജക്ടുകളായി വിവിധ ഞായറാഴ്ചപതിപ്പുകൾ ഇറക്കുന്നു, ചിദാനന്ദരാജ്ഘട്ടെയ്ക്ക് സ്വതന്ത്ര ചുമതല. മാർച്ചിൽ അയാൾ ഇന്ദ്രപ്രസ്ഥത്തിലേക്കു തിരിച്ചു. പിന്നീട് മുംബൈ, വാഷിംഗ്ടൺ എന്നിവിടങ്ങളിലേക്ക് ട്രാൻസ്ഫറാവുകയും ചെയ്തു.

ഗൗരി ലങ്കേഷ് ടൈംസ് ഓഫ് ഇന്ത്യ വിട്ടു, ബാംഗ്ലൂരിൽ തന്നെയുള്ള സൺഡേയിൽ ചേരുവാൻ തീരുമാനിച്ചു. കുറെക്കാലമായി എഡിറ്റിംഗിലെ ഡെസ്ക്ക് ജോലികൾ ചെയ്തു മടുപ്പു തോന്നിയപ്പോൾ ഇനി കുറച്ചു നാൾ റിപ്പോർട്ടിങ്ങിലേക്കു നീങ്ങാം എന്നാഗ്രഹിച്ചതുകൊണ്ടാണ് അങ്ങനെ ചിന്തിച്ചത്. ഈ വിവരം ചിദാനന്ദ രാജ്ഘട്ടെയോടു പറഞ്ഞപ്പോൾ അയാൾ യോജിച്ചില്ല, വിയോജിപ്പ് ഗൗനിക്കാതെ സ്വന്തം തീരുമാനത്തിൽ ഉറച്ചുനിന്നു. സൺഡേയിൽ ചേർന്നു. രണ്ടുപേരും രണ്ടു വഴികളിലൂടെ നീങ്ങുമ്പോൾ വ്യത്യസ്തമായ അഭിപ്രായങ്ങൾ അവരിൽ രൂപംകൊള്ളുന്നുണ്ടായിരുന്നു. ചിദാനന്ദരാജ്ഘട്ടെ സ്വന്തം നാടിന്റെ ജനങ്ങളെ ബാധിക്കുന്ന പ്രശ്നങ്ങളിൽ നിന്നും അകന്നു 'കരിയർ' ലക്ഷ്യം മാത്രം പരിഗണിച്ചു മറുനാടുകളിലേക്കും വിദേശത്തേക്കും പോകുകയാണെന്ന് ഗൗരി ലങ്കേഷ് വിചാരിച്ചു. പ്രാദേശികമായ ജാതിയും മതവും

മറ്റു സങ്കുചിതവും ബാലിശവുമായ രാഷ്ട്രീയക്കച്ചവടത്തിൽ തട്ടിനീങ്ങുകയാണ് ഗൗരി ലങ്കേഷിന്റെ പത്രപ്രവർത്തനമെന്ന് അയാളും വിമർശിച്ചു. ഇത്തരം തർക്കങ്ങൾക്ക് അവസാനമുണ്ടായിരുന്നില്ല. എങ്കിലും അഭിപ്രായ വ്യത്യാസങ്ങൾ കൂടുതൽ അകറ്റിയതുമില്ല.

ഇതിനിടയിൽ പി. ലങ്കേഷിന്റെ 'കല്ല് കരഗവ്സമയ' (കല്ലുരുകുന്ന കാലം) എന്ന ചെറുകഥാ സമാഹാരത്തിനു കേന്ദ്ര സാഹിത്യ അക്കാദമിയുടെ അവാർഡ് ലഭിച്ചു.

ഗൗരി ലങ്കേഷും ചിദാനന്ദ രാജ്ഘട്ടെയുമായുള്ള സംഭാഷണം, രാഷ്ട്രീയ കാര്യങ്ങളോ മറ്റെന്തെങ്കിലും കുടുംബവിഷയങ്ങളോ ആയിരുന്നു. ചിദാനന്ദ രാജ്ഘട്ടെയുടെ വീട്ടിൽ ഗൗരി ലങ്കേഷ് ഇടയ്ക്കു സന്ദർശിക്കുകയും അയാളുടെ മാതാപിതാക്കളെ കണ്ട് സുഖവിവരങ്ങൾ തിരക്കി തിരിച്ചുപോവുകയും പതിവായിരുന്നു. ചിദാനന്ദരാജ്ഘട്ടെ പി. ലങ്കേഷിന്റെ 'ലങ്കേഷ് പത്രികെ'യ്ക്കുവേണ്ടി ഡൽഹിയിൽ നിന്ന്ചില റിപ്പോർട്ടുകൾ പി. ലങ്കേഷിന്റെ ആവശ്യപ്രകാരം എഴുതി അയച്ചുകൊടുക്കുമായിരുന്നു. അയാൾ ബാംഗ്ലൂർ വന്നാൽ, ഓഫീസിൽ പോയി പി. ലങ്കേഷിനെ കാണുമായിരുന്നു. എന്നാൽ ഗൗരിയും ചിദാനന്ദയുമായി ഉണ്ടായ അകൽച്ച ഇല്ലാതാക്കാനോ അവരെ തമ്മിൽ അടുപ്പിക്കാനോ ആരും ശ്രമിച്ചില്ല എന്നതാണ് വസ്തുത. ഒരുപക്ഷേ ഗൗരിയോ ചിദാനന്ദ രാജ്ഘട്ടെയോ ആരെങ്കിലും ഒരാൾ ഈ ദാമ്പത്യബന്ധം തുടരണം എന്ന ആവശ്യം മുന്നോട്ട് വെച്ചിരുന്നുവെങ്കിൽ ആ ബന്ധം വീണ്ടും യോജിക്കുമായിരുന്നുവെന്നാണ് അവർ തന്നെ പിന്നീട് പറഞ്ഞു ചിരിച്ചത്.

വിവാഹജീവിതത്തിലുണ്ടായ അസ്വസ്ഥതകൾ ഗൗരിയുടെ മനസ്സിൽ നീറുന്നുണ്ടായിരുന്നു. എങ്കിലും ജോലിയിൽ മുഴുകുമ്പോഴും കുടുംബങ്ങളുമായി ഇടപഴകുമ്പോഴും ഉള്ളിൽ എരിയുന്ന ആ വേദനകൾക്കു ശമനം കിട്ടിയിരുന്നു. ഗൗരി ലങ്കേഷിന്റെ സുഹൃത്ത് മാനിനി പ്രസവിച്ചപ്പോൾ ആ കുട്ടിയോട് സ്വന്തം കുഞ്ഞിനെപ്പോലെയായിരുന്നു അടുപ്പവും സ്നേഹവും. അശോക് ജോഷിയെന്നു വിളിക്കുന്ന ആ കുട്ടിയെ കാണാൻ ഇടയ്ക്കിടെ പോവുകയും ലാളിക്കുകയും ചെയ്യുമ്പോൾ ഗൗരിയുടെ മാതൃഹൃദയത്തിനു ശാന്തി ലഭിക്കുന്നുണ്ടായിരുന്നു.

വിവാഹബന്ധത്തിൽ നിന്നും അകന്നുനിൽക്കുന്നുവെന്നല്ലാതെ ഹൃദയത്തിൽനിന്നും ചിദാനന്ദരാജ്ഘട്ടെ പിരിഞ്ഞുപോയിട്ടില്ലായിരുന്നു. അയാൾ മറ്റൊരു സ്ത്രീയുമായി വിവാഹബന്ധത്തിലേർപ്പെടുന്നുവെന്ന വാർത്ത കേട്ടപ്പോൾ സഹിക്കാനായില്ല. വീട്ടിൽ, സ്വന്തം മുറിയിൽ ഇരുന്നാണ് ആ ഫോൺവാർത്തയറിഞ്ഞത്. മുൻപൊരിക്കൽ ചിദാനന്ദ രാജ്ഘട്ടെ സമ്മാനമായി കൊടുത്ത വിലകൂടിയ 'ചാനൽ 5' പെർഫ്യൂമിന്റെ കുപ്പിയെടുത്ത് ഗൗരി എറിഞ്ഞു. ആ കുപ്പി നിലത്ത് വീണുടയുമ്പോൾ, ചില്ലുകൾ പൊട്ടിത്തകർന്നുപോകുന്നത് അടക്കാനാവാത്ത

ക്ഷോഭത്തോടെ നോക്കി നിന്നു. വളരെ അപൂർവ്വമായി ഗൗരി ലങ്കേഷ് അങ്ങനെയായിരുന്നു. അടക്കാനാവാത്ത കോപം വരാറില്ല. വന്നാൽ അടുത്തുള്ള ഉടയുന്ന സാധനങ്ങൾ എടുത്തെറിയുക, ഉടയ്ക്കുക എന്നതെല്ലാം ഗൗരിയുടെ ശീലമായിരുന്നു. പിന്നീടുള്ള ജീവിതം വീണ്ടും വേദനയിലും നിരാശയിലും കുതിർന്നു. 'സൺഡേ' മാസികയിലെ ജോലി കൃത്യമായി നിർവഹിക്കുന്നുണ്ടായിരുന്നുവെങ്കിലും ഒരു മാറ്റം ഗൗരിയും ആഗ്രഹിച്ചു.

വിവാഹമോചനം

ചിദാനന്ദ രാജ്ഘട്ടെ വേറെയൊരു സ്ത്രീയെ തെരഞ്ഞെടുക്കും എന്ന് ഗൗരി ലങ്കേഷ് ചിന്തിച്ചിട്ടുപോലുമില്ലായിരുന്നു. എന്നാൽ ആ പൊള്ളുന്ന യാഥാർത്ഥ്യം ഗൗരി ലങ്കേഷിന്റെ മുന്നിൽനിന്ന് ചിരിച്ചപ്പോൾ നിസ്സ ഹായയായി. ഒറ്റയ്ക്കായിരുന്നുവെങ്കിലും അയാളുടെ മാനസികസാന്നിധ്യം ഗൗരിക്കൊരു സമാധാനവും ശാന്തിയുമായിരുന്നു. അഭിപ്രായഭിന്നത എന്നത് വേറെ കാര്യം. എന്നാൽ അയാൾ മറ്റൊരു സ്ത്രീയുമായി വിവാഹ ബന്ധത്തിൽ ഏർപ്പെടാൻ പോകുന്നുവെന്നറിഞ്ഞപ്പോൾ ആ വസ്തുത അസുഖകരമായിരുന്നെങ്കിലും അതിൽനിന്നയാളെ പിന്തിരിപ്പിക്കാൻ തുനിഞ്ഞില്ല. അഭിപ്രായവ്യത്യാസത്തിന്റെ പേരിൽ വിയോജിപ്പുണ്ടാകാം, എന്നാൽ മറ്റൊരു സ്ത്രീയുമായി ജീവിതം പങ്കുവെക്കാൻ അയാൾ തയ്യാറാവുമെന്നു കരുതിയിരുന്നില്ല. ഉള്ളിന്റെ ഉള്ളിൽ അത്രമാത്രം അടു പ്പവും സ്നേഹവും മാത്രമേ അയാൾക്കുണ്ടായിരുന്നുവുള്ളൂ എന്ന വസ്തുത അംഗീകരിക്കാൻ അസാധ്യമെങ്കിലും അംഗീകരിക്കേണ്ടി വന്നു. വ്യക്തിബന്ധങ്ങൾക്ക്, അത് ഏതു തരത്തിൽപ്പെട്ടതാണെങ്കിലും ഇത്ര മാത്രം വില മാത്രമേ വിവേകശാലികൾ എന്ന് ധരിക്കുന്നവർപോലും കല്പിക്കുന്നുള്ളൂ എന്നതിൽ പ്രതിഷേധവും വേദനയും തോന്നി. എന്നാൽ തന്റെ സാന്നിദ്ധ്യം അയാൾക്ക് അനിവാര്യമല്ലെങ്കിൽ അയാളെ പിന്തിരി പ്പിക്കാനോ, അവർ തമ്മിൽ വീണ്ടും ഒരു ദാമ്പത്യബന്ധം തുടരുവാനോ ശ്രമിച്ചില്ല. ബന്ധങ്ങൾക്ക് വില കല്പിക്കുണ്ടെങ്കിലും മറ്റൊരു സ്ത്രീയു മായി ജീവിതം ആരംഭിക്കാൻ പോകുന്നെങ്കിൽ, അയാൾ പോകട്ടെ. ആ പെണ്ണിനോട് ചോദിച്ചതുപോലെ തന്നോട് ഒരു വാക്കു ചോദിക്കാമായി രുന്നുവല്ലോ. ഗൗരി ചിന്തിച്ചു.

സത്യസന്ധമായ ആത്മപരിശോധനയിൽ അയാൾ മാത്രമാണോ തെറ്റുകാരൻ? ജീവിതവീക്ഷണത്തിൽ വിയോജിപ്പുണ്ടാവുക സ്വാഭാവികം. എന്നാൽ ആ വിഷയത്തെ ദീർഘകാലാടിസ്ഥാനത്തിൽ പരിഹരിക്കാ നുള്ള ബാധ്യത തനിക്കുമില്ലേ? അങ്ങനെ ചെയ്തിരുന്നുവെങ്കിൽ ഒരുമിച്ചു ജീവിക്കാനുള്ള വാതിലുകൾ തുറന്നു കിട്ടുമായിരുന്നല്ലോ. അയാളുടെ ഭാഗത്തുനിന്നും അതുണ്ടായില്ല, എന്നാൽ തന്റെ ഭാഗത്തുനിന്നും അതി നുള്ള ആത്മാർത്ഥമായ ശ്രമം ഉണ്ടായോ? ദാമ്പത്യബന്ധം തകരുന്നതിൽ

ഒരു കണ്ണിക്കു ദൗർബല്യമുണ്ടെങ്കിൽ കൂടി മറ്റേ കണ്ണി ശക്തമായിരുന്നെങ്കിൽ അത് വിളക്കി ചേർക്കാൻ കഴിയുമായിരുന്നല്ലോ.

ചിന്തിക്കുമ്പോൾ അസ്വസ്ഥത പെരുകി. കൊല്ലന്റെ തീച്ചൂള പോലെ മനസ്സ് ഉരുകി. അകാരണമായ വാശി അഥവാ ഈഗോ താൻ വച്ച് പുലർത്തിയില്ലായിരുന്നെങ്കിൽ അയാൾ വേറെയൊരു സ്ത്രീയിലേക്കു തന്റെ ജീവിതത്തിന്റെ തോണി അടുപ്പിക്കുമായിരുന്നുവോ? താനല്ലാതെ വേറെയൊരു സ്ത്രീയും അയാളുടെ ജീവിതത്തിലേക്ക് കടന്നുവരുമെന്ന് ചിന്തിക്കാതിരുന്നത് അമിതമായ ആത്മവിശ്വാസമാണെന്ന് അറിയാനും വൈകിപ്പോയില്ലേ? എന്നാൽ, അയാൾ വിവാഹം കഴിച്ചാലും ചിദു അല്ലാതെ മറ്റൊരു പുരുഷനു തന്റെ ഹൃദയവാതിൽ തുറന്നു കൊടുക്കാൻ ഒരിക്കലുമാവില്ല എന്നും ഇനിയുമൊരു പരീക്ഷണം വേണ്ട എന്നും ഗൗരി ലങ്കേഷ് അന്തിമതീരുമാനമെടുത്തു. അയാളുടെ പുതിയ വിവാഹത്തെ അംഗീകരിക്കാൻ ഗൗരി ലങ്കേഷ് നിർബന്ധിതയായി.

'അപരിഹാര്യമായ അഭിപ്രായവ്യത്യാസം' (Irreconcilable Differences) എന്നാണ് രണ്ടുപേരും സംയുക്തമായി ഒപ്പിട്ടു മജിസ്ടേറ്റിനു സമർപ്പിച്ച വിവാഹമോചന അപേക്ഷയിൽ പറഞ്ഞത്. സത്യത്തിൽ ഈ അഭിപ്രായവ്യത്യാസം പരിഹരിക്കാനുള്ള ഒരു ശ്രമവും രണ്ടുപേരുടെയും ഭാഗത്തുനിന്നും ഉണ്ടായില്ല, എന്ന് മാത്രമല്ല, ഭൂമിയിലുള്ള ആരുടേയും ഭാഗത്തു നിന്നും ഉണ്ടായിരുന്നില്ല എന്നതാണ് ആശ്ചര്യം. സാധാരണ വിവാഹമോചന അപേക്ഷകളിൽ കാണാറുള്ളതുപോലെ ആരുടെയെങ്കിലും അവിഹിതബന്ധം, വ്യക്തിപരമായ കുറ്റപ്പെടുത്തലോ ഒന്നും തന്നെയല്ലാതെ വിയോജിപ്പിൽ അവർ യോജിച്ചു. അഥവാ ഇനി യോജിച്ച് പോകാനാവില്ല എന്നതിൽ രണ്ടുപേരും യോജിച്ചു. പറഞ്ഞ പ്രകാരം കോടതിയിലെത്തി. രണ്ടുപേരും മുഖാമുഖം നോക്കാനാവാതെ, വക്കീലിനൊപ്പം മജിസ്ട്രേറ്റ് വരുന്നതുവരെ അദ്ദേഹത്തെ കാത്ത് വരാന്തയിൽ നിന്നു. അവരുടെ കൈവിരലുകൾ പിണഞ്ഞിരിക്കുന്നുണ്ടായിരുന്നു.

മജിസ്ട്രേറ്റ് കോടതിയുടെ കരിങ്കൽഭിത്തികൾക്ക് അവരുടെ ഹൃദയനൊമ്പരങ്ങൾക്ക് സാന്ത്വനമേകാനായില്ല. 'ജീവിതം എത്ര ചെറുതാണ്, അത് എത്രയും ദുരുപയോഗപ്പെടുത്താനുള്ളതാണ്' എന്നു ദാമ്പത്യത്തിന്റെ ആദ്യനാളുകളിൽ തമാശയായി അവർ പറഞ്ഞു ചിരിച്ച നിമിഷങ്ങൾ അന്വർത്ഥമാവുകയാണോ? എട്ടുകൊല്ലംകൊണ്ട് വേർപെടാനായിരുന്നുവോ, വിപ്ലവപരമായ വിവാഹത്തിലൂടെ പ്രണയസാഫല്യം തേടിയിറങ്ങിയത്? ത്യാഗവും സ്നേഹവും തമ്മിൽ ബന്ധമില്ലെങ്കിൽ ബന്ധങ്ങളിലെ പൊരുത്തക്കേടുകൾക്ക് പരിഹാരം തേടാനാവുമോ? എവിടെയാണ് പിഴവ് സംഭവിച്ചത്? കുത്തഴിഞ്ഞ ജീവിതം അനിയന്ത്രിതമായി യൗവ്വനവേഗത്തിൽ ഓടിയപ്പോൾ കുടുംബമാണ് അപകടത്തിൽ പിണഞ്ഞു തകർന്നു പോയത്. അപക്വമായ ജീവിതചര്യകൾ ജീവിതത്തെ കാർന്നു തിന്നുമ്പോൾ വിവേകത്തിന്റെ പ്രതിരോധം തീർക്കാനാവാതെ തകർന്നു പോകുന്നത് നിസ്സഹായതയോടെ നോക്കി നിൽക്കാനേ കഴിഞ്ഞുള്ളൂ.

കാലം പിറകോട്ട് കുതിച്ചപ്പോൾ ഒന്നിച്ചുകഴിഞ്ഞ പ്രണയത്തിന്റെയും പാരസ്പര്യത്തിന്റെയും നാളുകളിലെ ആനന്ദസ്മരണകൾ ചലച്ചിത്രം പോലെ അവരുടെ ഉള്ളിൽ ചുരുളുകൾ അഴിക്കുകയായിരുന്നു. ആലോചിക്കുംതോറും വേദനയുടെ കനൽക്കട്ടകൾ ഹൃദയധമനികളെ എരിച്ചുകൊണ്ടിരുന്നു.

മജിസ്ട്രേറ്റ് തിടുക്കത്തിൽ വരികയും അകത്ത് പോകുന്നതും കണ്ടപ്പോൾ വക്കീൽ വിളിച്ചു, അവർ അകത്ത് കയറിയിരുന്നു. മജിസ്ട്രേറ്റിന്റെ ചോദ്യങ്ങൾക്കു രണ്ടുപേരും ഭിന്നമല്ലാത്ത ഉത്തരങ്ങൾ നൽകിയപ്പോൾ വിവാഹമോചന നടപടികൾ എളുപ്പത്തിൽ നീങ്ങി. എല്ലാം കഴിഞ്ഞ് മജിസ്ട്രേറ്റ് തൊഴിൽ സംതൃപ്തിയോടെ മുഖത്ത് നോക്കിയപ്പോൾ കുറ്റബോധം നിഴലിക്കുകയായിരുന്നു. മജിസ്ട്രേറ്റിനു നന്ദി പറയുക എന്ന മര്യാദ പാലിച്ചു അവർ പുറത്തു കടന്നു.

“വിവാഹമോചനം ചെയ്യാൻ തീരുമാനിച്ച സ്ഥിതിക്ക്, പിരിയുന്നത് തന്നെയാണ് നല്ലത്...” എന്ന സുഹൃത്തായ വക്കീലിന്റെ സാന്ത്വനം ചെവിയിൽ ഏശിയില്ല, വക്കീൽ പിരിഞ്ഞ് പോയി. കോടതി വരാന്തയും കഴിഞ്ഞ് അവർ പുറത്തിറങ്ങി. വീണ്ടും അവർ വഴിപിരിയാറായിരിക്കുന്നു. ബാംഗ്ലൂർ നഗരത്തിന്റെ ഹൃദയഭാഗത്ത്, എം.ജി റോഡിലെ കോടതിക്കെട്ടിടത്തിൽ നിന്നും പുറത്ത് കടന്നു.

ലോകം വിശാലമായി എം.ജി.റോഡിന്റെ രൂപത്തിൽ നീണ്ടു നിവർന്നു കിടക്കുന്നു. താജ്ഗ്രൂപ്പ് പുതിയതായി പണി കഴിപ്പിച്ച സതേൺ കംഫർട്ടിലെ റെസ്റ്റോറന്റിലേക്ക് അവരുടെ കാലുകൾ അറിയാതെ ചലിച്ചു. ഊണ് കഴിച്ച് തീരുമ്പോഴേക്കും അത്യാവശ്യം ഉന്മേഷം തിരിച്ചെടുക്കാൻ കഴിഞ്ഞിരുന്നുവെങ്കിലും അവർക്കിടയിൽ മൗനം തിങ്ങിനിന്നു. എം.ജി. റോഡിൽ പതിവുപോലെ വാഹനത്തിരക്ക്. മുഖത്ത് പുഞ്ചിരി വരുത്താൻ ശ്രമിച്ചു. യാത്ര പറഞ്ഞുകൊണ്ട്, കൈവീശി ചിദാനന്ദ രാജ്ഘട്ടെയുടെ വരാനിരിക്കുന്ന ദാമ്പത്യബന്ധത്തിനു ആശംസകൾ നേർന്നു. തിരക്കിട്ട നഗരത്തിലൂടെ രാജരാജേശ്വരി നഗറിലെ വീട് ലക്ഷ്യംവെച്ച് ഗൗരി ലങ്കേഷ് ഒഴുകി. ജീവിതത്തിലെ ഒരധ്യായം ദുഃഖപര്യവസായിയായി ഇവിടെ പൂർണ്ണമാവുന്നു, ഇനിയെന്ത് എന്ന ചോദ്യം അപ്പോഴും ഗൗരിയുടെ ഉള്ളിൽ ബാക്കിയായി.

പാരീസിൽ ഒരു മോചനം

ജോലിയിൽ മുഴുകുമ്പോൾ മാത്രമാണ് ഗൗരിയിൽ സമാധാനവും ശാന്തതയുമുണ്ടാവുന്നത്. ജോലിക്കപ്പുറം അനുഭവപ്പെടുന്ന വിരസത. മിക്കവാറും മൗനത്തിൽ, സംഗീതത്തിൽ, പുസ്തകത്താളുകളിൽ അഭിരമിക്കാൻ തുടങ്ങി.

വിവാഹം ഒരു കരാറാണ്. അതിൽ നിന്നും പിന്മാറിയാലും ഒരു സ്ത്രീക്ക് ജീവിതം ബാക്കിയുണ്ട്. കുടുംബത്തിനപ്പുറം വ്യക്തിക്ക് ഉത്തരവാദിത്വങ്ങൾ എത്രയോ ചെയ്തു തീർക്കാനുണ്ട്. ജീവിതത്തെ ഒരു

വെല്ലുവിളിയായി ഏറ്റെടുക്കാനുള്ള ശക്തി സംഭരിക്കണം. വ്യത്യസ്ത മായ ഒരു ഇടം ആവശ്യമാണ്. തൽക്കാലം ഇവിടെ നിന്നും മാറി നിൽ ക്കണം. ഈ അന്തരീക്ഷം സ്വസ്ഥതയും ശാന്തിയും സമാധാനവും നൽ കുന്നില്ല. ആ വിചാരമാണ് ഗൗരിയെ പാരീസിലേക്കു നയിച്ചത്.

ഫ്രാൻസിൽ ജേണലിസ്റ്റുകൾക്ക് വൈജ്ഞാനിക അറിവുകൾ പങ്കു വെക്കുന്ന ഒരു പോസ്റ്റ്ഗ്രാജുവേറ്റ് കോഴ്സ് ശ്രദ്ധയിൽപ്പെട്ടു. തന്റെ അക്കാദമിക് സർട്ടിഫിക്കറ്റുകളും എക്സ്പീരിയൻസുകളും കാണിച്ചു അപേക്ഷ സമർപ്പിച്ചു. ഉടൻതന്നെ ആ കോഴ്സിലേക്ക് തെരഞ്ഞെടുക്ക പ്പെട്ടു. സ്കോളർഷിപ്പോടുകൂടിയ പഠനമായിരുന്നതുകൊണ്ട് പണം യൂണിവേഴ്സിറ്റി തന്നെ കൊടുക്കുമായിരുന്നു. വിവരം ചിദാനന്ദ രാജ് ഘട്ടെയോടു പറഞ്ഞുമില്ല.

ഫ്രാൻസിൽ ചെന്നപ്പോൾ ഇന്ത്യയെക്കുറിച്ചു മറ്റൊരു വീക്ഷണത്തി ലൂടെ നോക്കിക്കാണുവാൻ സഹായിച്ചു. അവിടത്തെ രാഷ്ട്രീയ സാമൂ ഹിക സാംസ്കാരിക ജീവിതവുമായി ഇന്ത്യയെ താരതമ്യം ചെയ്യാനും ഇന്ത്യയുടെ പരിമിതികളും ജീവിത ശൈലിയും സംസ്കാരവും ജനാധി പത്യപരമായ വീക്ഷണത്തിൽ നോക്കുമ്പോൾ ഇന്ത്യൻ രാഷ്ട്രീയം വില കുറഞ്ഞ വഴികളിലൂടെയാണെന്നും ബോധ്യമായി. ജനാധിപത്യാവകാശം നീതിപൂർവ്വമായി വിനിയോഗിക്കാൻ ഇനിയും ഇന്ത്യയ്ക്കാവാത്തത് പൊതുവിദ്യാഭ്യാസത്തിന്റെയും രാഷ്ട്രീയബോധത്തിന്റെയും അഭാവത്തെ ബുദ്ധിപൂർവ്വം രാഷ്ട്രീയപാർട്ടികൾ മുതലെടുക്കുന്നതുകൊണ്ടാണെന്ന് ഗൗരി മനസ്സിലാക്കി.

ഗൗരിക്ക് ചിദാനന്ദയോടുണ്ടായ അകൽച്ചയും വിയോജിപ്പും ഇല്ലാ തായി. ദാമ്പത്യജീവിതം തകരാൻ കാരണം, അതിനെ വിളക്കിച്ചേർക്കുന്ന രണ്ടു കണ്ണികളുടെയും ദൗർബല്യമാണ്. അതൊരു വള്ളത്തിലുള്ള യാത്ര യാണ്, ചിലപ്പോൾ ഒരാൾ യാത്രയിലെ ബാലൻസ് തെറ്റി വീണെന്നിരിക്കും. വള്ളത്തിൽ ബാലൻസുള്ള ആൾക്ക്, വീണുകിടക്കുന്നയാൾക്ക് കൈത്താ ങ്ങായി, അയാളെ ഉയർത്തിയെടുക്കാനുള്ള കരുണയും സഹാനുഭൂതിയും ത്യാഗവും കരുത്തും ഉണ്ടാവണം. അടിസ്ഥാനം സ്നേഹമാണ്, അതിന്റെ അഭാവത്തിലാണ് ജീവിതയാത്രയിൽ ദാമ്പത്യബന്ധങ്ങൾ വള്ളത്തിൽ നിന്നും വീണ്, കരകയറാനാവാതെ ശ്വാസംമുട്ടി മരിക്കുന്നത്.

ഒരിക്കൽ ഗൗരി ചിദാനന്ദയ്ക്കയച്ചു കൊടുത്ത ഒരു ഗ്രീറ്റിങ് കാർഡ് തന്റെ മുൻഭാര്യ ഗൗരി ലങ്കേഷ് തനിക്കയച്ച കാർഡാണ് എന്ന് പറഞ്ഞ് അയാളുടെ രണ്ടാം ഭാര്യയ്ക്ക് കാണിച്ചുകൊടുത്തപ്പോൾ അവർക്കത് സഹിക്കാനായില്ല. അതിൽ ചുവട്ടിൽ, സ്നേഹപൂർവ്വം ഗൗരി (With Love, Gauri) എന്നെഴുതിയത് കണ്ടപ്പോഴാണ് അവർക്കു ദഹനക്കേടുണ്ടായത്. വിവാഹബന്ധം വേർപെടുത്തിയ സ്ത്രീക്ക് തന്റെ മുൻഭർത്താവിനെ സ്നേഹിക്കാൻ കഴിയുമോ, അഥവാ അങ്ങനെ സ്നേഹിക്കുന്നുണ്ടെങ്കിൽ അത് നിർവ്യാജമായ സ്നേഹമാവുമോ, അങ്ങനെയെങ്കിൽ തന്റെ

ദാമ്പത്യം വ്യർത്ഥമല്ലേ എന്നവർ ചിന്തിക്കുകയും വഴക്കുണ്ടാക്കുകയും ചെയ്തു. എന്നാൽ, ഗൗരിക്ക് ഇപ്പോഴും നിഷ്കളങ്കമായ സ്നേഹമാണുള്ള തെന്നും അതിൽ അവർ ഭയപ്പെടേണ്ട എന്നും പറഞ്ഞു ചിദാനന്ദ സമാധാ നിപ്പിച്ചപ്പോഴാണ് അവർ അടങ്ങിയത്, എങ്കിലും അവർ സംശയാലു വായി തുടർന്നു. ഇതൊന്നും ഗൗരി ആ സമയത്ത് അറിഞ്ഞിരുന്നില്ല. അവർ തമ്മിൽ ഇടയ്ക്കിടെ ലോക രാഷ്ട്രീയവും സാംസ്കാരിക വിശേഷ ങ്ങളും കുടുംബവാർത്തകളും കൈമാറുന്നുണ്ടായിരുന്നു.

രണ്ട് വർഷം കഴിഞ്ഞുപോയതറിഞ്ഞില്ല. ജേണലിസത്തെക്കുറിച്ച് ഏറ്റവും പുതിയ അറിവനുഭവങ്ങൾ നേടുകയായിരുന്നു ഗൗരി. ചിദാനന്ദ രാജ്ഘട്ടെ അമേരിക്കയിൽ പോയി കുറച്ചുനാൾ ജോലി ചെയ്തു, പിന്നെ ട്രാൻസ്ഫർ ആയി ബോംബെയിലേക്ക് വന്നു. അപ്പോഴാണ് ഗൗരി ലങ്കേഷ് ഫ്രാൻസിലെ പഠനം പൂർത്തിയാക്കി ബോംബേ വഴി ബാംഗ്ലൂർക്കു വരു ന്നത്. ഈ ചെറിയ കാലത്തിനിടയിൽ ചിദാനന്ദ രാജ്ഘട്ടെയുടെ പുതിയ ദാമ്പത്യ ജീവിതം തകർന്നു കഴിഞ്ഞിരുന്നു. ഗൗരി ലങ്കേഷ് സാന്താക്രൂസ് വിമാനത്താവളത്തിൽ വരുന്ന സമയത്ത് ചിദാനന്ദ രാജ്ഘട്ടെ സ്വീകരി ക്കാൻ ചെന്നു. ബാംഗ്ലൂർക്കുള്ള ഫ്ളൈറ്റ് സമയത്തിന്റെ ഇടവേളയിൽ അവർ കുറച്ചു നേരം സൗഹൃദം പങ്കു വെച്ചു, റെസ്റ്റോറന്റിൽ ഇരുന്നു ഭക്ഷണം കഴിച്ചു. അയാളുടെ പുതിയ ജീവിതത്തിലുണ്ടായ തകർച്ചയും തളർച്ചയും ഭാവത്തിലും പെരുമാറ്റത്തിലും പ്രകടമായിരുന്നു. നിസ്സഹാ യനായ അയാളുടെ അവസ്ഥ കണ്ടപ്പോൾ സഹതാപം തോന്നിയെങ്കിലും ഗൗരി ലങ്കേഷ് ഇങ്ങനെ പറഞ്ഞു.

“നിങ്ങൾ തന്നെയാണ് ഈ വഴി തെരഞ്ഞെടുത്തത്, അതിന്റെ ഭവി ഷ്യത്തുകൾ സ്വയം അനുഭവിച്ചോളൂ, അല്ലാതെ ഞാനെന്തു ചെയ്യാൻ?”

മനസ്സിൽ തോന്നുന്നത് അല്ലല്ലോ ചിലപ്പോൾ പറയുക. ആ വാക്കു കളിൽ പരിഭവത്തിന്റെയും കുറ്റപ്പെടുത്തലിന്റെയും നനവുണ്ടായിരുന്നു. പുറത്ത് പ്രകടിപ്പിച്ചില്ലെങ്കിലും അയാളോട് അവൾക്കു സഹതാപത്തിന്റെ കനിവുണ്ടായിരുന്നു. ബാംഗ്ലൂരിലേക്ക് തിരിച്ചെത്തിയ ഗൗരി ലങ്കേഷ് ‘സൺഡെ’ മാസികയിൽ തന്നെ ജോലിയിൽ തുടർന്നു.

ഏഴ്

അമേരിക്കയിൽ ഒരു നോവൽവിവർത്തനം

ഗൗരി ലങ്കേഷ് ബാംഗ്ലൂരിൽ വന്നു. 'സൺഡേ' മാസികയിൽ പത്രപ്രവർത്തനത്തിൽ തന്നെ മുഴുകി. അപ്പോഴേക്കും ചിദാനന്ദ രാജ്ഘട്ടെ ഒരു പത്രപ്രവർത്തകൻ എന്ന നിലയിൽ വളരെ ഉയർന്നു കഴിഞ്ഞിരുന്നു. അമേരിക്കയിൽ ടൈംസിന്റെ സിരാകേന്ദ്രത്തിൽ അയാൾക്ക് ജോലിയായിട്ടുണ്ടായിരുന്നു. ഗൗരി അയാളുമായി ഫോൺ ബന്ധവും ഇ മെയിൽ സന്ദേശങ്ങളും തുടരുന്നുണ്ടായിരുന്നു. ഗൗരി ലങ്കേഷിനൊരു ആഗ്രഹം തോന്നി, അവർ ചിദുവിനോട് ചോദിച്ചു:

"ഞാൻ അമേരിക്കയിലേക്ക് വന്നാലോ?"

"തീർച്ചയായും. വരാനും പോകാനുമുള്ള വിസയും എല്ലാം തരാം, പക്ഷേ, എന്റെ മുഖത്തേക്ക് സിഗരറ്റിന്റെ പുക വിടരുത്, ഞാനിപ്പോൾ പുകവലിയും കുടിയുമെല്ലാം നിർത്തി, അതൊന്നും നല്ല ശീലങ്ങളല്ല."

"ഇപ്പോൾ നല്ല കുട്ടിയായില്ലേ? ഇതൊന്നും ഇല്ലാതിരുന്ന ചെറുപ്രായത്തിൽ, നിങ്ങളല്ലേ ഈ സ്വഭാവങ്ങളിലേക്ക് അടുപ്പിച്ചത്? പാർട്ടികളിൽ പങ്കെടുത്തപ്പോൾ പ്രേരിപ്പിക്കുകയും പ്രോത്സാഹിപ്പിക്കുകയും ചെയ്തിട്ടില്ലേ? ഇപ്പോൾ ഇതെല്ലാം ചീത്ത ശീലം, പ്രസംഗിക്കുന്നത് കൊള്ളാം, എല്ലാം ഹിപ്പോക്രസിയാണ്."

ഗൗരി പറഞ്ഞതെല്ലാം ശരിയായിരുന്നു. വിസയും ടിക്കറ്റും അയച്ചു കൊടുത്തു, ഗൗരി ലങ്കേഷ് ആറു മാസത്തെ വിസയിൽ അമേരിക്കയിലേക്കു പോയി.

ഒരുമിച്ചാണ് താമസിച്ചത്. വൈകാരികമോ ശാരീരികമോ ആയ യാതൊരു അടുപ്പമോ ബന്ധമോ ഉണ്ടാവാൻ പാടില്ല എന്ന കരാറിൽ ആയിരുന്നു പോകാൻ തീരുമാനിച്ചത്. മുമ്പ് രണ്ടുപേരും വിവാഹിതരായിരുന്നുവെന്നും ഇപ്പോൾ ബന്ധം വേർപെടുത്തി സുഹൃത്തുക്കളായി തുടരുന്നുവെന്നും സുഹൃത്തുക്കളോട് തുറന്നു പറയാൻ ജാള്യത ഉണ്ടായിരുന്നില്ല.

വാഷിംഗ്ടൺ ഡീസി എന്ന നഗരം. അയാൾ ജോലിക്കു പോകുമ്പോൾ ഗൗരി മിക്കവാറും വായനയിലും എഴുത്തിലും മുഴുകി. അവിടെ വെച്ച് ഗൗരി ലങ്കേഷ് രണ്ടു കഥകളും കെ.പി.പൂർണ്ണചന്ദ്ര തേജസ്വിയുടെ 'ജുഗരി ക്രോസ്' എന്ന നോവലിന്റെ തർജ്ജമയും പൂർത്തിയാക്കി.

'ലങ്കേഷ് പത്രികെ'യുടെ തിരക്കിലായിരിക്കുമ്പോഴും പി. ലങ്കേഷിന്റെ അടുത്ത സുഹൃത്തായിരുന്ന കെ.പി.പൂർണ്ണചന്ദ്രതേജസ്വിയുടെ മടിക്കേരിയിലുള്ള എസ്റ്റേറ്റിലേക്ക് ഇടവേളകളിൽ മക്കളെയും കൂട്ടി പോകാറുണ്ടായിരുന്നു പി. ലങ്കേഷ്. ഫോട്ടോഗ്രാഫിയിൽ തത്പരനായിരുന്ന പൂർണ്ണചന്ദ്രതേജസ്വി ലങ്കേഷിന്റെയും ഗൗരിയുടെയും പടങ്ങൾ ക്യാമറയിൽ പകർത്തിയിരുന്നു.

അമേരിക്കയിലേക്ക് പോകുന്ന സമയത്ത് പൂർണ്ണചന്ദ്ര തേജസ്വിയുടെ 'ജുഗരി ക്രോസ്' എന്ന കന്നഡ നോവൽ വായിച്ചു കൊണ്ടിരിക്കുകയായിരുന്നു. അത് അമേരിക്കയിലേക്ക് കൊണ്ടുപോയി. കന്നഡ ഭാഷയിൽ പരിമിതജ്ഞാനം മാത്രമുള്ള ഗൗരി ലങ്കേഷിനു നോവൽ ശരിയായി മനസ്സിലാക്കാൻ കന്നഡ ഡിക്ഷനറി ആവശ്യമായിരുന്നു, അതും കയ്യിൽ കരുതിയിരുന്നു. അവിടെചെന്ന് ആ നോവൽ വായിച്ചപ്പോഴാണ്, എന്തുകൊണ്ട് ഈ നോവൽ ഇംഗ്ലീഷിലേക്ക് മൊഴിമാറ്റം ചെയ്തുകൂടാ എന്ന് ചിന്തിച്ചത്. അമേരിക്കയിൽ വെച്ച് തന്നെ വിവർത്തനം പൂർത്തിയാക്കി.

ന്യുയോർക്ക്, മിഡ് വെസ്റ്റ്, വെസ്റ്റ് കോസ്റ്റ് എന്നിവിടങ്ങളും അമേരിക്കയുടെ വിവിധ ഭാഗങ്ങളും ചുറ്റിക്കാണുകയും ചെയ്തു. ഇന്ത്യയിലെ രാഷ്ട്രീയവും മറ്റും അവരുടെ പതിവ് ചർച്ചകളിൽ സജീവമായിരുന്നു.

നാഷണൽ കോളേജിൽ പഠിക്കുന്ന കാലത്ത് സഹപാഠിയായിരുന്ന ആരതിയും സുരേഷ് ഗദസള്ളിയും പ്രണയത്തിലായിരുന്നു. അവർ രണ്ടു പേരും മെഡിസിൻ പാസ്സായി. സൂരിയും (സുരേഷ് ഗദസള്ളിയും) ആരതിയും പഠനം കഴിഞ്ഞപ്പോൾ വിവാഹിതരായി അമേരിക്കയിൽ താമസമാക്കിയിരുന്നു. ആ പഴയ സൗഹൃദം പുതുക്കാനായി ഗൗരി ലങ്കേഷ് ഒഴിവുനാളുകളിൽ ചിദാനന്ദ രാജ്ഘട്ടെയുമൊത്ത് അവരുടെ വീട്ടിൽ പോകുമായിരുന്നു.

ഇന്ത്യൻ രാഷ്ട്രീയവും സൂര്യന് ചുറ്റുമുള്ള എല്ലാ വിഷയത്തെക്കുറിച്ചും ചില ധാരണകൾ സൂരിക്കുണ്ട്. ഒരു സായാഹ്നത്തിൽ ഗൗരിയും ചിദാനന്ദയും അവരുടെ വീട്ടിൽ പതിവുപോലെ സന്ദർശിച്ചു. വൈകീട്ട് അവർ നാലുപേരും സാധാരണ പോലെ ഇന്ത്യൻ രാഷ്ട്രീയത്തിലേക്കു കടന്നു. സൂരി ബ്രാഹ്മണനായതിൽ അതീവ ഖേദമുണ്ടെന്നും ഇന്ത്യയിൽ ഗുണനിലവാരമുള്ള വിദ്യാഭ്യാസമല്ലെന്നും നല്ല മാർക്കുണ്ടായിട്ടും സംവരണം എന്ന ഒരേയൊരു കാരണമാണ് തനിക്കു ഇന്ത്യയിൽ ഉപരിപഠനത്തിനു അവസരം നിഷേധിച്ചതെന്നും സൂരി പറഞ്ഞു. അമേരിക്കയിൽ വരാൻ കാരണം ഇന്ത്യയുടെ സംവരണനയമാണെന്നും ഇവിടെ ജോലി ചെയ്യേണ്ടി വരുന്നതും അതേ കാരണമാണെന്നും സംവരണനയം തുടരുന്ന ഇന്ത്യയുടെ വിദ്യാഭ്യാസവും പ്രത്യേകിച്ച് മെഡിക്കൽ രംഗവും താഴോട്ടു പോകുകയായെന്നും സൂരി സമർത്ഥിച്ചു.

താഴ്ന്ന ജാതിക്കാർക്ക് അനുവദിച്ച സംവരണം എന്നത് എതെങ്കിലും സർക്കാരിന്റെ ഔദാര്യമല്ലെന്നും തലമുറകളായി ബ്രാഹ്മണനിയമം അനുസരിച്ചു ചാതുർവർണ്യം നടപ്പിലാക്കിയ സമൂഹത്തിൽ അടിച്ചമർത്തപ്പെട്ടവരുടെ അവകാശമാണ് സംവരണമെന്നും ഗൗരി ലങ്കേഷ് വാദിച്ചു. മണ്ണിന്റെ മക്കൾ ഏതു വിദഗ്ധ ജോലി ചെയ്യാൻ പ്രാപ്തരാണെന്നും അവർ പ്രാപ്തരല്ല എന്ന പ്രചാരണം വരേണ്യന്റെ ദുഷ്പ്രചാരണമാണെന്നും അതുകൊണ്ട് ഗുണമേന്മയൊന്നും (Quality) എങ്ങോട്ടും ഒലിച്ചു പോകുന്നില്ലെന്നും ബ്രാഹ്മണർ യാഥാർത്ഥ്യം അംഗീകരിക്കണമെന്നും ഗൗരി ലങ്കേഷ് യുക്തിയോടെയും തെളിവുകളോടെയും നിരത്തി ശക്തിയായി വാദിച്ചു. സൂരിയും വിട്ടുകൊടുക്കാതെ വാദമുഖങ്ങൾ നിരത്തി. ഉന്നത ജാതിക്കാരുടെ വാദമുഖങ്ങൾക്കു യാതൊരു ന്യായീകരണമേയില്ലെന്നും ഗൗരി ലങ്കേഷ് ഏറ്റവും പുതിയ ശാസ്ത്ര വസ്തുതകൾ സഹിതം നിരത്തി സമർത്ഥിച്ചു. ആരതിയും ചിദാനന്ദയും മൗനത്തിലിരുന്നപ്പോൾ സംവാദം വഴക്കായി മാറുമോ എന്ന് ആരതിയും ചിദാനന്ദയും ഭയപ്പെട്ടു. ഒന്നും സംഭവിച്ചില്ല. എത്ര സങ്കീർണമായാലും വഴക്കിലേക്കു നീങ്ങാതെ സംവാദത്തെ നേരിടാൻ ഗൗരിക്ക് കഴിയുമായിരുന്നു.

നോവൽവിവർത്തനം പൂർത്തിയാക്കി ഗൗരി ലങ്കേഷ് മടങ്ങിയെത്തിയപ്പോൾ പൂർണ്ണചന്ദ്ര തേജസ്വിയുമായി ലങ്കേഷ് വഴക്കായിട്ടുണ്ടായിരുന്നു. അവർ തമ്മിലുള്ള വഴക്കെന്തായാലും ഗൗരിക്ക് അതു പ്രശ്നമായിരുന്നില്ല, അദ്ദേഹത്തിന് ഫോൺ ചെയ്തു പുസ്തകം വിവർത്തനം ചെയ്ത വിവരമറിയിച്ചു. അച്ഛനുമായുണ്ടായ വഴക്കൊന്നും പരിഗണിക്കാതെ ഗൗരിയോട് പഴയ സ്നേഹം നിലനിർത്തിക്കൊണ്ട് തന്നെ അദ്ദേഹം പെരുമാറി.

“ഇംഗ്ലീഷ് പരിഭാഷ വായിച്ചു. നിലവാരം പറയാനുള്ള വിവരമൊന്നും ഇംഗ്ലീഷിലില്ല, എങ്കിലും ഗൗരി എഴുതിയതല്ലേ, എനിക്ക് എത്തിച്ചു തരൂ, വായിച്ചു അഭിപ്രായം പറയാം.”

വിവർത്തനം അയച്ചു കൊടുത്തു, നാലഞ്ചു നാളുകൾക്കുള്ളിൽ അഭിപ്രായം ഫോണിലൂടെ അറിയിച്ചു.

“ഗൗരീ, നിന്റെ വിവർത്തനം നന്നായിട്ടുണ്ട്, അവിടെയും ഇവിടെ യുമെല്ലാം ചെറിയ എഡിറ്റിംഗ് നടത്തണം എന്നല്ലാതെ വേറെ പ്രശ്ന മൊന്നുമില്ല.” പ്രോത്സാഹനജനകമായ വാക്കുകൾ.

കവിതയുടെ സിനിമ

ബാംഗ്ലൂരിൽ തിരിച്ചെത്തിയപ്പോൾ സൺഡേ മാസികയിൽ ജോലി യിൽ തുടർന്നു. ദാമ്പത്യജീവിതം വിവാഹമോചനത്തിൽ കലാശിച്ചതിൽ അമ്മയ്ക്കും ബേബിക്കും അതിയായ വേദനയുണ്ടായിരുന്നു. അതു കൊണ്ട് ഗൗരിയെ ഒറ്റയ്ക്ക് താമസിക്കാൻ വിടാതെ അമ്മ വാങ്ങിയ രാജ രാജേശ്വരി നഗറിലുള്ള സ്ഥലത്ത് ഒരു വീട് പണിത് അവിടെ ബേബി യോടൊപ്പം ഗൗരിയെ താമസിപ്പിക്കാൻ തീരുമാനിച്ചു. ഇംഗ്ലീഷ് ലിറ്ററേച്ച റിൽ മാസ്റ്റർ ബിരുദമെടുത്ത കവിതാ ലങ്കേഷ് അപ്പോൾ സിനിമാസംവി ധാന ജോലിയിലായിരുന്നു.

കവിത ആദ്യമായി സംവിധാനം ചെയ്യാൻ തീരുമാനിച്ചത് പൂർണ്ണ ചന്ദ്ര തേജസ്വിയുടെ ‘കിരുഗുരിന ഗയ്യിലകളു’ (Kirugoorina Gayyilagalu)

കവിത ലങ്കേഷ്

എന്ന കഥയായിരുന്നു. ഒരിക്കൽ കവിതയോടൊപ്പം അദ്ദേഹവുമായി ഇക്കാര്യം ചർച്ച ചെയ്യാനായി മടിക്കേരിയിലുള്ള എസ്റ്റേറ്റിലേക്ക് രാവിലെ തന്നെ പുറപ്പെട്ടു. അദ്ദേഹത്തിന്റെ ഭാര്യ രാജേശ്വരി ആന്റി പ്രത്യേകം ആട്ടിറച്ചിയും മീനും കരുതിയിരുന്നു. ഗൗരി ലങ്കേഷിന് സസ്യേതര ഭക്ഷണം വലിയ ഇഷ്ടമായിരുന്നു. കവിതയാകട്ടെ, പച്ചക്കറിയാണ് കഴിച്ചത്.

പൂർണ്ണചന്ദ്ര തേജസ്വി പറഞ്ഞു:

“ഒരു ചിത്രം സംവിധാനം ചെയ്യുകയെന്നത് വലിയ തലവേദനയാണ്. ‘തബരനെ കതെ’ എന്ന ചിത്രത്തിന്റെ ഷൂട്ടിങ്ങ് ഞാൻ കണ്ടിരുന്നു. ഇതിനേക്കാൾ ബോറായ കാര്യം വേറെയൊന്നുമില്ല. പിന്നെ നിങ്ങൾ എന്താണ് ‘കിരുഗുരിന ഗയ്യിലകളു’ എന്ന കഥയെടുക്കണമെന്ന് ആലോചിക്കാൻ കാരണം? എനിക്ക് തോന്നുന്നത് അത് വളരെ ബുദ്ധിമുട്ടായിരിക്കും എന്നാണ്.”

അന്ന് മുഴുവൻ, സന്ധ്യവരെ തോട്ടവും മറ്റും കണ്ടു അവർ നടക്കുകയും സിനിമാ വിശേഷങ്ങൾ ചർച്ച ചെയ്യുകയും ചെയ്തു. എന്നാൽ കവിതയ്ക്കും ഗൗരിക്കും തോന്നിയത്, അദ്ദേഹത്തിന് ഈ കഥ സിനിമയാക്കാൻ താത്പര്യമില്ലെന്നാണ്. അതുകൊണ്ട് ആ ശ്രമം ഉപേക്ഷിച്ചു. പിന്നെയാണ് പി. ലങ്കേഷിന്റെ പ്രശസ്തമായ കഥ, ‘അക്ക’, ദേവീരി (Deveeri) എന്ന പേരിൽ കവിത ലങ്കേഷ് സിനിമയാക്കാൻ തീരുമാനിച്ചത്. 1999ൽ ആ സിനിമ പൂർത്തിയാക്കി. ഏറ്റവും നല്ല സിനിമയ്ക്കുള്ള കന്നഡ സംസ്ഥാന ചലച്ചിത്ര അവാർഡും നിരവധി അന്തർദേശീയ ചലച്ചിത്ര മത്സരങ്ങളിൽ നിന്നും സമ്മാനങ്ങളും നേടി.

‘ഈ നാട്’ ചാനലിന്റെ പ്രൊഡക്ഷൻ ചീഫ്

ഒരു വർഷത്തിന് ശേഷം, ETVയുടെ ദൽഹി ബ്രാഞ്ചിലേക്കു ‘ഈ നാട്’ ചാനലിന്റെ പ്രൊഡക്ഷൻ ചീഫ് ആയി ഓഫർ വന്നപ്പോൾ അത് ഗൗരി സ്വീകരിച്ചു. ഒരു മാധ്യമ പ്രവർത്തകയുടെ ജോലിയിൽ ഉന്നതങ്ങളിലേക്ക് കയറാനും ഉയർന്ന ശമ്പളം വാങ്ങാനുമുള്ള അവസരമായിരുന്നു അത്.

ഡൽഹിയിൽ വീണ്ടും ചെന്നപ്പോൾ കൂടുതൽ പരിചയക്കാരും സുഹൃത്തുക്കളും ഗൗരിക്ക് ഉണ്ടായി. തൊഴിൽ ആത്മാർത്ഥതയോടെ ചെയ്യുക, സാധാരണക്കാരോടും പാവപ്പെട്ടവരോടും നീതി പുലർത്തുക എന്ന തത്ത്വമാണ് ഗൗരി സൂക്ഷിച്ചിരുന്നത്. സത്യം പറയുക, ജനാധിപത്യത്തിന്റെ അവകാശങ്ങൾ താഴെ തട്ടിലുള്ളവരെ ബോധ്യപ്പെടുത്തുക എന്നിവയാണ് ഒരു മാധ്യമപ്രവർത്തകയുടെ ആത്യന്തിക ധർമ്മം. പതിനഞ്ചു വർഷത്തിനിടയിൽ വിവിധ പ്രസിദ്ധീകരണങ്ങളിൽ എത്രയെത്ര വൈവിധ്യമായ വിഷയങ്ങൾ, എത്രയെത്ര പേജുകൾ എഴുതിക്കൂട്ടിയെന്നു ഗൗരിക്ക് തന്നെ തീർച്ചയില്ല. എന്നാൽ പരിപാടിയുടെ പ്രൊഡക്ഷൻ ചീഫ് ആയി മാറിയപ്പോൾ എഴുത്തിൽ നിന്നും അല്പം പിന്മാറിയെങ്കിലും

ഉത്തരവാദിത്വം കൂടുകയാണുണ്ടായത്. അതുകൊണ്ടുതന്നെ ഈ ജോലി കൂടുതൽ ഉന്മേഷവും വെല്ലുവിളിയും ഉത്സാഹവുമാണ് ഗൗരിയെന്ന മാധ്യമപ്രവർത്തകയിൽ സൃഷ്ടിച്ചത്.

മൈസൂരിൽ ജനിച്ചു ജേണലിസത്തിൽ ഡിഗ്രിയെടുത്ത് മുംബൈ ടാറ്റ ഇൻസ്റ്റിറ്റ്യൂട്ടിൽ നിന്നും എം.എ.പാസായി, ഇന്ത്യൻ എക്സ്പ്രസ്സിൽ ജോലിയിൽ പ്രവേശിച്ച ഗിരീഷ് നിഗം, ഡൽഹിയിൽ വെച്ചാണ് ഗൗരി ലങ്കേഷിനെ പരിചയപ്പെടുന്നത്. അപ്പോൾ അയാൾ 'രാജ്യസഭാ ടി.വി'യിൽ അവതാരകൻ (Rajya Sabha TV Anchor) ആയിരുന്നു. ഔദ്യോഗികമായ ഒരു ഇന്റർവ്യൂ നടത്താൻ രണ്ടുപേരും ഒരേ സ്ഥലത്തു കണ്ടുമുട്ടിയതായിരുന്നു. കർണ്ണാടകത്തിൽ നിന്നും വരുന്നതാണെന്നറിഞ്ഞപ്പോൾ അവരറിയാതെ തന്നെ മാതൃഭാഷ അവരെ അടുപ്പിച്ചു. പി. ലങ്കേഷിന്റെ മകളെന്ന നിലയിൽ ഗൗരി ലങ്കേഷിനെ വളരെ ബഹുമാനത്തോടെയാണ് അയാൾ സമീപിച്ചത്. ആശയപരമായി ഗിരീഷ് നിഗവും ഗൗരിലങ്കേഷിനെപ്പോലെ തന്നെ പുരോഗമനമതേതരചിന്താഗതിക്കാരനാണ്. ആ സ്നേഹത്തിനു രാഷ്ട്രീയമാനവുമുണ്ടായി. അയാളുമായി ചിദാനന്ദ രാജ്ഘട്ടെയെയും പരിചയപ്പെടുത്തി, അവർ സൗഹൃദത്തിലായി. എന്നാൽ, ചിദാനന്ദ രാജ്ഘട്ടെയുടെ രാഷ്ട്രീയ ചിന്തകളുമായി ഗിരീഷ്നിഗം പലപ്പോഴും വിയോജിച്ചപ്പോൾ ആശയപരമായി ഗൗരി ലങ്കേഷുമായി യോജിച്ചിരുന്നു.

രണ്ടു വർഷമായി ആ സൗഹൃദവും ജോലിയും ആത്മസംതൃപ്തിയോടെ ചെയ്യുന്നതിനിടയിലാണ് ഗൗരി ലങ്കേഷിന്റെ ജീവിതത്തെ പൂർണ്ണമായും മാറ്റിമറിക്കുന്ന സംഭവമുണ്ടാവുന്നതും ദൽഹി ഉപേക്ഷിച്ചു ബാംഗ്ലൂർക്കു വരേണ്ടി വന്നതും.

എട്ട്

ഒരു നക്ഷത്രം പൊലിയുന്നു

2000 ജനുവരി 25

'ഈടീവി' ടെലിവിഷന്റെ ദൽഹി ബ്യൂറോ ചീഫായി ഗൗരി ലങ്കേഷ് ജോലി ചെയ്യുകയായിരുന്നു. ആ ദുരന്ത വാർത്ത ബേബിയുടെ ഫോൺരൂപത്തിലാണ് കാതിൽ വന്നലച്ചത്.

"അപ്പയ്ക്ക് സുഖമില്ല, സീരിയസാണ്, ഉടൻ വരണം." ബേബി വിശദീകരിച്ചു. "ഹൃദയാഘാതമായി ആശുപത്രിയിൽ പ്രവേശിപ്പിച്ചു, എന്തും സംഭവിക്കാം."

പിന്നെ അവൾ പറഞ്ഞത് ഒന്നും ശ്രദ്ധിക്കാൻ കഴിഞ്ഞില്ല. ഓഫീസിൽ വിവരം അറിയിച്ചു ബാംഗ്ലൂർക്കുള്ള വിമാന ടിക്കറ്റ് സംഘടിപ്പിച്ചു, ബാംഗ്ലൂർക്കു പുറപ്പെടാനായി തയ്യാറെടുക്കുമ്പോൾ മറ്റൊരു ഫോൺകോൾ കാതുകളെ തേടിയെത്തി. അമേരിക്കയിൽ നിന്ന് ചിദാനന്ദ രാജ്ഘട്ടെയായിരുന്നു. കുടുംബസുഹൃത്ത് ചിദാനന്ദരാജ്ഘട്ടെയെ വിളിച്ച്, പി.ലങ്കേഷ് ഹൃദയാഘാതം മൂലം ഏതാനും നിമിഷങ്ങൾക്കകം മരണപ്പെട്ടുവെന്നു അയാൾ അറിയിച്ചു. ദുഃഖവാർത്ത അറിയിക്കാൻ ചിദാനന്ദയെ ചുമതലപ്പെടുത്തുകയായിരുന്നു. അത് സഹിക്കാനുള്ള മാനസികശേഷിയൊന്നും ഗൗരി ലങ്കേഷിനുണ്ടായിരുന്നില്ല.

ശവശരീരത്തിന്റെ വലതു കൈ അല്പം ഉയർത്തിപ്പിടിച്ചിട്ടുണ്ടായിരുന്നു, ലോകത്തോട് യാത്രപറയാൻ പി. ലങ്കേഷ് കൈ ഉയർത്തിയത് പോലെയാണ് ഗൗരി ലങ്കേഷിനു തോന്നിയത്. ശവശരീരത്തിന്റെ നെറ്റിയിൽ ഭസ്മം പൂശിയിട്ടുണ്ടായിരുന്നു. ആ ഭസ്മം തുടച്ചുകളയാൻ ശവശരീരത്തിന്റെ അടുത്തിരുന്ന കവിത ലങ്കേഷ്, ഗൗരി ലങ്കേഷിനോട് ആവശ്യപ്പെട്ടപ്പോഴാണ് അത് ശ്രദ്ധിക്കുന്നത്. ഒരു കാലത്തും മതപരമായ ആചാരങ്ങളോട് സന്ധിചെയ്യാത്ത അപ്പ, മരിച്ചപ്പോൾ നെറ്റിയിൽ ഭസ്മം പൂശിയിരിക്കുന്നു.

ആ ഭസ്മം തുടച്ചു കളയാൻ കവിതാ ലങ്കേഷിനു ഒറ്റയ്ക്ക് കഴിയുമായിരുന്നില്ല. അവർ ഗൗരി ലങ്കേഷ് വരാൻ കാത്തിരിക്കുകയായിരുന്നു. ഓർമ്മവെച്ച നാൾ മുതൽ ഒരു പൂജയിലോ മറ്റെന്തെങ്കിലും അനുഷ്ഠാനങ്ങളിലോ പങ്കെടുക്കാത്ത പി. ലങ്കേഷ്, ആചാരത്തിന്റെ ഭാഗമായി ഒരിക്കലും ഭസ്മം പൂശിയിട്ടില്ല, ആ മനുഷ്യൻ നിസ്സഹായനായി മരിച്ചു കിടക്കുമ്പോൾ അദ്ദേഹം ഇഷ്ടപ്പെടാത്ത കാര്യം ചെയ്യുവാൻ ആർക്കാണ് ഇത്ര നിർബന്ധം? ഇത് തന്റെ അപ്പയോടുള്ള നിന്ദയായാണ്, കലി കയറി. ഗൗരി അപ്പയുടെ നെറ്റിയിൽ നിന്നും ആ ഭസ്മം തുടച്ചു കളഞ്ഞു, അത് ബന്ധുക്കൾ ശ്രദ്ധിക്കുന്നുണ്ടായിരുന്നു, ആരും ഒന്നും മിണ്ടിയില്ല. ഗൗരിയുടെ മുഖഭാവത്തിൽ കോപവും പ്രതിഷേധവും സങ്കടമുണ്ടായിരുന്നു. ഗൗരി ലങ്കേഷ് കരച്ചിലടക്കി പറഞ്ഞു:

"ആരും അപ്പയുടെ ശരീരത്തിൽ ഇങ്ങനെയൊന്നും ചെയ്യരുത്."

എന്നാൽ യാഥാസ്ഥിതികരായ കുടുംബാംഗങ്ങൾ വീണ്ടും ആചാരങ്ങളുടെ ഇരുളിൽ പി. ലങ്കേഷിന്റെ ജീവിതവീക്ഷണം മറക്കുമെന്ന ഭീതി അവർക്കുണ്ടായിരുന്നു. വളരെ കരുതലോടെയാണ് അവർ അത് ശ്രദ്ധിച്ചുകൊണ്ടിരുന്നത്.

പി. ലങ്കേഷിന്റെ സാഹസികമായ ജീവിതം പോലെതന്നെ നാടകീയമായിരുന്നു മരണവും. അപ്രതീക്ഷിതമായ മരണത്തിൽ കുടുംബാംഗങ്ങളെ ആശ്വസിപ്പിക്കാനും മരണാനന്തര കർമങ്ങളിൽ പങ്കെടുക്കാനും ആയിരക്കണക്കിനാളുകൾ എത്തിയിരുന്നു. എഴുത്തുകാർ, വിദ്യാർത്ഥികൾ, വായനക്കാർ, നാടക സിനിമാരംഗത്തെ പ്രവർത്തകർ, ആരാധകർ, പത്രമാധ്യമ പ്രവർത്തകർ, വിവിധ രംഗങ്ങളിലെ സഹപ്രവർത്തകർ, സുഹൃത്തുക്കൾ, രാഷ്ട്രീയ നേതാക്കൾ, കേന്ദ്ര സംസ്ഥാന മന്ത്രിമാർ, മുഖ്യമന്ത്രി...

എല്ലാവരും ആശ്വസിപ്പിച്ചു:

"പി. ലങ്കേഷ് മനുഷ്യമനസ്സിലേക്ക് അറിവിന്റെയും പുരോഗമന വീക്ഷണത്തിന്റെയും പ്രകാശം പരത്തിയ ഒരു നക്ഷത്രമായിരുന്നു. ആ വിളക്ക് കെടുമ്പോൾ ഇരുട്ടിലാവുന്നതു ഈ കുടുംബം മാത്രമല്ല, ഈ സംസ്ഥാനവും രാജ്യവുമാണ്, ഈ ഇരുളിൽനിന്നും കരകയറാനുള്ള ശക്തി എല്ലാവർക്കും ഉണ്ടാവട്ടെ."

ടി വി ക്യാമറകൾ മരണാനന്തര രംഗങ്ങൾ പകർത്തിക്കൊണ്ടിരുന്നു. പത്രമാധ്യമ പ്രവർത്തകർ ശവസംസ്കാരത്തെക്കുറിച്ച് കുടുംബാംഗ ങ്ങളോട് ചോദ്യങ്ങൾ ചോദിച്ചുകൊണ്ടിരുന്നു. കൂട്ടത്തിൽ അറിയേണ്ടത്, ലങ്കേഷ് പത്രികെ തുടർന്ന് നടത്തുമോ അതോ നിർത്തുമോ എന്നായി രുന്നു. എന്നാൽ ആ വിഷയത്തെക്കുറിച്ച് ഗൗരി ലങ്കേഷിനടക്കം കുടുംബാംഗങ്ങളിൽ ആരുംതന്നെ വ്യക്തമായ ഉത്തരം പറയാനുള്ള മാനസികാവസ്ഥയിൽ ആയിരുന്നില്ല.

സംസ്കാരത്തിനായി ശരീരം അവരുടെ ഫാം ഹൗസിലേക്ക് കൊണ്ടുപോയി. അവിടെയും ആളുകൾ തടിച്ചു കൂടി. പി. ലങ്കേഷിന്റെ മൂത്ത സഹോദരൻ ശിവരുദ്രപ്പയും മറ്റും ഗൗരി ലങ്കേഷിന്റെ അഭിപ്രായത്തോട് യോജിച്ചിരുന്നുവെങ്കിലും വേറെ ചിലർ പാരമ്പര്യവാദികളുണ്ടായിരുന്നു. അവർ മൃതശരീരത്തിൽ പൂജാ കർമ്മങ്ങൾ ചെയ്യാൻ ആരംഭിച്ചിരുന്നു. പി. ലങ്കേഷിന്റെയൊരു സുഹൃത്ത് വന്നു. മൃതശരീരം ചൂണ്ടി ക്ഷോഭത്തോടെ ചോദിച്ചു:

"പരമ്പരാഗതമായ ലിംഗായത്ത് മതാചാര കർമ്മങ്ങളോടെയാണോ നിങ്ങൾ ലങ്കേഷിന്റെ സംസ്കാരം നടത്തുന്നത്?" ഗൗരി അസ്വസ്ഥയായി. വിശദീകരിച്ചു:

"അപ്പ പുരോഗമനകാരനും യാഥാസ്ഥിതിക നിയമങ്ങളുടെ നിഷേധിയുമായിരുന്നു. അതുകൊണ്ട് മരണാനന്തര കർമ്മങ്ങളൊന്നും വേണ്ട. അമ്മയുടെ ആഗ്രഹത്തിനായി ഒരു വിളക്ക് മാത്രം കത്തിക്കുന്നേയുള്ളൂ. മതപരമായ ആചാരവും പൂജയും മന്ത്രവും ഒന്നുമില്ല. നേരത്തെ എല്ലാവരോടും അത് പറഞ്ഞിരുന്നതാണ്. ഒരാൾ എങ്ങനെയാണ് ജീവിതത്തെ അഭിമുഖീകരിച്ചത്, അതുപോലെ തന്നെയാവണം ഇവിടെനിന്നും അയാളെ യാത്രയാക്കേണ്ടതും."

അപ്പോഴേക്കും വല്യച്ഛന്റെ മകൻ നാഗരാജു വന്നു പരാതിപ്പെട്ടു:

"ശവക്കുഴി കുഴിച്ചതു സാമ്പ്രദായിക ലിംഗായത്ത് രീതിയിലല്ല. ഇതെന്താണ് ഇങ്ങനെ?" അയാൾ അലറി. ഗൗരിയും കവിതയും അത് മതിയെന്ന് പറഞ്ഞുവെങ്കിലും ആരും ശ്രദ്ധിച്ചില്ല. അപ്പോൾ വല്യച്ഛൻ വന്ന് മറ്റൊരു പ്രശ്നം ഉന്നയിച്ചു.

"മൃതശരീരം നേരെ കിടത്തുന്നത് ശരിയല്ല. കാലുകൾ രണ്ടും മടക്കി, ഇരിക്കുന്ന രീതിയിൽ ശരീരം കുഴിയിലേക്ക് ഇറക്കണം. അതാണ് ലിംഗായത്ത് രീതി."

"അപ്പയുടെ മരണം കഴിഞ്ഞിട്ട് മുപ്പത്താറു മണിക്കൂറുകൾ കഴിഞ്ഞു. ഇനി ഈ ആചാരത്തിനുവേണ്ടി അപ്പയുടെ കാലുകൾ ഒടിക്കണോ?" ഗൗരി ചോദിച്ചു.

വല്യച്ഛൻ നിസ്സാരമായി പറഞ്ഞു:

"നീ വിഷമിക്കേണ്ട, അവനു വേദനിക്കില്ല." ഗൗരിക്ക് കരയണോ

പൊട്ടിത്തെറിക്കണോ എന്നറിയാത്ത അവസ്ഥയിലായി. ഒരു നിമിഷം കഴിഞ്ഞു ശാന്തമായി പറഞ്ഞു:

"എനിക്കിതൊന്നും അറിയേണ്ട. എന്റെ അപ്പയുടെ വിശ്വാസങ്ങൾക്കനുസരിച്ചു തന്നെയാവണം സംസ്കാരവും. പൂജ ഒന്നും വേണ്ട എന്ന് വെച്ചതിനു നിങ്ങൾ നന്ദി പറയുക. ഞാൻ അത് അനുവദിക്കില്ല."

ആ രംഗം തണുത്തു. കുഴിയിൽ മൃതശരീരം ഇറക്കി മണ്ണിട്ട് മൂടുകയായിരുന്നു. അപ്പോൾ, എവിടെനിന്നോ കൊണ്ട് വന്നൊരു ശിവലിംഗം ഒരാൾ മൃതശരീരത്തിന്റെ കഴുത്തിൽ കെട്ടുന്നു.

അത് കണ്ടപ്പോൾ ഗൗരി പറഞ്ഞു.

"അതൊന്നും വേണ്ട... ഉടനെ തന്നെ അതെല്ലാം എടുത്തു മാറ്റൂ. ഉം, എടുത്തു മാറ്റൂ." അങ്ങനെ അതും മാറ്റി. ശരീരം മണ്ണിട്ട് മൂടി.

നിമിഷങ്ങൾ കഴിഞ്ഞില്ല, വല്യച്ഛൻ ഏർപ്പാട് ചെയ്തതനുസരിച്ച് പുറത്തു നിന്ന് ചെണ്ടമേളം ഉയർന്നു പൊങ്ങാൻ തുടങ്ങി.

ഗൗരി തടഞ്ഞു, ഉറക്കെ വിളിച്ചു പറഞ്ഞു.

"നിർത്തൂ..." പൊതുവെ നേർത്ത ശബ്ദമുള്ള ഗൗരിയുടെ വാക്കുകൾ ആ ചെണ്ടമേളത്തിൽ അലിഞ്ഞുപോയി. അപ്പോൾ കവിതയും സുഹൃത്ത് നടൻ പ്രകാശ് റായിയും ചേർന്ന് ഉറക്കെ വിളിച്ചു പറഞ്ഞു:

"ആ ചെണ്ടമേളം നിർത്തൂ..." ചെണ്ടമേളം നിർത്തി.

അപ്പ യാത്രയാവുകയാണ്. അനന്തമായ യാത്ര.. പരലോകം എന്ന ഒന്നില്ല എന്നറിയാം, എങ്ങോട്ടോ യാത്രയായി... ഇനി അപ്പയ്ക്ക് വേണ്ടി ഒന്നും കൊടുക്കാനില്ല.

അപ്പയുടെ പൈതൃകം എന്നത് ജീവിതവീക്ഷണവും ആദർശങ്ങളുമാണ്. അതിനോടാണ് നീതി പുലർത്താനുള്ളത്. ചിതൽ കയറിയ വിശ്വാസങ്ങളോടും പരമ്പരാഗതമായ ആചാരങ്ങളോടുമല്ല. അവസാനമായി എന്തെങ്കിലും കൊടുക്കാനുണ്ടെങ്കിൽ അത് വീത് വെക്കുക എന്ന സാമ്പ്രദായിക രീതിയാണ്. അതും ആചാരരൂപത്തിൽ വേണ്ട.

പരസ്യമായി ഓഫീസിലിരുന്നു കുടിച്ചിരുന്ന മദ്യം, 'ബ്ലാക് ലാബെൽ വിസ്കി' ഒരു കുപ്പി, കുതിരപ്പന്തയത്തിനു പോയി ഏറെ പണം നശിപ്പിക്കുന്നതിൽ ആനന്ദിച്ചിരുന്ന അപ്പ വായിച്ചിരുന്ന കുതിരപ്പന്തയത്തെക്കുറിച്ചുള്ള ഒരു പുസ്തകം, സമൂഹമെപ്പോഴും ഓർമ്മപ്പെടുത്തുന്ന ചൂതുകളിയുടെ ദൂഷ്യങ്ങൾ നിരാകരിച്ച്, ഓഫീസിൽ കൂട്ടുകാരോടൊപ്പം കാശു വെച്ച് ചീട്ടുകളിക്കുന്നത് ഒരു ഹോബിയായി കണ്ടതിന്റെ പ്രതീകമായി ഒരു കുത്ത് ശീട്ട്, ഇതെല്ലാം വീത് വെച്ചുകൊണ്ടാണ് അപ്പയെ യാത്രയാക്കിയത്...

അപ്പയുടെ മരണത്തിലും തകരാതെ ധീരമാതൃകയായി അമ്മ പിടിച്ചുനിൽക്കുന്നുണ്ട്. ആചാരങ്ങളിലൊന്നും വിശ്വാസമില്ലെങ്കിലും തന്റെ

ഒരു കടമയെന്ന് കരുതിയിട്ടാവണം, അപ്പയ്ക്ക് പ്രിയപ്പെട്ട ചില മധുര പലഹാരങ്ങളും ഒബട്ടുവും (കന്നഡിഗരുടെ മധുരപലഹാരം) ചിത്രാന്നവും അമ്മ വീതുവെച്ചു. അമ്മയുടെ ആഗഹമല്ലേ, ആരും തടഞ്ഞില്ല. അമ്മ ഇതെല്ലാം വീടിനു പുറത്ത് വെച്ച് കാക്ക തിന്നാനായി കാത്ത് നിന്നു. എന്നാൽ ഒരു കാക്കയും തിന്നാനായി വന്നില്ല. അവർ അതെല്ലാം എടുത്തു അപ്പയ്ക്ക് പ്രിയപ്പെട്ട പശുക്കൾക്ക് കൊടുത്തശേഷം വീട്ടിലേക്കു തിരിച്ചുപോന്നു.

"ഈ വിഡ്ഢിത്തം കണ്ടു, അപ്പ കോപിച്ചിട്ടുണ്ടാകും, അത് കണ്ട കാക്കകൾ ഭയപ്പെട്ടു വരാതിരുന്നതാകും." വീതുവെച്ചതിനെക്കുറിച്ച് ഗൗരിയയും കവിതയും പിന്നീട് നാളുകൾക്കു ശേഷം പറഞ്ഞു.

അപ്പയുടെ പ്രിയപ്പെട്ട കൂട്ടുകാരി

വീടിന്റെ പടികയറും മുമ്പ് ആദ്യം കണ്ടത് ചെന്നിയെയായിരുന്നു. നായകളെ അതിയായി സ്നേഹിച്ചിരുന്ന അപ്പയുടെ ഏറ്റവും പ്രിയപ്പെട്ട സുഹൃത്തായിരുന്നു ചെന്നി. രാജയെന്നും സ്റ്റെഫിയെന്നും പേരുള്ള രണ്ടു നായകൾക്ക് ശേഷം അപ്പയുടെ ഹൃദയം കവർന്ന നായയായിരുന്നു, ഒൻപതുവർഷം മുമ്പ് കുഞ്ഞുപ്രായത്തിൽ അച്ഛൻ വാങ്ങിക്കൊണ്ട് വന്ന ഡോബർമാൻ ചെന്നി.

അവൾ അപ്പയോടൊപ്പം രാവിലെ നടക്കാൻ പോകുന്നത് അപ്പയുടെ സുഹൃത്തായിട്ടാണ്. വഴിയിൽ കാണുന്ന ആരോടും പി. ലങ്കേഷ് തന്റെ സുഹൃത്തിനെപ്പോലെയാണ് ചെന്നിയെ പരിചയപ്പെടുത്തുക. അപ്പോൾ അവൾ അഭിമാനത്തോടെ തല ഉയർത്തിപ്പിടിച്ച് ഒന്ന് ചിരിക്കും. അപ്പ ജോലിക്കു പോയാൽ അപ്പയുടെ വരവും നോക്കി അവൾ അക്ഷമയോടെ കാത്തിരിക്കും. അപ്പയുടെ വരവിന്റെ ശബ്ദം അകലെനിന്ന് മണത്തറിയുമ്പോഴേക്കും സടകുടഞ്ഞെഴുന്നേറ്റു വാലാട്ടും. അപ്പോൾ അവളുടെ മുഖത്ത് ആനന്ദപൗർണ്ണമി വിടരും.

അപ്പ അകത്തു കയറിയാൽ ഒപ്പം അകത്ത് കയറും. അപ്പ ചോദിക്കുന്ന ചോദ്യങ്ങൾക്ക് അവളുടേതായ ഭാഷയിൽ മറുപടികൾ പറയും. അവർ തമ്മിൽ ഭാഷയുടെ ഒരു രസതന്ത്രം തന്നെയുണ്ട്. അപ്പ വിസ്കി കഴിക്കാനിരിക്കുമ്പോൾ അടുത്ത് ചെന്നിരിക്കും. അപ്പോഴും വർത്തമാനം തുടരും. ഭക്ഷണം കഴിക്കാനിരിക്കുമ്പോൾ അപ്പയുടെ കസേരയുടെ അടുത്തിരിക്കും. ഇടയ്ക്കിടയ്ക്ക് കഴിക്കുന്ന ഭക്ഷണം അവൾക്കായി അപ്പ കൊടുക്കും. സന്തോഷത്തോടെ അവൾ അതു കഴിക്കും.

അപ്പ മരിച്ച ദിവസം വേദന സഹിച്ച് അവൾ കൂട്ടിൽ തന്നെ കിടക്കുകയായിരുന്നു. ദുഃഖം ആരെയുമറിയിക്കാതെ. എന്നാൽ ശവം പുറത്തേക്കെടുത്തപ്പോൾ നിയന്ത്രിക്കാനായില്ല, അവൾ കുരച്ചുകൊണ്ടേയിരുന്നു.

എല്ലാവരും വീട്ടിൽ വന്നു കയറിയിട്ടും അവൾ എഴുന്നേറ്റില്ല. ആരെയും കാണാനുള്ള മനക്കരുത്തുണ്ടായിരുന്നില്ല. എല്ലാവർക്കും അവരവരുടെ

ലോകമുണ്ടായിരുന്നു, എന്നാൽ അവൾക്കു അപ്പയെന്ന ഒരേയൊരു ലോകമേ ഉണ്ടായിരുന്നുള്ളൂ. അവൾ അനാഥയായെന്ന്, അവൾക്കറിയാമായിരുന്നു, അവളുടെ യജമാനൻ ഇനിയൊരിക്കലും കാണാനാവാത്ത ലോകത്തേക്കു യാത്ര പറഞ്ഞുപോയെന്നും.

അവളുടെ കൂട്ടിൽ നിന്നും ഇറങ്ങിവന്നു വീട്ടിനകത്തേക്ക്, അപ്പയുടെ മുറിയിലേക്ക് നോക്കും, അകത്തു കയറുകയില്ല. ഒരിക്കൽ അമ്മ അവളെ വിളിച്ചു അകത്തു കൊണ്ടുപോയി അപ്പയുടെ മുറി തുറന്നുകാണിച്ചു പറഞ്ഞു, "ചെന്നീ, അപ്പ ഇവിടെയില്ല, അദ്ദേഹം പോയി."

കുടുംബാംഗങ്ങളെല്ലാവരും കപ്പിത്താനില്ലാത്ത യാത്രക്കാരെപ്പോലെ ഇനിയെന്ത് എന്നറിയാതെ ഉഴലുകയായിരുന്നു. പത്രമോഫീസിൽ നിന്നും മാനേജർ പല പ്രാവശ്യമായി വരുന്നു, ഈ ആഴ്ചയിലെ പത്രമിറക്കേണ്ടേ എന്ന ചോദ്യവുമായി. എല്ലാവരുടെയും ജോലിതന്നെ അപകടത്തിലാണ്.

പി.ലങ്കേഷിന്റെ മരണാനന്തര കർമ്മങ്ങൾ കഴിഞ്ഞയുടനെ, ലങ്കേഷ് പത്രികെയുടെ തുടർന്നുള്ള പ്രസിദ്ധീകരണം എങ്ങനെയെന്ന് ഒരു സുഹൃത്ത് ചോദിച്ചപ്പോൾ ഗൗരി ലങ്കേഷ് പറഞ്ഞു:

"പത്രം തുടർന്ന് നടത്തുകയെന്നത് അസാധ്യമാണ്, അച്ഛന്റെ പാദുകങ്ങൾ എന്റെ കാലുകൾക്കു യോജിക്കില്ല, His shoes were just too big and difficult to fill. അച്ഛൻ പ്രവർത്തിച്ചിരുന്നതുപോലുള്ള പ്രവർത്തനമായിരിക്കും എല്ലാവരും എന്നിൽ നിന്നും പ്രതീക്ഷിക്കുക, അതിനുള്ള കഴിവെനിക്കില്ല."

എല്ലാവരും കൂടിയിരുന്നു ആലോചിച്ചു. അമ്മയ്ക്ക് പത്രം നടത്താൻ അറിവോ താത്പര്യമോ ഇല്ല. ബേബിയാണെങ്കിൽ മികച്ച സംവിധായക എന്ന പേരെടുത്ത് കഴിഞ്ഞിരുന്നു. ഇന്ദ്രജിത്തും സിനിമയിൽ വേരുറച്ചു കഴിഞ്ഞു. ഗൗരിക്ക് അപ്പയുടെ കാൽപാടുകൾ പിന്തുടരാനുള്ള ആത്മവിശ്വാസവുമില്ല. പതിനാറ് വർഷം ജേണലിസ്റ്റായ അനുഭവമുണ്ടെങ്കിലും ഒരു കന്നഡപത്രത്തിന്റെ നടത്തിപ്പിനു നേതൃത്വം ഏറ്റെടുക്കാൻ ഗൗരിയുടെ മനസ്സ് പാകമായിരുന്നില്ല. താത്പര്യമില്ലാത്ത അവസ്ഥയിൽ അവളെ നിർബന്ധിക്കാൻ കുടുംബാംഗങ്ങൾ തയ്യാറായതുമില്ല.

ഒമ്പത്

പുതിയ അദ്ധ്യായം

പി. ലങ്കേഷ് നടത്തിയിരുന്ന പത്രം നടത്തിക്കൊണ്ടു പോകാൻ അസാധ്യമാണ് എന്ന അഭിപ്രായം പ്രിന്ററെ അറിയിക്കാൻ ഗൗരി ലങ്കേഷും സഹോദരങ്ങളും പോയി. കഴിഞ്ഞ ഇരുപതുവർഷമായി ലങ്കേഷ് പത്രികെയുടെ പ്രിന്ററായിരുന്ന ബി.എസ്. മണിയെ കണ്ട് 'ഇനി ലങ്കേഷ് പത്രികെ തുടർന്ന് നടത്തുന്നില്ല' എന്ന വിവരമറിയിച്ചു. 'സഞ്ജയ് വാണി' എന്ന കന്നഡ പത്രത്തിന്റെ എഡിറ്റർ കൂടിയായിരുന്ന ബി.എസ്. മണിയുടെ അപ്രതീക്ഷിതമായ പ്രതികരണമാണ് ഈ തീരുമാനത്തിന് നാടകീയമായ വ്യതിയാനമുണ്ടാക്കിയത്, അദ്ദേഹം പറഞ്ഞു:

"ശ്രീ പി. ലങ്കേഷ് അന്തസ്സായ തന്റെ ജോലി പോലും ഉപേക്ഷിച്ചിട്ടാണ് ഈ പത്രം തുടങ്ങിയത്. അദ്ദേഹത്തിന്റെ ബുദ്ധിയും അറിവും സമ്പാദ്യവും നേട്ടങ്ങളും എല്ലാം അർപ്പിച്ചത് ഈ പത്രത്തിലാണ്. എന്തെല്ലാം ത്യാഗമാണ് ഇതിനു വേണ്ടി സഹിച്ചതെന്ന് നിങ്ങൾക്കറിയുമോ? ഇന്ന് നിങ്ങൾക്കത് നിർത്തലാക്കാൻ ഒരു നിമിഷംകൊണ്ടു കഴിയും. ഏതെങ്കിലും ബുദ്ധിമുട്ടനുഭവിച്ചശേഷമാണ് നിങ്ങളിത് നിർത്തലാക്കുന്നതെങ്കിൽ മനസ്സിലാക്കാം. ഈ പത്രത്തിന് വേണ്ടി എന്തെങ്കിലും ത്യാഗംസഹിച്ച് നോക്കിക്കൂടേ? പത്തു ജീവനക്കാരും നൂറിലധികം ഏജന്റുമാരും അവരുടെ കുടുംബാംഗങ്ങളും നിങ്ങളുടെ കുടുംബത്തെ ആശ്രയിച്ചാണ് ഇപ്പോൾ ജീവിക്കുന്നത്.

അവരുടെ പ്രതീക്ഷകൾ നിങ്ങളിലാണ്. അവരോടും വായനക്കാരോടുമെല്ലാം എന്ത് കാരണം പറഞ്ഞാണ് ജനങ്ങൾ നെഞ്ചിൽ ചേർത്ത് പിടിച്ച ഒരു പ്രസിദ്ധീകരണം നിങ്ങൾ നിർത്തലാക്കുന്നത്? നിങ്ങളിത് തുടർന്ന് നടത്തണം."

പത്രാധിപർ മണിയുടെ ആ വാക്കുകൾ ലങ്കേഷ് കുടുംബത്തെ ചിന്തിപ്പിച്ചു. കാലം ചരിത്രത്തെ വഴിമാറി നടത്താൻ, അഥവാ ചരിത്രം രചിക്കാൻ പ്രേരിപ്പിക്കാനായി ചില വ്യക്തികളെ നിയോഗിക്കുന്നു. അക്കൂട്ടത്തിൽ ഒരാളായിരുന്നു, സഞ്ജയ് വാണി പത്രാധിപർ മണി. ഗൗരി ലങ്കേഷിന്റെ ജീവിതഗതിയെ മാറ്റി മറിക്കുകയും കർണ്ണാടകത്തിന്റെ പതിനേഴു കൊല്ലത്തിലുണ്ടായ രാഷ്ട്രീയഗതിവിഗതികൾക്കും പരിണാമങ്ങൾക്കും ഗൗരിലങ്കേഷ് എന്ന മാധ്യമപ്രവർത്തക ആക്ടിവിസത്തിൽ സജീവമായതും ഇങ്ങനെ ഒരന്ത്യമുണ്ടാകുന്നതിന്റെയും പിന്നിൽ സഞ്ജയ്വാണി പത്രാധിപർ മണിയുടെ വാക്കുകളാണ്.

പൈതൃകം കേവലം ഭൗതിക സ്വത്തല്ല

അമ്മയ്ക്കും ബേബിക്കും ജിതുവിനും പത്രപ്രവർത്തനം നടത്താൻ കഴിയില്ല. പത്രപ്രവർത്തനം പഠിച്ച, പതിനാറു വർഷമായി മാധ്യമപ്രവർത്തകയായി ജോലി ചെയ്യുന്ന ഗൗരി ലങ്കേഷ് എഡിറ്ററായും അനുജൻ ഇന്ദ്രജിത് ലങ്കേഷ് ഉടമയും പ്രിന്ററും പബ്ലിഷറുമായി, ലങ്കേഷ് പത്രിക തുടർന്ന് നടത്താൻ തീരുമാനമായി.

ഗാന്ധിബസാറിലെ മൂന്നു നില ഓഫീസ് കെട്ടിടവും ബനശങ്കരിയിൽ ഇപ്പോൾ താമസിക്കുന്ന വീടും ബെന്നാർഘട്ടെ പാർക്കിനടുത്ത് ഫാം ഹൗസും പി. ലങ്കേഷ് സമ്പാദിച്ചു തന്നിട്ടുണ്ട്. ദേശീയസംസ്ഥാന ബഹുമതികൾ നേടിയ നാല്പതിലേറെ സാഹിത്യകൃതികളുടെ പകർപ്പവകാശവും ഉണ്ട്. ഇന്ത്യയിൽ എവിടേയും പി. ലങ്കേഷിന്റെ മക്കൾ എന്ന സൽപ്പേര്, സ്നേഹാദരവുകൾ, മതിപ്പ് എന്നിവയുമുണ്ട്. ഇതെല്ലാം അനുഭവിക്കാൻ ഭാഗ്യമുണ്ടായത് അദ്ദേഹത്തിന്റെ പൈതൃകത്തിനവകാശിയായതുകൊണ്ടാണ്. എന്നാൽ, പി.ലങ്കേഷിന്റെ പൈതൃകസ്വത്തുക്കളും

ഇന്ദ്രജിത് ലങ്കേഷ്

സൽപ്പേരും ആസ്വദിക്കുന്ന അവകാശികളായ തങ്ങൾക്ക് ആ മനുഷ്യൻ ജീവിതത്തിൽ പകർത്തിയ ആദർശങ്ങളും നടപ്പിലാക്കാൻ ശ്രമിച്ച ജീവിത വീക്ഷണവും പിന്തുടരാനും അവ ഏറ്റെടുക്കാനും ധാർമ്മികമായ ഉത്തരവാദിത്വമുണ്ട് എന്ന് ഗൗരി ലങ്കേഷ് വിശ്വസിച്ചു. അദ്ദേഹം ഉയർത്തിപ്പിടിച്ച ജനാധിപത്യ മതേതരമൂല്യങ്ങളും യുക്ത്യാധിഷ്ഠിതമായ പുരോഗമനബോധവും ഫ്യൂഡൽ വിരുദ്ധ ചിന്താഗതികളും പാവപ്പെട്ടവനോടും സാധാരണക്കരോടുമുള്ള സത്യസന്ധമായ സ്നേഹവും ആയിരുന്നു ലങ്കേഷ് പത്രികെ എന്ന പത്രത്തിന്റെ അടിത്തറ. അത് ഉറപ്പോടെ നിലനിർത്തിക്കൊണ്ടുതന്നെ വേണം മുന്നോട്ടു പോകാൻ എന്ന് ഗൗരി ലങ്കേഷ് തീരുമാനിച്ചു.

മഹാനായ ഒരാൾ വിജയകരമായി നടത്തി, പ്രചാരവും അംഗീകാരവും ആദരവും നേടിയെടുത്ത വാരിക അതിന്റെ നിലവാരം കാത്തുസൂക്ഷിക്കാൻ അസാമാന്യപ്രതിഭ ആവശ്യപ്പെടുന്നു. ആ മനുഷ്യന്റെ അനുഭവപാഠങ്ങളും ജീവിതവ്യക്തതയും ശക്തിവിശേഷവും തെളിയിക്കാത്ത ഒരു ജേണലിസ്റ്റ്, ഒരു സുപ്രഭാതത്തിൽ പേരും പ്രശസ്തിയുമുള്ള ഒരു വാരികയുടെ അമരക്കാരിയാവുക. അതിനു പുറമെ അതുവരെ ഇംഗ്ലീഷിൽ എഴുതിയിരുന്ന ഗൗരി ലങ്കേഷിന് കന്നഡയിൽ എഴുതാൻ ശീലിക്കണം. വെല്ലുവിളികൾ ധാരാളം. എല്ലാ വെല്ലുവിളികളും ഏറ്റെടുക്കാനുള്ള സ്ഥൈര്യം അവർ ആർജ്ജിക്കുകയായിരുന്നു. 'ഈടിവി'യിലെ ജോലി രാജി വെച്ചു, 'സൺഡേ' മാസികയിൽ ആഴ്ചയിൽ ഒരു കോളം സ്ഥിരമായി എഴുതാൻ തീരുമാനിക്കുകയും ചെയ്തു.

ഇംഗ്ലീഷിൽ ചിന്തിക്കുകയും എഴുതുകയും ചെയ്തിരുന്ന ഗൗരി ലങ്കേഷ് കന്നഡ ഭാഷയിൽ എഴുതാൻ പഠിച്ചു. കോളേജിൽ വെച്ച്, കന്നഡ പരീക്ഷ തോറ്റശേഷം പിന്നീട് ജയിച്ചപ്പോൾ ചിദാനന്ദ രാജ്ഘട്ടെ തമാശയിൽ ഉപദേശിച്ച കാര്യം ഗൗരി ലങ്കേഷ് ഓർത്തു:

"ഇനിയൊരു കാലത്തും കന്നഡയുടെ അടുത്ത് കൂടി പോലും പോകരുത്."

ഇനി ജീവിതപരീക്ഷയിൽ ജയിക്കാൻ, കന്നഡയിൽ ആത്മാവിഷ്കാരം നടത്താൻ പഠിച്ചേ തീരൂ. വിധിയുടെ ഈ വൈപരീത്യം ഒരു കറുത്ത തമാശയായിരുന്നു.

ടൈംസ് ഓഫ് ഇന്ത്യയിൽ ജോലി ചെയ്യുമ്പോഴും കന്നഡ തന്നിൽ സംഭ്രാന്തിയുണ്ടാക്കിയിട്ടുണ്ട്. കന്നഡഭാഷയിലെ ചില സാഹിത്യലേഖനങ്ങളും പത്രക്കുറിപ്പുകളും ഇംഗ്ലീഷിലേക്കു തർജ്ജമ ചെയ്യേണ്ടി വന്നിട്ടുണ്ട്. ഓഫീസിൽ പലരും പ്രശസ്തനും പ്രഗദ്ഭനായ സാഹിത്യകാരൻ പി. ലങ്കേഷിന്റെ മകൾ എന്ന നിലയിൽ ആ ജോലി ഗൗരി ലങ്കേഷിനെ ഏൽപ്പിക്കാറുണ്ട്.

ഒരിക്കൽ ശിവറാം കാരന്തിന്റെ ഒരു പത്രക്കുറിപ്പു വിവർത്തനം ചെയ്യേണ്ടി വന്നപ്പോഴാണ് പ്രശ്നമായത്. അദ്ദേഹം ഉപയോഗിക്കുന്ന

ചില സാഹിത്യപദങ്ങളും നാടൻവാക്കുകളും വഴങ്ങാതെ വന്നു. സാധാരണ ഇങ്ങനെയുള്ള അവസരങ്ങളിൽ സഹായിക്കാറുള്ള സഹപ്രവർത്തക ഭാരതിയാണെങ്കിൽ അന്ന് സ്ഥലത്തുമില്ല. എങ്ങനെയോ വിവർത്തനം ചെയ്തു. പിന്നീട് ചില സഹപ്രവർത്തകർ വിവർത്തനം കണ്ട് വായിച്ചപ്പോഴാണ് ഈ വിവർത്തനത്തിൽ അർത്ഥവൈകല്യമുണ്ടെന്നു മനസ്സിലായത്. അപ്പോൾ തന്നെ ഗൗരി ലങ്കേഷ് ആ വിവർത്തനം ചവറ്റുകൊട്ടയിലേക്കിടുകയും ചെയ്തു. ഭാഗ്യത്തിന് തന്റെ പത്രക്കുറിപ്പ് ടൈംസ് ഓഫ് ഇന്ത്യയിൽ പ്രസിദ്ധീകരിച്ചു വന്നില്ല എന്ന വിവരം ശിവറാം കാരന്ത് അറിഞ്ഞില്ല.

ഗൗരി താമസം രാജരാജേശ്വരി നഗറിലുള്ള വീട്ടിലേക്കു മാറ്റിയിരുന്നു. ബസവന ഗുഡിയിൽ, ഗാന്ധി ബസാറിലെ പി. ലങ്കേഷ് സ്ഥാപിച്ച ഓഫീസിൽ ഗൗരി ലങ്കേഷ് ആത്മവിശ്വാസത്തോടെ ജോലിയിൽ പ്രവേശിച്ചു. വാർത്തകൾ, ലേഖനങ്ങൾ, നിർമാണം, വിതരണം മുതലായ എല്ലാ കാര്യങ്ങളും മനസ്സിലാക്കി. എല്ലാവരെയും വിളിച്ചുവരുത്തി അവരുടെ സ്നേഹവും സഹകരണവും ഉണ്ടാകണമെന്ന് അഭ്യർത്ഥിച്ചു.

അധികം വൈകാതെ തന്നെ കന്നഡയിൽ ചിന്തിക്കാനും എഴുതാനും കഴിഞ്ഞു. ഇംഗ്ലീഷിനോട് മാതൃഭാഷ കന്നഡ യുദ്ധം പ്രഖ്യാപിച്ചു. ചിന്തയിൽ ഇംഗ്ലീഷ് കടന്നു വരുമ്പോൾ പകരം കന്നഡ വാക്കുകൾ അന്വേഷിക്കും. സ്വത്വത്തിനു നേരെ ചെയ്ത യുദ്ധം. ഉള്ളിലുള്ള ഇംഗ്ലീഷിനെ മാറ്റി മാതൃഭാഷയെ സ്നേഹാദരങ്ങളോടെ പ്രതിഷ്ഠിക്കാൻ ഏറെ പ്രയാസപ്പെടേണ്ടിവന്നെങ്കിലും ക്രമേണ അതിനു സാധിച്ചു. അതിനു വഴികാട്ടിയായതും പി. ലങ്കേഷ് തന്നെ. അദ്ദേഹം എഴുതിയതും പ്രസംഗിച്ചതുമായ ആ വസ്തുതയാണ് ഗൗരി ലങ്കേഷ് ഓർത്തതെന്നു ആയിടെ അവരുമായി നടത്തിയ ഒരു അഭിമുഖ സംഭാഷണത്തിൽ ഉദ്ധരിക്കുകയുണ്ടായി, മാതൃഭാഷയുടെ പ്രണയിതാവായിരുന്ന പി. ലങ്കേഷിന്റെ വാക്കുകൾ :

"ഉപരിപ്ലവവും പരിഷ്കാരിയുമായ ഇന്ത്യക്കാരന്റെ ആശയാവിഷ്കാരമാണ് ഇംഗ്ലീഷ് ഭാഷ. ഒരിന്ത്യക്കാരന് ഇന്ത്യൻ ഭാഷയിലല്ലാതെ, ഇംഗ്ലീഷിൽ സത്യസന്ധമായി ആവിഷ്കാരം നടത്താൻ കഴിയില്ല."

കന്നഡയിലെ പദദാരിദ്ര്യം കുറച്ചുകൊണ്ട് വരാൻ ശ്രമിച്ചു, എഴുതുമ്പോൾ കയ്യക്ഷരം നന്നാവില്ല. അങ്ങനെ കമ്പ്യൂട്ടറിനെ ശരണം പ്രാപിച്ചപ്പോഴാണ് പ്രശ്നം സങ്കീർണമാവുന്നത്. ഏതു വാക്കാണ് കൃത്യമായി ഉപയോഗിക്കേണ്ടത് എന്ന് അറിയില്ല. എന്നെങ്കിലും കന്നഡയിലും ഇംഗ്ലീഷിനെപോലെ 'Spell Check' ഓപ്ഷൻ ആരെങ്കിലും ഉണ്ടാക്കിയിരുന്നെങ്കിൽ എന്ന് അത്തരം സന്ദർഭത്തിൽ തോന്നിയിരുന്നു. പദസമ്പത്ത് വർദ്ധിപ്പിക്കാൻ ശ്രമിക്കുന്നതുപോലെ തന്നെ മറ്റൊരു ഉപാധിയായിരുന്നു സംസാരഭാഷ ഉപയോഗിക്കുന്നതും. പൊതുവായി സംസാരത്തിൽ ഉപയോഗിക്കുന്ന ഭാഷ എഴുത്തിലേക്കും കൊണ്ടുവരുക എന്ന

പരീക്ഷണം നടത്തി. സംസാരഭാഷയിൽ എഴുതുന്നതാണ് സാധാരണ മനുഷ്യരുമായി എളുപ്പത്തിലും വേഗത്തിലും സംവദിക്കാൻ ഏറ്റവും നല്ലത്. പത്രാധിപക്കുറിപ്പിന്റെ തലവാചകം 'കണ്ട ഹാഗേ' (കണ്ടതങ്ങനെ) എന്ന് ആക്കിയതും ക്ലിക്കായി. ക്രമേണ കന്നഡഭാഷ അനായാസമായി എഴുതുന്നതിലുണ്ടായിരുന്ന പ്രതിസന്ധികളെ അതിജീവിക്കുകയും തന്റെ സുഹൃത്തുക്കളെപ്പോലും അമ്പരപ്പിക്കുകയും ചെയ്തു. എന്നാൽ ചില കന്നഡ സാഹിത്യകാരന്മാർക്കു ഗൗരി ലങ്കേഷിന്റെ ഇംഗ്ലീഷ് ആണ് കന്നഡയേക്കാൾ നല്ലതെന്ന അഭിപ്രായമാണുണ്ടായിരുന്നത്.

ഇദ്രീസ്ഷാ (Idries Shah) എഴുതിയ Tales of Dervishes എന്ന കഥാസമാഹാരം കന്നഡയിലേക്കു വിവർത്തനം ചെയ്യുന്നത് ഒരു വെല്ലുവിളിയായി ഏറ്റെടുത്ത് 'ദരവേശി കഥകളു' (അനാഥരുടെ കഥകൾ) എന്ന പേരിൽ ജി.സി.കെ. പ്രകാശനെ അത് പ്രസാധനം ചെയ്തു. അതോടെ മാതൃഭാഷയിൽ തനിക്ക് ആത്മാവിഷ്കാരം നടത്താനാകും എന്ന് ബോധ്യമായി. ആരംഭകാലം മുതൽ തന്നെ സ്ഥിരപ്രതിഷ്ഠ നേടിയ എഴുത്തുകാർക്ക് മാത്രമായിരുന്നില്ല ലങ്കേഷ് പത്രികെയുടെ താളുകൾ നീക്കി വെച്ചിരുന്നത്. യുവാക്കൾക്ക്, പ്രത്യേകിച്ചും യുവതികൾക്ക്, അതിൽ തന്നെ ന്യൂനപക്ഷ സമുദായങ്ങളിൽ ജനിച്ചവർക്കും ദലിതർക്കും അവരുടെ സ്വതസിദ്ധമായ ശബ്ദം കേൾപ്പിക്കാൻ വേണ്ടി പ്രത്യേകം പി. ലങ്കേഷ് ശ്രദ്ധിച്ചിരുന്നു. സാറാ അബൂബക്കർ, ബാനു മുഷ്താക്ക് എന്നിവർ അങ്ങനെ മുദ്രകൾ പതിപ്പിച്ചവരിൽ പ്രമുഖരായിരുന്നു. അവർക്ക് പ്രാധാന്യം നൽകാനും കൂടുതൽ എഴുത്തുകാരെ ന്യൂനപക്ഷ ദളിത സമുദായത്തിൽ നിന്നും കണ്ടെത്തി ലങ്കേഷ് പത്രികെയുടെ പേജുകൾ തുറന്നു വെക്കാനും ഗൗരി ലങ്കേഷ് ശ്രദ്ധിച്ചു.

മാസങ്ങൾ കഴിയും തോറും പി. ലങ്കേഷുമായി സഹകരിച്ചിരുന്ന ചില എഴുത്തുകാരും പത്രപ്രവർത്തകരും 'ലങ്കേഷ് പത്രികെ' വിട്ടുപോയിക്കൊണ്ടിരുന്നു. വലിയ എഴുത്തുകാരന്റെ മകൾ എഴുത്തുകാരി ആകണമെന്നില്ലല്ലോ എന്ന മുൻ ധാരണയും അവർ പ്രതീക്ഷിച്ചിരുന്ന സമീപനം കിട്ടുകയില്ല എന്ന തോന്നലുമാണ് ഇതിനു പ്രധാന കാരണം.

ഗൗരി ലങ്കേഷ് ഇംഗ്ലീഷ് എഴുത്തുകാരിയാണ്, കർക്കശക്കാരിയാണ്, ഈ ഭൂമിയിലൊന്നുമല്ല വളരെ ഉയരത്തിലാണ് എന്ന് ധരിച്ചവരുമുണ്ട്. എന്നാൽ പി. ലങ്കേഷ് അനുവർത്തിച്ചിരുന്ന സമീപനം തന്നെയാണ് കൂടുതൽ ആർജ്ജവത്തോടെ ഗൗരി ലങ്കേഷ് നടപ്പിലാക്കാൻ ശ്രമിച്ചത്. എൻ.എസ്.ശങ്കർ, ബസവരാജു, നടരാജ ഹൂലിയാർ, ടി.കെ. ത്യാഗരാജ്, മോഹൻ നാഗമ്മനവർ, ഹദിമനി, രേഖാറാണി എന്നിവർ പിരിഞ്ഞു പോയി. ഈ തിരിച്ചടിയിൽ പതറാതെ പി. ലങ്കേഷിന്റെ പഴയ ചില സുഹൃത്തുക്കളെയും യുവ എഴുത്തുകാരെയും പത്രപ്രവർത്തകരെയും ഉൾക്കൊള്ളിച്ച് പുതിയൊരു പ്രവർത്തകനിരയെ കണ്ടെത്താനും കൂടെ നിർത്താനും ഈ പ്രതിസന്ധിയെ അതിജീവിക്കാനും കഴിഞ്ഞു.

പവർതീഷ്, ചന്ദൻ ഗൗഡ, എച്ച്. എൽ.കെ. ശിവമൂർത്തി, ഗംഗാധര കുസ്താഗി, രവീന്ദ്ര രേഷ്മേശിവ് സുന്ദർ എന്നിവരായിരുന്നു അവർ. അവരിൽ ചിലരും പിരിഞ്ഞുപോയെങ്കിലും തിരിച്ചു വന്നു. തിരിച്ചു വന്ന രേഖാ റാണി എഴുതി:

"ഞങ്ങൾ ഗൗരി ലങ്കേഷിനെ തെറ്റിദ്ധരിച്ചതായിരുന്നു. അവരുടെ ആദർശശുദ്ധിയും സത്യസന്ധതയും കർമ്മധീരതയും തിരിച്ചറിഞ്ഞപ്പോൾ ഞങ്ങൾ അവരോടു എല്ലാ വിധത്തിലും സഹകരിക്കാൻ വീണ്ടും തയ്യാറായി."

'**ചി**ദാനന്ദ രാജ്ഘട്ടെയുമായി ആശയവിനിമയം നടത്തുന്നുണ്ടായിരുന്നു. കമ്പ്യൂട്ടറിൽ നിന്നും അദ്ഭുതകരമായി മൊബൈൽ ഫോണിലേക്കു കാലം മാറുകയാണെന്നും ആ മാറ്റം ഉൾകൊള്ളാൻ സാങ്കേതിക വളർച്ചയുടെ കേന്ദ്രസ്ഥലമായ അമേരിക്കയിലാണ് ജീവിതം തേടുന്നത് എന്ന് അഭിമാനത്തോടെ വാദിച്ചപ്പോൾ ഗൗരി ലങ്കേഷ് പറഞ്ഞു:

"നിങ്ങളുടെ മൊബൈൽ ഫോൺ ആർക്കു വേണം? പാവപ്പെട്ട കർഷകന്റെ വയർ നിറയ്ക്കാൻ മൊബൈൽ ഫോണിനാകുമോ?"

വിശാലമായ സാധാരണക്കാരന്റെ ജീവിതവുമായി ബന്ധപ്പെട്ട സാമൂഹിക സാംസ്കാരിക ബോധവും പൗരബോധവും ഉണ്ടായിരുന്നുവെന്നല്ലാതെ, ഗൗരി ലങ്കേഷിന് പ്രത്യക്ഷ രാഷ്ട്രീയം ഉണ്ടായിരുന്നില്ല. ക്രമേണ ജനകീയ രാഷ്ട്രീയ വക്താവാകാൻ ഈ പ്രവർത്തനങ്ങൾ സഹായിച്ചു.

പത്ത്

അതിജീവന സംഘർഷങ്ങൾ

ലങ്കേഷ് പത്രികെയുടെ ആരംഭകാലത്ത് എഴുതിയ ആപ്തവാക്യം:

"ലങ്കേഷ് പത്രികെ ബുദ്ധിമതികളായ സ്ത്രീ പുരുഷന്മാരുടെ പത്രം."

എഡിറ്റോറിയൽ പോളിസി.

1. ഒരു പരസ്യംപോലും സ്വീകരിക്കുന്നതല്ല, പരസ്യം നൽകുന്നവർക്കു വേണ്ടി ആശയങ്ങളിൽ വെള്ളം ചേർക്കേണ്ടി വരും. അതു വേണ്ട.
2. ഇൻവെസ്റ്റിഗേറ്റീവ് ജേണലിസം. അഴിമതി, കുറ്റകൃത്യങ്ങൾ, ജനാധിപത്യമതേതര ധ്വംസനങ്ങൾ,

അവകാശലംഘനങ്ങൾ എന്നിങ്ങനെ എന്തായാലും സത്യസന്ധമായി അന്വേഷണം നടത്തി, പ്രതിസ്ഥാനത്തുള്ളവരുടെ പേരും മറ്റു അടയാളങ്ങളും ചേർത്ത് പ്രസിദ്ധീകരിക്കും. ബന്ധപ്പെട്ട ഭീഷണി കളോ കേസുകളോ ഒന്നുംതന്നെ പ്രശ്നമല്ല.

3. ഈ പ്രസിദ്ധീകരണം അന്ധവിശ്വാസത്തിനും ആത്മീയ വിപണ നങ്ങൾക്കും ആൾദൈവങ്ങൾക്കും എതിരാണ്.
4. പത്രത്തിന്റെ പ്രതിബദ്ധത പാവപ്പെട്ട ജനങ്ങളോടാണ്, ഏതെങ്കിലും പാർട്ടിയോടോ ജാതിയോടോ മതത്തോടോ അല്ല.

പി. ലങ്കേഷിന്റെ എഡിറ്റോറിയൽ പോളിസികൾ നിലനിർത്താനും കൂടുതൽ കരുത്തോടെ മുന്നോട്ടു കൊണ്ടുപോകാനുമാണ് ഗൗരി ലങ്കേഷ് തീരുമാനിച്ചത്. ഇന്റർനെറ്റ് യുഗത്തിൽ ഇതെല്ലാം അതീവദുഷ്കരമായി രുന്നിട്ടും പരസ്യം സ്വീകരിക്കാതെ തന്നെ പത്രത്തെ മുന്നോട്ടു നയിച്ചു.

എഡിറ്ററായി പി. ലങ്കേഷ് ഇരുന്നിരുന്ന കസേരയിൽ ഗൗരി അല്ല ഇരുന്നത്. ആ കസേര ഒഴിച്ചിട്ടു. തൊട്ടടുത്ത് മറ്റൊരു കസേരയിലാണ് (എഡിറ്റർ) ഗൗരി ലങ്കേഷ് ഇരുന്നത്.

കർണ്ണാടക ചരിത്രത്തെത്തെക്കുറിച്ചും അതിന്റെ രാഷ്ട്രീയ അന്തർ ധാരകളെക്കുറിച്ചും ആഴത്തിൽ അറിയാനും ഓരോ വാർത്തകളുടെയും ഉള്ളിലേക്കിറങ്ങി, ചരിത്രപരവും രാഷ്ട്രീയവും സാംസ്കാരികവുമായ ഒളിയിടങ്ങൾ തേടി അവർ നടന്നു. രാത്രികളുടെ അന്ത്യയാമങ്ങൾ വരെ രേഖകൾ പരിശോധിക്കാനും കൂടുതൽ റഫറൻസുകൾ നടത്താനും ശ്രമിച്ചു. പിതാവിൽ നിന്നും ലഭ്യമായ ദാർശനിക ബോധം, വായനാർ ജ്ജിതവിജ്ഞാനം, ആത്മാർത്ഥവും സത്യസന്ധവുമായ അന്വേഷണം, സഹപ്രവർത്തകരുടെ ആത്മാർത്ഥസഹകരണം എല്ലാം അതിനനുകൂല മായി. വാർത്തകളിലെ ന്യായങ്ങളെ പരിശോധിക്കാനും വിശകലനം ചെയ്യാനും ശീലിച്ചു. സുവ്യക്തവും സുതാര്യവും ജനകീയവുമായ നില പാടുകളിലൂടെ വായനക്കാരനെ ബോധ്യപ്പെടുത്താൻ അശ്രാന്തം പരി ശ്രമിച്ചു. കൃത്യമായ രേഖകളും ആവശ്യമായ തെളിവുകളും വസ്തുതാ പരമായ അനുഭവങ്ങളും മുന്നിലില്ലാതെ യാതൊരു അഭിപ്രായപ്രകടന ങ്ങളും നിലപാടുകളും എടുത്തില്ല. അന്വേഷണാത്മക പത്രപ്രവർത്തനം അതിന്റെ ഏറ്റവും സൂക്ഷ്മമായ, കൃത്യമായ രീതിയിൽ തന്നെ അവർ കൈകാര്യം ചെയ്തു. ഓരോ രചനയും വായിച്ചു നോക്കി, ആവശ്യമായ എഡിറ്റിംഗ് നടത്തി മാത്രം പ്രസിദ്ധീകരിച്ചു. ഇടപെട്ടിരുന്ന ഓരോ വിഷയ ത്തിന്റെയും അടിവേര് അന്വേഷിച്ചു പോയി. പ്രശ്നങ്ങളുടെ കാരണ ക്കാരിലേക്കു അന്വേഷണം നീണ്ടു പോകുമ്പോൾ ചെന്നെത്തിയിരുന്നത് സമൂഹത്തിലെ ഉന്നതരിലായിരുന്നു. അത് പലരിലും അസ്വാരസ്യങ്ങളു ണ്ടാക്കി.

പത്രാധിപസ്ഥാനം ഏറ്റെടുത്ത ഉടനെ മംഗളൂരുവിലെ ഉഡുപ്പിയിലെ 'എട്ടാമത് മാധവമഠ'ത്തിന്റെ സാമ്പത്തിക ഇടപാടുകളെക്കുറിച്ച് ഒരു

വിമർശനലേഖനം പ്രസിദ്ധീകരിച്ചു. വിശ്വഹിന്ദു പരിഷത്തിന്റെയും ബജ്‌രംഗ്ദളത്തിന്റെയും ഉന്നത നേതാക്കൾ നടത്തുന്ന ഈ സ്ഥാപനത്തെക്കുറിച്ച് ഇങ്ങനെയൊരു റിപ്പോർട്ട് വന്നതിൽ രോഷാകുലരായ ഈ നേതാക്കൾ തീക്ഷ്ണമായി പത്രത്തിനെതിരെ മുദ്രാവാക്യങ്ങൾ മുഴക്കുകയും പൊതുയോഗം നടത്തുകയും ചെയ്തു. നഗരത്തിന്റെ ഹൃദയഭാഗത്തു ദേശീയ പ്രസിഡണ്ട് അടക്കമുള്ളവർ വന്നു പത്രാധിപരെയും പ്രവർത്തകരെയും ഭീഷണിപ്പെടുത്തുന്ന പ്രസംഗങ്ങളും നടത്തി. ആ സമയത്ത് മഠങ്ങൾക്കെതിരെ തീവ്രവാദികൾ ആക്രമണഭീഷണി മുഴക്കിയിരുന്നതിനാൽ ഉഡുപ്പി മുനിസിപ്പാലിറ്റി പൊതുയോഗങ്ങളും പ്രകടനങ്ങളും നിരോധിച്ചിരുന്നുവെങ്കിലും. ആ നിരോധനാജ്ഞ ലംഘിച്ചു കൊണ്ട് ലങ്കേഷ് പത്രികെ കത്തിച്ചു. ഇതെല്ലാം നടക്കുമ്പോൾ പൊലീസ് നിശ്ശബ്ദം നോക്കിനിന്നു. ഇനി ഇത്തരം വിമർശനങ്ങൾക്ക് ഉണ്ടാവാൻ പോകുന്ന ഭവിഷ്യത്തുകൾ എന്തെല്ലാമായിരിക്കും എന്നത് വിശദീകരിച്ചു ഈ പത്രത്തിന്റെ ലേഖകരെയും പത്രാധിപരെയും അവർ താക്കീതു ചെയ്തു. ഉഡുപ്പിയിൽ നിന്ന് ഒരാൾ വിശദമായി ഈ വാർത്ത ലങ്കേഷ് പത്രികെയിലേക്കു അയച്ചു കൊടുത്തു. അത് വായിച്ച ശേഷം ആ ലേഖകനെ ഗൗരി ലങ്കേഷ് ഫോൺ വിളിച്ചു പരിചയപ്പെട്ടു.

"ഈ വാർത്ത ഞാൻ പ്രസിദ്ധീകരിക്കാം."

ആ ലേഖകനാണ് പിന്നീട് ഗൗരി ലങ്കേഷിന്റെ പത്രത്തിലേക്ക് വാർത്തകളും ലേഖനങ്ങളും ദക്ഷിണ കർണാടകത്തിൽ നിന്നും എഴുതികൊണ്ടിരുന്നത്. മരിക്കുംവരെ ഗൗരി ലങ്കേഷിന്റെ ആത്മസുഹൃത്തായി നിലകൊണ്ട ആ ലേഖകനാണ് ഫാണിരാജ്. കർണ്ണാടക സമുദായ സൗഹാർദ്ദവേദിയുടെ നേതാവുമായിരുന്ന അദ്ദേഹം ഇടതുപക്ഷചിന്തകനും കോളേജ് അധ്യാപകനുമായിരുന്നു.

പി. ലങ്കേഷ് മരിക്കുന്നതിന് മുൻപ് തന്നെ പത്രത്തിന്റെ സർക്കുലേഷൻ കുറഞ്ഞിരുന്നു. പത്രമാസികാവായനയിൽ നിന്നും ദൃശ്യമാധ്യമങ്ങളിലേക്കു ജനം തിരിയാൻ തുടങ്ങുന്ന കാലമായിരുന്നു അത്. പത്രപ്രവർത്തനം ദിവസം തോറും വെല്ലുവിളിയായി മാറുകയായിരുന്നു. പി.ലങ്കേഷുമായി സഹകരിച്ചിരുന്ന, ഇടക്കാലത്തു പിണങ്ങിയ സുഹൃത്ത് പൂർണ്ണചന്ദ്ര തേജസ്വിയുമായി അടുക്കാൻ ശ്രമിച്ചു. പലതവണ ഗൗരി ലങ്കേഷ് പൂർണ്ണചന്ദ്ര തേജസ്വിയോട് ലേഖനം ആവശ്യപ്പെട്ട് എഴുതിയിട്ടും അദ്ദേഹത്തിൽ നിന്നും അനുകൂലമായ പ്രതികരണം ഉണ്ടായില്ല. വീണ്ടും അപേക്ഷ അയച്ചപ്പോൾ അദ്ദേഹത്തിന് പ്രതികരിക്കാതിരിക്കാൻ കഴിഞ്ഞില്ല, മറുപടി അയച്ചു:

"ഗൗരീ, എനിക്ക് നിന്നോടു സത്യമായിട്ടും സ്നേഹമുണ്ട്. എന്നാൽ നിന്റെ അച്ഛൻ, എനിക്ക് തന്നത് കടുത്ത വേദനയാണ്, അതെനിക്ക് ഇനിയും മറക്കാനായിട്ടില്ല. നിങ്ങളുടെ പത്രത്തിൽ ഞാനെഴുതില്ല എന്ന്

തീരുമാനമെടുത്തത് അങ്ങനെയാണ്. ഇനിയും ഈ ആവശ്യവുമായി എന്നെ വീണ്ടും ബുദ്ധിമുട്ടിക്കരുത്...”

ഉള്ളിൽ തോന്നുന്നതു മുഖം നോക്കാതെ വെട്ടിത്തുറന്നു പറയുന്ന പ്രകൃതക്കാരനായ പി. ലങ്കേഷിന് ഇങ്ങനെ പലപ്പോഴും സുഹൃത്തുക്കളുടെപോലും വിദ്വേഷവും അകൽച്ചയും ഉണ്ടായിട്ടുണ്ട്. വികാരജീവികളായ എഴുത്തുകാർക്ക് ആ വാക്കുകൾ ഉള്ളിൽ തറയ്ക്കുന്നതും സ്വാഭാവികമാണ്. എന്നാൽ അത് ഓരോ വ്യക്തികളുടെ സ്വഭാവവുമായി ബന്ധപ്പെട്ട കാര്യങ്ങൾ എന്നതിലേറെ അതിൽ കാര്യമായൊന്നും ഇല്ല എന്നാണ് ഗൗരി ലങ്കേഷിന് തോന്നിയത്.

സത്യസന്ധവും സ്നേഹനിർഭരവുമായ ആ കത്ത് കിട്ടിയിട്ടും ഗൗരി ലങ്കേഷ് തന്റെ ആവശ്യത്തിൽ നിന്നും പിന്മാറാൻ തയ്യാറായില്ല. ഒരു ദിവസം തന്റെ അടുത്ത സുഹൃത്തായ ചന്ദൻഗൗഡയുമായി മടിക്കേരിയിലുള്ള പൂർണ്ണചന്ദ്ര തേജസ്വിയുടെ വീട്ടിലേക്കു ഗൗരി ലങ്കേഷ് കടന്നു ചെന്നു. അവർ തേജസ്വിയുടെ ഭാര്യ രാജേശ്വരിയുമായി സംസാരിച്ചു നിൽക്കുമ്പോഴേക്കും കൃഷിയിടത്തിൽനിന്നും വന്ന വേഷവുമായി, പൂർണ്ണചന്ദ്ര തേജസ്വി, വാതിൽക്കൽ പ്രത്യക്ഷപ്പെട്ടു. നീല ജീൻസും കോട്ടൺഷർട്ടും ധരിച്ചു നിന്ന ആ അതികായന്റെ കയ്യിൽ ഒരു തോക്കുമുണ്ടായിരുന്നു. അദ്ദേഹം ചോദിച്ചു:

“എന്താണ് നിങ്ങൾ വൈകിയത്?”

വൈകിയതിന് എന്തെങ്കിലും മുട്ടുന്യായങ്ങൾ പറഞ്ഞാൽ അദ്ദേഹം വെടി വെച്ചുകളയും അത്രമാത്രം സ്നേഹത്തിന്റെ അധികാരം ആ വാക്കുകളിൽ ഉണ്ടായിരുന്നുവെന്നാണ് ഗൗരി ലങ്കേഷിനു തോന്നിയത്.

മുഖാമുഖം തയ്യാറാക്കി, അപ്പയോടുള്ള പിണക്കത്തിന്റെ കാഠിന്യം അലിഞ്ഞുപോകുന്നുവെന്ന് ഗൗരി അറിഞ്ഞു. സുഹൃത്തായിരുന്ന അച്ഛനോടുള്ള പിണക്കം മകളായ തന്നോട് പ്രകടിപ്പിക്കാൻ മാത്രം ചെറിയ മനസ്സിന്റെ ഉടമയല്ലല്ലോ മഹാനായ കുവെമ്പുവിന്റെ മകനായ, കർണ്ണാടകം കണ്ട ഈ വലിയ എഴുത്തുകാരൻ.

ആ മുഖാമുഖം അർഹിക്കുന്ന പ്രാധാന്യത്തോടെ തന്നെ ലങ്കേഷ് പത്രികെയിൽ പ്രസിദ്ധീകരിച്ചു. അപ്പോൾ തന്നെ മനസ്സിൽ ഒരു പുതിയ ആശയം രൂപം കൊണ്ടു. എഴുതാൻ ബുദ്ധിമുട്ടുള്ള ആളാണല്ലോ, കുറെ ചോദ്യങ്ങൾ അയച്ചു കൊടുക്കുക, അതിനു എഴുത്തുകാരൻ എന്ന നിലയിൽ അദ്ദേഹത്തിന്റെ മറുപടികളും ചേർത്ത് പ്രതിവാരം പത്രികയിൽ പ്രസിദ്ധീകരിക്കുക. ഈ ആശയം തേജസ്വിയെ അറിയിക്കുകയും അദ്ദേഹം അതിനു സമ്മതിക്കുകയും ചെയ്തു. ചോദ്യങ്ങൾ വായിച്ചു അദ്ദേഹം ഫോണിൽ വിളിച്ചു ചോദിച്ചു :

“ചോദ്യങ്ങൾ ഗംഭീരമാണല്ലോ, ഇതാരുടേതാണ്?” ഗൗരി മറുചോദ്യമാണ് ചോദിച്ചത്:

"എന്താണ് പ്രശ്നം?" ചോദ്യകർത്താവിന്റെ രഹസ്യം വെളിപ്പെടുത്താതെയുള്ള ഗൗരിയുടെ ഉത്തരം.

"ഗൗരി നുണ പറയുന്നു, പോട്ടെ. ഈ ചോദ്യങ്ങൾക്കു രണ്ടോ മൂന്നോ വാചകങ്ങളിൽ ഉത്തരമെഴുതാൻ കഴിയില്ല, ഞാനൊരു കാര്യം ചെയ്യാം, ഓരോ ചോദ്യത്തിനും വിശദമായി ഓരോ ഉത്തരം ലേഖനരൂപത്തിൽ അയച്ച് തരാം." തേജസ്വി പത്രത്തിൽ സ്ഥിരമായി എഴുതുക എന്നതു തന്നെയായിരുന്നു ഗൗരി ലങ്കേഷ് ആഗ്രഹിച്ചതും.

സമകാലിക സാംസ്കാരിക വിഷയങ്ങൾ, സാമ്പത്തിക ഉദാരീകരണം, സാങ്കേതിക രംഗം, കന്നഡ ഭാഷയും സാഹിത്യവും സംസ്കാരവും, കർഷകരെ അലട്ടുന്ന കാപ്പിയുടെ വിലയിലെ അനിശ്ചിതത്വം ഇങ്ങനെ നിരവധി വിഷയങ്ങൾ പതിനേഴു ലക്കങ്ങളിലേക്കായി വിശദമായ പഠനത്തോടെ തേജസ്വി അയച്ചുതന്നു. 'മടിക്കേരി പോസ്റ്റ്' എന്ന പേരിൽ ആ കോളം അഭിമാനത്തോടെ പ്രസിദ്ധീകരിച്ചു. ആദ്യമായാണ് ഇങ്ങനെയൊരു സമകാലിക വിഷയങ്ങൾ ഏറെ വായനയും ബുദ്ധിമുട്ടുകളും സഹിച്ച് അദ്ദേഹം എഴുതുന്നത്. തുടർന്നും അദ്ദേഹം ലങ്കേഷ് പത്രികെയിൽ എഴുതിക്കൊണ്ടിരുന്നു.

കുടുംബസ്വത്തും അവകാശവും

പി. ലങ്കേഷ് മരിക്കുന്നതിന് മുൻപേ ഭാഗിച്ചു കൊടുത്തിരുന്ന ബസവനഗുഡിയിലെ ഗാന്ധി ബസാറിലെ കെട്ടിടം നാല് പേർക്കായി എഴുതിവെച്ചിരുന്നു. താഴത്തെ നില ഇന്ദ്രജിത്തിനും ഒന്നാംനില ഗൗരി ലങ്കേഷിനും രണ്ടാംനില കവിത ലങ്കേഷിനും കൊടുത്തിരുന്നു. ഏറ്റവും മുകളിൽ ഒരു മുറിയുള്ളത് അമ്മയ്ക്കും. ബാക്കി സ്വത്തുക്കൾ തുല്യമായി ഭാഗം വെക്കാതെ തന്നെ മുഴുവൻ ഇന്ദ്രജിത് ലങ്കേഷിനു കൊടുത്തു. കവിതാ ലങ്കേഷും ഗൗരി ലങ്കേഷും അമ്മയും സാമ്പത്തിക കാര്യങ്ങളിൽ രക്തബന്ധങ്ങൾ വഴക്കു കൂടുന്നത് ചെറിയമനസ്സിന്റെ ബാലിശതയാണെന്ന തിരിച്ചറിവിൽ അതിനു വഴങ്ങിക്കൊടുക്കുകയാണുണ്ടായത്. എന്നാൽ, പി. ലങ്കേഷിന്റെ പുസ്തകങ്ങളുടെ പകർപ്പകാശം ഗൗരി ലങ്കേഷിന് കവിതയും അമ്മയും എഴുതിക്കൊടുത്തപ്പോൾ, ഇന്ദ്രജിത് ലങ്കേഷിനു ഒരു നിശ്ചിത തുക ഗൗരി ലങ്കേഷ് കൊടുത്തിട്ടാണ് മകൻ എന്ന നിലയിൽ തനിക്കുണ്ടായിരുന്ന അച്ഛന്റെ പുസ്തകങ്ങളുടെ പകർപ്പവകാശം ഗൗരി ലങ്കേഷിനു വിട്ടുകൊടുത്തത്.

മാസങ്ങൾ കഴിഞ്ഞപ്പോൾ ഇന്ദ്രജിത് ലങ്കേഷ് തനിക്കു ഭാഗത്തിൽ കിട്ടിയ താഴെയുള്ള കെട്ടിടം വിൽക്കാൻ തീരുമാനിച്ച വിവരം ബ്രോക്കർമാരെ അറിയിച്ചു. ബ്രോക്കർമാർ പലരെയും കെട്ടിടം വാങ്ങാൻ ആഗ്രഹിക്കുന്നവരെ കാണിക്കുന്നത് ലങ്കേഷ് സഹോദരിമാരുടെ ശ്രദ്ധയിൽ പെട്ടു. ഈ സ്ഥലം മറ്റൊരാളുടെ കയ്യിൽ ചെന്നാൽ രണ്ടും മൂന്നും നിലയിൽ ഉള്ളവർക്ക് ബുദ്ധിമുട്ടാവും. അത് മനസ്സിലാക്കിയ സഹോദരികൾ,

താഴത്തെ നിലയിലെ കെട്ടിടത്തിന് എത്ര വിലയാണ് ഇന്ദ്രജിത് ആഗ്രഹിക്കുന്നതെന്ന് ബ്രോക്കർമാരിൽ നിന്നറിയുകയും ആ വില ഇന്ദ്ര ജിത്തിനു കൊടുത്ത് ആ കെട്ടിടം കവിതാ ലങ്കേഷ് വാങ്ങുകയും ചെയ്തു.

സിനിമാരംഗത്ത് പ്രവർത്തിക്കുന്ന ഇന്ദ്രജിത് ലങ്കേഷിനു രാഷ്ട്രീയ സാമൂഹിക വിഷയങ്ങളിൽ താത്പര്യങ്ങളുണ്ടായിരുന്നില്ല, അകന്നുനിൽ ക്കാനാണ് ഇഷ്ടപ്പെട്ടത്. സമൂഹത്തിലെ ഉന്നതരുടെ അപ്രിയവും അനി ഷ്ടവും ശത്രുതയും ആണ് ഗൗരി ലങ്കേഷിന്റെ അന്വേഷണാത്മക പത്രപ്രവർത്തനം മൂലം ഉണ്ടാകുന്നത്. അതേസമയത്ത് പാവങ്ങളും ദളിതരും ന്യൂനപക്ഷാവിഭാഗങ്ങളും സ്ത്രീകളും ഗൗരി ലങ്കേഷിനെ കുടുംബാംഗമായി സ്നേഹിച്ചിരുന്നുവെന്നത് അയാൾക്ക് കാണാ നുമായില്ല.

ഒരിക്കൽ, ഒരു പ്രസിദ്ധീകരണത്തിന്റെ മുഖാമുഖത്തിൽ പത്രപ്രവർ ത്തകൻ ഗൗരി ലങ്കേഷിനോട് ചോദിച്ചു:

"ഗ്ലാമറുള്ള ഇംഗ്ലീഷ് പ്രസിദ്ധീകരണങ്ങളിൽനിന്നും എഴുതി ത്തെളിഞ്ഞ ഗൗരി ലങ്കേഷ് എന്ന മാധ്യമപ്രവർത്തക, ഒരു പ്രാദേശിക പ്രസിദ്ധീകരണത്തിന്റെ സാരഥ്യം വഹിക്കുന്നത് താങ്കളുടെ കരിയറിൽ താഴോട്ടു പോകുകയല്ലേ ചെയ്യുന്നത്?"

ഗൗരി ലങ്കേഷ് തന്റെ നിലപാട് വ്യക്തമാക്കി:

"പ്രൊഫഷണൽ വളർച്ചയും വ്യക്തിനേട്ടങ്ങളും മാത്രമുണ്ടാക്കുക, എന്ന വർത്തമാനകാല പ്രയോജനവാദികളിൽനിന്നും ഭിന്നമായി, ആത്മ സംതൃപ്തി പ്രദാനം ചെയ്യുന്ന തൊഴിൽചെയ്യുക എന്നതാണ് എന്റെ തൊഴിലാധിഷ്ഠിതപ്രത്യയശാസ്ത്രം. അതിൽ ആത്മസംതൃപ്തിയും സമാധാനവുമുണ്ട്. കരിയറിൽ ഉണ്ടായ വ്യതിയാനത്തിൽ ആരും വേദനി ക്കേണ്ടതില്ല."

ചിദാനന്ദ രാജ്ഘട്ടെയുമായി മിക്കവാറും ആശയവിനിമയം നടത്താ റുണ്ടായിരുന്നു. ഇ മെയിൽ ആയും ഫോണിൽ കൂടിയും അവർ തമ്മിൽ ബന്ധപ്പെടാറുണ്ടായിരുന്നു. ജോലിസംബന്ധമായ ഗൗരിയുടെ നിലപാടു കളോട് അയാൾക്ക് വിയോജിപ്പുകളാണുണ്ടായിരുന്നത്. വിവരങ്ങൾ ജനങ്ങളെ അറിയിക്കുക എന്നതിൽ കവിഞ്ഞു ഒരു പത്രപ്രവർത്തക സമൂഹത്തിന്റെ തെറ്റുകുറ്റങ്ങൾക്കെതിരെ പക്ഷപാതപരമായി എഴുതു ന്നതും അധികാരത്തോട് കലഹിക്കുന്നതും അപകടകരമാണെന്നും എഴുത്തുകാരി എന്ന നിലയിൽ മുന്നോട്ട് പോകാൻ പ്രയാസങ്ങൾ സൃഷ്ടിക്കുമെന്നും അയാൾ ഓർമിപ്പിച്ചു. ജേണലിസം ഇന്ന് അക്കാഡ മിക് തലത്തിൽ നിന്നും സമൂഹത്തിലേക്ക് ഇറങ്ങി വരികയാണെന്നും ജനിച്ച നാടിന്റെ പരിതാപകരമായ അവസ്ഥയ്ക്കെതിരെ ശക്തമായി എഴുതണമെന്നും സമൂഹത്തെ ഉദ്ബുദ്ധതയിലേക്കു നയിക്കാനുള്ള

ഉത്തരവാദിത്വം ജേണലിസ്റ്റുകൾക്കുണ്ടെന്നും ഗൗരി ലങ്കേഷ് അർത്ഥ ശങ്കയ്ക്കിടയില്ലാതെ വാദിച്ചു, വിയോജിച്ചു.

അക്കാലത്തു സമൂഹത്തിൽ മാതൃകാപരമായ സേവനം നടത്തുന്ന നല്ല വ്യക്തികളെ ആദരവോടെ സഹായിക്കുന്നതിന് വേണ്ടി, കർണാടക മുഖ്യമന്ത്രി എസ്.എം. കൃഷ്ണ. 'ജി കാറ്റഗറി'യിൽ ഏതാനും പുരയിടങ്ങൾ സമുന്നതരായ വ്യക്തികൾക്ക് തുച്ഛമായ വിലയ്ക്ക് കൊടുക്കാൻ തീരുമാനിച്ചു. പി. ലങ്കേഷിനെപ്പോലുള്ള മഹത് വ്യക്തികൾക്ക് ന്യായമായും അർഹതയുള്ള ആ ഭൂമി, ഒരു ടാബ്ലോയിഡ് പ്രസിദ്ധീകരണത്തിന്റെ രണ്ടുകൊല്ലം മുമ്പ് നിയമാനുസൃതമായ ഉടമയായതിന്റെ പേരിൽ മാത്രം, ധാർമികമായി യാതൊരു അർഹതയുമില്ലാതെ അവകാശവാദമുന്നയിച്ചു തന്റെ സഹോദരൻ ഇന്ദ്രജിത് ലങ്കേഷ് ആ ഭൂമി തുച്ഛമായ വിലയ്ക്ക് വാങ്ങിയെടുത്തുവെന്നും ഗൗരി ലങ്കേഷ് അറിഞ്ഞു. അഴിമതിക്ക് തുല്യമായി, തികച്ചും അന്യായമായിട്ടാണ് ഗൗരി ലങ്കേഷ് ആ വിഷയത്തെ കണ്ടത്. സർക്കാരിന്റെ മുന്നിൽ നിയമാനുസൃതമായ രേഖകൾ കാണിച്ചുവെങ്കിലും തന്റെ അനുജനായിരുന്നുവെങ്കിലും ഭൂമി വാങ്ങിയെടുത്തത് ധാർമികനീതിക്കു നിരക്കുന്നതായിരുന്നില്ല എന്നവർക്കു തോന്നി.

പണത്തിനോട് അമിതാസക്തിയുള്ള ഇന്ദ്രജിത്തുമായി സഹകരിച്ചു ചുട്ടുപൊള്ളുന്ന രാഷ്ട്രീയപാതകൾ താണ്ടാനാകില്ലെന്നവർ തിരിച്ചറിഞ്ഞു. ഇത്തരത്തിൽ, സാമ്പത്തികവിഷയങ്ങളിൽ ദുർബലനായൊരാളുമായി സഹകരിച്ചുകൊണ്ട് ഈ മാസിക നടത്തിക്കൊണ്ട് പോയാൽ താൻ ഉദ്ദേശിക്കുന്ന രീതിയിൽ അഴിമതിക്കും രാഷ്ട്രീയ വഞ്ചനയ്ക്കുമെതിരെ പോരാടാൻ കഴിയില്ല. അച്ഛനോ താനോ വില കല്പിക്കുന്ന ആദർശ സംശുദ്ധിയില്ലാത്ത ഇന്ദ്രജിത്തിനെ കേവലമൊരു സഹോദരൻ മാത്രമായി കാണാൻ തുടങ്ങി. നിസ്വാർത്ഥതയുടെയും ആദർശത്തിന്റെയും മാതൃകയാകാത്ത ഒരാൾക്ക്, തലയുയർത്തി നട്ടെല്ല് നിവർത്തിനിന്ന് അനീതിക്കും അധർമ്മത്തിനുമെതിരെ പോരാടാനാകില്ല, എന്നാൽ താനും സഹോദരനും തമ്മിലുള്ള വ്യക്തിപരമായ അസ്വാരസ്യങ്ങൾ രാഷ്ട്രീയമായി മുതലെടുത്ത് തന്റെ ശക്തി ക്ഷയിപ്പിക്കുക എന്ന രാഷ്ട്രീയ എതിരാളികളുടെ താത്പര്യം മനസ്സിലാക്കാനും ഗൗരി ലങ്കേഷിന് തിരിച്ചറിവുണ്ടായിരുന്നു.

ഇങ്ങനെ പോയാൽ ഇന്ദ്രജിത്തുമായി വൈകാതെ വേർപിരിയേണ്ടി വരും. ഏതു നിമിഷവും ഇന്ദ്രജിത് തന്റെ കയ്യിലുള്ള പത്രമുടമയുടെ അധികാര ഖഡ്ഗം ഉയർത്താം. താൻ ജീവിതം ഉഴിഞ്ഞുവെച്ച പത്രപ്രവർത്തനത്തിൽ നിന്നും അതിന്റെ പേരിൽ ഒഴിഞ്ഞു നിൽക്കാനാവില്ല. ഗൗരി ലങ്കേഷ് ഉടൻ തന്നെ ഒരു പ്രസിദ്ധീകരണത്തിന്റെ രജിസ്ട്രേഷൻ രഹസ്യമായി എടുത്തുവെച്ചു.

പതിനൊന്ന്

ഈശയെന്ന മകൾ

ചെന്നി രണ്ടു കുട്ടികൾക്ക് ഇതിനിടയിൽ ജീവൻ നൽകിയിരുന്നുവെങ്കിലും ലങ്കേഷിന്റെ മരണത്തിലുണ്ടായ വേദനയിൽ നിന്നും അവൾ ഇനിയും മോചിതമായില്ല. അവളെ ഈ അന്തരീക്ഷത്തിൽ നിന്നും മാറ്റി നിർത്തിയാൽ നന്നാവും എന്ന് കരുതിയിട്ടാണ് ലങ്കേഷിന്റെ ഫാം ഹൗസിലേക്കു താമസം മാറ്റിയത്. ഒരു ദിവസം അവിടെ പോയി വന്ന ബേബി അവളുടെ അവസ്ഥയിൽ മാറ്റമൊന്നുമില്ല എന്നറിയിച്ചപ്പോൾ ഗൗരി ലങ്കേഷിനു സങ്കടമായി. ഫാം ഹൗസ് അവർ വിൽക്കാൻ തീരുമാനിച്ചു. ചെന്നിയെ അമ്മയുടെ ഫാം ഹൗസിലേക്കു കൊണ്ടുവന്നു. അവിടെയെത്തിയപ്പോൾ അവളുടെ പ്രകൃതത്തിനു മാറ്റം വന്നു.

അമ്മയുടെ കൃഷിയിൽ അതീവമായി ശ്രദ്ധിക്കുക അവളുടെ ജോലിയായി മാറി. കൃഷി സ്ഥലം മുഴുവൻ ചുറ്റി നടന്ന് ആരെങ്കിലും എന്തെങ്കിലും കുഴപ്പമുണ്ടാക്കുന്നുണ്ടോ എന്ന് ശ്രദ്ധിക്കും. കോഴി, കീരി, പെരുച്ചാഴി മുതലായവർ വന്നു കൃഷി നശിപ്പിക്കുന്നുണ്ടോ എന്ന ഉത്തരവാദിത്വം അവൾ ഏറ്റെടുത്തു. ഗൗരി ലങ്കേഷ് അങ്ങോട്ട് പോകുമ്പോൾ, വന്നു വാലാട്ടി നിന്ന്, നോക്കി നിൽക്കും. പിന്നെ സന്തോഷത്തോടെ കൃഷിയിടങ്ങളിലേക്കു കൊണ്ടുപോയി എല്ലാ കൃഷികളും കാണിച്ചു കൊടുക്കാൻ അവൾക്ക് ഉത്സാഹമാണ്. മടങ്ങിപ്പോരുമ്പോൾ യാത്രയാക്കാൻ

വരും. പിന്തിരിഞ്ഞു നോക്കുമ്പോഴും അവൾ അവിടെ തന്നെ നിന്ന് ഗൗരി ലങ്കേഷിനെ നോക്കി നിൽക്കുന്നുണ്ടാവും.

പിന്നീട്, കാര്യസ്ഥൻ കല്ലപ്പ ജോലി വിട്ടുപോവുകയും അവിടത്തെ കന്നുകാലികളെ വക്കീലിന്റെ വീട്ടിലേക്കു മാറ്റി പാർപ്പിക്കേണ്ടതായും വന്നപ്പോൾ ഗൗരി ലങ്കേഷ് ചെന്നിയെ വീട്ടിലേക്കു കൂട്ടികൊണ്ട് വന്നു. ഒറ്റയ്ക്ക് താമസിക്കുകയും എന്നാൽ പകൽ എപ്പോഴും പുറത്ത് മാത്രം ജീവിക്കുകയും രാത്രിയിൽ മാത്രം തിരിച്ചു വരികയും ചെയ്യുന്ന ഗൗരി ലങ്കേഷിന്, വീട് കാവലിനായി ഏറ്റവും നല്ലൊരു കൂട്ടായിരുന്നു ചെന്നി.

ഈശ ജനിക്കുന്നു

കവിതാ ലങ്കേഷിനു വിവാഹം ഒരു സാഹസമാണെന്ന് തോന്നി. വിവാഹം എന്ന വ്യവസ്ഥയോട് കവിതയ്ക്ക് വിയോജിപ്പുണ്ടാവാൻ ഗൗരി ലങ്കേഷിന്റെ ജീവിതവുമായി ബന്ധമുണ്ട്. ചിദാനന്ദ രാജ്ഘട്ടെയുമായി ഗൗരി ലങ്കേഷ്, ഗാഢമായ പ്രണയത്തിലാവുന്നതും അവർ വിവാഹിത രായി ഏതാനും വർഷം ജീവിക്കുകയും പിന്നീട് അവരുടെ ആ ദാമ്പത്യം തകരുന്നതും നിസ്സഹായയായി നോക്കിനിൽക്കുകയായിരുന്നു, കവിതാ ലങ്കേഷ്. എല്ലാതരത്തിലും ഉയർന്ന നിലവാരമുള്ളതും ആഴത്തിൽ വേരോ ടിയതുമായ ആ ബന്ധം ഇടയ്ക്കു കരിഞ്ഞുപോയതോടെ വിവാഹ സങ്കല്പങ്ങൾ പൊള്ളയാണെന്ന് കവിതാ ലങ്കേഷിന് തോന്നിത്തുടങ്ങി. ഒരു വിവാഹത്തിലേക്ക് കടന്നുചെല്ലാൻ അവർ ഇഷ്ടപ്പെട്ടില്ല.

കവിത ലങ്കേഷ്, പി. ലങ്കേഷ്

തിരക്കഥാരചനാവേളകളിൽ ഗൗരി ലങ്കേഷുമായി സഹകരിക്കാറുണ്ടായിരുന്നു. ആർട്ടിസ്റ്റുകളെ തെരഞ്ഞെടുക്കുന്നതിലും ഷൂട്ടിങ് ലൊക്കേഷനിലും നിർമ്മാണപ്രവർത്തനങ്ങളിലും ഗൗരി ലങ്കേഷിന് താത്പര്യമില്ല. കവിതയുടെ തിരക്കഥ ഗൗരി ലങ്കേഷ് വായിച്ചുനോക്കുകയും ആവശ്യമായ തിരുത്തലുകളും മാറ്റങ്ങളും നിർദ്ദേശിക്കുകയും ചെയ്തിരുന്നു, അവയെല്ലാംതന്നെ കവിതയ്ക്ക് വളരെ വിലപ്പെട്ടതായിരുന്നു. 'പ്രീതിപ്രയാണ' എന്ന കവിതാ ലങ്കേഷിന്റെ സിനിമ ആയിടെയാണ് തുടങ്ങിയത്.

ഒരു വിവാഹം ചെയ്തു, ഭാവിയിൽ ഒരു പ്രശ്നമായി മാററുതെന്നും കവിത ലങ്കേഷ്, ഗൗരി ലങ്കേഷിനോട് പറഞ്ഞു.

"എനിക്കൊരു കുഞ്ഞിനെ വേണം."

"അതെങ്ങനെ? നീ അഡോപ്റ്റ് ചെയ്യാനാണോ പോകുന്നത്?"

"അല്ല."

കവിത ഡോക്യുമെന്ററി ചലച്ചിത്ര നിർമ്മാണവുമായി ബന്ധപ്പെട്ടു നടന്നപ്പോൾ റോബർട്ട് എന്ന ഫ്രഞ്ചുകാരനായ ഒരു സിനിമാസംവിധായകനുമായി സൗഹൃദമായെന്നും അയാളുമായി ബന്ധപ്പെട്ട് ഒരു കുട്ടി ജനിച്ചാൽ ആ കുട്ടിയെ വളർത്താൻ ആഗ്രഹമുണ്ടെന്നും കവിത താത്പര്യം പ്രകടിപ്പിച്ചു, വിവാഹമൊന്നും വേണ്ട. ഇക്കാര്യത്തിൽ ഗൗരിയുടെ അഭിപ്രായം അറിയണം.

എന്തിനു വിയോജിക്കണം? എന്നോ ആരംഭിച്ച ആരോ നിർണ്ണയിച്ച കുടുംബവ്യവസ്ഥയെ അതേപടി അംഗീകരിക്കാനും അനുവർത്തിക്കാനും ബാധ്യതയൊന്നുമില്ല. സ്ത്രീയുടെ സ്വാതന്ത്ര്യം നിഷേധിക്കുകയും പുരുഷാധികാരം സ്ഥാപിക്കുകയും ചെയ്യുന്ന ഈ കുടുംബവ്യവസ്ഥയിൽ അനേകം പരിമിതികളും പരാധീനതകളും ഉണ്ട്. ഒരു വ്യക്തിയുടെ ജീവിതം തെരഞ്ഞെടുക്കുന്നത് ആ വ്യക്തിയായിരിക്കണം. ബാഹ്യനിയമങ്ങളും നിബന്ധനകളും അയാളെ പരിമിതപ്പെടുത്തരുത്. കാലാനുസൃതമായ പരിഷ്കാരങ്ങൾക്കും നവനിർമ്മിതികൾക്കും വിധേയമാകാത്ത പരമ്പരാഗതമായ ആചാരമര്യാദകൾ മിക്കതും അർത്ഥശൂന്യമാണ്. അവയെല്ലാം ചോദ്യം ചെയ്യപ്പെടാതെ അന്ധമായി പിന്തുടരുന്നതാണ് നമ്മുടെ ജീവിതവ്യവസ്ഥയുടെ പ്രശ്നങ്ങൾ. ധീരതയുള്ളവർ ആ പഴകിയ നിയമങ്ങളെ നിഷേധിക്കാൻ മുന്നോട്ടു വരുമ്പോൾ അതിനു തടസ്സങ്ങൾ നിരവധിയുണ്ടാവും. ആത്മവിശ്വാസമുള്ളവർക്കു അത് നേരിടാൻ കഴിയും.

തനിക്കും കുഞ്ഞുങ്ങളോട് അതീവസ്നേഹമാണെന്നും ആ സ്നേഹം പ്രകടിപ്പിക്കാൻ അവസരമില്ലാത്തതിലുള്ള വേദന ചെറുതല്ലെന്നും ഗൗരി ലങ്കേഷ് പറഞ്ഞു. കവിതയുടെ ആഗ്രഹവുമായി മുന്നോട്ട് പോകാൻ എല്ലാ നിലയ്ക്കും പിന്തുണയും വാഗ്ദാനം നൽകി. ഈ വിഷയത്തിൽ അമ്മയുടെ അനുകൂലസമീപനവും കൂടി കിട്ടിയപ്പോൾ, റോബർട്ടിനെ

ധരിപ്പിക്കുകയും അവർ തമ്മിൽ കുറച്ചു നാളുകൾ ഒരുമിച്ച് ജീവിക്കുകയും ചെയ്തു.

കന്നഡഭാഷയും സംസ്കാരവും ജനങ്ങളിൽനിന്നും അകലുന്നുവെന്നും ബ്രിട്ടീഷുകാർ പോയിട്ട് അരനൂറ്റാണ്ടായിട്ടും പാശ്ചാത്യ സംസ്കാരവും ഇംഗ്ലീഷ് ഭാഷയും ജനങ്ങളുടെമേൽ ആധിപത്യം തുടരുന്നുവെന്നും കൊളോണിയൽ സംസ്കാരത്തിന്റെ അടിമകളായി തുടരുന്നുവെന്നും അതിനെതിരായി കന്നഡ നിർബന്ധമായി പഠിക്കണമെന്നുമുള്ള ആശയങ്ങൾ പ്രചരിപ്പിക്കാൻ പരിശ്രമങ്ങൾ നടത്തുന്നതുമായ കന്നഡ ഭാഷാ സംഘടനകൾ രൂപംകൊണ്ടു.

സ്വാതന്ത്ര്യാനന്തരം ആരംഭിച്ച ഈ പ്രസ്ഥാനങ്ങൾ എൺപതുകളിൽ ശക്തിയാർജ്ജിക്കുന്നുണ്ടായിരുന്നു. നടനും ചലച്ചിത്രരംഗത്തെ പ്രമുഖനുമായ ഡോ. രാജകുമാർ ഈ പ്രസ്ഥാനത്തിന്റെ മുൻപന്തിയിൽ ഉണ്ടായിരുന്നു. എന്നാൽ, ഇടയ്ക്കു വെച്ച് ഈ പ്രസ്ഥാനം വളരെ അക്രമാസക്തമായി തീവ്രഇതരഭാഷാ വിരോധം പ്രകടിപ്പിച്ചു. മാതൃഭാഷാവികാരം അടിച്ചേൽപ്പിക്കാൻ ശ്രമിച്ചു. അതിനോട് രാജ്കുമാർ വിയോജിക്കുകയും ചെയ്തു.

കാവേരി വെള്ളം തമിഴ്നാടിനു കൊടുക്കുന്നതിൽ വിരോധവും അതിന്റെ പേരിൽ നിരവധി കലാപങ്ങളും തൊണ്ണൂറുകളിൽ ഉണ്ടായതിന്റെ വ്രണങ്ങൾ ഇനിയും ഉണങ്ങിയിരുന്നില്ല. ഇതിനിടയിലാണ് കന്നഡ ഭാഷയെക്കുറിച്ച് ഒരു പ്രഭാഷണം നടത്താൻ ഗൗരിലങ്കേഷിനെ ഭാഷാപ്രവർത്തകർ ക്ഷണിക്കുന്നത്. മാതൃഭാഷയും സംസ്കാരവും വളർത്തണമെന്നും ആ സംസ്കാരം നിലനിർത്താൻ വേണ്ടി വിശാലവും സമചിത്തതയോടെയുള്ള വീക്ഷണം ആവശ്യമാണെന്നും തീവ്രനിലപാടുകൾ ഉപേക്ഷിച്ചു സാംസ്കാരികമൂല്യങ്ങൾ ഉയർത്തികൊണ്ടുവരാൻ ക്രിയാത്മക കർമ്മപരിപാടികൾ ആവഷ്കരിക്കണമെന്നും ഗൗരി ലങ്കേഷ് ആവശ്യപ്പെട്ടു. തുടർന്ന് ഈ വിഷയത്തെക്കുറിച്ചു പഠനാർഹമായ ഒരു ഗംഭീര ലേഖനം ലങ്കേഷ് പത്രികെയിൽ എഴുതുകയും ചെയ്തു.

ബി.വി. കാരന്ത്

ബി.വി.കാരന്ത് അസുഖവുമായി യുദ്ധം ചെയ്യുകയാണ്. അച്ഛന്റെ സുഹൃത്തും തനിക്കെന്നും പ്രചോദനമേകിയ മനുഷ്യനും ആദർശത്തിന് വേണ്ടി പോരാടിയ മഹാനായ കലാകാരനും ആണ്. ഇന്ത്യൻ നാടകവേദിയിൽ സ്വന്തമായി സ്ഥാനമുറപ്പിച്ച ബി.വി. കാരന്ത്, പി. ലങ്കേഷിനോടുണ്ടായിരുന്നു സ്നേഹം ഗൗരിയോടും മനസ്സിൽ സൂക്ഷിച്ചിരുന്നു. സുഹൃത്ത് ജയന്ത് കൈകനിയോടൊപ്പം അദ്ദേഹത്തെ നേരിൽ കാണുവാൻ പോയി.

കുട്ടിക്കാലത്തു നാടകം കളിച്ചതു മുതലുള്ള കാര്യങ്ങൾ ഓർമ്മയിലെത്തി. പിന്നീടദ്ദേഹത്തെ കണ്ടത് ഡൽഹിയിൽ പഠിക്കാൻ പോയ

പോയപ്പോഴാണ്. അന്നദ്ദേഹം ഒരു ഹാർമോണിയവുമായി വന്ന് അർദ്ധ രാത്രിവരെ എല്ലാവരെയും സംഗീതസാഗരത്തിൽ നീന്തിത്തുള്ളിപ്പിച്ച് ആറാടിച്ചതു മറക്കാനാവില്ല. മൈസൂരിൽ നാടകോത്സവത്തിൽ വെച്ച് ജേണലിസ്റ്റായ തന്നെ കണ്ടപ്പോൾ അതീവവാത്സല്യത്തോടെയാണ് എതിരേറ്റതെങ്കിലും പഴയ ഊർജ്ജവും ഉത്സാഹവും വിട്ടുപോയിരുന്നു. അതിനു കാരണമുണ്ട്. ഭോപ്പാൽ ദുരന്തത്തിൽപെട്ട ഇരകളെ സഹായി ക്കുന്നതിനായി ബി.വികാരന്തിന്റെ നേതൃത്വത്തിൽ 'ഭാരത് ഭാവന'യിൽ നാടകോത്സവം സംഘടിപ്പിച്ചപ്പോൾ അദ്ദേഹത്തിനെതിരെ ഒരു കൊല പാതക കേസ് ചാർജ്ജ് ചെയ്യുകയുണ്ടായി. വർഷങ്ങൾ നീണ്ട കഠിന മായ നിയമ പോരാട്ടത്തിന് ശേഷമാണ് കോടതി കുറ്റവിമുക്തനാക്കിയത്. ആ ദുരനുഭവങ്ങളുടെ നിഴൽപ്പാടുകൾ അദ്ദേഹത്തിന്റെ മുഖത്തും പെരുമാറ്റത്തിലും പ്രകടമാകുന്നുണ്ടായിരുന്നു. അന്ന് അദ്ദേഹമനുഭവിച്ച വേദനയുടെ ഭാണ്ഡക്കെട്ടുകൾ തുറന്നാൽ ആ കാഴ്ച അസഹനീയമാ കുമെന്നു ഭാര്യയും നടിയുമായ പ്രേമകാരന്ത് പറഞ്ഞിട്ടുണ്ട്. മാസങ്ങളും വർഷങ്ങളും കഴിഞ്ഞിട്ടും അദ്ദേഹത്തിന് ആ ദുരന്തം സമ്മാനിച്ച സങ്കട ത്തിൽനിന്നും കരകയറാനായില്ല.

വർഷങ്ങൾക്കു ശേഷം ഹൈദരാബാദിൽ ബെർടോൾഡ് ബ്രെഹ് ത്തിന്റെ 'അമ്മയുടെ ധൈര്യവും കുട്ടികളും' (Mother Courage and Her Children - Eugen Berthold Friedrich Brecht) എന്ന നാടകം തെലുങ്കി ലേക്ക് വിവർത്തനം ചെയ്തു സംവിധാനം ചെയ്യുന്ന സമയത്താണ് പിന്നീട് കാണുന്നത്. ഡയലോഗുകൾ അദ്ദേഹം ഹിന്ദിയിലാണ് പറഞ്ഞി രുന്നത്. അത് തെലുങ്കിലേക്കു മൊഴിമാറ്റം നടത്തി അഭിനയിയിക്കുന്ന വർക്കു തൽക്ഷണം വിവർത്തനം ചെയ്യാൻപോലും കഴിയാത്ത വിസ്മയ കരമായ ഒഴുക്കിലായിരുന്നു അഭിനയിച്ചത്. നാടകത്തിനുവേണ്ടി സമർ പ്പിച്ച ഒരു ജീവിതമായിരുന്നു അദ്ദേഹത്തിന്റേത്.

വളരെ താഴ്ന്ന ജീവിതസാഹചര്യത്തിൽ ജനിച്ച അദ്ദേഹം പഠിച്ച് വളർന്നു ഇന്ത്യ കണ്ട അപൂർവ്വം വലിയ നാടകക്കാരനായി വളരുന്ന തിൽ ഏറെ സഹനവും ത്യാഗവും ഉണ്ടായിട്ടുണ്ട്. അദ്ദേഹം തന്നെ പിന്നീ ടൊരിക്കൽ പറഞ്ഞു:

"ബാംഗ്ലൂരിൽ ഗുബ്ബവീരണ്ണയോടൊപ്പം നാടകപ്രവർത്തനം തുടങ്ങിയ ഞാൻ ഇന്ത്യ മുഴുവൻ നാടകവുമായി അലഞ്ഞുതിരിഞ്ഞു നടന്നിട്ടുണ്ട്. നാടകത്തോടുള്ള അഭിനിവേശം ഞാൻ മരിച്ചാലും അടങ്ങുകയില്ല. ഞാൻ ശ്വാസോച്ഛ്വാസം ചെയ്യുന്നത് നാടകത്തിലാണ്. പ്രൊഫഷണൽ നാടക സമിതിയുമായി ഞാൻ തിരിച്ചു വരികയാണ്."

ജയന്ത് കൈകനിയോടൊപ്പം ചെന്നു കണ്ടപ്പോൾ അദ്ദേഹം ചോദിച്ചു:

"ലങ്കേഷ് പത്രികെ വിജയകരമായി തന്നെ പോകുന്നില്ലേ?"

"നഷ്ടത്തിൽ നടത്താൻ എന്റെ സഹോദരന്റെ കയ്യിൽ പണ മില്ലല്ലോ!"

ബി.വി. കാരന്ത്
മഹാനായ നാടക കലാകാരൻ
19 Sept. 1929-1st Sept. 2002

"അഭിനന്ദനങ്ങൾ ഗൗരീ, എനിക്ക് സന്തോഷമായി. ലങ്കേഷിന്റെ മകൾ ആ പത്രം ഭംഗിയായി കൊണ്ട് നടക്കുന്നുണ്ടല്ലോ."

നാഷണൽ സ്കൂൾ ഓഫ് ഡ്രാമയുടെ ഡയറക്ടർ അങ്കുർ അദ്ദേഹത്തെ കാണാൻ അവിടെ എത്തിയിരുന്നു. ബനാറസിലെ പഴയകാല കഥകൾ അദ്ദേഹം ഓർത്തെടുത്തു പറയുന്നത് കേൾക്കുമ്പോൾ നാടകം കാണുന്ന അനുഭവമായിരുന്നു. ഇടയ്ക്കിടെ ശബ്ദം താഴുകയുണ്ടായിരുന്നുവെങ്കിലും ഊർജ്ജം സംഭരിച്ചു വീണ്ടും സംസാരിച്ചുകൊണ്ടിരുന്നു. തന്റെ ആത്മകഥ, 'കാരന്തനകഥ' (കാരന്തിന്റെ കഥ) എന്ന പേരിൽ പകർത്തിയെഴുതിയത് വൈദേഹിയായിരുന്നു. അതിൽ തന്റെ ഭാര്യ പ്രേമാകാരന്തിനെ കുറിച്ച് ഒരു അദ്ധ്യായം എഴുതാൻ വിട്ടുപോയത് അക്ഷന്തവ്യമായ തെറ്റാണെന്ന് അദ്ദേഹം വേദനയോടെ പറഞ്ഞപ്പോൾ ജയന്ത് കൈകനി പറഞ്ഞു:

"അതെല്ലാം ഇനിയും എഴുതാമല്ലോ, ആദ്യം ഈ അസുഖം മാറട്ടെ."

'ഏയ്, എന്ത് കാരണവശാലും അത് ശരിയല്ല, എന്നെ എത്രയോ കാലം ശുശ്രൂഷിച്ചതാണ് പ്രേമ. അത് വിട്ടുപോകാൻ പാടില്ലായിരുന്നു."

"ഞാനൊരിക്കൽ വരാം, ആദ്യം ആരോഗ്യം വീണ്ടെടുക്കട്ടെ, സാറിന് പ്രേമയെക്കുറിച്ച് പറയാനുള്ളതെല്ലാം ഞാൻ എഴുതിയെടുക്കാം, പ്രസിദ്ധീകരിക്കാം."

"പ്രോമിസ്?" ഒരു കൊച്ചുകുട്ടിയുടെ നിഷ്കളങ്കതയും പ്രതീക്ഷയും ആ മുഖത്ത് തുടിച്ചിരുന്നു അപ്പോൾ.

"പ്രോമിസ്." എന്നിട്ടു ജയന്ത് കൈകനി മ്യൂസിക്ക് കാസെറ്റ് ഏല്പിച്ചു. ശക്തി പാടിയ ആ പാട്ടു റെക്കോർഡ് പ്ലെയറിൽ ഇട്ടു കേൾക്കുമ്പോൾ ഗൗരി ലങ്കേഷിന്റെ കൈ എടുത്ത് ചോദിച്ചു:

"എന്ത് ആനന്ദകരമായ സംഗീതം അല്ലേ, ഗൗരി റിലാക്സായില്ലേ?"

കൂടിക്കാഴ്ച അവസാനത്തേതായിരുന്നു. പിന്നീട് അസുഖം കൂടിയെന്നറിഞ്ഞപ്പോൾ ഗൗരി ലങ്കേഷ് ഫോണിൽ വിളിച്ചു ചോദിച്ചു:

"എങ്ങനെയുണ്ട് അസുഖം?"

"അലോപ്പതി നിർത്തി, ഇപ്പോൾ വീട്ടിൽ സ്വയം ചില ചികിത്സ യിലാണ്."

"എന്തെങ്കിലും സഹായം ആവശ്യമുണ്ടെങ്കിൽ പറയാൻ മടിക്കരുതേ."

'എനിക്കൊരു പ്രശ്നവുമില്ല, പക്ഷേ നീ ലങ്കേഷ് പത്രികെ നന്നായി നടത്തിക്കൊണ്ട് പോകാൻ ശ്രദ്ധിക്കണം, എനിക്കതു മതി."

എന്നും തന്നോട് സ്നേഹവും ഉപദേശവും നൽകി പ്രചോദിപ്പിച്ചിരുന്ന ആ ശബ്ദം നിലയ്ക്കുകയായിരുന്നു. അരങ്ങിൽ മനുഷ്യനെ ചിരിപ്പിക്കുകയും കരയിപ്പിക്കുകയും കലഹിക്കുകയും ചിന്തിപ്പിക്കുകയും ചെയ്ത ആ മഹാപ്രതിഭയുടെ മരണത്തോടെ മഹത്തായ ഒരു ജീവിതത്തിന്റെ തിരശ്ശീല വീഴുകയായിരുന്നു.

(ബി.വി. കാരന്ത് എന്നപേരിൽ ഓർമ്മക്കുറിപ്പെഴുതി പ്രസിദ്ധീകരിച്ചു.)

ബാബാബുഡൻ ഗിരി അയോദ്ധ്യയാക്കും?

കാലം, രണ്ടായിരത്തിരണ്ട് മധ്യത്തോടടുക്കുന്നു. ബാബാബുഡൻ ഗിരി എന്ന സൂഫി മഠത്തിന്റെ സ്ഥാനത്തു ക്ഷേത്രമുണ്ടായിരുന്നുവെന്നും ഈ മഠം തങ്ങൾക്കുകൂടി അവകാശപ്പെട്ടതാണെന്നും തീവ്രവലതുപക്ഷ ഹിന്ദുനേതാക്കൾ അവകാശപ്പെടുന്നു. മതേതരവാദികളും ന്യൂനപക്ഷ സമൂഹങ്ങളും ആ വാദത്തെ ഖണ്ഡിക്കുന്നു. കോടതിവിധികളും ചരിത്ര രേഖകളും സത്യസന്ധവും വസ്തുനിഷ്ഠവുമായ പഠനത്തിന് വിധേയ മാക്കി.

പടിഞ്ഞാറൻ കർണാടകത്തിൽ, ചിക്കമംഗളൂരിൽ പട്ടണത്തിൽനിന്നും മുപ്പതു കിലോമീറ്റർ ദൂരെനുള്ള ചന്ദ്രദോണ പർവതത്തിന്റെ മുളയണ ഗിരി എന്ന ശിഖിരത്തിൽ സൗദിഅറേബ്യയിൽനിന്നും പ്രവാചകൻ മുഹമ്മദ്നബിയുടെ ശിഷ്യപരമ്പരയിൽ നിന്ന് എന്ന് പറയപ്പെടുന്ന അബ്ദുൽ അസീസ്മാക്സി എന്നൊരു സൂഫി പണ്ഡിതൻ, ഇസ്‌ലാമിന്റെ സമാധാനസന്ദേശം പ്രചരിപ്പിക്കാനായി മലബാർ മംഗലാപുരം വഴി കർണാടക സംസ്ഥാനത്തിന്റെ തണുത്ത കാറ്റു വീശുന്ന ചിക്കമംഗളൂരിൽ പതിനൊന്നാം നൂറ്റാണ്ടിൽ എത്തുകയുണ്ടായി. അദ്ദേഹം, ദാദാ ഹസറത്ത് ദാദാഹയാത് കലന്ധർ എന്ന പേരിൽ അറിയപ്പെട്ടിരുന്നു. പ്രഭുക്കളായ ബ്രാഹ്മണർ മനുഷ്യത്വഹീനമായ ജാതിവിവേചനം പാവങ്ങളോട് കാണിച്ചിരുന്നു. ഈ പ്രവണതയ്ക്കെതിരെ ജനതയെ ബോധവൽക്കരിക്കുകയും ജാതിവിഭജനത്തിലൂടെ ചൂഷണം ചെയ്യുന്നതിൽ നിന്നും ജന്മിവർഗ്ഗത്തെ പിൻതിരിപ്പിക്കുകയും ചെയ്യാൻ ശ്രമിച്ചപ്പോൾ ജനങ്ങൾ അദ്ദേഹത്തെ ഹൃദയത്തിൽ ആരാധനയോടെ പ്രതിഷ്ഠിച്ചു, കാലാന്തരത്തിൽ അദ്ദേഹം തിരിച്ചുപോവുകയും ചെയ്തു. അവിടെയുണ്ടായിരുന്ന ജനങ്ങളിൽ ഭൂരിഭാഗവും ദളിതരും താഴ്ന്ന ജാതികളിലെ ഹിന്ദുക്കളുമായിരുന്നു..

ബാബാബുഡൻ സൂഫിസന്ന്യാസി

സൂഫിസിദ്ധാന്തങ്ങൾ പ്രചരിപ്പിക്കാൻ ബാഗ്ദാദിൽനിന്ന് ബാബാബുഡൻ എന്ന സൂഫിസന്യാസി പതിനേഴാം നൂറ്റാണ്ടിൽ മുളയണഗിരിക്കുന്നിൽ എത്തുകയുണ്ടായി. അദ്ദേഹം ദത്തഹയാത്തിന്റെ പുനരവതാരമാണെന്നും പറയുന്നു. അദ്ദേഹം താമസിച്ച മലയ്ക്ക് 'ബാബാബുഡൻ ഗിരി'യെന്നു പേരും വന്നു. ചിക്കമംഗളൂരിലെ ജനങ്ങളെ അന്ധവിശ്വാസങ്ങളിൽ നിന്നും ജാതിവിഭജനത്തിൽനിന്നും മോചിപ്പിക്കുന്ന ഉദ്ബോധനം നടത്തുകയും ബാഗ്ദാദിൽ നിന്നും കൊണ്ടുവന്ന കാപ്പിക്കുരുക്കൾ പാകി കാപ്പിത്തോട്ടങ്ങൾ വച്ച്പിടിപ്പിക്കുകയും ചെയ്തു.

സൂഫി സന്ദേശങ്ങൾ പ്രചരിപ്പിച്ച അദ്ദേഹം ഗുരുവായി മാറി. ഇസ്ലാമിന്റെ മതപരമായ അനുഷ്ഠാനങ്ങളും ആചാരങ്ങളും പിൻതുടരാതെ, ഖുർ-ആൻ വചനങ്ങളിൽ അന്തർലീനമായ ആത്മീയദർശനത്തെ കടഞ്ഞെടുത്തു ആത്മചൈതന്യംനേടി ജീവിതസായൂജ്യമടയുക മാത്രമാണ് അദ്ദേഹം ചെയ്തത്. ഇസ്ലാമികമോ ഹൈന്ദവമോ ആയ യാതൊരു ആചാരാനുഷ്ഠാനങ്ങളും അവിടെ നടത്താറില്ല. സൂഫിപണ്ഡിതരുടെ സമാധി അടക്കം ചെയ്ത പുണ്യസ്ഥലവും ഒരു മസ്ജിദും സൂഫിസന്ന്യാസിമാരുടെ ഉപദേശങ്ങൾക്കായി എത്തുന്ന സന്ദർശകർക്കു വേണ്ടി ഒരു ഭക്ഷണശാലയും അവിടെയുണ്ട്. പുണ്യകേന്ദ്രമെന്നു വിശ്വസിക്കുന്ന ഒരു ഗുഹയും. ബാബാബുഡൻ ഗുരുവിന്റേതെന്നു കരുതുന്ന അവിടെയുള്ള ഒരു ജോടി പാദുകത്തെ സന്ദർശകർ ആദരവോടെ വന്ദിക്കുന്നു.

ഇതല്ലാതെ മതപരമായ അനുഷ്ഠാനങ്ങളോ ആചാരങ്ങളോ അവിടെ നടത്താറില്ല. വർഷംതോറും ദത്തഹായാത്തിന്റെ ദിവസമായി ആഘോഷിക്കുന്ന ഒരു നാട്ടുത്സവവും ഡിസംബർ മാസത്തിൽ നടക്കുമായിരുന്നു.

സൂഫിഗുരുക്കൾ നാട്ടുകാർക്ക് നിസ്വാർത്ഥവും നിർമ്മമവുമായ ആത്മീയജീവിതത്തിലേക്ക് നയിക്കുന്ന ഉപദേശങ്ങൾ, കഥകളായും ഗാനങ്ങളായും പറഞ്ഞു കൊടുക്കുമായിരുന്നു. ശാരീരികമായ അസുഖങ്ങൾക്ക് ചില നാട്ടുമരുന്നുകളും ചികിത്സകളും ഈ സൂഫിസന്ന്യാസിമാർ നിർദ്ദേശിക്കാറുണ്ട്.

മഹാവിഷ്ണുവിന്റെ അവസാനത്തെ അവതാരമായിരുന്ന ഒരു ദത്തത്രയസ്വാമി അവിടെ താമസിച്ചിരുന്നതായും അദ്ദേഹം പ്രാർത്ഥിക്കാൻ ഉപയോഗിച്ചിരുന്ന ഗുഹയാണ് പതിനൊന്നാം നൂറ്റാണ്ടിൽ വന്ന സൂഫിസന്ന്യാസിയായ ദത്തഹയാത് പ്രാർത്ഥനയ്ക്കായി തെരഞ്ഞെടുത്തതെന്നും അതുകൊണ്ട് ആ സ്ഥലത്തു ഹിന്ദുക്കൾക്കും അവകാശമുണ്ടെന്നും ഹിന്ദുസംഘടനകൾ അവകാശപ്പെടുന്നു സ്വാതന്ത്ര്യാനന്തര മതേതര ഇന്ത്യയിൽ പ്രസ്തുത ബാബാ ബുഡൻഗിരിയും ആ പുണ്യസ്ഥലവും തങ്ങളുടേതാണെന്ന അവകാശവാദമുന്നയിച്ച് അത് പിടിച്ചെടുക്കാൻ സംഘപരിവാറും സന്നദ്ധസംഘടനകളും തീരുമാനമെടുത്തത് പ്രദേശവാസികളെ ഞെട്ടിച്ചു.

ഇതിന്റെ സത്യസ്ഥിതി അറിയണമെന്ന് ഗൗരി ലങ്കേഷിനു തോന്നി. എഴുത്തുകാരോടും സുഹൃത്തുക്കളോടും ഈ വിവരം പറഞ്ഞപ്പോൾ ഗിരീഷ് കർണാടിൽ നിന്നാണ് പെട്ടെന്ന് മറുപടി ഉണ്ടായത്. അദ്ദേഹം ചോദിച്ചു:

"ഡിസംബർ 7, 8 തീയതികളിൽ നടക്കുന്ന സമുദായ സൗഹാർദ്ദയോഗത്തിനു മുമ്പ് നമുക്കൊന്ന് പോയി നേരിട്ട് കാര്യങ്ങൾ കണ്ടു മനസ്സിലാക്കിയാലോ?"

"അത് നല്ലതാണ്." ഗൗരി ലങ്കേഷിനു സന്തോഷമായി. അവർ ഒരുമിച്ചു ബാബാ ബുഡൻ ഗിരി സന്ദർശിക്കാൻ തീരുമാനിച്ചു.

ഇതിനിടയിൽ കവിതാ ലങ്കേഷിന് ഒരു പെൺകുഞ്ഞു പിറന്നു. ആ കുട്ടിയുടെ പേരാണ് ഈശ ലങ്കേഷ്. കവിത ലങ്കേഷ് കൂടാതെ ഈശയ്ക്ക് പ്രസവിക്കാത്ത ഒരമ്മയും കൂടിയുണ്ട്, അതാണ് ഗൗരി ലങ്കേഷ്.

പന്ത്രണ്ട്

ആക്ടിവിസം

ബാബാബുഡൻഗിരി നൂറ്റാണ്ടുകളായി നിലനിൽക്കുന്ന കർണാടകയുടെ മതസൗഹാർദ്ദത്തിന്റെ പ്രതീകമാണെന്നും അതിനെ എന്ത് വില കൊടുത്തും സംരക്ഷിക്കേണ്ടത് മതേതരവിശ്വാസിയായ ഏതൊരു പൗരന്റെയും കടമയാണെന്നും ഗിരീഷ് കർണാട് അഭിപ്രായപ്പെട്ടിരുന്നു. അദ്ദേഹംതന്നെ അവരുടെ യാത്രയെ നയിച്ചു. ഗിരീഷ് കർണാട്, ഡോ.കെ.മരുളൂ സിദ്ധപ്പ, ജി.കെ. ഗോവിന്ദറാവു, ശുദ്രശ്രീനിവാസ, പ്രൊഫ. വി.എസ്. ശ്രീധർ, ഗൗരി ലങ്കേഷ് മുതലായ പ്രഗദ്ഭരുടെ സംഘമാണ് പോയത്. പ്രശ്നം ഗുരുതരവും സങ്കീർണവുമായ അവസ്ഥയിലായതു കൊണ്ടാണ് എല്ലാവരും ചേർന്ന് ഒരു പരിഹാരം തേടി ഇറങ്ങേണ്ടി വന്നത്.

പ്രതിരോധങ്ങളുടെ നാൾവഴികൾ

1965ൽ കേന്ദ്ര സർക്കാർ മുസ്ലിംമതസ്ഥാപനങ്ങളുടെ നടത്തിപ്പിനായി വഖഫ്ബോർഡ് രൂപീകരിക്കാൻ സംസ്ഥാന സർക്കാരുകൾക്ക് കല്പന കൊടുത്തു. നാല് വർഷങ്ങൾക്കു ശേഷം കർണാടക സർക്കാർ വഖഫ്ബോർഡ് രൂപീകരിക്കുകയും രണ്ടു വർഷം കഴിഞ്ഞപ്പോൾ ബാബാബുഡൻഗിരിമഠം, വഖഫ്ബോർഡ് ഏറ്റെടുക്കുകയും ചെയ്തു. 1972ൽ ഈ മഠം ഹൈന്ദവർക്ക് അവകാശപ്പെട്ടതാണെന്നും അത് വഖഫ്ബോർഡ് ഏറ്റെടുത്തത് തടയണമെന്നും

ആവശ്യപ്പെട്ട് സംഘപരിവാർ പോഷകസംഘടനയായ ബജ്‌രംഗ്ദൾ കോടതിയെ സമീപിച്ചു. നീണ്ട വാദപ്രതിവാദങ്ങൾ കേട്ടശേഷം ഹൈന്ദവർക്കും ആ സ്ഥലത്തു മുൻപത്തെപോലെ പോകാമെന്നും പ്രാർത്ഥനകളിൽ മുഴുകാൻ തടസ്സമില്ലെന്നും ബജ്‌രംഗ്ദളിനോ ഹിന്ദുസംഘടനകൾക്കോ സ്ഥാപനത്തിന്മേൽ അവകാശവുമില്ലെന്നും നടത്തിപ്പ്, പഴയപോലെ സൂഫിസന്ന്യാസിമാരായ മുശാരിമാർക്കു (ദർഗ്ഗമാർക്ക്) തന്നെയാണെന്നും വിധി കല്പിച്ചു. അവിടെ ഏതൊരു മതത്തിന്റെയും ആചാരാനുഷ്ഠാനങ്ങളോ ചടങ്ങുകളോ പുതിയതായി ആരംഭിക്കാൻ പാടില്ലെന്നും വിധിക്കുകയുണ്ടായി. എന്നാൽ സംഘപരിവാറിന്റെ ലക്ഷ്യം അവിടംകൊണ്ട് അവസാനിച്ചില്ല.

ഇതിനുമുമ്പ് ഈ ബാബാബുഡൻഗിരിയോട് അടുത്തുണ്ടായിരുന്ന അറുനൂറിൽപരം ഏക്കർ ഭൂമി സർക്കാർ ഏറ്റെടുക്കുകയും ഈ മഠത്തിന്റെ പുണ്യപ്രദേശമടങ്ങുന്ന എഴുപത് ഏക്കർ സ്ഥലം മഠത്തിന് വിട്ടുകൊടുക്കുകയും ഏറ്റെടുത്ത ആ ഭൂമിക്ക് നഷ്ടപരിഹാരതുകയായി (Compensation) പ്രതിവർഷം ഭരണാധികാരികളായ മുസാരികളെ ഏല്പിക്കാനും ഔദ്യോഗിക തീരുമാനമുണ്ടായി.

തൊണ്ണൂറുകളിൽ ഈ മഠം ഒരു ഹൈന്ദവക്ഷേത്രമാണെന്നു സ്വയം പ്രഖ്യാപിച്ചുകൊണ്ട് ആർ.എസ്.എസ്സിന്റെ നേതൃത്വത്തിൽ ഗംഭീര പ്രകടനം നടത്തി.

1997ൽ ഹൈന്ദവാചാരപ്രകാരമുള്ള പൂജാകർമ്മങ്ങൾ നടത്തണമെന്ന് ഒരു അപേക്ഷ ബജ്‌രംഗ്ദൾ നേതാക്കൾ സർക്കാരിന് സമർപ്പിച്ചു. മുഖ്യമന്ത്രിയും ജനതാദൾ നേതാവുമായ ജെ.എച്ച്.പാട്ടീൽ ഹൈന്ദവ സംഘടനകളുടെ ആവശ്യം അംഗീകരിച്ചു. കൂടാതെ, ഉത്സവം നടത്തുന്നതിലേക്കായി സർക്കാർ ഖജനാവിൽനിന്നും മൂന്നു ലക്ഷം രൂപയും മതേതരസർക്കാർ എന്നവകാശപ്പെടുന്ന ജനതാദൾ സർക്കാർ ഹിന്ദുസംഘടനകൾക്ക് നൽകി അവരെ പ്രീണിപ്പിച്ചു. ബാരിക്കേഡുകളും ത്രിശൂലങ്ങളും കാവിനിറത്തിലുള്ള കൊടികളും അവിടം നിറഞ്ഞു.

ഭക്തന്മാർ വസ്ത്രംമാറി, മാലയിട്ട്, മൽസ്യമാംസാദി കഴിക്കാതെ, വ്രതമെടുത്തു ശബരിമലയിലേക്ക് തീർത്ഥാടനം നടത്തുന്നതുപോലെ ബാബാബുഡൻഗിരിയിലേക്ക് തീർത്ഥാടനം പോകുന്ന പുതിയൊരു ആചാരം - ശോഭായാത്ര - ആരംഭിച്ചു. ഫലത്തിൽ മനുഷ്യരെയെല്ലാം സംഘർഷത്തിന്റേയും സംഘട്ടനത്തിന്റേയും മുൾമുനയിൽ നിർത്താൻ അവർക്കു കഴിഞ്ഞു. 'ദത്തത്രയാപീഠ സംരക്ഷണ സമിതി' എന്ന സമിതിക്ക് അവർ രൂപം കൊടുത്തു. നിരുപദ്രവികളായ സൂഫിസന്ന്യാസിമാർക്കെതിരെയും മുസ്ലീങ്ങൾക്കെതിരെയും തെറിവാക്കുകളും അസഭ്യവചനങ്ങളുമടങ്ങുന്ന മുദ്രാവാക്യങ്ങൾ മുഴക്കി അന്തരീക്ഷത്തിൽ ഭീതിയും അസ്വസ്ഥതയും പരത്തി.

ഗിരീഷ് കർണാഡ്

ഹൈന്ദവരെന്നും മുസ്ലീമുകളെന്നും ദളിതരെന്നുമുള്ള വേർതിരിവുകളും വിവേചനവും വർദ്ധിച്ചുവരുന്നത് മതേതരമനസ്സുകളെ അസ്വസ്ഥരാക്കി. ഇന്ത്യൻ കമ്മ്യൂണിസ്റ്റ് പാർട്ടിയുടെ വിദ്യാർത്ഥിയുവജന സംഘടനകൾ (AISF-AIYF) മതേതരസന്ദേശം പ്രചരിപ്പിക്കാനുള്ള പ്രവർത്തനങ്ങൾ ആവിഷ്കരിച്ചു. അവർ സംഘപരിവാറിന്റെ മതതീവ്രമായ പ്രവർത്തനങ്ങൾക്കെതിരായി സമാധാനപാതയിലൂടെ പോരാട്ടം തുടങ്ങി.

ഒപ്പം പുരോഗമന എഴുത്തുകാരായ കെ.എൽ. അശോക്, രവീന്ദ്ര ചെന്നി, പ്രൊഫ.ശ്രീകണ്ഠകുടി കെ, പ്രൊഫ.യു.ആർ. അനന്തമൂർത്തി മുതലായവരും ജനാധിപത്യ മതേതര വിശ്വാസികളും ചേർന്ന് 'കർണ്ണാടക വിമോചനരംഗ' എന്ന പ്രസ്ഥാനത്തിലൂടെ കാവിവൽക്കരണ പ്രക്രിയയെ പ്രതിരോധിക്കാൻ ശ്രമം നടത്തി. 1999ൽ ഷിമോഗയിൽ 'ബാബാബുഡൻഗിരി സൗഹാർദ്ദവേദികെ'യ്ക്ക് രൂപം കൊടുത്തു. കർണാടക രാജ്യരൈത്ത സംഘാ, ദളിതസംരക്ഷണ സമിതി, വിചാര വേദികെ തുടങ്ങിയ സംഘടനകൾ അതിൽ അണിനിരന്നു, പ്രൊഫ. നഞ്ചുണ്ട സ്വാമിയെപോലുള്ള സമാദരണീയരായ കർഷകനേതാക്കൾ നേതൃത്വം കൊടുത്തു. 'മനുഷ്യനെ ഭിന്നിപ്പിക്കുന്ന കാവിവൽക്കരണം അവസാനിപ്പിക്കുക' എന്ന മുദ്രാവാക്യമാണ് അവർ ഉയർത്തിപ്പടിച്ചത്.

2001ൽ, എ.ഐ.വൈ.എഫിന്റെ നേതൃത്വത്തിൽ ശാന്തിയുടെയും സമാധാനത്തിന്റെയും സ്നേഹത്തിന്റെയും കവിതകളും ഗാനങ്ങളും ആലപിച്ചു മനുഷ്യരെ ഒന്നിപ്പിക്കാൻ 'ഭാവൈക്യത ദത്തജയന്തി ആഘോഷം' നടത്തി. ഈ സമാധാനപരമായ പ്രവർത്തനത്തിനെതിരെ സംഘ്പരിവാർ ഗുണ്ടകളെയും റൗഡികളെയും അഴിച്ചുവിട്ടു. ദളിത് മുസ്ലിം കുടുംബങ്ങളെ ആട്ടിയോടിച്ചു.

ബി.ജെ.പി.നേതാക്കൾ, ബാബാബുഡൻഗിരിയെ അയോധ്യയാക്കുമെന്നും കർണ്ണാടകത്തെ ഗുജറാത്താക്കി മാറ്റുമെന്നുമുള്ള ഭീഷണി ബോംബ് പൊട്ടിച്ചു. ഈ സന്ദർഭത്തിന്റെ രാഷ്ട്രീയഗൗരവം തിരിച്ചറിഞ്ഞ സാംസ്കാരിക നായകർ, അവിടെ ചെന്ന് കാര്യങ്ങൾ പഠിക്കാനും ഭാവി

പരിപാടികൾ ആലോചിക്കാനുമാണ് ഇപ്പോഴത്തെ യാത്ര. അങ്ങനെയാണ് ഗൗരിലങ്കേഷ് തന്റെ കയ്യിലുള്ള അക്ഷരങ്ങളുമായി അതിനെ വഹിക്കുന്ന ലങ്കേഷ് പത്രികെയുമായി പോരാട്ടത്തിൽ പങ്കുചേരാൻ തീരുമാനിച്ചത്.

ഗിരീഷ് കർണാടിന്റെ നേതൃത്വത്തിലുള്ള യാത്ര കാറിലായിരുന്നു. അവരുടെ ചർച്ചാവിഷയം ബാബാബുഡൻഗിരി ഉയർത്തിപ്പിടിക്കുന്ന മഹത്ത്വവും അതേസമയം തന്നെ വർഗ്ഗീയ വിഷം പരത്തുന്ന സംഘപരിവാറിന്റെ പ്രവർത്തങ്ങളിലെ യുക്തിരാഹിത്യവുമായിരുന്നു. ഈ വർഷം കൂടുതൽ കുഴപ്പങ്ങളിലേക്കു കാവിപ്പട നീങ്ങും എന്ന് അവർ വ്യക്തമാക്കിയിട്ടുണ്ട്.

കഴിഞ്ഞ വർഷം ഇവിടം സന്ദർശിച്ചപ്പോൾ ക്യാമറയിൽ പകർത്തിയ സംഘപരിവാറിന്റെ ചില ചുമരെഴുത്തുകളുടെ ചിത്രങ്ങൾ പ്രൊഫ. വി.എസ്. ശ്രീധർ എല്ലാവരെയും കാണിച്ചു. അതിലൊരു മുദ്രാവാക്യം ഇങ്ങനെയായിരുന്നു:

"സൗഹൃദത്തോടു പ്രതിബദ്ധത, എന്നാൽ തകർക്കാൻ തയ്യാർ."

ഇതുകണ്ട് കോപാകുലനായത് ഗിരീഷ്കർണാടായിരുന്നു.

"ആരെയാണിവർ തകർക്കുന്നത്? നോക്കൂ, ഇവർ ഉപയോഗിക്കുന്ന വാക്കുകൾ."

മരുളു സിദ്ധപ്പയുടെ പ്രതികരണം:

"മസിൽ പവർ, രക്തപ്പുഴ, ശത്രുവിനെ തകർക്കൽ... അതും ഈ കന്നഡ ഭാഷയിൽ... ആചാര്യ ബസവണ്ണ, കവികളായ ഷെരീഫ്, കനക ദാസ, കുവെമ്പു എന്നിവർ വളർത്തിയെടുത്ത സംസ്കാരമാണോ ഇത്? അനുകമ്പയാണ് മതത്തിന്റെ ആത്മഭാഷ്യം. അതാണ് കർണാടക മതാത്മകതയുടെ അടിത്തറ. എന്നാൽ ഈ ബജ്രംഗ്ദളുകൾക്കു ഇത് വല്ലതും അറിയുമോ? അവർക്കറിയുന്നത് മോഡിയുടെയും തൊഗാഡിയായുടെയും ഭാഷ മാത്രമാണ്."

ബാബാബുഡൻഗിരി

അവരുടെ കഴിഞ്ഞ വർഷത്തെ മുദ്രാവാക്യങ്ങൾ എഴുതിയ പോസ്റ്ററുകളുടെ ചിത്രങ്ങൾ എടുത്തിരുന്നു. അവയിൽ ദത്തപീഠത്തിൽ വിഗ്രഹം പ്രതിഷ്ഠിക്കാൻ അനുവദിക്കുക, പൂജ അനുവദിക്കുക, പൂജാരിയെ നിയോഗിക്കുക, അവിടെയുള്ള ശവകുടീരങ്ങൾ തകർത്തു വൃത്തിയാക്കി ആ പ്രദേശം മുഴുവൻ ഹിന്ദുക്കളുടെ പരിപാവനമായ സ്ഥലമായി പ്രഖ്യാപിക്കുക എന്നിവയായിരുന്നു. ഇതേ മുദ്രാവാക്യങ്ങൾ തന്നെയാണ് ഇക്കൊല്ലവും അവർ ഉയർത്തിയിരിക്കുന്നത്. ഭാരതീയജനതാ പാർട്ടി ഇതിനെല്ലാം മുഴുവൻ സഹായവും വാഗ്ദാനം ചെയ്തു കഴിഞ്ഞിട്ടുമുണ്ട്.

എന്നാൽ എല്ലാ ആവശ്യങ്ങളും പ്രവർത്തനങ്ങളും സുപ്രീംകോടതിയുടെ നിരീക്ഷണത്തിലാണ്. ഇതിനോടനുബന്ധിച്ചൊരു യോഗം നടത്തുന്നതുപോലും കോടതിയലക്ഷ്യമാകും എന്നത് ഈ ബജ്രംഗ്ദൾ പ്രവർത്തകർക്കറിയില്ല എന്നതാണ് തമാശ.

സുപ്രീംകോടതി വിധിയിൽ വ്യക്തമായി പറഞ്ഞിട്ടുള്ളതു യാതൊരു മതത്തിന്റെയും ആചാരകർമ്മങ്ങളോ ചടങ്ങുകളോ പാടില്ല എന്നാണ്. എന്നാൽ ബജ്രംഗ്ദൾ ശാഠ്യം പിടിക്കുന്നത് അവർക്കു വൈദിക വിധി പ്രകാരം പൂജാമന്ത്രങ്ങളോടെ ക്ഷേത്രം അനുവദിക്കണമെന്നാണ്.

പാദുകത്തിൽ പുഷ്പാർച്ചന, ദീപാരാധന, ഭക്തർക്ക് തീർത്ഥവിതരണം, നാളികേരമുടയ്ക്കൽ, ഹൈന്ദവമതത്തെ ആദരിക്കുക, മയിൽപീലി തലയിൽ വെച്ച് ഭക്തരെ അനുഗ്രഹിക്കുക മുതലായ ഒരു ക്ഷേത്രത്തിലെ മിക്ക കാര്യങ്ങളും അവിടെ പുറത്തു നടക്കുന്നുണ്ട്.

'രാം റഹീം' എന്ന മതസൗഹാർദ്ദ സങ്കല്പം പല ഇടങ്ങളിലും അപഹാസ്യമായി ആണ് നടക്കുന്നതെങ്കിലും ഇവിടെ മതസൗഹാർദ്ദം സാർത്ഥകമായി പാലിച്ചു പോരുന്നുണ്ട് എന്ന് സുപ്രീംകോടതി വിധിയിൽ (1975) വ്യക്തമായി പറയുന്നുണ്ട്. പ്രസ്തുത മഠത്തിന്റെ നടത്തിപ്പ് തലമുറകളിലൂടെ പൈതൃകമായി ഏറ്റെടുത്തു നടത്തിവരുന്ന മുശാരിമാർ മുസ്ലിം മതാനുയായി ആണെങ്കിലും ഈ പാവനസ്ഥലം മുസ്ലിം മതത്തിന്റെ മാത്രം അധികാരിയാണെന്ന ഭാവമില്ലാതെ എല്ലാ മതക്കാരെയും ഒരുപോലെ തീർത്ഥാടനം നടത്താൻ ഹൃദയത്മനാ അനുവദിക്കുന്നു എന്നതും ഇസ്ലാമികമായി ഒന്നും ചെയ്യുന്നില്ല എന്നതും തെളിവുകളുടെ അടിസ്ഥാനത്തിലുള്ള നിരീക്ഷണത്തിൽ ജഡ്ജിക്കു ബോധ്യപ്പെട്ടത് കൊണ്ട് കൂടിയാണ് അപ്രകാരമുള്ള വിധി വന്നത്. പരാതിക്കാരായ ഹിന്ദുത്വവാദികൾക്കും അത് ഹൈന്ദവരുടെ മാത്രം മഠമാണെന്ന അവകാശവാദവും അന്ന് ഉണ്ടായിരുന്നില്ല. ഈ ദത്താത്രയ ബാബാബുഡൻ സ്വാമികൾ മതേതരത്വത്തിന്റെ മാതൃകാപരമായ അവതാരമാണെന്നാണ് കോടതിയും കണ്ടെത്തിയത്. ഹൈദരാലിയും ടിപ്പു സുൽത്താനും കൃഷ്ണരാജ വോഡയാറും നാട് വാണിരുന്ന ഓരോ കാലത്തും നൂറ്റാണ്ടുകളായി നിലനിന്നിരുന്ന ഈ സ്ഥാപനത്തിന് ഏക്കറുകളോളം ഭൂമി

ദാനം നൽകുകയും ഈ മഠത്തെ സംരക്ഷിക്കാനും സഹായിക്കാനും മാത്രമാണ് മുന്നോട്ടു വന്നിട്ടുള്ളത്. മൈസൂർ രാജാവ് ഈ മുശാരിക്കു പ്രത്യേക പദവിയും ആദരവോടെ നൽകിയിരുന്നു.

അങ്ങനെയുള്ള ഒരിടത്താണ് ഒരു ഹിന്ദു പൂജാരിയെ നിയമിച്ചു വൈദിക വിധിപ്രകാരം പൂജാകർമ്മങ്ങൾ ആരംഭിക്കാൻ വേണ്ടി നിയമം ലംഘിച്ചു ഭീകരത പരത്തി ഒരു ക്ഷേത്രം ഉണ്ടാക്കണമെന്നും മുദ്രാവാക്യം മുഴക്കി നാട്ടിൽ കലാപമുണ്ടാക്കുന്നത്. രാജ്യത്തിന്റെ പരമോന്നത നീതി പീഠം, ഭരണഘടനയെ അടിസ്ഥാനമാക്കി വിധി കൽപ്പിച്ചതിനു വിപരീതമായി നിയമലംഘനത്തിലൂടെ, ജനങ്ങളെ വർഗീയഭ്രാന്തു പിടിപ്പിച്ച് ഇങ്ങനെ ഒരു വിഭജനം സമൂഹത്തിൽ നടത്തുന്നത്.

ഗിരീഷ് കർണാട് ഈ വികലമായ അഭിപ്രായത്തെ ശക്തമായ ഭാഷയിൽ പരിഹസിച്ചു. 'ദത്തജയന്തി' ആഘോഷമെന്നോ 'ദത്തമാല'യെന്നോ ഉള്ള ഒന്നും നമ്മുടെ പൈതൃകമായ ആചാരങ്ങളിൽ ഇല്ല. മതത്തിന്റെ പേരിൽ രാഷ്ട്രീയം കൃത്രിമമായി സൃഷ്ടിക്കുന്ന ആചാരങ്ങളാണ് ഈ ജാഡകളെല്ലാം. ജാതിസമ്പ്രദായത്തെ എതിർത്ത പുരോഗമനചിന്താഗതിയെ ബ്രാഹ്മണീകരിക്കാൻ സംഘപരിവാർ നടത്തുന്ന രാഷ്ട്രീയഗൂഢാലോചനയാണിത്."

ഗിരീഷ് കർണാടിന്റെ നേതൃത്വത്തിൽ ഈ സ്ഥലം സന്ദർശിച്ച എല്ലാവരും ഈ അധാർമ്മികതയ്ക്കെതിരെ എല്ലാ ശക്തികളും ഉപയോഗപ്പെടുത്തി ജനകീയസമരങ്ങളിലൂടെ പ്രതിരോധിക്കാൻ തീരുമാനിച്ചു. അവിടെ സമാധാന ശ്രമങ്ങൾ നടത്തിയിരുന്ന മതേതര പ്രസ്ഥാനങ്ങളുടെ നിരവധി നേതാക്കളെ പരിചയപ്പെടാൻ ഇടയായി. അവരുമായി ആശയവിനിമയം നടത്തി. അവിടെ നടന്നുകൊണ്ടിരിക്കുന്ന പ്രവർത്തനങ്ങൾ കണ്ടറിയാനും കഴിഞ്ഞു. അവരുടെ നേതൃത്വവുമായി ചർച്ച നടത്തുകയും സർവ്വശക്തിയും ഉപയോഗിച്ചു ജനകീയസമരത്തിലൂടെ ഈ വലതു ഹിന്ദുത്വ ഭീകരതയ്ക്കെതിരെ സമാധാനപരമായി പോരാട്ടം നടത്തണമെന്നും തീരുമാനിച്ചു.

തിരിച്ചു വന്നപ്പോഴേക്കും ഗൗരി ലങ്കേഷ് എന്ന പത്രപ്രവർത്തകയിൽ ഒരു ആക്ടിവിസ്റ്റ് വളർന്നു. ഈ രാജ്യം ഓരോ പൗരന്റേതുമാണ്. നാടിന്റെ പ്രശ്നങ്ങളിൽ നിന്നും മാറിനിൽക്കുകയും നാട് വിവരം കേട്ട ഒരുകൂട്ടം സാമൂഹികവിരുദ്ധരുടെ കയ്യിൽ അകപ്പെടുന്നതും അവരുടെ അടിമകളായി ജീവിക്കേണ്ടിവരുന്നതും സങ്കല്പിക്കാൻ കൂടി വയ്യ. അയോധ്യയിലും ഗുജറാത്തിലെ ഗോദ്രയിലും സംഭവിച്ചതുപോലെ വർഗീയതയുടെ കേന്ദ്രമായി മാറാൻ കർണ്ണാടകയേയും അനുവദിച്ചു കൂടാ എന്നത് ജനകീയമായ ആവശ്യമാണ്. ഒരു പൗരൻ എന്ന നിലയിൽ തനിക്കും മതേതരത്വം സംരക്ഷിക്കാനുള്ള ബാധ്യതയിൽ നിന്നും മാറി നിൽക്കാൻ കഴിയില്ല. ഇതുവരെ ഒരു സംഘടനയിലും പ്രവർത്തിക്കാത്ത ഒരു ജേർണലിസ്റ്റായ തനിക്ക് ഇനി സൗഹാർദ്ദവേദിയുടെ പ്രവർത്തനങ്ങളിൽ ഇടപഴകാതെ വയ്യ.

മുസ്‌ലിം സമുദായത്തിലെ മൗലികവാദം

മുസ്‌ലിം പള്ളികളിൽ പോയി പ്രാർത്ഥിക്കാൻ സ്ത്രീകളെ അനുവദിക്കണമെന്നും ഇസ്‌ലാം മതത്തിനുള്ളിലുള്ള പഴഞ്ചൻ പ്രവണതകൾ നിർത്തലാക്കണമെന്നും സ്ത്രീകളോട് പുരുഷതുല്യമായ സമീപനം മതം പുലർത്തണം എന്നുമാവശ്യപ്പെടുന്ന ഭാനു മുഷ്താഖ് എന്ന എഴുത്തുകാരിയുടെ ഒരു ലേഖനം പ്രസിദ്ധീകരിച്ചത് കോലാഹലമായി. മുസ്‌ലിം പള്ളികളെയും മതത്തെയും വിമർശിച്ചതിന്റെ പേരിൽ ഭാനു മുഷ്താഖിനെ ഇസ്‌ലാം മതമൗലികവാദികൾ ഭീഷണിപ്പെടുത്തുകയും അവർക്കെതിരെ ആക്ഷേപങ്ങൾ നടത്തുകയും ചെയ്തു. തന്റെ സഹപ്രവർത്തക ചെയ്യുന്നത് തികച്ചും പുരോഗമനപരമായ ഒരു പ്രവർത്തനമായതുകൊണ്ട് അവർക്കു ഐക്യദാർഢ്യം പ്രഖ്യാപിക്കാനും പിന്തുണയ്ക്കാനും ഗൗരി ലങ്കേഷ് തീരുമാനിച്ചു. ഷാ ബാനു കേസ് നടന്നപ്പോൾ കർണ്ണാടകത്തിലെ പുരോഗമനകാരികളായ മുസ്‌ലിം എഴുത്തുകാർ ഒത്തു ചേർന്ന് ഒരു വേദി ഉണ്ടാക്കിയിരുന്നു. റംസാൻ ദർഗ, സാറാ അബൂബക്കർ, ഫക്കീർ മുഹമ്മദ് കാട്പാടി, റഹ്മത്ത് തരീക്കെരെ, ഭാനു മുഷ്താഖ് എന്നിവരെല്ലാം അതിലുണ്ടായിരുന്നു.

ഭാനു മുഷ്താഖിനെതിരെ ഉണ്ടായ ഭീഷണിക്കെതിരെ ലങ്കേഷ് പത്രികെ ഇപ്പറഞ്ഞ എഴുത്തുകാരിൽ നിന്നും പ്രതികരണ ലേഖനങ്ങൾ പ്രസിദ്ധീകരിക്കുകയും മുസ്‌ലിം സമുദായത്തിന്റെ സ്ത്രീവിരുദ്ധവും യാഥാസ്ഥിതികവുമായ നിലപാടുകളെ കാര്യകാരണം വിമർശിക്കുകയും അത് മുസ്‌ലിം സമുദായത്തിനിടയിൽ ചർച്ചചെയ്യാൻ സഹായിക്കുകയും ചെയ്തു. എന്നാൽ, റഹ്മത്ത് തരീക്കെരെയോട് പ്രതികരണം ആവശ്യപ്പെട്ടപ്പോൾ വിഷയം മുഴുവൻ വ്യക്തമായി പഠിക്കാതെ പ്രതികരിക്കാനാവില്ല എന്ന് അദ്ദേഹം പറയുകയും ഭാനു മുഷ്താഖിനെതിരെ ഉണ്ടായ നീതികേടിൽ പ്രതികരിക്കാതിരിക്കുകയും ചെയ്തത് ഗൗരി ലങ്കേഷിനു അസ്വസ്ഥതയുണ്ടാക്കി. റഹ്മത്ത് തരീക്കെരെയുമായി ഉണ്ടായിരുന്ന സൗഹൃദത്തിൽ ഒരു വിള്ളൽ വീഴുവാൻ ഈ സംഭവം കാരണമായി. ഈ വിഷയത്തിൽ എതിരഭിപ്രായം ഉണ്ടായതുകൊണ്ടല്ല, റഹ്മത്ത്

ഭാനു മുഷ്താഖ്

തരീക്കെരെ വിഷയം മുഴുവൻ വ്യക്തമായി അറിയാത്തതുകൊണ്ട് മാത്രമാണ് അപ്പോൾ പ്രതികരിക്കാതിരുന്നത് എന്നതാണ് വാസ്തവം. അവർ തമ്മിൽ സമുദായ സൗഹാർദ്ദവേദിയിലും മറ്റ് സാംസ്കാരികവേദിയിലും കണ്ടുമുട്ടിയിരുന്നെങ്കിലും സംസാരിക്കാറുണ്ടായിരുന്നെങ്കിലും അടുപ്പം വളർന്നില്ല. ക്രമേണ ഗൗരി ലങ്കേഷ് തന്നെ ആ അകൽച്ചയെ മാറ്റിവെച്ച് അയാളുടെ പ്രവർത്തനങ്ങൾ പുരോഗമനപരമായിരുന്നുവെന്ന തിരിച്ചറിവിൽ ആ സൗഹൃദം കൂടുതൽ ആഴത്തിൽ തുടർന്ന് പോകുവാൻ മുൻകൈ എടുത്ത് പത്രികെയിലേക്കു ലേഖനങ്ങൾ വാങ്ങി പ്രസിദ്ധീകരിച്ചു.

വീട്ടിൽ കവിതയും അമ്മയും കൂടി അച്ഛൻ പണിത വീട്ടിൽനിന്നും മാറി, അമ്മ വാങ്ങിയ മറ്റൊരു സ്ഥലത്തു വീടുവെച്ചു താമസം മാറ്റിയിരുന്നു. ഇന്ദ്രജിത്തിന് അച്ഛൻ പണികഴിപ്പിച്ച വീട് വിട്ടു കൊടുക്കാൻ തീരുമാനമായിരുന്നു. അയാൾ ഭാര്യയും കുട്ടികളുമായി അവിടെ തന്നെ താമസിക്കുന്നു. രാജരാജേശ്വരി നഗറിൽ താമസിക്കുന്ന ഗൗരി ലങ്കേഷ് ചായ ഉണ്ടാക്കുക തുടങ്ങിയ ലളിത പാചകം മാത്രമേ ചെയ്യാറുള്ളൂ. അമ്മയുടെ വീട്ടിൽ നിന്നാണ് ഭക്ഷണം. തനിക്കു വായിക്കാനും എഴുതാനും തന്റേതായ സുഹൃത്തുക്കളുമായി സ്വൈര്യമായി വിഹരിക്കാനും ഇവിടെ തന്നെയാണ് നല്ലതെന്ന് തീരുമാനിച്ചു. കൂടെ അച്ഛന്റെ പ്രിയപ്പെട്ട ചെന്നിയുമുണ്ട്. അമ്മയും കവിതയും പലതവണ സ്നേഹപൂർവ്വം വിളിച്ചിട്ടും ഗൗരി ലങ്കേഷ് അവരോടൊപ്പം താമസിക്കാൻ പോയില്ല. ചെന്നിക്കുള്ള ഭക്ഷണം വാങ്ങി കൊണ്ടു വന്നു കൃത്യമായി കൊടുക്കാൻ ഏതു തിരക്കിനിടയിലും മറക്കാറില്ല. വരുമ്പോഴും പോകുമ്പോഴും വീട്ടിലുള്ളപ്പോഴും അവളോട് വർത്തമാനം പറയാനും മറക്കാറില്ല.

കവിതയുടെ കുഞ്ഞ് ഈശ, തന്റെയും കുഞ്ഞാണ്. വളരെ അടുപ്പവും സ്നേഹവും ആണ്. അവളെ സമയം കിട്ടുമ്പോഴെല്ലാം പോയി കാണും. ഇതിനിടയിൽ ചിദാനന്ദ രാജ്ഘട്ടെ അമേരിക്കയിൽ നിന്നും വന്നപ്പോൾ ഓഫീസിൽ വന്നു കുറെ നേരം അവിടെ ചിലവഴിച്ചിട്ടാണ് പോയത്. അപ്പോഴും അവർ തമ്മിലുള്ള സംവാദത്തിനു കുറവൊന്നുമുണ്ടായിരുന്നില്ല. മനസ്സിൽ നടക്കുന്ന എല്ലാ സംഘർഷങ്ങളിൽ നിന്നും ജോലിയിൽ ഉണ്ടാകുന്ന ഓരോ മാനസികപിരിമുറുക്കങ്ങളിൽനിന്നും മുക്തമാകുന്നത് ഈശയുമായി കുറച്ചുനേരം ഇടപഴകുമ്പോഴായിരുന്നു.

“ജീവിതം ഹ്രസ്വമാണ്, അതൊരു സമരമാണ്; ഓരോ നിമിഷവും ധീരമായിരിക്കുകയാണ് ഏതൊരു മനുഷ്യന്റെയും കർത്തവ്യം. യുദ്ധമുഖത്തു തുടരുകതന്നെവേണം.” ഗൗരിലങ്കേഷ് ആക്ടിവിസത്തിൽ തുടരണമെന്ന തീരുമാനമെടുത്തു.

കർണാടകയുടെ മതേതര മനസ്സിൽ ഭീതിയുടെ തീപ്പന്തം ആളിപ്പിടിക്കുകയായിരുന്നു. ബുദ്ധിജീവികളും എഴുത്തുകാരും മാധ്യമപ്രവർത്തകരും സാംസ്കാരിക നായകരും പശ്ചിമദക്ഷിണ കർണാടകം കേന്ദ്രീകരിച്ചു ആലോചനായോഗങ്ങളും പ്രവർത്തനങ്ങളും സംഘടിപ്പിച്ചു. ഗൗരി

ലങ്കേഷ് സൗഹാർദ്ദവേദിയുമായി സഹകരിക്കുന്നു എന്ന വാർത്ത ഹർഷാരവത്തോടെയാണ് സഹപ്രവർത്തകർ എതിരേറ്റത്. ഇന്ത്യൻ കമ്യൂണിസ്റ്റ് പാർട്ടി, ഇന്ത്യൻ കമ്യൂണിസ്റ്റ് (മാർക്സിസ്റ്റ്) പാർട്ടി, ഇന്ത്യൻ കമ്യൂണിസ്റ്റ് (മാർക്സിസ്റ്റ് ലെനിനിസ്റ്റ്) പാർട്ടി തുടങ്ങിയ ഇടതുപക്ഷ പ്രസ്ഥാനങ്ങളും അവരുടെ സന്നദ്ധസംഘടനകളും ദക്ഷിണകന്നഡ സുന്നി വിദ്യാർത്ഥി സംഘടനാ, കർണാടകഫോറം ഫോർ ഡിഗ്നിറ്റി, പോപ്പുലർ ഫ്രണ്ട്, ദളിത് സംഘം, ജമാഅത്തെ ഇസ്ലാമി തുടങ്ങിയ ഇരുപതിലേറെ സംഘടനകൾക്കും ഗ്രൂപ്പുകൾക്കും പുറമെ എഴുത്തുകാർ, ബുദ്ധിജീവികൾ, യുക്തിവാദികൾ, മതേതരവാദികൾ, എന്നിവരെയെല്ലാം ഒരേ കൊടിക്കീഴിൽ അണിനിരത്തി സംസ്ഥാന വ്യാപകമായി. 'ബാബാ ബുഡൻഗിരി സമാധാന സമിതി' (ബാബാ ബുഡൻഗിരി സൗഹാർദ്ദ വേദികെ) എന്ന സംഘടനയെ വിപുലീകരിച്ചു. 'കർണാടക സമുദായസമാധാന സമിതി' (കർണാടക കോമു സൗഹാർദ്ദ വേദികെ) സംഘടിപ്പിക്കാൻ എഴുത്തുകാർക്കൊപ്പം നിൽക്കാനും സംസ്ഥാന വ്യാപകമായി ആശയപ്രചാരണം നടത്താനും എഴുത്തുകാരെയും മാധ്യമ പ്രവർത്തകരെയും മറ്റും അണിനിരത്താനും കെ.എൽ അശോക്, രവീന്ദ്ര ചെന്നി, പ്രൊഫ. ശ്രീകണ്ഠ കുടികെ, പ്രൊഫ.യു.ആർ.അനന്തമൂർത്തി മുതലായവർക്കൊപ്പം സജീവമായി നിന്നതും ഗൗരി ലങ്കേഷ് ആയിരുന്നു. ആ മഹത്തായ പ്രസ്ഥാനത്തിന്റെ എൺപതു പേരടങ്ങുന്ന സംസ്ഥാന നിർവാഹക സമിതിയിൽ ഗൗരി ലങ്കേഷ് ഉൾപ്പെട്ടിരുന്നു. ഭാരവാഹിയാവാൻ സ്നേഹപൂർവമായ നിർബന്ധങ്ങൾ ഉണ്ടായെങ്കിലും അതിൽ നിന്നെല്ലാം ഒഴിഞ്ഞുമാറി സംസ്ഥാനകമ്മിറ്റി അംഗത്വം മാത്രം സ്വീകരിക്കുകയാണുണ്ടായത്. ഗൗരി ലങ്കേഷിനു ഡൽഹിയിൽ ഉണ്ടായിരുന്ന സൗഹൃദം ഉപയോഗിച്ച് മേധാ പട്കർ, അരുന്ധതി റോയ്, തീസ്താ സെതൽവാദ്, അരുണാറോയ് മുതലായവരെയും സമുദായ സൗഹാർദ്ദവേദിയുമായി സഹകരിപ്പിക്കാനും അവരുടെയും കൂടി അഭിപ്രായം ഉൾപ്പെടുത്തി പരിപാടികൾ സംഘടിപ്പിക്കാനും കഴിഞ്ഞു.

നക്ഷത്രലോകത്തേക്കു ചെന്നിയും

വീട്ടിൽ വന്നു കയറിയപ്പോൾ ഗേറ്റിൽ വന്നു സ്വീകരിക്കാൻ ചെന്നിയെ കണ്ടില്ല. അവളുടെ കൂടിനടുത്തു പോയി നോക്കിയപ്പോൾ ചെന്നി ക്ഷീണിതയായി കൈകൾ കൂട്ടി വെച്ച് ഉറങ്ങുകയാണ്. വിളിച്ചപ്പോൾ പതുക്കെ കണ്ണ് തുറന്നു. ആ നോട്ടത്തിൽ തനിക്കു വാർധക്യം ബാധിച്ചുവെന്നും ഈ നിസ്സഹായതയിൽ എന്ത് ചെയ്യാനാകുമെന്നും അവൾ പറയാതെ പറയുന്നത് ഗൗരി ലങ്കേഷ് വായിച്ചെടുത്തു. മൃഗ ഡോക്ടറെ വിളിച്ച് വരുത്തി ചികിത്സ ചെയ്തു. എന്നാൽ മരുന്നുകൾ ഒന്നും ഏറ്റെടുക്കാനുള്ള ആരോഗ്യം അവളിലുണ്ടായിരുന്നില്ല. കുറേശ്ശേ എഴുന്നേൽക്കാനും ഭക്ഷണം കഴിക്കാനും തുടങ്ങിയെങ്കിലും അവൾക്കിനി അധിക കാലമില്ലെന്നു മനസ്സിലായി.

ചെന്നിയുടെ ആരോഗ്യം ദിനംപ്രതി മോശമായി വരുന്നത് വേദന യോടെ നോക്കി നിൽക്കാനേ കഴിഞ്ഞുള്ളൂ. അവൾക്കു പതിമൂന്നു വയസ്സായിരിക്കുന്നു. അച്ഛൻ കൊണ്ടുന്നപ്പോൾ മുതലുള്ള അവളുടെ ജീവിത നിമിഷങ്ങളെക്കുറിച്ചുമുള്ള ഓർമ്മകൾ ഗൗരി ലങ്കേഷിന്റെ സ്മൃതി പഥത്തിലൂടെ കടന്നു പോയി. രാജരാജേശ്വരി നഗറിലെ വീട്ടിൽ ഏക യായിരുന്ന തനിക്ക് ചെന്നി മാത്രമായിരുന്നു സൗഹൃദം.

ചെന്നി ഭക്ഷണം കഴിക്കാതായപ്പോൾ ഗ്ലൂക്കോസ് കൊടുത്തു. മരുന്നുകളൊന്നും ഫലിക്കുന്നില്ല. അവളുടെ മുഖം ഏതോ അപാരതയി ലേക്ക് നോക്കിയിരിക്കുന്നത് കാണാം. അവൾ എക്കാലവും നെഞ്ചിലേറ്റി സ്നേഹിച്ചിരുന്ന അച്ഛൻ പോയത് ആകാശത്തേക്കാണെന്നാണ് അവ ളുടെ തോന്നൽ. അങ്ങോട്ട് പോകാൻ അവൾ ധൃതികാണിക്കുകയാണോ? ഗൗരി ലങ്കേഷ് അവളെ വാത്സല്യത്തോടെ വിളിച്ചപ്പോൾ തല ഉയർത്തി നോക്കാൻ പണിപ്പെട്ടു, അവർ തടഞ്ഞു:

“വേണ്ട, ചെന്നീ, നീ വിശ്രമിച്ചോളൂ.”

രാവിലെ പോയി, വൈകീട്ടു തിരിച്ചു വരുന്ന തനിക്ക് ഈ അവസ്ഥ യിൽ അവൾക്കു ശരിയായ ശുശ്രൂഷ ചെയ്യാൻ കഴിഞ്ഞെന്നു വരില്ല. ചെന്നിയെ കാറിൽ കയറ്റി അമ്മയുടെ വീട്ടിലേക്കു കൊണ്ടുവന്നു. അവിടെ അമ്മയും വേലക്കാരികളും കവിതാ ലങ്കേഷും കൊച്ചുമകൾ ഈശയു മുണ്ട്.

ഗൗരി ലങ്കേഷ് രാവിലെ അമ്മയുടെ വീട്ടിൽ കയറിയിട്ടാണ് ഓഫീ സിൽ പോകുന്നത്. വരുമ്പോഴും അവിടെ കയറി കുറച്ചു നേരം സംസാ രിച്ചതിനുശേഷമാണ് രാജരാജേശ്വരി നഗറിലെ വീട്ടിലേക്ക് മടങ്ങുന്നത്.

അമ്മയുടെ വീട്ടിലെത്തിയശേഷം ചെന്നി നാല് ദിവസം വെള്ളം മാത്രം കുടിച്ചു ജീവിച്ചു. ഒരു ദിവസം ചെന്നി അന്ത്യശ്വാസം വലിച്ചു.

അമ്മയുടെ ഫാമിൽ പോയപ്പോൾ ഈശ ചോദിച്ചു, “മുത്തച്ഛന്റെ നായ ചെന്നിയെവിടെ?” അമ്മയാണ് മറുപടി നൽകിയത്.

“മുത്തച്ഛനെപ്പോലെ ചെന്നിയും നക്ഷത്രമായി, മോളേ.” ഈശയ്ക്കു മനസ്സിലായില്ല.

“അതെങ്ങനെ?”

“അവൾക്കിവിടെ മതിയായി. അവൾക്കു മുത്തച്ഛന്റെ അടുത്തേക്ക് പോകാൻ തോന്നിയപ്പോൾ പോയി. നോക്കൂ, എല്ലാരാത്രിയിലും മുത്തച്ഛൻ നക്ഷത്രമായി വന്നു നമ്മളെ താഴോട്ടു നോക്കാറില്ലേ, ഇനി മുതൽ ചെന്നിയും മുത്തച്ഛനോടൊപ്പം ആകാശത്തിൽ പ്രത്യക്ഷപ്പെട്ടു താഴോട്ടു നോക്കും, നമ്മളെ എല്ലാവരെയും കാണാൻ.”

പതിമ്മൂന്ന്

വിഡ്ഢിയായ കിഴവൻ

ജയിലനുഭവങ്ങൾ

ഗൗരി ലങ്കേഷിന്റെ രംഗപ്രവേശത്തോടെ സമാധാന പ്രസ്ഥാനത്തിന് പുത്തനുണർവും നവോന്മേഷവുമുണ്ടായി.സമുദായസൗഹാർദ്ദവേദിയുടെ ആഭിമുഖ്യത്തിൽ 'ദത്തജയന്തി ആഘോഷ'വും സംഘപരിവാർ നടത്തുന്ന സാമുദായിക സ്പർദ്ധകൾ ഇല്ലാതാക്കാൻ ചിക്കമംഗലൂരിൽ സമാധാന റാലിയും നടത്താൻ 2002 ഡിസംബറിൽ തീരുമാനിച്ചു. മുഖ്യമന്ത്രി എസ്.എം. കൃഷ്ണ ആ റാലിക്ക് അനുമതി നിഷേധിക്കുകയും തീവ്ര ഹിന്ദുത്വസംഘടനകളുടെ റാലിക്കു അനുമതി നൽകുകയും ചെയ്തു. സർക്കാർ കല്പന മറികടന്നു റാലി നടത്തുവാൻ തീരുമാനമായി. നിരവധിപേരെ നേരത്തെതന്നെ സർക്കാർ അറസ്റ്റ് ചെയ്തു. അറസ്റ്റ് ഒഴിവാക്കാനായി വേഷംമാറിയാണ് ഗൗരി ലങ്കേഷ് ചിക്കമംഗലൂരിലേക്കു പോയതെങ്കിലും നഗരത്തിൽ വെച്ച് പൊലീസ് പിടികൂടി അറസ്റ്റ് ചെയ്തു. കെ.എൽ. അശോക് അടക്കമുള്ള നേതാക്കളെയും തെരഞ്ഞു പിടിച്ച് അറസ്റ്റ് ചെയ്തു. എല്ലാ ചെക്ക്പോസ്റ്റുകളും അടച്ചു.

പൊലീസ് വാഹനം കുത്തിനിറച്ചാണ് ജയിലേക്കു കൊണ്ടുപോയത്. നഗരം മുഴുവൻ ചുറ്റിയടിക്കുമ്പോൾ ഗൗരിയടക്കമുള്ള സമരക്കാർ തങ്ങളുടെ കയ്യിലുണ്ടായിരുന്ന നോട്ടീസുകളും

പ്ലക്കാർഡുകളും പോസ്റ്ററുകളും പൊലീസ്‌വണ്ടിയുടെ അഴികൾക്കു പുറത്തുകൂടി റോഡിനിരുവശത്തും ആകാംക്ഷാഭരിതരായി നോക്കിനിൽക്കുന്ന ജനങ്ങൾക്ക് വിതരണം ചെയ്തുകൊണ്ടിരുന്നു. ഒരുപക്ഷേ പ്രകടനം നടത്തുമ്പോൾ കിട്ടുന്നതിനേക്കാൾ കൂടുതൽ അനുകൂലഫലമാണ് ആ അറസ്റ്റ് സമരക്കാർക്ക് ഉണ്ടാക്കികൊടുത്തത്.

> "പുനർനിർമ്മിക്കുക... പുനർനിർമ്മിക്കുക
> പൊട്ടിച്ചിതറിയ ഹൃദയങ്ങളേ,
> മധുരമനോജ്ഞസ്വപ്നങ്ങളേ,
> പുനർനിർമ്മിക്കുക... പുനർനിർമ്മിക്കുക...
> ഞങ്ങൾക്കതിന് കഴിവുണ്ട്,
> ഞങ്ങടെ കരളിനുറപ്പുണ്ട്
> പുനർനിർമ്മിക്കും പുതുക്കിപ്പണിയും
> പൊട്ടിച്ചിതറിയ ഹൃദയങ്ങൾ
> മധുരമനോജ്ഞസ്വപ്നങ്ങൾ."

ഈ കന്നഡസമരഗാനം ആലപിച്ചുകൊണ്ടാണ് എല്ലാവരും പുതിയതായി പണിതീർത്ത ജയിലിനകത്തേക്കു കയറിയത്, ഉടൻ ഇരുമ്പുവാതിലുകൾ അടഞ്ഞു. 250പേരെ ഉൾക്കൊള്ളാൻ മാത്രം ശേഷിയുള്ള ആ ജയിലിൽ ആയിരത്തിലധികം പേരെ കുത്തി നിറച്ചു. കുടിക്കാൻ വെള്ളമോ സ്ത്രീകൾക്ക് മുറികളോ ഉണ്ടായിരുന്നില്ല. സമയം ഏറെക്കഴിഞ്ഞിട്ടും വെള്ളവും ഭക്ഷണവും കിടക്കാൻ ഇടവും കിട്ടില്ല എന്നുറപ്പായപ്പോൾ അവർ അവിടെ കുത്തിയിരുപ്പ് ധർണ്ണ നടത്തി പ്രതിഷേധിച്ചു. കുറച്ചുകഴിഞ്ഞപ്പോൾ 'സ്വച്ഛ ചിക്കമംഗളൂരു' എന്ന് പുറത്തു ലേബലൊട്ടിച്ച ഗാർബേജ് ഡ്രമ്മുകളിൽ വെള്ളമെത്തി. മുന്നൂറു പേർക്ക് കഴിക്കാനുള്ള ഭക്ഷണവും നിലത്തു വിരിച്ചു കിടക്കാൻ കാർപ്പെറ്റുകളും എത്തി.

എന്നാൽ ഈ ദുരിതങ്ങളൊന്നും സമരക്കാർക്കു ദുരിതങ്ങളായിരുന്നില്ല. രണ്ടു ദിവസത്തെ ഈ ദുരിതവാസം പല ദിക്കിൽനിന്നും അപരിചിതരായ ആളുകൾ തമ്മിൽ ആത്മബന്ധം ഉറപ്പിക്കാനും സമരവീര്യം പെരുക്കിയെടുക്കാനും പുതിയ സമരപദ്ധതികൾ ആവിഷ്കരിക്കാനും ഉപകരിച്ചു. ആണും പെണ്ണുമടങ്ങിയ യുവാക്കൾ, പുരോഗമനചിന്തകർ, മുസ്‌ലിംസമുദായനേതാക്കൾ, കമ്യൂണിസ്റ്റുകാർ, മറ്റു രാഷ്ട്രീയനേതാക്കൾ, കലാകാരന്മാർ, ജേണലിസ്റ്റുകൾ, അധ്യാപകർ, മുതിർന്ന സ്ത്രീകൾ, ആക്ടിവിസ്റ്റുകൾ, കർഷകനേതാക്കൾ എന്നിങ്ങനെ സമൂഹത്തിന്റെ നാനാതുറകളിൽ നിന്നുമുള്ള ആളുകളുടെ ഒരു സംഗമവേദിയായി മാറി ആ ജയിൽവാസം.

എഴുത്തുകാരും ആക്ടിവിസ്റ്റുകളുമായ കെ. രാമദാസും ഭാനു മുഷ്താക്കും ജയിലിൽ പീഡനങ്ങളുണ്ടോ എന്ന് ഫോണിൽ അന്വേഷിച്ചപ്പോൾ ഗൗരി ലങ്കേഷ് പറഞ്ഞു:

"ഏയ്, കുഴപ്പമൊന്നുമില്ല. ഇതൊരനുഭവമാണ്. ഒരുപക്ഷേ, ഇവിടത്തെ അനുഭവങ്ങൾ നിങ്ങളറിഞ്ഞാൽ, നിങ്ങൾക്കു ഈ അനുഭവങ്ങളിൽ ഭാഗമാവാൻ കഴിയാത്തതിൽ ഞങ്ങളോട് അസൂയപ്പെടും."

ബജ്റംഗ്ദൾ സംഘടിപ്പിക്കുന്ന ദത്തജയന്തിയാഘോഷത്തിൽ പങ്കെടുക്കാൻ എത്തിയ കാവിക്കാരെയും ഈ പൊലീസ് വണ്ടിയിൽ കയറ്റിക്കൊണ്ടുവന്നു ഈ സമരക്കാരോടൊപ്പം ജയിലിൽ ചേർത്തു. അവരെ കയ്യിൽ കിട്ടിയപ്പോൾ സമുദായസൗഹാർദ്ദത്തിന്റെ അനിവാര്യത പറഞ്ഞു മനസ്സിലാക്കാനും അധികം വൈകാതെ തന്നെ അവരെയും സമുദായ സൗഹാർദ്ദവേദിയുടെ അഭിപ്രായങ്ങളോട് യോജിപ്പിക്കാനും കഴിഞ്ഞു എന്നതാണ് ഇതിനിടയിലുണ്ടായ ഒരു തമാശ. സമുദായ സൗഹാർദ്ദവേദിയുടെ പ്രവർത്തകരാകാമെന്നു വാഗ്ദാനം നൽകിയിട്ടാണ് അവരെല്ലാവരും പിരിഞ്ഞുപോയത്.

അന്നൊരു ഞായറാഴ്ചയായിരുന്നു. ഞായറാഴ്ച രാത്രിയാണ് ലങ്കേഷ് പത്രികെ പ്രിന്റിങ്ങിനു പ്രസ്സിൽ പോകേണ്ടത്. അന്ന്തന്നെ ഗൗരി ലങ്കേഷ് എഡിറ്റോറിയൽ എഴുതിയാലും ബാംഗ്ലൂരിലേക്ക് എഡിറ്റോറിയൽ എത്തിക്കാനാവില്ല. ബാംഗ്ലൂർ ഓഫിസിലേക്കു ഫോണിൽ വിളിച്ചു എഡിറ്റോറിയൽ പറഞ്ഞു കൊടുക്കുക, അവർ എഴുതിയെടുക്കുക. അങ്ങനെ ഫോണിൽ പറഞ്ഞുകൊടുത്തുകൊണ്ടിരിക്കുമ്പോൾ സീനിയർ പൊലീസ് ഫസർ ഭരണി വന്നു ഗൗരിയോട് പറഞ്ഞു:

"ഇന്നല്ലേ നിങ്ങളുടെ സമരത്തിന്റെ അവസാന ദിനം. ഇന്ന് രാത്രി നിങ്ങളെ എല്ലാവരെയും വിടാൻ ഞങ്ങൾ തീരുമാനിച്ചു. നിങ്ങൾക്ക് പോകണമെങ്കിൽ ഇപ്പോൾ തന്നെ പോകാം."

"എനിക്ക് ഓഫീസുമായി ബന്ധപ്പെടാൻ മൊബൈൽ ബാറ്ററി ചാർജ്ജ് കഴിഞ്ഞു, ചാർജ്ജർ ഹോട്ടലിലാണ്, അതൊന്ന് എത്തിച്ചു തരാമോ?"

ഗൗരിലങ്കേഷ് അപേക്ഷിച്ചു. എന്നാൽ പൊലീസിന്റെ മറുപടി ഇപ്രകാരമായിരുന്നു:

"നിങ്ങൾക്ക് പോയി ചാർജ്ജർ എടുക്കാം, പിന്നെ ഇങ്ങോട്ട് വരാൻ പാടില്ല."

ഒരു യുവജനഫെഡറേഷൻ പ്രവർത്തക ഗൗരി ലങ്കേഷിനോട് ഹോട്ടലിൽ പോയി ചാർജ്ജർ എടുത്തോളൂ, പിന്നെ ഇങ്ങോട്ടു വരേണ്ട എന്ന് പറഞ്ഞു.

"ഏയ്... നിങ്ങളെയെല്ലാം വിടാതെ, ഞാനൊറ്റയ്ക്ക് ഇവിടെ നിന്നും പോകുന്നത് ശരിയല്ല."

അത് കേട്ടുനിന്ന പൊലീസ് ഓഫീസർ ഫസർ ഭരണി ഹോട്ടൽമുറിയിൽ നിന്നും ഗൗരി ലങ്കേഷിന്റെ മൊബൈൽ ചാർജ്ജർ അടങ്ങുന്ന സ്യൂട്ട് കേസ്എത്തിച്ച് കൊടുത്തു. ബാബബുഡൻഗിരിയിലെ മഠത്തിൽ പ്രാദേശിക മുസ്ലീങ്ങൾ പ്രാർത്ഥനയ്ക്കും ചടങ്ങുകൾക്കും എത്താറുണ്ടായിരുന്നില്ല. എന്നാൽ ബജ്രംഗ്ദൾ ഉണ്ടാക്കുന്ന വർഗീയ ഭീഷണിയെ ചെറുക്കാൻ സൗഹാർദ്ദവേദിയോടൊപ്പം കൂടിയില്ലെങ്കിൽ നാളെ തങ്ങൾ ഈ കലാപത്തിലെ ഇരകളാവേണ്ടി വരും എന്ന തിരിച്ചറിവ് അവിടത്തെ മുസ്ലിംകൾക്ക് ഉണ്ടായി, അവർ പ്രാർത്ഥനയിൽ പങ്കെടുത്തു.

ആയിരത്തിലധികമാളുകളെ ഈ സൗഹാർദ്ദസമരത്തിൽ അറസ്റ്റ് ചെയ്തിട്ടുണ്ടെന്നു മുസ്‌ലിം സമുദായനേതാക്കൾ അറിഞ്ഞപ്പോൾ ഉടൻ തന്നെ പ്രമുഖ നേതാവായ യൂസഫ്ഹാജിയുടെ നേതൃത്വത്തിൽ നാൽപതിനായിരം രൂപ സമുദായംഗങ്ങളുടെ കയ്യിൽ നിന്നും സംഭാവന പിരിച്ചെടുത്തു. സമരക്കാർക്കു കുപ്പിവെള്ളം, ചായ, കാപ്പി, ഭക്ഷണം, കിടക്കാൻ ആവശ്യമായ ബെഡ് ഷീറ്റുകൾ എന്തിനു ബീഡിയും സിഗരറ്റും വരെ കൊണ്ട് വന്നു ജയിലിൽ കൊടുത്തു. കൂടാതെ ഇനി എന്തെങ്കിലും ആവശ്യമുണ്ടെങ്കിൽ അത് നിറവേറ്റുന്നതിനായി ഒരു കൂട്ടം ചെറുപ്പക്കാരെ ജയിലിനു പുറത്ത് നിൽക്കാൻ ഏർപ്പാട് ചെയ്തു. സമരക്കാർക്ക് വേണ്ടി ചെയ്തുതന്ന ഈ സഹായത്തിനു യൂസഫ് ഹാജിയോടും മറ്റ് നേതാക്കളോടും എന്നും ഗൗരി ഹൃദയത്തിൽ നന്ദി സൂക്ഷിച്ചു. ആയിടെ പ്രസിദ്ധീകരിച്ച ഗബ്രിയേൽ ഗാർഷ്യ മാർകേസിന്റെ ആത്മകഥ കയ്യിൽ വെച്ചിട്ടുണ്ടായിരുന്നെങ്കിലും ഒരു വരിപോലും വായിക്കാൻ കഴിഞ്ഞില്ല. പാട്ടു പാടിയും കവിത ചൊല്ലിയും നൃത്തം ചെയ്തും വിവിധ വിഷയങ്ങളുടെ സംവാദങ്ങൾ നടത്തിയും ഓരോ മണിക്കൂറും അതിവേഗം പറക്കുകയായിരുന്നു. ലങ്കേഷ് പത്രികെയുടെ ആരാധകരേയും കണ്ടുമുട്ടാൻ ഈ ജയിൽവാസത്തിനിടയിൽ കഴിഞ്ഞു.

ജയിലിനുള്ളിൽ ചെറിയ കൂട്ടങ്ങളായി ഇരുന്നു പരസ്പരം പ്രതിജ്ഞയെടുത്തുകൊണ്ടിരുന്നു.

"ഈ സൗഹൃദം നശിക്കാനുള്ളതല്ല, സമാധാനത്തിനു വേണ്ടി എന്നുമെന്നും നിലനിർത്താനുള്ളതാണ്."

എന്തെല്ലാം മറന്നാലും ജീവിതത്തിൽ ഒരിക്കലും മറക്കാനാവാത്ത ഒരനുഭവമായി ഈ ഓർമ്മകൾ മനസ്സിൽ സൂക്ഷിച്ചുവെക്കുമെന്നു ഗൗരി ലങ്കേഷ് തീർച്ചപ്പെടുത്തി.

ജയിൽവാസം കഴിഞ്ഞു പുറത്തുകടന്നപ്പോഴേക്കും അനിർവചനീയമായ ഒരാവേശവും ജീവിതത്തോട് വീണ്ടുമൊരഭിനിവേശവും വർദ്ധിക്കുകയായിരുന്നു. എത്രയോ അപരിചിതരായ യുവതീയുവാക്കളുമായും ജീവിതത്തിന്റെ വിവിധ മേഖലകളിലുള്ള മനുഷ്യരുമായും അടുത്തു പെരുമാറാനുള്ള അവസരമായിരുന്നു അത്. ആ സുഹൃത്തുക്കളുമായി പിന്നീടെന്നും ബന്ധം നിലനിർത്താൻ അവർക്കു കഴിഞ്ഞിരുന്നു. ആ ജയിൽവാസം ഗൗരി ലങ്കേഷിന്റെ ജീവിതത്തെ മാത്രമല്ല, നൂറുകണക്കിന് സുമനസ്സുകളുടെ ജീവിതത്തിലും ഗതിമാറ്റം വരുത്തിയ ഒരു മഹാസമുദായ സൗഹാർദ്ദസംഗമവേദി കൂടിയായി.

ഗൗരി ലങ്കേഷ് അറസ്റ്റ് ചെയ്യപ്പെട്ടിട്ടും ബാബബുഡൻഗിരിയിൽ നടന്ന സംഭവങ്ങൾ മുഴുവനായി റിപ്പോർട്ട് ചെയ്ത് സമുദായസൗഹാർദ്ദവേദിയുടെ പ്രവർത്തനങ്ങൾ വിശദീകരിച്ച് ആ വാരത്തിലെ ലങ്കേഷ് പത്രികെ പ്രസിദ്ധീകരിച്ചു. ലോക്കപ്പിൽ നിന്നും പുറത്തിറങ്ങിയതോടെ കൂടുതൽ ശക്തമായ നീക്കങ്ങൾക്കായി സൗഹാർദ്ദവേദിയുടെ നേതൃത്വനിരയിൽ

തന്നെ ഗൗരി ലങ്കേഷ് നിലകൊണ്ടു. എന്നാൽ സംഘ്പരിവാർ സംഘടനകൾ അതിനെ ആയുധങ്ങളുമായി എതിർക്കാൻ തീരുമാനമെടുത്തു. രണ്ടായിരത്തിൽപരം ജനങ്ങൾ സമാധാന സന്ദേശം ഉയർത്തിക്കൊണ്ട് നടത്താൻ ഉദ്ദേശിച്ച ജാഥയെ സർക്കാർ നിരോധിച്ചു.

അതേമാസം 29-ാം തിയതി സംസ്ഥാനത്തിന്റെ വിവിധഭാഗങ്ങളിൽ നിന്നായി ഇരുപതിനായിരം പേര് പങ്കെടുത്ത മറ്റൊരു റാലി സമുദായ സൗഹാർദ്ദവേദി സംഘടിപ്പിച്ചു.

ശോഭായാത്ര നിരോധനം

2004ൽ കോൺഗ്രസ്സും ജനതാദളും ചേർന്നു ഭരണം നടത്തുന്ന കാലത്ത് വീണ്ടും സർക്കാരിനെ സമ്മർദ്ദത്തിലാക്കി സമുദായ സൗഹാർദ്ദ വേദി പ്രചാരങ്ങളും റാലിയും നടത്തി. സംഘപരിവാർസംഘങ്ങൾ ഷിമോഗയിലേക്കു ദത്തജയന്തിയാഘോഷം മാറ്റിയപ്പോൾ, അതേദിവസം തന്നെ, അതേ സ്ഥലത്ത് വെച്ച് സമുദായ സൗഹാർദ്ദവേദിയും ദത്ത ജയന്തിയാഘോഷങ്ങൾ നടത്താൻ തീരുമാനിച്ചു. സംസ്ഥാനം മുഴുവൻ മൂന്നു മാസം നീണ്ടുനിൽക്കുന്ന പ്രചാരണങ്ങൾ നടത്തി. ഡിസംബർ മാസത്തിൽ സംഘപരിവാർ നടത്തുന്ന ദത്തജയന്തി യാതൊരു തരത്തിലും അവകാശമോ അർഹതയോ ഇല്ലാത്തതാണെന്നും സമുദായങ്ങളെ ഭിന്നിപ്പിക്കുന്നതാണെന്നും നിയമപരമായി തടയണമെന്നും സമുദായസൗഹാർദ്ദവേദി സംഘടിപ്പിച്ച സർവ്വകക്ഷി യോഗത്തിൽ എല്ലാവരും ഒരേ സ്വരത്തിൽ ആവശ്യപ്പെട്ടു. കോൺഗ്രസ് ജനതാദൾ സർക്കാരിന്

ശോഭായാത്ര

ഈ ബഹുജനമുന്നേറ്റത്തെ കണ്ടില്ലെന്നു നടിക്കാനായില്ല, അന്നത്തെ ചിക്കമംഗളൂർ ജില്ലാ കമ്മീഷണർ രാജേന്ദ്ര കഠാരിയ ധീരവും മതേതരമായ നിലപാടുകളെടുത്തതിന്റെ ഫലമായി സംഘപരിവാറിന്റെ ശോഭാ യാത്രയും അനുബന്ധ പൂജയും ഹോമവും അനുഷ്ഠാനങ്ങളും നിരോധിച്ചുകൊണ്ട് ഉത്തരവിറക്കി. സമുദായസൗഹാർദ്ദവേദി സംഘപരിവാറിന്റെ കടന്നുകയറ്റത്തിനെതിരെ വിജയം വരിച്ച ആദ്യത്തെ സുപ്രധാന സംഭവമായിരുന്നു അത്.

ചിക്കമംഗളൂരിൽ നിരവധി സുഹൃദ്ബന്ധങ്ങൾ വളർന്നുവരികയുണ്ടായി. സമൂഹത്തിൽ പ്രചരിക്കുന്ന അന്ധവിശ്വാസങ്ങൾ, രാഷ്ട്രീയ അനീതികൾ, സ്ത്രീ പീഡനങ്ങൾ, അഴിമതികൾ മുതലായ സംഭവങ്ങളെല്ലാം നേരിട്ട് പറയുകയും അതിനെക്കുറിച്ചെല്ലാം പത്രത്തിൽ എഴുതണമെന്നും പൊതുജനശ്രദ്ധയിൽകൊണ്ട് വരണമെന്നും അവർ അഭ്യർത്ഥിച്ചു. എല്ലാം വിശദമായി കേട്ടശേഷം അനുഭാവപൂർണ്ണമായി അതിനോടെല്ലാം പ്രതികരിക്കുവാൻ ഗൗരി ലങ്കേഷ് സന്നദ്ധയായിരുന്നു.

മാലേബെന്നൂർ ബലാത്സംഗം

ദാവെൻഗെരെ ജില്ലയിൽ ഏതാനും ചെറുപ്പക്കാർ ന്യൂനപക്ഷസമുദായത്തിൽപെട്ട രണ്ടു സ്ത്രീകളെ ക്രൂരമായി ബലാത്സംഗം ചെയ്യുകയും 'ജയ് ശ്രീ രാം' എന്ന് ഉറക്കെ വിളിച്ചാഹ്ലാദിക്കുകയും അനുബന്ധമായി കൊള്ളയും കൊലയും കലാപവും നടക്കുകയുമുണ്ടായി. തലമുറകളായി മതസൗഹാർദ്ദത്തോടെ കഴിയുന്ന ഒരു സമൂഹത്തിൽ ഇത്തരം കൃത്യങ്ങൾ നടത്തി മാനവമൈത്രീ പ്രവാഹത്തിനു ഭംഗം വരുത്തുന്നത് ഗൗരി ലങ്കേഷിന്റെ മനസ്സിൽ അതീവമായ സങ്കടവും അസ്വസ്ഥതയുമുണ്ടാക്കി. അടുത്ത ദിവസംതന്നെ ലിംഗായത് മഠത്തിൽ ജനങ്ങളെ അഭിസംബോധന ചെയ്തു പ്രസംഗിക്കാൻ ക്ഷണം കിട്ടിയപ്പോൾ പോകാൻ തീരുമാനിച്ചു.

ബസവണ്ണയുടെ വചനങ്ങൾ ആലപിച്ചുകൊണ്ടാണ് പ്രസംഗം തുടങ്ങിയത്:

"പണമുള്ളവൻ ശിവന് ക്ഷേത്രം പണിയുന്നു
പണമില്ലാത്ത ഞാൻ എന്തുചെയ്യും?
എന്റെ കാലുകൾ തൂണുകളും ദേഹം ശ്രീകോവിലും
തല സ്വർണ്ണത്താഴികക്കുടവുമാകുന്നു....
നോക്കൂ, നദീസംഗമതീരത്തേക്ക്...
അചഞ്ചലമായി നിൽക്കുന്നതെല്ലാം വീഴും,
ചലിക്കുന്നതെല്ലാം നിലനിൽക്കും."

പ്രസംഗം തുടർന്നു:

"ലിംഗായത്തുക്കളായ നിങ്ങളുടെ മതം ബസവണ്ണ ക്ഷേത്രങ്ങൾ പണിയുന്നതിനും വിഗ്രഹാരാധനയ്ക്കും എതിരായിരുന്നു. പിന്നെ എന്തിനാണ് നിങ്ങൾ സാങ്കല്പികമായ ഒരു ദൈവത്തിനുവേണ്ടി ക്ഷേത്രം

പണിയാനും അതിനു ശ്രമിക്കുന്നവർക്ക് അനുകൂലമായും നിലകൊള്ളുന്നത്?”

അങ്ങനെ പ്രസംഗം തുടർന്നപ്പോഴേക്കും സദസ്സിൽ ബഹളമായി. അസഹിഷ്ണുക്കളായ അവർക്ക് ഗൗരി ലങ്കേഷിനെ ആക്രമിക്കണമായിരുന്നു. എന്നാൽ, ഗൗരി ലങ്കേഷ് പൊലീസ് സുരക്ഷയിലായത് അവർക്കു രസിച്ചില്ല. അവർ ബഹളം കൂട്ടിയപ്പോൾ ഗൗരി ലങ്കേഷ് പിന്നീട് പ്രസംഗിച്ചില്ല. താമസിക്കുന്ന ഹോട്ടൽ മുറിയിലേക്ക് വന്നപ്പോൾ ഡോ.എം.എം. കൽബുർഗിയെ അപ്രതീക്ഷിതമായി കണ്ടുമുട്ടി. ആദ്യമായിട്ടാണ് തമ്മിൽ കാണുന്നത്. മഠത്തിൽ സംഭവിച്ച കാര്യങ്ങൾ ഗൗരി ലങ്കേഷിനോട് ചോദിച്ചറിഞ്ഞശേഷം ബസവണ്ണയുടെ ജീവിതത്തെക്കുറിച്ചും പ്രസിദ്ധമായ വചനങ്ങളെക്കുറിച്ചും ഗവേഷണം നടത്തുന്ന പണ്ഡിതവര്യനായ ആ മനുഷ്യൻ പുഞ്ചിരിയോടെ പറഞ്ഞു:

‘ഗൗരി ലങ്കേഷ്... നിങ്ങൾ പറഞ്ഞത് കൃത്യമായ കാര്യമാണ്, ആശയങ്ങൾ വെളിപ്പെടുത്തുമ്പോൾ തളരാൻ പാടില്ല, നിർഭയയായിരിക്കണം.”

തുടർന്ന് കുറെ നേരം ബസവണ്ണയെക്കുറിച്ചും ആ മഹാഗുരു അനുഭവിച്ച യാതനകളെക്കുറിച്ചുമെല്ലാം സംസാരിച്ചു. ജ്ഞാനിയായ ആ മനുഷ്യന്റെ സാന്നിധ്യം, ആവേശഭരിതമായിരുന്നു.

വർഷത്തിൽ രണ്ടു തവണ ചിദാനന്ദ രാജ്ഘട്ടെ അമേരിക്കയിൽ നിന്നും ബാംഗ്ലൂർ വരുന്ന പതിവനുസരിച്ച് അയാൾ നഗരത്തിലെത്തിയിട്ടുണ്ട്. വീട്ടിൽ പോയതിനു ശേഷം ഗൗരി ലങ്കേഷിന്റെ ഓഫീസിലെത്തി. പത്രമോഫീസിൽ വരുമ്പോൾ അന്നത്തെ ചൂടുള്ള വാർത്ത ബാബാബുഡൻ ഗിരി സംഭവമായിരുന്നു. ഗൗരി ലങ്കേഷിന്റെ ആക്റ്റിവിസത്തിലേക്കുള്ള ഈ കാൽവെപ്പിനോട് അയാൾ വിയോജിച്ചുവെങ്കിലും എതിർത്തില്ല. ഇത്തരം സാമൂഹികരാഷ്ട്രീയവിഷയങ്ങളിൽ നേരിട്ട് ഇടപെടേണ്ടുന്ന ആവശ്യം ഒരു ജേണലിസ്റ്റിനില്ലെന്നാണ് അയാളുടെ അഭിപ്രായം. നിങ്ങൾ പറയുന്നതു സാമ്പ്രദായികമായ പത്രപ്രവർത്തനമാണെന്നും കാലത്തിന്റെ ചുമരെഴുത്തുകൾ പകർത്തുക മാത്രമല്ല പത്രപ്രവർത്തകരുടെ കടമയെന്നും ചുമരെഴുത്തുകൾ രചിക്കുകയും അവരുടെ കടമയാണെന്നും ഗൗരി ലങ്കേഷ് മറുവാദം ഉന്നയിച്ചപ്പോൾ അയാൾ പിന്നെ ഒന്നും പറഞ്ഞില്ല. ഗൗരി ലങ്കേഷ് ജീവിതം സാന്ദ്രമാക്കുമ്പോൾ അതിൽ വെള്ളം ചേർത്ത് നേർപ്പിക്കാൻ തയാറാവില്ല എന്ന് അയാൾക്കറിയാം. ഗൗരി ലങ്കേഷ് അനിയന്ത്രിതമായി പുകവലിക്കുന്നത് കണ്ടപ്പോൾ എരിയുന്നത് സിഗരറ്റാണെങ്കിലും യഥാർത്ഥത്തിൽ പുകയുന്നത് ഗൗരിയുടെ ഹൃദയമാണെന്നു അയാൾക്കു തോന്നി.

ബജ്‌രംഗ്ദൾ എല്ലാ മതേതരമൂല്യങ്ങളെയും കാറ്റിൽ പറത്തുകയാണ്. ക്ഷേത്രം അവിടെയുണ്ടായിരുന്നു എന്ന സംഘപരിവാർവാദം ഖണ്ഡിച്ചുകൊണ്ട് സമുദായ സൗഹാർദ്ദവേദി കേസ് വാദിക്കാൻ വക്കീലന്മാർക്കു വിഷയം വിശദീകരിക്കാനും അവർക്ക് വേണ്ടുന്ന മുൻകാല കേസ്

രേഖകളും ചരിത്ര സംഭവങ്ങളും ശേഖരിച്ചു കൊടുക്കാനും ഗൗരി ലങ്കേഷ് തന്നെ മുന്നിൽ നിന്നു. സമയാസമയങ്ങളിൽ ആ പ്രദേശത്തു നടക്കുന്ന യോഗങ്ങളിൽ വിതരണം ചെയ്യാനുള്ള ലഘുലേഖകളും മറ്റു പ്രസിദ്ധീകരണങ്ങളും അച്ചടിക്കാനുള്ള ചുമതലയും ഗൗരി ലങ്കേഷ് ഏറ്റെടുക്കുകയും അത് തന്റെ പ്രസിദ്ധീകരണത്തിന്റെ പേരിൽ പുറത്തിറക്കുകയും ചെയ്തു.

2004ൽ ഹൈന്ദവാചാരപ്രകാരമുള്ള ദത്തപീഠമോ ക്ഷേത്രമോ ഉണ്ടായിരുന്നതായി യാതൊരു തെളിവുമില്ലെന്നും ഹിന്ദുത്വസംഘടനകളുടെ അവകാശവാദം കെട്ടിച്ചമച്ചതാണെന്നും പ്രൊഫ.എസ്.ശ്രീധർ, ശിവ് സുന്ദർ, പ്രൊഫ ശിവ രാമയ്യ, റഹ്മത്തു തരീക്കെരെ, പ്രൊഫ.സുധാ സീതാരാമൻ തുടങ്ങിയവർ പഠനം നടത്തി സമുദായസൗഹാർദ്ദവേദിക്ക് വേണ്ടി ഹൈക്കോടതിയിൽ ഒരു റിപ്പോർട്ട് സമർപ്പിക്കുകയും ഹിന്ദുത്വ സംഘടന നടത്തുന്ന ദത്തജയന്തിയാഘോഷം നിരോധിക്കണമെന്നു ആവശ്യപ്പെടുകയും ചെയ്തു. കോടതി അവർക്ക് അനുകൂലമായ വിധി കല്പിച്ചപ്പോൾ വിധിക്കെതിരെ സംഘപരിവാർ നേതൃത്വം കൊടുക്കുന്ന ദത്തപീഠന സംവർദ്ധക സമിതി സുപ്രീംകോടതിയിൽ അപ്പീൽ സമർപ്പിച്ചു. സംഘപരിവാർ നടത്തുന്ന എല്ലാ മതപരമായ ആഘോഷങ്ങളും നിർത്തിവെക്കാനും 1989ലെ ഹൈക്കോടതി വിധിപ്രകാരമുള്ള അന്തരീക്ഷം നിലനിർത്താനും (സ്റ്റാറ്റസ്കോ) വിധിയുണ്ടായി. എങ്കിലും 'അവിടെ ക്ഷേത്രമുണ്ടായിരുന്നില്ല' എന്ന കമ്മിറ്റി പഠനം ഔദ്യോഗികമായി സ്ഥിരീകരിക്കാനാവില്ലെന്നും അതിനു നിയമപരമായ ആധികാരികതയില്ലെന്നുമുള്ള സംഘപരിവാർവാദം അംഗീകരിക്കുകയും സർക്കാർ തലത്തിൽ ഒരു എൻഡോവ്മെന്റ് കമ്മീഷൻ അന്വേഷണം നടത്തി അതിന്റെ അടിസ്ഥാനത്തിൽ ഒരു അന്തിമ തീരുമാനം എടുക്കാമെന്നും സുപ്രീംകോടതി വിധി കല്പിച്ചു.

പ്രൊഫ.എസ്.ശ്രീധർ, ശിവസുന്ദർ, പ്രൊഫ ശിവരാമയ്യ, റഹ്മത്തു തരീക്കരെ, പ്രൊഫ.സുധാസീതാരാമൻ മുതലായവർ സത്യസന്ധരും ധാർമ്മികമൂല്യങ്ങളെ മുറുകെപ്പിടിക്കുന്നവരും ജനാധിപത്യമൂല്യബോധമുള്ളവരും അക്കാദമിക് അംഗീകാരമുള്ള പണ്ഡിതരുമായിരുന്നു, അവരുടെ റിപ്പോർട്ട് സത്യസന്ധമായിരുന്നു. എന്നാൽ അതംഗീകരിക്കാൻ ആധികാരികതയില്ലത്രേ. സത്യത്തിനു തെളിവില്ല എന്ന വാദം ഉയർത്താനും അത് അംഗീകരിപ്പിക്കാനും കഴിയുന്നത് നമ്മുടെ നീതിന്യായവ്യവസ്ഥയുടെ പരിമിതിയാണ്. ഇത്തരമൊരു മൂല്യബോധം പിന്തുടരേണ്ടിവരുമ്പോൾ സാമൂഹിക വ്യവസ്ഥകളുടെ അടിസ്ഥാനശിലകൾ മാറ്റി പണിയേണ്ടിവരുന്നതിന്റെ ആവശ്യകത ചിന്തനീയമായ രാഷ്ട്രീയപാഠമാണ്.

ആടിനെ പട്ടിയാക്കാനും പകലിനെ രാത്രിയാക്കാനും നുണയെ സത്യമാക്കാനും സ്ഥാപിക്കാനും കഴിയുമ്പോൾ മരിച്ചുവീഴുന്നതു മനുഷ്യത്വമാണ്. സത്യം പാർശ്വവൽക്കരിക്കുന്നതും പിശാച്ഭരണം കൈയാളുകയും ചെയ്യുന്നത് അധർമ്മമാണ്, അനീതിയാണ്. പണം ഭരിക്കുന്ന ഈ നാട്ടിൽ, പണാധിപത്യമൂല്യങ്ങൾ നിയമം സൃഷ്ടിക്കുന്നു. ഈ വ്യവസ്ഥിതി

മാറുമ്പോൾ മാത്രമേ പണത്തിനു വിലയില്ലാതാവുകയും മനുഷ്യത്വം മേൽക്കൈ നേടുകയും ചെയ്യുകയുള്ളൂ. ബഹുഭൂരിപക്ഷം വരുന്ന മനുഷ്യന് അനുകൂലമാവുന്ന വ്യവസ്ഥകളും നിയമങ്ങളും നിലവിൽ വരാതെ ഇരുളിനാൽ നയിക്കപ്പെടുന്ന ഈ സമൂഹത്തിനു മോചനമില്ല. അതുവരെ പുരോഗമനാഭിമുഖ്യം മാത്രമുള്ള സ്വതന്ത്ര ബുദ്ധിജീവിയായിരുന്ന ഗൗരി ലങ്കേഷ് ഇടത്തോട്ട് മാറിചിന്തിക്കാൻ സാഹചര്യം ഒരുങ്ങുകയായിരുന്നു. കെ.എൽ. അശോക്, ശിവ്സുന്ദർ, മുതലായ ഇടതുഎഴുത്തുകാരും ആക്ടിവിസ്റ്റുകളുമായിട്ടുള്ള സംസർഗ്ഗവും ഇങ്ങനെ ചിന്തിക്കാൻ അനുകൂലമായി.

കോടതി പിരിഞ്ഞു, വക്കീലുമായി ഭാവിപ്രവർത്തനങ്ങളെക്കുറിച്ച് തീരുമാനമെടുത്തു മടങ്ങുമ്പോൾ ഏറെ വൈകിയിരുന്നു. ഹോട്ടലിൽ നിന്ന് ഭക്ഷണം കഴിച്ച് അമ്മയുടെ വീട്ടിൽ കയറാതെ നേരെ വീട്ടിലേക്കാണ് വന്നത്. ജീവിതം എങ്ങോട്ടാണ് നീങ്ങുന്നതെന്ന് ചിന്തിക്കുകയായിരുന്നു. ഉറങ്ങാൻ കിടന്നിട്ടും അസ്വസ്ഥമായിരുന്നു മനസ്സ്.

മനുഷ്യൻ മനുഷ്യനെ ചൂഷണം ചെയ്യാത്ത ഒരു ജീവിതം ആകാശങ്ങളിലെങ്കിലും ഉണ്ടാവുമോ? ചതിയും വഞ്ചനയുമില്ലാത്ത ലോകം. ഹിന്ദുവും ക്രിസ്ത്യാനിയും മുസൽമാനും ലിംഗായത്തും വൊക്കലിംഗരും ദളിതനും ഇല്ലാത്ത സമൂഹം. മർദ്ദകനും മർദ്ദിതനും ഇല്ലാതെ ഓരോരുത്തരും അവരവരുടെ കഴിവിനും ശേഷിക്കും അനുസരിച്ചുള്ളതുകൊണ്ട് തൃപ്തിയോടെ ജീവിക്കുന്ന കാലം സ്വപ്നത്തിൽ മാത്രമാണോ? കൊലയും കലഹവുമില്ലാതെ ആൾദൈവങ്ങളില്ലാതെ മന്ത്രവാദങ്ങളില്ലാതെ സ്ത്രീപീഡനമില്ലാതെ ഒരു ജീവിതം ഉണ്ടാകുമോ? കീഴടക്കാനും അടക്കിഭരിക്കാനും ശ്രമിക്കാതെ എങ്ങും പ്രകാശം മാത്രം പരക്കുന്ന ഭൂമി?

അങ്ങകലെ...

ഒരു മലയുടെ മുൻപിൽ ഇരുട്ട് കട്ടപിടിച്ചുകിടക്കുന്നു. പിന്നിൽ നിന്നും സൂര്യപ്രകാശം കടന്നുവരാൻ നാണിച്ച് മടിച്ച് നിൽക്കുന്നതുപോലെ തോന്നി. മലയുടെ അടിവാരത്തിൽ ഒരു വൃദ്ധൻ എന്തോ കൊത്തിക്കിളക്കുന്നത് അവ്യക്തമായി കാണാം. സൂക്ഷിച്ചു നോക്കിയപ്പോൾ അയാൾ മലയിലെ മണ്ണ് മമ്മട്ടിയിൽ വെട്ടിയെടുത്തു കുട്ടയിൽ നിറയ്ക്കുകയും കുട്ട നിറയുമ്പോൾ മണ്ണ് ദൂരെയെവിടെയോ കളഞ്ഞുവന്നു വീണ്ടും മണ്ണ് കുട്ടയിൽ നിറയ്ക്കുന്നു. വീണ്ടും അത് തലയിലേറ്റി വെളിയിൽ കൊണ്ട് കളയുന്നു. സൂര്യവെളിച്ചം കിട്ടാൻ മലവെട്ടി മാറ്റുകയോ? വിഡ്ഢി!!! വിഡ്ഢിയായ കിഴവൻ...!!!

"മോളേ, ഗൗരീ, ആ കിഴവൻ വിഡ്ഢിയല്ല; ഇന്നോ നാളെയോ അയാൾക്ക് സൂര്യപ്രകാശം കാണാനൊത്തില്ലെന്നു വരാം. ഓരോ കുട്ട മണ്ണ് വെട്ടിമാറ്റുമ്പോഴും മലയിലെ മണ്ണ് കുറയുകയാണ്, കൂടുകയല്ല. ഒരുനാൾ ആ മല ഇല്ലാതാവും. സൂര്യപ്രകാശം കാണാൻ കഴിയും."

ആരാണ് പറഞ്ഞത്? അപ്പയുടെ ശബ്ദം? ആ സ്വരം കാതിൽ സ്വകാര്യം പറയുന്നതുപോലെ.

സമയസൂചികൾ കറങ്ങിയതറിഞ്ഞില്ല.

പതിന്നാല്

സമാധാനദൗത്യം

നീതിയുടെയും സത്യത്തിന്റെയും വേദികളിൽ ഗൗരി ലങ്കേഷ് പിന്നീട് അവിഭാജ്യ ഘടകമായി മാറാൻ തുടങ്ങി. നീതിനിഷേധത്തിന്റെ എതിരാളിയായി ഗൗരി ലങ്കേഷ് ഉണ്ടാവും. ലോഹ്യാചിന്താഗതിയോടും ഡോ. അംബേദ്കറുടെ ജാതിവിരുദ്ധ സമരസിദ്ധാന്ത ങ്ങളോടും ബസവണ്ണയുടെ വിഖ്യാതമായ വൈദിക വിരുദ്ധ പോരാട്ടങ്ങളോടും കാറൽമാർക്സിന്റെ വർഗ്ഗസമരപ്രത്യയശാസ്ത്രത്തോടും ആദരവായി രുന്നു. അതേസമയം ഏതെങ്കിലുമൊരു പ്രത്യയ ശാസ്ത്രത്തിന്റെ മാത്രം വക്താവാകാനോ ഒരു പാർട്ടി യുടെ അംഗമായി പ്രവർത്തിക്കാനോ കഴിയില്ല.

മൻമോഹൻ സിംഗ് സർക്കാറിന്റെ സമീപനം

2004ൽ മൻമോഹൻസിംഗ് സർക്കാർ അധികാരത്തിൽ വന്നു. രാജ്യത്തിന്റെ വിവിധ ഭാഗങ്ങളിൽ മാവോവാദി കൾ നടത്തുന്ന രാഷ്ട്രീയ പ്രവർത്തനങ്ങൾ കേവലം ഭീകരവാദമായി കാണരുതെന്നും തീവ്രഇടതുപക്ഷ പ്രവർത്തനങ്ങളിലേക്കു നീങ്ങാനുണ്ടായ സാഹചര്യം പരിഗണിക്കണമെന്നും സംസ്ഥാന സർക്കാരുകൾ മാവോവാദികളെ കൈകാര്യം ചെയ്യുന്ന രീതികൾ അവധാനതയോടെ കൈകാര്യം ചെയ്യണമെന്ന് ഇടതു പക്ഷപാർട്ടികൾ പ്രധാനമന്ത്രിയുടെ മുന്നിൽ നിർദ്ദേശം വെക്കുകയും ക്രിയാത്മകമായ രാഷ്ട്രീയ തീരുമാനം

എടുക്കാൻ ആവശ്യപ്പെടുകയും ചെയ്തു. അത് മൻമോഹൻ സിങ് ഗൗരവമായി പരിഗണിക്കുകയും സംസ്ഥാന സർക്കാരുകളുമായി ആലോചിച്ച് അനുകൂല സമീപനമെടുക്കുകയും ചെയ്തു. ഈ രാഷ്ട്രീയ കാലാവസ്ഥയിൽ മാവോവാദികളുമായി ചർച്ച ചെയ്യാനും അവരുടെ പ്രശ്നങ്ങൾ അനുഭാവപൂർവ്വം സമീപിക്കണമെന്നുമുള്ള രാഷ്ട്രീയതാത്പര്യം ഗൗരി ലങ്കേഷും തീരുമാനിച്ചു.

1980കളുടെ അന്ത്യത്തിൽ റായ്ച്ചൂർബിദാർ ജില്ലകളിൽ മനുഷ്യത്വഹീനമായി പെരുമാറിയിരുന്ന ജന്മിമാർക്കെതിരെ സായുധസമരവുമായിട്ടാണ് മാവോയിസ്റ്റ് ഗ്രൂപ്പുകൾ (CPI-ML PeoplesWar) സജീവമാകുന്നത്. സംസ്ഥാനത്തു കാർഷിക ജോലിക്കു 200 രൂപയും 250 രൂപയും കൂലി കൊടുക്കുമ്പോൾ ഈ മലനാട് ജില്ലകളിൽ വെറും പത്ത് രൂപയും പന്ത്രണ്ടു രൂപയുമായിരുന്നു കൂലി. കൂലി ആവശ്യപ്പെട്ടാൽ ഗുണ്ടകളുടെ ആക്രമണം. രാവിലെ അഞ്ചുമണി മുതൽ വൈകുന്നേരം ആറുമണിവരെ പാടത്തും പറമ്പിലും പണിയെടുത്താൽ, ജന്മിയുടെ വീട്ടിലേക്ക് മൈലുകൾ നടന്നു ചെന്ന് ക്യൂനിന്ന് വേണം കൂലികിട്ടാൻ. അവരെ എല്ലാ മർദ്ദനമുറകളും ഉപയോഗിച്ച് അടിച്ചമർത്തി ചൂഷണം ചെയ്യുന്നു. ജന്മിമാരെ നാട്ടുകൂട്ടം വിളിച്ചുകൂട്ടി ജനകീയപഞ്ചായത്തിൽ മാവോവാദികൾ വിചാരണ ചെയ്തു. ഇതിനെ നിരാകരിച്ച രണ്ടുജന്മികളെ വെടിവെച്ച് കൊല്ലുകയും ഒരു ജന്മിക്കു മാരകമായ പരിക്കേൽക്കുകയും ചെയ്തു.

ഈ സാഹസികമായ സായുധപ്രവർത്തനങ്ങളുടെ വിജയസാധ്യതകളെക്കുറിച്ചും ഗൗരി ലങ്കേഷിനു പ്രതീക്ഷയോ മതിപ്പോ അനുഭാവമോ ഉണ്ടായിരുന്നില്ല. ഒരു ജന്മിയേയോ ഒരു ഫാസിസ്റ്റിനെയോ കൊന്നതു കൊണ്ട് ആ വ്യക്തിയുടെ അതിക്രമങ്ങൾക്ക് ശമനമുണ്ടായേക്കാം, എന്നാൽ അവരുടെ വർഗ്ഗപരമായ സ്വഭാവം ബാക്കി നിൽക്കും. അവ വീണ്ടും മറ്റുള്ളവരിലൂടെ പൊട്ടിമുളച്ചു വളർന്നു വരാനുള്ള രാഷ്ട്രീയ സാമൂഹിക സാമ്പത്തിക സാഹചര്യമാണ് നിലനിൽക്കുന്നത്.

ജന്മിമാരെ ശത്രുക്കളായി കണ്ടു, ഉന്മൂലനാശനം നടത്തുന്ന മാവോയിസ്റ്റുകളുടെ നയപരിപാടികൾ രാഷ്ട്രീയപ്രവർത്തനമല്ലെന്നും ആ വഴി ഉപേക്ഷിച്ചു മുഖ്യധാരാരാഷ്ട്രീയത്തിലേക്ക് കൊണ്ടുവരാൻ വേണ്ടി എന്തു ചെയ്യാൻ കഴിയുമെന്നവർ സഹപ്രവർത്തകരായ പ്രൊഫ്. ശ്രീധർ, ശിവസുന്ദർ എന്നിവരുമായി ആലോചിച്ചു. ഗൗരി ലങ്കേഷ് നേതൃത്വം കൊടുത്തു കൊണ്ട് പൗരാവകാശപ്രവർത്തകരായ പ്രൊഫ. ശ്രീധർ, ശിവസുന്ദർ, പ്രൊഫ ബാബയ്യ, പ്രൊഫ. രാംദാസ്റാവു തുടങ്ങിയ പ്രമുഖരെയും ഉൾപ്പെടുത്തി ഒരു സമാധാന ദൗത്യസേന (Citizen's Initiative for Peace-അഥവാ CIP) രൂപീകരിച്ചു.

മാവോവാദികളുടെ നേതാവും (CPI-ML People's War) മാവോയിസ്റ്റ് ഗ്രൂപ്പിന്റെ സംസ്ഥാന സെക്രട്ടറിയുമായ സാകേത് രാജനെ കാണാനുള്ള സാധ്യതകൾ മുന്നിൽ തെളിഞ്ഞു.

ഡൽഹി ജവഹർലാൽ യൂണിവേഴ്സിറ്റിയിൽ (JNU) വിദ്യാർത്ഥി രാഷ്ട്രീയത്തിൽ സജീവമായിരുന്ന സാകേത് രാജനെ അറിയാം. ബാംഗ്ലൂരിൽ ഗൗരി ലങ്കേഷിന്റെ സീനിയർ ആയിരുന്നു. ഡൽഹിയിൽ ജെ.എൻ. യുവിൽ നിന്നും ജേണലിസത്തിൽ പോസ്റ്റ് ഗ്രാജുവേറ്റ് ഡിഗ്രിയെടുത്തു ഗൗരി ലങ്കേഷിനു മുമ്പ് പുറത്തിറങ്ങിയ അയാൾ അസാമാന്യമായ ബുദ്ധിജീവിയും 'സഖി', 'ചരിത്ര നിർമിതി' എന്നീ പ്രസിദ്ധ ഗ്രന്ഥങ്ങളുടെ രചയിതാവ് കൂടിയാണ്. അയാളുമായി ഒരു മുഖാമുഖം നടത്താൻ ഗൗരി തീരുമാനിച്ചു

സായുധസമരമാർഗ്ഗം ഉപേക്ഷിച്ചു സംസ്ഥാനത്തിന്റെ മുഖ്യധാരയിലേക്ക് വരണമെന്നും നക്സലേറ്റുകളെ അറിയിച്ചു. നക്സലൈറ്റുകൾ അനുകൂലമായി പ്രതികരിക്കുകയും ഏതാനും മാധ്യമപ്രവർത്തകരുമായി കാട്ടിൽ പോകാനും സാകേത് രാജനുമായി ഒരു അഭിമുഖം ചെയ്യാനുള്ള സാഹചര്യമൊരുക്കുകയും ചെയ്തു. ഗൗരിലങ്കേഷിനു പുറമെ വേറെയും ചില പത്രപ്രവർത്തകരുമൊത്തു കാട്ടിലേക്ക് പോവുകയും അവരുമായി ഒരു ചർച്ച സാധ്യമാവുകയും ചെയ്തു.

കാട്ടിലേക്കുള്ള യാത്ര സാഹസികമായിരുന്നു. ഉന്മൂലനസിദ്ധാന്തം സമൂഹത്തിന്റെ മുന്നിൽ ക്രിമിനൽ കുറ്റമാകും. ഭരണകൂടം ഉദ്ദേശിച്ച രീതിയിൽ കുറ്റവാളികളാക്കി ആശയപ്രചാരണം സാധ്യമാകുമ്പോൾ മാവോവാദികൾക്ക് പിടിച്ചു നിൽക്കാനാവില്ല. നന്മയ്ക്കു വേണ്ടിയാണെങ്കിലും വകവരുത്തിക്കൊണ്ട് ഈ പ്രസ്ഥാനത്തിനു ജനസമ്മതി നേടാൻ കഴിയില്ല. ജനങ്ങളുടെ സ്നേഹാദരങ്ങൾ നേടിയെടുക്കാതെ ഒരു പ്രസ്ഥാനത്തിനും ആത്യന്തികമായി നിലനിൽപില്ലെന്നും അതുകൊണ്ട് ഗറില്ലാ സായുധവിപ്ലവമാർഗ്ഗം ഉപേക്ഷിക്കണമെന്നും ഗൗരി ലങ്കേഷ് മാവോവാദികളോട് പറഞ്ഞു. ഒളിവുജീവിതത്തിലൂടെ രാഷ്ട്രവിമോചനം അപ്രായോഗികമാണ്. ഏതു കാട്ടിലും ഗുഹയിൽപ്പോലുമിരിക്കുന്ന ഒരു കീടത്തെപോലും നിമിഷങ്ങൾക്കകം കണ്ടെത്താനുള്ള ആധുനിക ഇലക്ട്രോണിക്സ് വിവരസാങ്കേതികസംവിധാനം നിലവിലുള്ളപ്പോൾ പാർട്ടിയുടെ നയപരിപാടികളിൽ നിന്നും മാറി ചിന്തിക്കാൻ സമയമായെന്നു വാദങ്ങളുയർന്നു. അനുദിനമുണ്ടാവുന്ന ഓരോ പ്രതിസന്ധികളെയും അവർ മുഖാമുഖം കാണുകയായിരുന്നു. എന്നാൽ പ്രഖ്യാപിത പരിപാടികളിൽ നിന്നും പിന്മാറാൻ തയ്യാറല്ലാത്ത മറ്റൊരു കൂട്ടരും പാർട്ടിയിൽ ഉണ്ടായിരുന്നു.

മാവോയിസ്റ്റുകൾ മിക്കവരും വിദ്യാസമ്പന്നരും ആത്മാർത്ഥതയുള്ളവരുമാണെന്നു ഗൗരിക്ക് ഇതിനകം മനസ്സിലായി. ആവശ്യത്തിന് ഭക്ഷണവും വസ്ത്രങ്ങളും പാർപ്പിടംപോലുമില്ലാതെ മഴയിലും മഞ്ഞിലും ജീവിച്ചു, നേരത്തെ ഭക്ഷണംപോലും കിട്ടാതെ, പലപ്പോഴും പട്ടിണികിടക്കേണ്ടിവരുന്ന ത്യാഗപൂർണമായ കാട്ടിലെ അവരുടെ ജീവിതം നേരിട്ട് കണ്ടു. രാഷ്ട്രീയനിലപാടുകളോട് കടുത്ത എതിർപ്പ് രേഖപ്പെടുത്തിയപ്പോഴും ഹൃദയത്തിലെവിടെയോ ആർദ്രതയുടെ നേർത്ത കനിവുകളുണ്ടായി. അവരുടെ ആവശ്യങ്ങൾ ഏതെല്ലാമെന്ന് ഗൗരി ചോദിച്ചറിഞ്ഞു.

ആദിവാസികളെ മനുഷ്യരായി പരിഗണിക്കുക, അവർക്കവകാശപ്പെട്ട കാട്ടിൽ ജീവിക്കാൻ അനുവദിക്കുക, ന്യായമായ കൂലി കൊടുക്കുക, പീഡനം അവസാനിപ്പിക്കുക, മാവോവാദികളുടെ പേരിൽ ചാർജ്ജ് ചെയ്തിട്ടുള്ള എല്ലാ കേസുകളും നിരുപാധികം പിൻവലിക്കുക മുതലായവയായിരുന്നു പ്രധാന ആവശ്യങ്ങൾ.

ഈ ആവശ്യങ്ങൾ അനുവദിച്ചാൽ സായുധവിപ്ലവ പ്രവർത്തനം ഉപേക്ഷിച്ചു മുഖ്യധാരയിൽ പ്രവർത്തിക്കാമെന്നും ചർച്ച ചെയ്തു സാകേത് രാജൻ അറിയിച്ചതനുസരിച്ച്, കാട്ടിൽ നിന്നും ഗൗരിയും കൂട്ടരും ബാംഗ്ലൂർ നഗരത്തെ ലക്ഷ്യമാക്കി നീങ്ങി. മുഖ്യമന്ത്രി ധരംസിംഗുമായും ഭരണപങ്കാളിയായ ജനതാദൾനേതാവും മുൻ പ്രധാനമന്ത്രിയുമായ ദേവഗൗഡയുമായും ഈ വിഷയം ചർച്ച ചെയ്യുകയും അവരുടെ അനുകൂലാഭിപ്രായം നേടിയെടുക്കുകയും ചെയ്തു. അങ്ങനെ രാഷ്ട്രീയ നേതൃത്വത്തിന്റെ അനുഭാവപൂർണമായ പിന്തുണയോടെയാണ് നക്സൽ നേതാക്കളും സമാധാനദൗത്യസേനയും തമ്മിലുള്ള സമാധാനക്കരാർ രൂപം കൊള്ളുന്നത്.

വിധാൻസൗധയിൽ മുഖ്യമന്ത്രി, പൊലീസ് ഓഫീസർമാർ, ഉപദേഷ്ടാക്കൾ എന്നിവരെ സാക്ഷി നിർത്തി, ഗൗരി ലങ്കേഷും കൂട്ടരും മാവോവാദികളുടെ ആവശ്യങ്ങൾ മുന്നോട്ട് വെച്ചപ്പോൾ അവ അംഗീകരിക്കാമെന്ന് ധരംസിംഗും മറ്റു ഭരണകർത്താക്കളും സമ്മതിച്ചു. കേസുകളെല്ലാം പിൻവലിക്കാനാവില്ല, പെറ്റി കേസുകൾ പിൻവലിക്കാം, കൊലപാതകം പോലുള്ള വലിയ കേസുകൾ കോടതിയിൽ വരുമ്പോൾ സർക്കാർ ഭാഗം എതിരായി വാദിക്കാതിരിക്കാം അങ്ങനെ കേസുകളുടെ കാഠിന്യം കുറയ്ക്കാം എന്നതായിരുന്നു സർക്കാർ നിലപാട്.

മാവോവാദികൾ അത് അംഗീകരിക്കുകയും ചെയ്തപ്പോൾ വലിയൊരു ദൗത്യം സാക്ഷാത്കരിക്കുകയാണ് ഉണ്ടായതെന്ന കാര്യത്തിൽ ഗൗരി ലങ്കേഷും കൂട്ടരും സംതൃപ്തരായി.

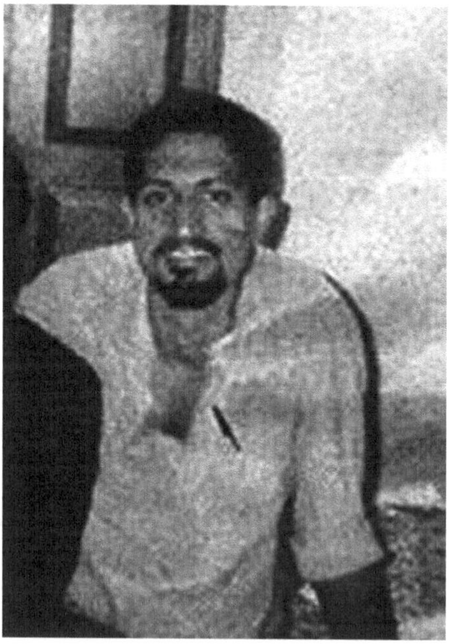

മാവോയിസ്റ്റ് നേതാവ് സാകേത് രാജൻ

രാഷ്ട്രീയവഞ്ചന

എന്നാൽ ഏതാനും ദിവസങ്ങൾക്കുള്ളിൽ, 2005 ഫെബ്രുവരി 6-ാം തീയതി സാകേത് രാജനും സഹപ്രവർത്തകനുമായ ശിവലിംഗയും കൊല്ലപ്പെട്ടതായി വാർത്ത വന്നപ്പോൾ അക്ഷരാർത്ഥത്തിൽ ഞെട്ടിപ്പോയി. വിശ്വസിക്കാനായില്ല. പൊലീസുമായുള്ള ഏറ്റുമുട്ടലിൽ സാകേത് രാജനും സഹപ്രവർത്തകനും കൊല്ലപ്പെട്ടു എന്നാണ് പൊലീസ് ഔദ്യോഗികമായി പ്രഖ്യാപിച്ചത്. അത് കളവായിരുന്നു. സാകേത് രാജനെ ഒളിസങ്കേതത്തിൽ ചെന്ന് വെടിവെച്ചു കീഴടക്കിയതും അവിടെനിന്നും പൊലീസ് വണ്ടിയിലിട്ട് കൊണ്ടുപോകുന്നതും ആദിവാസികളും നാട്ടുകാരും കണ്ടതായി വിവരം കിട്ടി. പൊലീസ് സങ്കേതത്തിൽ കൊണ്ടുപോയി ബോധപൂർവ്വം കൊല ചെയ്തതാണ്.

മാവോവാദികൾ ഉന്നയിച്ച ആവശ്യങ്ങൾ അംഗീകരിച്ചുകൊടുത്താൽ സാമ്പത്തികനഷ്ടമുണ്ടാവുന്ന സമ്പന്നരുണ്ട്. അവർക്കുവേണ്ടി സർക്കാർ കളിച്ച ഒരു നാടകമാണോ ഇത്? മാവോവാദികളെ കൂടുതൽ മോശക്കാരാക്കി ചിത്രീകരിക്കാനുള്ള വക്രബുദ്ധിയാണോ ഇതിന്റെ പിന്നിൽ പ്രവർത്തിച്ചത്? അതോ ഭരണകൂടമറിയാതെ തല്പരകക്ഷികൾ പൊലീസ് സേനയെ സ്വാധീനിച്ചു നേതാവിനെ കൊന്നതാണോ? എന്തായാലും ഇത് ആസൂത്രിതമാണ്. ഒരു കരാറിൽ ഏർപ്പെട്ടിരിക്കുന്ന സമയത്ത് അതിലൊരു കക്ഷിയെ പൊലീസ് തന്നെ ആയുധമുപയോഗിച്ചു കൊന്നത് ചതിയാണ്. ആയുധം താഴെവെച്ച് കാട്ടിലെ സായുധപ്രവർത്തനങ്ങൾ അവസാനിപ്പിക്കാം എന്ന് വാഗ്ദാനം ചെയ്ത സാകേത് രാജനും കൂട്ടരും ആ വാക്കു ലംഘിക്കാൻ ഒരിക്കലും തയ്യാറാവില്ല. ഭരണകൂടത്തിന്റെ വിശ്വാസ്യതയെയാണ് ഗൗരി ലങ്കേഷിൽ സംശയമുണർത്തിയത്.

ശവസംസ്കാരത്തിലും ജാതിഭേദം

കൊല്ലപ്പെട്ട സാകേത് രാജന്റെ മൃതദേഹം ബാംഗ്ലൂരിലേക്ക് കൊണ്ടുവന്നു. തന്റെ മകന്റെ ചിരിക്കുന്ന മുഖമല്ലാതെ വെടിയുണ്ടയേറ്റു വികൃതമാക്കപ്പെട്ട മുഖം തനിക്കു കാണണ്ടേ എന്ന് പറഞ്ഞ സാകേത് രാജന്റെ അമ്മ മൃതദേഹം സ്വീകരിച്ചില്ല. ആ സമയത്ത് സമാധാനദൗത്യ സേനയുടെ പ്രതിനിധികളായ ഗൗരി ലങ്കേഷും ശിവ്സുന്ദറും കൂട്ടരും സാകേത് രാജന്റ മൃതദേഹം നേരിട്ട് കാണുകയും "പൊതുദർശനത്തിനുശേഷം അവർ സംസ്കരിക്കാം, മൃതദേഹം വിട്ടുകൊടുക്കൂ" എന്നാവശ്യപ്പെട്ടപ്പോൾ മുഖ്യമന്ത്രി ധരംസിംഗ് അത് തത്ത്വത്തിൽ അംഗീകരിച്ചുവെങ്കിലും പൊലീസ് അവരുടെ മൃതദേഹം വെവ്വേറെ സംസ്കരിച്ചു. സാകേത് രാജൻ ഹിന്ദുവായതുകൊണ്ട് ഹൈന്ദവാചാരവിധിപ്രകാരമുള്ള ശവസംസ്കാരം നടത്തി. എന്നാൽ ഒപ്പം കൊല്ലപ്പെട്ട മാവോവാദി പ്രവർത്തകനായ ശിവലിംഗ ദളിതനായിരുന്നതിനാൽ ആ മൃതദേഹം കുഴിച്ചിടുകയും ചെയ്തു. ജാതിക്കും മതത്തിനും അതീതമായി ചിന്തിക്കുകയും പ്രവർത്തിക്കുകയും

ചെയ്ത രണ്ടുപേരുടെ ശവസംസ്കാരത്തിലും ജാതീയമായ വിവേചനം! പുരോഗമനപര വിശ്വാസികളൊന്നടങ്കം വിമർശിച്ച ഒരു തീരുമാനം!

ഗൗരി ലങ്കേഷിന് സഹിക്കാനായില്ല. അണപൊട്ടിയൊഴുകിയ എല്ലാ രോഷവും സങ്കടവും അടക്കി നിർത്താതെ ഗൗരിയും കൂട്ടരും പൊട്ടിത്തെറിച്ചു. ഭരണകൂടത്തിന്റെ ചതി വിളിച്ചുപറഞ്ഞു. അടുത്ത ലക്കം ലങ്കേഷ് പത്രികെയിൽ സർക്കാർ സമാധാന ദൗത്യസേനയുടെ അംഗങ്ങളെയും മാവോവാദികളെയും ചതിക്കുകയായിരുന്നുവെന്ന് അതിശക്തമായി വിമർശിച്ചു. സർക്കാരിനെ മുൾമുനയിൽ നിർത്തി.

പൊലീസുകാർ കൊല്ലപ്പെടുന്നു

എന്നാൽ ഇതിനിടയിൽ ആന്ധ്ര കർണ്ണാടക അതിർത്തി പ്രദേശമായ പാവഗൗഡയിൽ രണ്ടു പൊലീസുകാർ മാവോവാദികളുടെ ആക്രമണത്തിൽ കൊല്ലപ്പെട്ടു. ഈ കൊല കർണാടകത്തിലെ നക്സലൈറ്റുകൾ നടത്തിയതായിരുന്നില്ല. എന്നാൽ സാകേത് രാജനെ കൊന്നതിലുള്ള പ്രതികാരമാണ് ഈ കൊലയുടെ പിന്നിലെന്നും അതിന്റെ ഉത്തരവാദിത്വം തങ്ങൾ ഏറ്റെടുക്കുന്നുവെന്നും ആന്ധ്രയിലെ നക്സലൈറ്റുകൾ പ്രഖ്യാപിക്കുകയും ചെയ്തതോടെ മാവോവാദികളുമായി ഉണ്ടായ സമാധാന ചർച്ചകളും കരാറുകളും വഴിമുട്ടി.

ബി.ജെ.പി. ഈ സന്ദർഭം കാത്തിരിക്കുകയായിരുന്നു. അവർ പ്രഖ്യാപിച്ചു:

"ഗൗരി ലങ്കേഷ് നക്സലേറ്റുകൾക്കുവേണ്ടി വാദിക്കുന്നു, അവർ നക്സലൈറ്റാണ്, അവരെയും അറസ്റ്റ് ചെയ്യണം."

പ്രതിപക്ഷമായ ബിജെപിയുടെയും ഗൗരി ലങ്കേഷിന്റെയും വിമർശനം ഒരേസമയം നേരിടാനാകാതെ വന്നപ്പോൾ സർക്കാർ ഗൗരിയേയും കൂട്ടരെയും എതിർത്തു. അടിയുറച്ച സത്യസന്ധതയും തിളങ്ങുന്ന ആദർശബോധവും തെളിമയുള്ള വീക്ഷണവുമുള്ള ഗൗരി ലങ്കേഷിനെ മാവോവാദിയാണ് എന്ന് ആരോപിച്ച് അറസ്റ്റു ചെയ്തു. ജാമ്യമില്ലാതെ ജയിലിട്ടാൽ അത് ജനം പൊറുക്കില്ല എന്ന് ഭരണകൂടത്തിനറിയാമായിരുന്നതുകൊണ്ട് ഒരു അറസ്റ്റുനാടകത്തിനൊന്നും സർക്കാർ തുനിഞ്ഞില്ല, ഗൗരി ലങ്കേഷ് തന്റെ അഭിപ്രായങ്ങൾ ശക്തമായ ഭാഷയിൽ എഴുതിക്കൊണ്ടേയിരുന്നു.

'ലങ്കേഷ് പത്രികെ' ഗൗരി ലങ്കേഷ് പത്രാധിപരായി ഏറ്റെടുത്തു നടത്തുന്ന കാലം മുതൽ അവർ സംഘപരിവാറിനോട് ഏറ്റുമുട്ടുന്നതിൽ ഇന്ദ്രജിത് ലങ്കേഷിന് അഭിപ്രായവ്യത്യാസമുണ്ടായിരുന്നു. എരിതീയിൽ എണ്ണയെന്നപോലെ നക്സലൈറ്റുകളുടെ പ്രശ്നത്തിൽ ഇത്രയും താത്പര്യം പ്രകടിപ്പിച്ച് അവർക്കുവേണ്ടി സർക്കാരിനെ വിമർശിച്ചത് സഹോദരന് തീരെ സഹിക്കാനായില്ല, അയാൾ അഭിപ്രായവ്യത്യാസം

തുറന്നു പറയുകയും അവർ തമ്മിൽ ആശയപരമായി അകലുകയും ചെയ്തു. ഈ സംഭവം അവരുടെ പത്രപ്രവർത്തനബന്ധത്തെ പ്രതികൂലമായി ബാധിച്ചു.

പദ്മഭൂഷൻ എച്ച്. നരസിംഹയ്യ

2005 ജനുവരി 31 രാത്രിയോടെ ആ വാർത്ത ഇന്ത്യമുഴുവൻ വേദനയോടെ കേട്ടു:

"പ്രശസ്ത ശാസ്ത്രജ്ഞനും ഗാന്ധിയനും യുക്തിവാദിയും അധ്യാപകനും ബാംഗ്ലൂർ യൂണിവേഴ്സിറ്റി മുൻ വൈസ് ചാൻസലറുമായ പദ്മഭൂഷൻ എച്ച്. നരസിംഹയ്യ ബാംഗ്ലൂർ മല്ലയ്യ മൾട്ടി സ്പെഷ്യാലിറ്റി ആശുപത്രിയിൽ വെച്ച് അന്ത്യശ്വാസം വലിച്ചു. അവിവാഹിതനായിരുന്ന അദ്ദേഹം മരിക്കുമ്പോൾ 85 വയസ്സായിരുന്നു. ഒരു ദിവസം അദ്ദേഹം താമസിച്ചിരുന്ന സ്കൂളിൽ പൊതുദർശനത്തിന് വെച്ചശേഷം ജന്മനാടായ ഹൊസൂരിൽ, ഔദ്യോഗികമായ ബഹുമതികളോടെ ശവസംസ്കാരം നടത്തും."

പൊതുദർശനത്തിനു വെച്ച സ്ഥലത്തുപോയപ്പോൾ അദ്ദേഹത്തിന്റെ നിരവധി ശിഷ്യരും സമൂഹത്തിലെ പ്രമുഖരായ വ്യക്തികളെയും കണ്ടു, കൂട്ടത്തിൽ ഗൗരി ലങ്കേഷിന്റെ പഴയ ചില ക്ലാസ്സ്മേറ്റുകളെയും കോളേജ് മേറ്റുകളെയും കാണാൻ കഴിഞ്ഞു. ലങ്കേഷ് പത്രികെയുടെ ഗുണകാംക്ഷിയായിരുന്ന അദ്ദേഹത്തിന്റെ മൃതശരീരത്തിൽ ആദരപൂർവ്വം നോക്കി നിന്നപ്പോൾ കണ്ണുനീർ നിറഞ്ഞു. റീത്ത് സമർപ്പിക്കാനല്ലാതെ, ഹൊസൂരിലെ സംസ്കാരത്തിൽ പങ്കെടുക്കാൻ നിന്നില്ല. രാത്രി വീട്ടിലെത്തിയപ്പോൾ കോളേജ് നാളുകളിലെ ഓർമ്മകൾ മനസ്സിൽ നിറഞ്ഞു. മഹാനായ ആ മനുഷ്യന്റെ ഓർമ്മകളിൽ നിന്നും വിമുക്തയാവാനേ കഴിഞ്ഞില്ല.

"ഇന്ത്യയെ പുരോഗതിയിലേക്ക് നയിക്കാൻ ആദ്യം ചെയ്യേണ്ടത്, അന്ധവിശ്വാസങ്ങളേയും അനാചാരങ്ങളേയും പിഴുതെറിഞ്ഞുകൊണ്ടു ശാസ്ത്രീയ വീക്ഷണം വളർത്തുകയാണ്. അതിനുള്ള പ്രവർത്തനങ്ങളാണ് ആവശ്യം. യുക്തിബോധമില്ലാത്ത ജനതയെയാണ്, ഇവിടത്തെ കച്ചവടക്കാരും മതങ്ങളും രാഷ്ട്രീയ നേതൃത്വവും എളുപ്പത്തിൽ ചൂഷണം ചെയ്തു വഞ്ചിച്ചുകൊണ്ടിരിക്കുന്നത്."

അദ്ദേഹത്തിന്റെ പ്രസിദ്ധമായിരുന്ന ചില ഉദ്ധരണികൾ ഓർമ്മയിൽ തെളിഞ്ഞു.

"Do not accept anything without questioning"

"A poor teacher complains, an average teacher explains, a good teacher teaches, a great teacher inspires."

ക്ലാസ്സിൽ പഠിപ്പിക്കാതെയും അധ്യാപകൻ എന്ന നിലയിലും ഗുരു എന്ന നിലയിലും ഏറ്റവും സ്വാധീനിച്ച വ്യക്തിയായിരുന്നു എച്ച്.എൻ. നരസിംഹയ്യ.

"Great spirits have always encountered violent opposition from mediocre minds." ആൽബെർട് ഐൻസ്റ്റീന്റെ ഈ വാക്കുകൾ.

"മഹത്തായ ഉദ്യമങ്ങൾക്കു വിവരദോഷികളുടെ ഭീകരമായ ഏറ്റുമുട്ടൽ നേരിടേണ്ടി വരും." ഈ ഉദ്ധരണിയായിരുന്നു ഗൗരി ലങ്കേഷിനെ ഏറ്റവും ആകർഷിച്ചതും സ്വാധീനിച്ചതും ജീവിതത്തിൽ അന്വർത്ഥമാക്കിയതും.

നേരനുഭവങ്ങളും ജീവിതവും ഉൾപ്പെടുത്തിക്കൊണ്ട്, ആ മഹത്തായ ജീവിതത്തെക്കുറിച്ച് പത്രത്തിൽ കൊടുക്കാൻ ഒരു അനുസ്മരണക്കുറിപ്പെഴുതിക്കഴിഞ്ഞപ്പോൾ വേദനപ്പുഴ നീന്തിയ ആത്മസംതൃപ്തി. പലപ്പോഴും എല്ലാ വേദനകളിൽ നിന്നും സങ്കീർണ്ണതകളിൽ നിന്നും സംഘർഷങ്ങളിൽ നിന്നും മുക്തി നേടുന്നത് എഴുതുമ്പോഴാണ് എന്നും ഗൗരിക്ക് തോന്നി.

പതിനഞ്ച്

അനിവാര്യമായ വേർപാട്

സാകേത് രാജൻ പൊലീസ്ഏറ്റുമുട്ടലിൽ രക്തസാക്ഷിയായതും അനുബന്ധ പ്രശ്നങ്ങൾ സങ്കീർണ്ണമാകുന്നതും കുടുംബത്തിൽ ആശയസംഘട്ടനങ്ങൾ ഉരുണ്ടുകൂടാൻ കാരണമായി. ഇന്ദ്രജിത് കേവലമൊരു സിനിമ നിർമാതാവ് എന്നതിലുപരി രാഷ്ട്രീയ അവഗാഹമോ സാമൂഹികാധിഷ്ഠിത നിലപാടുകളോ പ്രതിബദ്ധതയോ പ്രകടിപ്പിച്ചിരുന്നില്ല. ഗൗരി ലങ്കേഷിന്റെ രാഷ്ട്രീയദൗത്യങ്ങളും അവയുടെ അർത്ഥവും ആന്തരാർത്ഥവും അയാൾക്ക് ദഹിക്കുമായിരുന്നില്ല. വർഗ്ഗീയത, അഴിമതി, വിഘടനവാദം എന്നിവയ്ക്കെതിരായി ഗൗരി ലങ്കേഷ് എഴുതുമ്പോൾ, പരിക്ക് പറ്റുന്നത് സമൂഹത്തിലെ വമ്പന്മാർക്കാണ് എന്നത് അയാളെ അസ്വസ്ഥനാക്കി. അവരിൽ പലരും അയാളുടെ സുഹൃത്തുക്കളും വേണ്ടപ്പെട്ടവരുമാണ്. മാവോയിസ്റ്റ് വിഷയത്തിൽ ബി.ജെ.പിയും കോൺഗ്രസ് ജനതാദൾ നേതൃത്വവും ഗൗരി ലങ്കേഷിനെതിരെ തിരിഞ്ഞപ്പോൾ ഇന്ദ്രജിത്തിന്റെ മനസ്സ് കലുഷിതമായി. തന്റെ ഉടമസ്ഥതയിലുള്ള ലങ്കേഷ് പത്രികെനിൽ ഇത്തരത്തിലുള്ള ലേഖനങ്ങളും വിമർശനങ്ങളും ഫീച്ചറുകളും വരുന്നത്, തന്റെ ഭാവിജീവിതത്തിന് ദോഷമാകും എന്നും അയാൾക്ക് തോന്നി.

സാകേത് രാജന്റെ കൊലപാതകത്തോടനുബന്ധിച്ചുണ്ടായ സംഭവവികാസങ്ങളെ വിശദീകരിക്കുന്ന ഒരു വാർത്ത മാവോവാദികൾ ലങ്കേഷ് പത്രികെയിലേക്ക്

കൊടുത്തപ്പോൾ അതിനോടനുകൂലിക്കുന്ന എഡിറ്റോറിയൽ പ്രസിദ്ധീകരിക്കരുതെന്ന് ഇന്ദ്രജിത് ലങ്കേഷ് കല്പിച്ചു. സത്യത്തിൽ ഗൗരി ലങ്കേഷ് പത്രാധിപക്കുറിപ്പ് എഴുതിയിരുന്നില്ല. മാവോവാദികൾക്കനുകൂലമായി എഴുതുന്നത് പത്രത്തിന്റെ പോളിസിക്കെതിരാണെന്നയാൾ നിഷ്കർഷിച്ചു. പോളിസിയെക്കുറിച്ച് വിയോജിച്ച ഗൗരി ലങ്കേഷിനു നേരെ തോക്കുചൂണ്ടി, ഭീഷണിയുടെ സ്വരത്തിൽ തീർത്തു പറഞ്ഞു:

"ഇനി മേലിൽ മാവോയിസ്റ്റുകൾക്കനുകൂലമായി എഴുതരുത്."

വെടിയുണ്ട തുളച്ചുവരുന്ന രണ്ടുകുഴലുകൾ കണ്ടാൽ ഗൗരി ലങ്കേഷ് ഭയപ്പെടുമെന്നയാൾ കരുതി. എന്നാൽ ഭയമെന്ന വാക്കു ഗൗരി ലങ്കേഷിന്റെ ഡിക്ഷനറിയിലില്ലായിരുന്നു.

"അപ്പയുടെ ഭൗതികസ്വത്തുക്കൾ മാത്രം അനുഭവിക്കുകയും അദ്ദേഹത്തിന്റെ ആദർശങ്ങളെ തൃണവൽഗണിക്കുകയും ചെയ്യുന്ന നിന്നെ അനുസരിക്കാൻ എനിക്ക് ബാധ്യതയില്ല. പാവങ്ങൾക്ക് അനുകൂലമായി എഴുതിയിരുന്ന അപ്പയുടെ കാൽപാടുകൾ പിന്തുടരുന്ന എന്നെ നിനക്കെന്നല്ല ഒരു ശക്തിക്കും തടയാനാവില്ല." ഗൗരി ലങ്കേഷ് പറഞ്ഞു.

"ലങ്കേഷ് പത്രികെയുടെ പത്രാധിപരായി നീയിനി തുടരുന്നത് ശരിയാവില്ല." എന്ന് ഇന്ദ്രജിത്ത് ഗൗരിയോട് ആക്രോശിച്ചു.

"നീയെന്തിനാണ് ജിതൂ അക്ഷരങ്ങളെ ഭയപ്പെടുന്നത്? നിന്നെ പിന്തുണയ്ക്കുന്നവരുടെ മുദ്രാവാക്യങ്ങൾ എന്റെ വാക്കുകളിൽ നിന്നുമുതിരുന്ന അഗ്നിച്ചിറകുകളിൽ കത്തിച്ചാമ്പലാവും. ആ ഭയം കാരണമാണ് നീയെനിക്കെതിരെ തോക്കെടുത്തത്. ഞാനെഴുത്തു തുടരും, ദിവസങ്ങൾക്കുള്ളിൽ ഞാൻ വേറെ പത്രം തുടങ്ങും, തടയാൻ കഴിയുമോ? ധൈര്യമുണ്ടെങ്കിൽ കൊല്ലെടാ. നിനക്കെന്നെ കൊല്ലാൻ കഴിയും, അനുസരിപ്പിക്കാൻ കഴിയില്ല. തോക്കിന്റെ മുന്നിൽ അക്ഷരങ്ങൾ തോറ്റുകൊടുത്ത ചരിത്രമില്ലെടാ." ഈ വാക്കുകൾ കേട്ടതോടെ ഇന്ദ്രജിത്ത് തോക്കു പിൻവലിച്ചു.

ഒരാഴ്ചയ്ക്കുള്ളിൽ, പി. ലങ്കേഷിന്റെ ജന്മദിനത്തിൽ, മാർച്ച് 8-ാം തീയതി തന്നെ 'ഗൗരിലങ്കേഷ് പത്രികെ' എന്ന പ്രസിദ്ധീകരണം ആരംഭിച്ചു. ആ ദിവസം അന്താരാഷ്ട്ര വനിതാദിനം കൂടിയായിരുന്നു. ഗൗരി ലങ്കേഷിനു ഭാഗത്തിൽ കിട്ടിയ അതേ ഓഫീസിൽ, അതേ രീതിയിയിൽ തന്നെയുള്ള ടാബ്ലോയ്ഡ് ആരംഭിച്ചു. അനീതിക്കും അധർമ്മത്തിനുമെതിരെ തീപാറുന്ന അക്ഷരങ്ങളോടെ ഗൗരി ലങ്കേഷ് മരിക്കുവോളം എഴുതിക്കൊണ്ടിരുന്നു, എഴുത്തിന്റെ പേരിൽതന്നെ അതേ ശക്തികളുടെ തോക്കിനാൽ രക്തസാക്ഷിയായി.

സമൂഹത്തിലെ ദുഷ്ടശക്തികൾക്കനുകൂലമായി നിയമം കയ്യിലെടുത്ത് തന്റെ നേരെ തോക്കുചൂണ്ടിയ സഹോദരനെ നിയമത്തിനു മുന്നിൽ ഹാജരാക്കണം, ബസവനഗുഡി പൊലീസ് സ്റ്റേഷനിൽ ഇന്ദ്രജിത്ത് ലങ്കേഷ്

തോക്കുചൂണ്ടി ഭീഷണിമുഴക്കിയതിനെതിരെ ഗൗരി ലങ്കേഷ് പരാതി കൊടുത്തു.

ഓഫീസിൽ നിന്നും കമ്പ്യൂട്ടറും പ്രിന്ററും സ്കാനറും കളവുപോയെന്നു പറഞ്ഞു പൊലീസിൽ ഗൗരി ലങ്കേഷിനെതിരെ ഇന്ദ്രജിത് ലങ്കേഷ് പരാതി കൊടുത്തിരുന്നു. ഗൗരിക്കറിയാം, തന്റെ സഹോദരൻ ജിതുവല്ല, അധികാരമാണ് സംസാരിക്കുന്നതെന്ന്. താനും സഹോദരനുമായി കുടുംബത്തിൽ ഉണ്ടാകാവുന്ന അഭിപ്രായഭിന്നതകളെ മുതലെടുക്കുക എന്നതും അതിലൂടെ തന്റെ രാഷ്ട്രീയ ആക്ടിവിസത്തെയും മാധ്യമ പ്രവർത്തനത്തെയും നിർവീര്യമാക്കുക എന്നതാണ് പ്രതിയോഗികളായ സംഘപരിവാർ പ്രഭൃതികളുടെ താത്പര്യം...! പിന്നീട് രണ്ടുപേരും കേസുകൾ പിൻവലിക്കാൻ തയ്യാറായി.

ജിതു തോക്കു ചൂണ്ടി ഭീഷണിപ്പെടുത്തിയത് ഗൗരി ലങ്കേഷിനു സഹിക്കാനായില്ല. ആറു വയസ്സ് താഴെ ജനിച്ച കൊച്ചനിയൻ, ബേബിയോടൊപ്പം വിരൽപിടിച്ചുപിച്ച നടത്തിച്ച ജിതു, സ്കൂളിലേക്ക് വഴികാണിച്ചു കൊടുക്കുകയും ലാളിച്ച് താലോലിച്ചു വളർത്തിയെടുക്കുകയും ചെയ്ത ജിതുവാണ് തനിക്കെതിരെ തോക്കുചൂണ്ടിയത്. അവനിന്നാകെ മാറിപ്പോയിരിക്കുന്നു.

ഇന്ദ്രജിത് ലങ്കേഷിന്റെ ഉടമസ്ഥതയിലുള്ള ഫർണിച്ചർ അടക്കമുള്ള സാധന സാമഗ്രികൾ അവിടെനിന്നും മാറ്റി. കമ്പ്യൂട്ടറുകളും ആവശ്യമായ ഫർണീച്ചറുകളും പലരുടെയും സഹായത്താൽ കാലിയാക്കിയ ഓഫീസിൽ താനേവന്നു ചേർന്നു. ഗൗരി ലങ്കേഷിന്റെ പത്രം നിന്നുപോകുന്നത് നാടിന്റെ നഷ്ടമാണെന്ന് മനസ്സിലാക്കിയ ധാരാളം സുഹൃത്തുക്കൾ അവർക്കുണ്ടായിരുന്നു.

ഒരു സ്ത്രീ സ്വന്തം പേരിൽ ഇന്ത്യയിൽ ആദ്യമായി പ്രസിദ്ധീകരിക്കുന്ന പത്രം, ഒരു പരസ്യംപോലും സ്വീകരിക്കാതെ വിറ്റുവരവുകൊണ്ട് മാത്രം, പ്രതിസന്ധികളുടെ നടുവിലും ഈ പത്രം നടത്തി കൊണ്ടുപോയി.

ഇരുപതുകൊല്ലം ജേണലിസ്റ്റായി പ്രശസ്തയായ ഗൗരി ലങ്കേഷിനു വ്യക്തിപരമായ വരുമാനമുണ്ടാക്കുക എന്നത് ഒരു പ്രശ്നമേയല്ല. ടൈംസ് ഓഫ് ഇന്ത്യയുടെ മിറർ, തെഹൽക്ക, സൺഡേ, ടെലഗ്രാഫ് എന്നിവയിൽ ഇടയ്ക്കിടെ എഴുതുന്നു. അവയിൽനിന്നും ഭേദപ്പെട്ട പ്രതിഫലവും ലഭിക്കുന്നു. എന്നാൽ നിരവധി പേരുടെ ജീവിതം തൂങ്ങിക്കിടക്കുന്ന ഒരു വ്യവസായം കൂടിയാണ് ഗൗരി ലങ്കേഷ് പത്രികെ. പരസ്യമില്ലാതെ വിറ്റുവരവിന്റെ വരുമാനം കൊണ്ടു മാത്രം ശമ്പളം, പ്രസ്സിലെ ചെലവുകൾ, പത്രപ്രവർത്തകരുടെയും എഴുത്തുകാരുടെയും പ്രതിഫലം, വിതരണച്ചെലവുകൾ തുടങ്ങിയവ നടത്തിക്കൊണ്ടുപോകാൻ പ്രയാസമേറിവരുന്ന സമയമായിരുന്നു. സഹപ്രവർത്തകരും ജീവനക്കാരുമായി ആലോചിച്ചു അതിജീവനത്തിന്റെ വഴികൾ അന്വേഷിച്ചു. സാഹിത്യഗ്രന്ഥങ്ങൾ പ്രസിദ്ധീകരിക്കുന്നതിനായി 'ലങ്കേഷ് പ്രകാശന', വിദ്യാർത്ഥികളുടെ

പഠനാവശ്യങ്ങൾക്കായി 'ഗൈഡ് പ്രകാശന', എന്ന രണ്ടു പ്രസാധന സേവനവും ഇതോടൊപ്പം നടത്തുന്നുണ്ട്. വാരികയുടെ നടത്തിപ്പിന് മുഴുവൻ സമയറിപ്പോർട്ടർമാരെയും എഴുത്തുകാരെയും ജോലിക്ക് വെക്കാനാകില്ല, അതിന്റെ സാമ്പത്തികബാധ്യത ഏറ്റെടുക്കാനുമാകില്ല. അതുകൊണ്ട് പാർട് ടൈം ജേണലിസ്റ്റുകളെയാണ് ഗൗരി ലങ്കേഷ് ആശ്രയിച്ചത്.

ഇതിനിടയിൽ മാവോവാദി നേതാവ് സാകേത് രാജനുമായി വനാന്തരങ്ങളിൽ വെച്ച് കൂടിക്കാഴ്ച നടത്തിയതും ആ മരണത്തോടനുബന്ധിച്ചുണ്ടായ വിവാദങ്ങളും വിശദീകരിച്ചുകൊണ്ട് ഗൗരി ലങ്കേഷ് ലേഖനമെഴുതി. ഒരു കരാർ ഉണ്ടാക്കിയിട്ട് ആ കരാറിനെ ലംഘിച്ച് ഒരു രാഷ്ട്രീയ നേതാവിനെ കൊലപ്പെടുത്തിയതും അവരുടെ ശവസംസ്കാരത്തിൽ വിവേചനം കാണിച്ചതും അതിനെ തുടർന്ന് ഗൗരി ലങ്കേഷിന്റെ അടക്കമുള്ള സമാധാന പ്രവർത്തകരുടെ ഫോൺ ചോർത്തിയതും എല്ലാം വളച്ചുകെട്ടില്ലാതെ എഴുതി:

"ഇവിടെ പ്രധാനമാവുന്നത്, ജനശബ്ദം കരുത്താർജ്ജിക്കണം എന്നതാണ്. ജനാധിപത്യത്തിൽ വോട്ടും തെരഞ്ഞെടുപ്പുമെന്നതിനേക്കാൾ പ്രധാനം, വിയോജിക്കുന്നവന്റെ ശബ്ദവും പരിഗണിക്കപ്പെടണമെന്ന തിരിച്ചറിവാണ്. പ്രതിശബ്ദത്തേയും പരിഗണിക്കാനാവുമോ എന്നതാണ് ചോദ്യം. ഭരണകൂടത്തിനെതിരെയുള്ള ചോദ്യങ്ങൾ പ്രസക്തമാണെന്നറിയുമ്പോഴാണ് കരുത്തുറ്റ ജനാധിപത്യസംവിധാനം പടുത്തുയർത്താൻ നമുക്ക് സഹായകമാവുന്നത്."

(It is such moments that democratic voices need to stand firm. It is important to realise that democracy is more than votes and elections, it is a question of accommodating dissent. Questioning the state is an important aspect of this dissent, that we think will help build a tsronger democracy)

പശുവിന്റെ രാഷ്ട്രീയം - 2005 മാർച്ച് 15

ഉഡുപ്പിയിലെ മൂലൂർ വില്ലേജിൽ പശു ഇറച്ചി വിൽക്കുന്നതിന്റെ പേരിൽ സംഘപരിവാർ പോഷകസംഘടനയായ ഹിന്ദുയുവസേന നയിച്ച പ്രകടനത്തിൽ ഹാജപ്പാ എന്ന മുസ്ലീം മതസ്ഥനെയും അയാളുടെ മകൻ ഹസ്സനപ്പയേയും കുറ്റവാളികളാക്കി, നഗ്നരാക്കി നടത്തുകയുണ്ടായി. ശാരീരികമായുള്ള അക്രമം ഹാജപ്പയുടെ കാലിന്റെ എല്ലിനും ഹസ്സനപ്പയുടെ നട്ടെല്ലിനും പരിക്കേൽക്കുകയുണ്ടായി. ഈ വാർത്ത പ്രസിദ്ധ പത്രങ്ങളിലെല്ലാം ഫോട്ടോ സഹിതം വരികയും ചെയ്തു. സമൂഹത്തെയും പൗരാവകാശ പ്രവർത്തകരെയും ഒന്നാകെ ഞെട്ടിപ്പിച്ച സംഭവമാണിത്. എല്ലാ മുസ്ലീങ്ങൾക്കും ഇതൊരു പാഠമാകണമെന്നും സംഘപരിവാർ യുവജനസംഘടന പ്രഖ്യാപിക്കുകയുണ്ടായി. ഈ വിഷയത്തിൽ പൊലീസ് കേസെടുക്കാൻ അനാസ്ഥ കാണിച്ച വിഷയം സി.പി.എം

അംഗമായ ശ്രീറാം റെഡ്ഢിയും സ്വതന്ത്ര അംഗം ജയപ്രകാശും നിയമ സഭയിൽ അവതരിപ്പിച്ചശേഷമാണ് മുഖ്യമന്ത്രി ധരംസിംഗിന്റെ നിർദ്ദേശ പ്രകാരം ഈ കുറ്റകൃത്യത്തിനെതിരെ കേസെടുക്കുന്നത്. തുടർന്ന് സം ഘടിപ്പിച്ച സമുദായ സൗഹാർദ്ദവേദിയുടെ ആഭിമുഖ്യത്തിൽ, എല്ലാ പുരോഗമനപ്രസ്ഥാനങ്ങളെയും അണിനിരത്തി ഉഡുപ്പി ഡെപ്യൂട്ടി കമ്മീ ഷണറുടെ ഓഫീസിലേക്ക് പ്രകടനം നയിക്കുകയും കുറ്റക്കാർക്കെതിരെ നിയമ നടപടികളെടുക്കണമെന്നും ആവശ്യപ്പെട്ട് ധർണ നടത്തുകയും ചെയ്തു. തുടർന്ന് നടന്ന പൊതുസമ്മേളനത്തിൽ, പുരോഗമനസാഹിത്യ കാരനും സമുദായ സൗഹാർദ്ദവേദിയുടെ സംസ്ഥാന പ്രസിഡന്റുമായ കെ.എൽ. അശോക്, ഗൗരി ലങ്കേഷ് അടക്കമുള്ള പ്രമുഖ നേതാക്കൾ സമുദായ സൗഹാർദ്ദം തകർക്കുന്ന ഇത്തരം പ്രവർത്തനങ്ങളെ ശക്ത മായ ഭാഷയിൽ അപലപിച്ചു. മതസൗഹാർദ്ദം നിലനിർത്താനുള്ള എല്ലാ പ്രവർത്തനങ്ങളിലും പുരോഗമന വിശ്വസികൾ ജാഗരൂകരാകണമെന്നും എന്ത് വില കൊടുത്തും ഇത്തരം സംഭവങ്ങൾ ആവർത്തിക്കാതിരിക്കാൻ ശ്രമിക്കുമെന്നും പ്രഖ്യാപിച്ചു. ഗൗരി ലങ്കേഷ് ഈ വിഷയത്തിനെതിരെ തന്റെ പത്രത്തിൽ ശക്തമായ ഭാഷയിൽ എഴുതുകയും ചെയ്തു. അതിനെ തുടർന്നുണ്ടായ നിരവധി സമ്മർദ്ദങ്ങളുടെ ഫലമായി ഈ സംഭവത്തി നുത്തരവാദികളായ തീവ്രഹിന്ദുത്വയുവജന നേതാക്കളായ യശ്പാൽ സുവർണ്ണയ്ക്കും മറ്റു നേതാക്കൾക്കുമെതിരെ പൊലീസ് കേസ് ചാർജ്ജ് ചെയ്തു.

മംഗളുർ കലാപം

2006ൽ ജനതാദളും ബി.ജെ.പിയും സംയുക്തമായി കർണാടകം ഭരി ക്കുന്ന സമയം. ഒക്ടോബർ മാസത്തിൽ നവരാത്രിയോടനുബന്ധിച്ചു നടക്കുന്ന ഉത്സവത്തിന്റെ ജാഥ മംഗളൂരിലൂടെ കടന്നു പോകുകയായി രുന്നു. ഒരു മുസ്ലീം പള്ളിയുടെ സമീപമെത്തിയപ്പോൾ ജാഥയ്ക്കു നേരെ പള്ളിയുടെ അകത്തുനിന്നും കല്ലേറിഞ്ഞുവത്രേ! അതിനെത്തുടർന്ന് സംഘപരിവാർ ശക്തികൾ മസ്ജിദ് ആക്രമിക്കുകയും പൊലീസിൽ പരാതിപ്പെടുകയും ചെയ്തു. പൊലീസ് ആ പ്രദേശത്തുള്ള മുസ്ലിം കുടുംബങ്ങളെ വേട്ടയാടി. ജോലി കഴിഞ്ഞെത്തിയ ആണുങ്ങളോടൊപ്പം വീട്ടിലുള്ള സ്ത്രീകളെയും പിടിച്ചു കൊണ്ടുപോയി, പൊലീസ് സ്റ്റേഷ നിൽ വെച്ച് മർദ്ദിച്ചു. തുടർന്ന് നാല് നീണ്ട ദിവസങ്ങൾ മുസ്ലീം കുടുംബ ങ്ങളുടെ പേര് ചോദിച്ചു മനസ്സിലാക്കി, ഓരോ വീട്ടിലും കയറിയിറങ്ങി കസ്റ്റഡിയിലെടുത്തു ചോദ്യം ചെയ്യൽ എന്ന പ്രഹസനം, കൊടിയ മർദ്ദന ത്തിലൂടെയായിരുന്നു. മുസ്ലീങ്ങളുടെ കച്ചവടസ്ഥാപനങ്ങൾ അടിച്ചു തകർത്തു, പൊലീസിനൊപ്പം ഗുണ്ടകളും കൂടി മുസ്ലീങ്ങളെ ഓരോരു ത്തരെയും കണ്ടെത്തി ആക്രമിച്ചു.

ഇത്ര ഭീകരമായ കലാപം നടന്നിട്ടും ആ വിവരം അന്നത്തെ എല്ലാ മുഖ്യധാരാപത്രങ്ങളും മൂടി വെച്ചു, എന്നാൽ 'കാരാവലി' എന്ന ഒരേയൊരു

പത്രം ഈ വാർത്ത റിപ്പോർട്ട് ചെയ്തു. തുടർന്ന് സമുദായ സൗഹാർദ്ദ വേദികെയുടെ നേതാക്കൾ ഗൗരി ലങ്കേഷിനോടോപ്പം വിഷയം ഏറ്റെടുക്കുകയും അന്വേഷണം നടത്തുകയും ചെയ്തു. മുസ്‌ലിം പള്ളിയിൽ നിന്ന് ആരും കല്ലെറിഞ്ഞിട്ടില്ലെന്നും അത് ശുദ്ധ അസംബന്ധമാണെന്നും അന്വേഷണത്തിൽ ബോദ്ധ്യമായി. ഉടനെ മംഗളൂർ നഗരത്തിൽ സമാധാന റാലി സംഘടിപ്പിക്കുകയും അനുബന്ധമായി വലിയൊരു സമ്മേളനം സംഘടിപ്പിക്കുകയും ചെയ്തു. കേസ് അന്വേഷിക്കാത്ത പൊലീസിനെതിരെ പരാതികൊടുക്കാനും കുറ്റക്കാർക്കെതിരെ കമ്മീഷനെ വെച്ച് അന്വേഷണം നടത്താനും ആ സമ്മേളനം സർക്കാരിനോട് അഭ്യർത്ഥിച്ചു.

വീണ്ടും ബാബാബുഡൻഗിരി

ബി.ജെ.പി ഭരണം കർണ്ണാടകത്തിൽ 2008ൽ ആരംഭിച്ചതോടെ സംഘപരിവാർ പ്രസ്ഥാനങ്ങൾ ശക്തരാവുകയും ന്യൂനപക്ഷങ്ങൾക്കും ദലിതർക്കുമെതിരെ ആക്രമണങ്ങളും പീഡനങ്ങളും അഴിച്ചുവിടുകയും ചെയ്തു. ചിക്കമംഗ്ലൂർ ജില്ലയിലും അതിന്റെ പ്രതികരണങ്ങൾ കാണുകയുണ്ടായി.

ബാബാബുഡൻഗിരിയിൽ നിന്നും പത്രമോഫീസിലേക്കു ഒരു വാർത്തയെത്തി. ബാബാബുഡൻഗിരിയിലെ സ്ഥലം വൃത്തിയാക്കിക്കൊണ്ടിരിക്കുമ്പോൾ ഒരു ഗണപതി വിഗ്രഹം കണ്ടെത്തിയത്രെ. അവിടെ ക്ഷേത്രമുണ്ടായിരുന്നുവെന്ന് എന്നതിന് ഈ ഗണപതി വിഗ്രഹം സാക്ഷിയാണെന്നും പറഞ്ഞു സംഘപരിവാർ ഈ വാർത്തയെ ആഘോഷിച്ചു. സമുദായ സൗഹാർദ്ദവേദിയുടെ പ്രവർത്തകർക്കൊപ്പം ഗൗരി ലങ്കേഷ് അന്വേഷണം നടത്തി ഈ വാർത്തയുടെ സത്യസ്ഥിതി അന്വേഷിച്ചു. ഫോറൻസിക് വിദഗ്ധർ ഗണേശവിഗ്രഹത്തിന്റെ നിർമാണകാലം തിട്ടപ്പെടുത്തിയപ്പോൾ ആ വിഗ്രഹം ഉണ്ടാക്കിയിട്ട് ഒരു വർഷംപോലും തികഞ്ഞിട്ടില്ലെന്നു ബോധ്യമായി. തുടർന്നുള്ള അന്വേഷണത്തിൽ, ഡ്യൂട്ടിയിൽ ഉണ്ടായിരുന്ന ഒരു പൊലീസുകാരനെ സംഘപരിവാർ സംഘത്തിൽ പെട്ടവർ സ്വാധീനിച്ച് അവിടെ മണ്ണിൽ കുഴിച്ചിട്ടതാണെന്ന് തെളിഞ്ഞു.

കേസ് കോടതിയിൽ നടക്കുകയാണ്. നിർദ്ദേശമനുസരിച്ച്, ക്ഷേത്രം അവിടെ ഉണ്ടായിരുന്നുവെന്നും ഹൈദരാലി-ടിപ്പു ഭരണകാലത്തു ക്ഷേത്രം തകർത്തതാണെന്നും അതിനനുകൂലമായ ചരിത്രരേഖകൾ നശിപ്പിക്കപ്പെട്ടതാണെന്നും ഒരു റിപ്പോർട്ട് ബി.ജെ.പി സർക്കാർ നൽകി. ഉടൻ തന്നെ അത് സത്യവിരുദ്ധമാണെനും നിഷ്പക്ഷമായ ചരിത്രകാരന്മാരും പണ്ഡിതരും അടങ്ങുന്ന ഒരു വിദഗ്ധ കമ്മിറ്റി അന്വേഷണം നടത്തണമെന്നു ഗൗരി ലങ്കേഷ് സമുദായസൗഹാർദ്ദവേദിക്കു വേണ്ടി ആവശ്യപ്പെട്ടു. കോടതി ആ വാദം അംഗീകരിച്ചു, തുടർനടപടികൾക്കായി കേസ് നീട്ടി വെച്ചു. വാദപ്രതിവാദങ്ങൾ തുടർന്നുകൊണ്ടേയിരുന്നു.

പതിനാറ്

എഴുത്തിന്റെ ആകാശങ്ങൾ

ഡോ. രാജ്കുമാർ

കഴിഞ്ഞ അരനൂറ്റാണ്ടുകാലമായി, ഗൗരി ലങ്കേഷ് അടക്കമുള്ള കർണ്ണാടകത്തിലെ തലമുറ, സിനിമയിലേക്കു ആകർഷിക്കപ്പെടുന്നത് രാജ്കുമാർ എന്ന നടനിലൂടെയാണ്. കുട്ടിക്കാലത്ത് സിനിമ കാണുന്നതിൽ അമ്മ 'റേഷൻ' ഏർപ്പെടുത്തിയപ്പോൾ രാജ്കുമാർ സിനിമകൾക്കാണ് ഗൗരി ലങ്കേഷ് മുൻഗണന നൽകിയത്. നടനും ഗായകനും നിർമാതാവും സ്റ്റുഡിയോഉടമയും എല്ലാമായിരുന്ന രാജ്കുമാർ മനസ്സിൽ താരമാതൃകയായി.

രാജ്കുമാർ ചിത്രങ്ങൾ റിയലിസ്റ്റിക്ക് ആയിരുന്നു. അനീതിക്കെതിരെ പോരാടുന്ന ധീരയുവാവ്, സമൂഹത്തിൽ അനീതിവിരുദ്ധ പൊതുബോധ നിർമ്മിതിക്കുള്ള പ്രേരകശക്തിയായി. പ്രണയവും അതിന്റെ തീവ്രവൈകാരിക മുഹൂർത്തങ്ങളും സൃഷ്ടിക്കുന്ന മാനസികാവസ്ഥയിലേക്ക് ആസ്വാദകരെ അനുവർത്തിപ്പിക്കാൻ ആ ചിത്രങ്ങൾക്ക് കഴിയുമായിരുന്നു. ജന്മിമുതലാളിവർഗ്ഗത്തിന്റെ അനീതി, അധർമ്മം, അസമത്വം എന്നിവയ്ക്കെതിരെ പോരാടുന്ന രാജ്കുമാർ കഥാപാത്രം, മുതലാളിയുടെ മകളെ പ്രണയിക്കുകയും വിവാഹം കഴിക്കുകയും ചെയ്യുമ്പോൾ,

രാജ്കുമാർ

കാണികൾ ആനന്ദമൂർച്ഛയിലെത്തുന്നു, വർഗ്ഗസമരം അവസാനിക്കുന്നു. ഇതാണ് അദ്ദേഹത്തിന്റെ പടങ്ങളുടെ കാതൽ. ഇവിടെ യഥാർത്ഥത്തിൽ ജയിക്കുന്നതു വ്യവസ്ഥിതിയും തോൽക്കുന്നത് റിയലിസവുമാണ്. ഇങ്ങനെ വിമർശനപരമായി രാജ്കുമാർ ചിത്രങ്ങളെ സമീപിക്കുന്നത് ഹിന്ദിയും ഇംഗ്ലീഷും ഇതരഭാഷ ചിത്രങ്ങളും കാണാൻ തുടങ്ങിയതോടെയാണ്. അത് ജേണലിസം പഠിക്കാൻ തുടങ്ങുന്നതോടെയും.

എന്നാൽ 1995ൽ, രാജ്കുമാറിന് ബാബാസാഹേബ് ഫാൽക്കെ അവാർഡ് കിട്ടിയപ്പോൾ കൂട്ടുകാരുമൊത്ത് അദ്ദേഹത്തെ അനുമോദിച്ചു. കന്നഡിഗർ മാതൃഭാഷയെ മറന്ന് ഇംഗ്ലീഷ് ഭാഷയേയും പാശ്ചാത്യ സംസ്കാരത്തേയും ഭ്രാന്തമായി പിന്തുടരുന്നത് സാമൂഹികരോഗമായി മാറുന്ന അവസരത്തിൽ അതിനെതിരെ കന്നഡഭാഷയുടേയും സംസ്കാരത്തിന്റേയും ആത്മാഭിമാനം വളർത്താൻ മുന്നിൽ നിന്ന സാംസ്കാരിക നായകനാണ് അദ്ദേഹം. എന്നാൽ ആ ഭാഷാഭിമാനം, ഇതര ഭാഷയോടുള്ള വെറുപ്പിലേക്കും വിദ്വേഷത്തിലേക്കും ഗതിമാറിയൊഴുകി. ഭാഷാസ്നേഹം, ഭാഷാഭ്രാന്തായി പരിവർത്തിച്ചെടുക്കുന്ന ചില വിഷവിത്തുകൾ അതിലുണ്ടായിരുന്നു. കാവേരിജലതർക്കം, ജനതയുടെ അവകാശമായ വെള്ളം എന്നതിനും അപ്പുറത്തേക്ക്, തമിഴ് വിരുദ്ധവികാരമായി മാറുകയും അവരെ ശത്രുവായി കാണുകയും ചെയ്യുന്ന വർഗ്ഗീയതയിലേക്കു നയിക്കപ്പെടുകയും ചെയ്തത് അതുകൊണ്ടാണ്. കാവേരിതർക്കം നിലനിൽക്കുന്ന സമയത്ത്, രാജ്കുമാർ ഫാൻസ് അസോസിയേഷൻ പ്രവർത്തകർ തമിഴ് ജനതയെ ക്രൂരമായി വേട്ടയാടിയതോടെ അനുയായികൾ തന്റെ ഉദ്ദേശ്യശുദ്ധിക്കപ്പുറമാണ് സഞ്ചരിക്കുന്നത് എന്നദ്ദേഹം തിരിച്ചറിഞ്ഞു. താൻ പറത്തിവിട്ട പട്ടം, തന്റെ കാഴ്കൾക്കപ്പുറത്തുള്ള ആകാശത്തേക്ക് അപകടകരമായി പറക്കുന്നത് അദ്ദേഹത്തിന് സഹിക്കാനായില്ല. അശോക ഹോട്ടലിൽ വെച്ച് കൂടിയ പത്രസമ്മേളനത്തിൽ നിന്നും രാജ്കുമാർ പ്രതിഷേധിച്ച് ഇറങ്ങിപ്പോയി, അതോടെ ഭാഷാസാംസ്കാരിക പ്രവർത്തങ്ങളിൽ നിന്നും പിന്മാറി.

"എന്തെല്ലാം വിമർശനങ്ങളുണ്ടായാലും ആ കലാകാരനെ ആദരിക്കാം. ജനങ്ങളുടെ കണ്ണിൽ താരമായി തിളങ്ങുമ്പോഴും ദൊഡ്ഡ

ഗജനൂർ ഗ്രാമത്തിൽ താഴ്ന്ന ജാതിയിൽ (ഇടിഗ/ഈഴവ) ജനിച്ച തിന്റെ എല്ലാ ദുരിതങ്ങളും ഏറ്റുവാങ്ങി സ്വപ്രയത്നത്തിലൂടെ വളർന്നു വലുതായപ്പോഴും മാനവികതയെ കാത്ത് സൂക്ഷിക്കാൻ പ്രതിബദ്ധത നിഷ്കർഷിച്ച നിഷ്കളങ്കനായ ആ മനുഷ്യൻ, അദ്ദേഹത്തിലെ കലാകാരനെക്കാളും ഉയരത്തിൽ നിൽക്കുന്നു. ഈ വേർപാടിന്റെ നിമിഷങ്ങളിൽ, തന്റെ ഹൃദയത്തെയേറെ സ്പർശിച്ച ഈ മനുഷ്യ സ്നേഹിയുടെ ഓർമ്മകൾക്ക് മുന്നിൽ ആദരാഞ്ജലികൾ അർപ്പി ക്കുന്നു."

2006 ഏപ്രിൽ മാസത്തിൽ ഡോക്ടർ രാജ്കുമാർ അന്തരിച്ചപ്പോൾ അനുസ്മരണക്കുറിപ്പിൽ ഇങ്ങനെയാണ് ഗൗരി ലങ്കേഷ് എഴുതിയത്.

ബേനസിർ ഭൂട്ടോയുടെ ജീവചരിത്രം

അന്തർദേശീയ തലത്തിലുള്ള രാഷ്ട്രീയ ചലനങ്ങൾ സൂക്ഷ്മമായി നിരീക്ഷിച്ചിരുന്ന പത്രപ്രവർത്തകയായ ഗൗരി ലങ്കേഷിനെ, പാശ്ചാത്യ രാജ്യങ്ങളിൽനിന്നും വിദ്യാഭ്യാസം നേടുകയും പുത്തൻ ജനാധിപത്യ മൂല്യങ്ങൾ നേരറിവുകളായി ഉൾക്കൊള്ളുകളും പാക്കിസ്ഥാൻ പ്രധാന മന്ത്രിയാവുകയും ചെയ്ത ബേനസിർ ഭൂട്ടോ എന്ന ധീരയായ സ്ത്രീ യുടെ ജീവിതം ഗാഢമായി ആകർഷിച്ചിരുന്നു. പാക്കിസ്ഥാൻ രാഷ്ട്രീയ ത്തിന്റെ സങ്കുചിത രാഷ്ട്രീയ താത്പര്യങ്ങൾക്ക് ബേനസീർ വിഘാതമാ യപ്പോൾ, ക്രൂരമായി പിച്ചിച്ചീന്തി കൊല ചെയ്യപ്പെട്ടപ്പോൾ, ഗൗരി ലങ്കേ ഷിന്റെ അക്ഷരങ്ങളിൽ 'ഗിളി ഗാഗിളികെ ബലിയാടാ ഗിളി ബേനസീർ' (കഴുകൻ കൂട്ടത്തിൽ അകപ്പെട്ട തത്ത) എന്ന പേരിൽ ബേനസിർ ഭൂട്ടോ യുടെ ജീവചരിത്രം ഒരു പുസ്തകരൂപത്തിൽ പുറത്തിറങ്ങി, ലങ്കേഷ് പ്രകാശനെ പ്രസാധനം ചെയ്തു.

ജീവിതം പ്രവർത്തനനിരതമായി. രാഷ്ട്രീയമായ നിലപാടുകളിൽ ശക്തിയും കാർക്കശ്യവും പ്രതിബദ്ധതയും ഏറിവന്നു. മകൾ ഈശയെ സന്ദർശിക്കാനും ഓമനിക്കാനും ബേബിയുടെയും അമ്മയുടെയും സ്നേഹം പങ്കുവെക്കാനും ഗൗരിക്ക് സമയമുണ്ടായിരുന്നു. അയൽ ക്കാരനും സുഹൃത്തുമായിരുന്ന ചന്ദൻഗൗഡ രാജരാജേശ്വരി നഗറിൽ നിന്നും താമസം മാറ്റിയിരുന്നു. ജോലി കഴിഞ്ഞു വരുന്ന ഗൗരി ലങ്കേഷ്, ഗവേഷക വിദ്യാർത്ഥിയും ബുദ്ധിജീവിയും സുഹൃത്തുമായ ചന്ദൻ ഗൗഡയുമായി രാത്രികളിൽ ദീർഘനേരം അയാളുടെ വീടിനു മുന്നിലോ, ഗൗരി ലങ്കേഷിന്റെ വീടിന്റെ മുന്നിലുള്ള ഗേറ്റിനു സമീപമോ സാംസ്കാ രിക രാഷ്ട്രീയ വിഷയങ്ങൾ ചർച്ച ചെയ്തുകൊണ്ട് സംസാരിച്ചു നിൽക്കുന്നത് പതിവായിരുന്നു. അയാൾ അസീം പ്രേംജി യൂണിവേഴ്സി റ്റിയിൽ ലക്ച്ചറർ ആയി ജോലി കിട്ടിപോയപ്പോൾ രാത്രിഭാഷണം കുറയുകയും വായനയിലേക്കും എഴുത്തിലേക്കും വീണ്ടും മുഴുകുകയും ചെയ്തു.

പൂർണ്ണചന്ദ്ര തേജസ്വി ഓർമ്മയാവുന്നു
(8 സെപ്റ്റംബർ 1938-5 ഏപ്രിൽ 2007)

പൂർണ്ണചന്ദ്രതേജസ്വി

കന്നഡസാഹിത്യത്തിലെ അതികായനും പി. ലങ്കേഷിന്റെ സുഹൃത്തും ഗൗരിലങ്കേഷിന്റെ സഹപ്രവർത്തകനുമായ പൂർണ്ണചന്ദ്രതേജസ്വി മരണപ്പെടുന്നു. പി.ലങ്കേഷ് ഹൃദയത്തിൽ കുത്തിവേദനിപ്പിച്ചിട്ടും ആ പത്രത്തിൽ എഴുതില്ല എന്ന തീരുമാനമെടുത്തിട്ടും തന്റെ സ്നേഹപൂർണമായ നിർബന്ധത്തിനു വഴങ്ങി കാലത്തോട് നീതിപുലർത്തി കോളം എഴുതിയ തന്റെ അഭ്യുദയകാംക്ഷി കൂടിയായ ആ വലിയ എഴുത്തുകാരന്റെ വേർപാടിൽ ഗൗരി ലങ്കേഷിന്റെ ഹൃദയം വേദനയുടെ കടലാഴങ്ങളിൽ മുങ്ങി.

വെറുപ്പും പകയും വിദ്വേഷവും സ്ഥായിയായി നിലനിൽക്കില്ലെന്നും ആത്യന്തികമായി എഴുത്തുകാർ നിഷ്കളങ്കരാണെന്നുമുള്ള അനുഭവപാഠത്തിന്റെ നേർസാക്ഷ്യമാണ് പൂർണ്ണ ചന്ദ്രതേജസ്വി. തനിക്കും തന്റെ പ്രസിദ്ധീകരണത്തിനും ഗോപുരസമാനനായ ആ മനുഷ്യനോടുള്ള സ്നേഹാദരങ്ങളും കടപ്പാടും വാക്കുകളിൽ ഉരുക്കിയൊഴിച്ച് ഹൃദയസ്പർശിയായ ഓർമ്മക്കുറിപ്പ് എഴുതി പ്രസിദ്ധീകരിച്ചു.

'ആവരണ' നോവൽ വിവാദമാവുന്നു

എസ്.എൽ.ബൈരപ്പയുടെ 'ആവരണ' എന്ന നോവൽ ഇരുപതിനായിരം കോപ്പികൾ വിറ്റഴിയുകയുണ്ടായി. മുൻകാലങ്ങളിൽ ഭരിച്ചിരുന്ന മുസ്ലിം ഭരണകർത്താക്കളുടേയും സമുദായത്തിന്റേയും കൊള്ളരുതായ്മകൾ സംസ്ഥാനത്തിൽ നിരവധി അപചയങ്ങൾക്കു കാരണമാണെന്ന ഹിന്ദുത്വവാദികളുടെ ചരിത്രനിഷേധ പ്രചാരണം ഹിന്ദുത്വാനുകൂലിയായ നോവലിസ്റ്റ് എസ്.എൽ.ബൈരപ്പ ഏറ്റെടുത്തു നോവലിലൂടെ പ്രചരിപ്പിക്കുകയായിരുന്നുവെന്നു വിമർശകർ ചൂണ്ടിക്കാണിച്ചു. തെളിവുകൾ നിരത്തി ഈ വിമർശനം ഉന്നയിച്ചവരിൽ പ്രമുഖൻ പ്രൊഫ. യു.ആർ. അനന്തമൂർത്തിയായിരുന്നു. അതോടെ അനന്തമൂർത്തി വലതു ഹിന്ദുത്വവാദികളുടെ കണ്ണിലെ കരടായിമാറി. അനന്തമൂർത്തി നാല്പതുവർഷം മുൻപെഴുതിയ 'സംസ്കാര' എന്ന നോവൽ ബ്രാഹ്മണവിരുദ്ധമാണെന്നും അതിനു താഴ്ന്നനിലവാരമാണെന്നും വിദ്യാർത്ഥികളെ പഠിപ്പിക്കാൻ കൊള്ളാത്തവിധം മോശമാണെന്നും അവർ പ്രചരണമഴിച്ചുവിട്ടു. ബാബാബുഡൻഗിരി വിഷയത്തിലും അദ്ദേഹം മതേതരപക്ഷത്തിലാണെന്നതും

അദ്ദേഹത്തോട് ശത്രുത വർദ്ധിക്കാൻ കാരണമാണ്. കർണ്ണാടകത്തെ ഹിന്ദുത്വവൽക്കരണത്തിലേക്കു നയിക്കാൻ ശ്രമിച്ച മറ്റൊരു നടപടിയായിരുന്നു അത്. 'സംഘപരിവാറിന്റെ കാവിവൽക്കരണ പദ്ധതികൾ' എന്ന ലേഖനത്തിൽ ഗൗരി ലങ്കേഷ് ചൂണ്ടിക്കാണിച്ചു.

'ആവരണ' എന്ന നോവലിന്റെ ഉള്ളടക്കം അസത്യമാണെന്നും ചരിത്രവിരുദ്ധമാണെന്നുമുള്ള നിരവധി ലേഖനങ്ങൾ കന്നടയിൽ പുറത്തുവന്നത് ശേഖരിച്ച്, 'ആവരണ യെമ്പ വികൃതി' എന്നപേരിൽ, ലങ്കേഷ് പ്രകാശനയിലൂടെ പ്രസിദ്ധീകരിക്കാൻ സഹപ്രവർത്തകരുമായി ആലോചിച്ചു.

കർണ്ണാടക/കേന്ദ്ര സാഹിത്യ അക്കാദമി അവാർഡുകൾ നേടിയ എഴുത്തുകാരനും സഹപ്രവർത്തകനായ റഹ്മത്തു തരീക്കെരെ ഈ അഭിപ്രായത്തോട് വിയോജിച്ചു:

"ഇത് സാഹിത്യമല്ല. രാഷ്ട്രീയനുണയാണ്, മോശം കൃതിയെക്കുറിച്ചു വിമർശനമെഴുതി കൂടുതൽ ജനശ്രദ്ധ നേടുവാൻ എന്തിനു നമ്മൾ സഹായിക്കണം?"

ഗൗരി ലങ്കേഷിന് ഈ അഭിപ്രായം സ്വീകാര്യമായില്ല.

"നോവൽ മോശമാണെന്നതിൽ തർക്കമില്ല, എന്നിട്ടും ഇരുപതിനായിരം കോപ്പികൾ വിറ്റഴിഞ്ഞതിനു കാരണം വർഗീയതയാണ്. സാഹിത്യഗുണമല്ല, മറുവശം എന്താണെന്ന് വായനക്കാരറിയണം, വായനക്കാരുടെ തെറ്റിദ്ധാരണ ഒഴിവാക്കാൻ വിമർശനം വരട്ടെ, ചർച്ചയാവട്ടെ." ഗൗരി ലങ്കേഷ് ആ വിമർശനഗ്രന്ഥം പ്രസിദ്ധീകരിച്ചു, അതും നല്ല രീതിയിൽ വിറ്റഴിഞ്ഞു.

ആക്രമണം ക്രിസ്ത്യൻ പള്ളികളിലേക്ക്

2008ൽ ബി.ജെ.പി. ഭരിക്കുമ്പോൾ ന്യൂനപക്ഷങ്ങൾക്കുനേരെ സംഘപരിവാർ ആക്രമണങ്ങൾക്ക് ശക്തികൂടി. ക്രിസ്ത്യാനികൾക്കും ക്രിസ്ത്യൻ പള്ളികൾക്കു നേരെയും 28 ആക്രമണങ്ങളുണ്ടായെന്നു സർക്കാർ രേഖകൾ സാക്ഷ്യപ്പെടുത്തുന്നു. ദാവൻഗരെ, മൈസൂർ, ചിത്രദുർഗ്ഗാ, മംഗളൂരു എന്നിവിടങ്ങളിലായി പള്ളികളിൽ പ്രാർത്ഥിച്ചുനിന്നവരെ ശാരീരികമായി ആക്രമിച്ചു. വികാരിയും കന്യാസ്ത്രീകളും മർദ്ദിക്കപ്പെട്ടു. ഹിന്ദുക്കളെ ക്രിസ്ത്യാനികളാക്കി നിർബന്ധ മതപരിവർത്തനത്തിന് ശ്രമിച്ചു എന്നാരോപിച്ചാണ് ആക്രമിച്ചത്.

നിർബന്ധമതപരിവർത്തനത്തിന്റെ ഒരു കേസും റിപ്പോർട്ട് ചെയ്തതായി സമുദായ സൗഹാർദ്ദവേദിയുടെ അന്വേഷണത്തിൽ കണ്ടില്ല. ആക്രമിക്കപ്പെട്ട പള്ളികൾ സന്ദർശിച്ചു പള്ളിവികാരികളുമായും കന്യാസ്ത്രീകളുമായും നേരിട്ട് വിവരങ്ങൾ ചോദിച്ചറിഞ്ഞു. പ്രതിഷേധമുണ്ടായിരുന്നുവെങ്കിലും ഹിന്ദുത്വരാഷ്ട്രീയ ശക്തികൾക്കെതിരെ യുദ്ധം ചെയ്യാൻ ക്രിസ്ത്യൻസമുദായം തയ്യാറല്ലായിരുന്നു. അവർ അസാധാരണമായ

സംയമനമാണ് പ്രകടിപ്പിച്ചത്. പ്രതികാരപ്രവർത്തനങ്ങളിൽ ഏർപ്പെടാതെ സമുദായ സൗഹാർദ്ദവേദിയുമായി സഹകരിക്കണമെന്നു ഗൗരി ലങ്കേഷും സുഹൃത്തുക്കളും അഭ്യർത്ഥിച്ചു. ഹിന്ദു ക്രിസ്ത്യൻ സമുദായങ്ങൾ തമ്മിൽ സ്പർദ്ധ വളർത്തിയെടുക്കാൻ ബോധപൂർവ്വം സംഘപരിവാർ ചെയ്യുന്ന അജണ്ടയാണിതെന്ന് അവരെ ബോധ്യപ്പെടുത്തി.

ഉടനെ തന്നെ സമുദായ സൗഹാർദ്ദവേദിയുടെ ആഭിമുഖ്യത്തിൽ റാലിയും സമാധാന സമ്മേളനവും സംഘടിപ്പിച്ചു. സംസ്ഥാന പ്രസിഡന്റായ കെ.എൽ അശോക്, ഗൗരി ലങ്കേഷ്, ജി.രാജശേഖർ തുടങ്ങിയവർ പങ്കെടുത്ത റാലി വമ്പിച്ച വിജയമായി. പ്രതിപക്ഷമടക്കമുള്ള സമുദായ സൗഹാർദ്ദവേദിയുടെ സമ്മർദ്ദങ്ങൾക്കൊടുവിൽ സോമശേഖർ കമ്മീഷൻ നിയമിച്ചുകൊണ്ട് സർക്കാർ അന്വേഷണത്തിന് ഉത്തരവിട്ടു. റിപ്പോർട്ട് 2011 ൽ സർക്കാരിന് സമർപ്പിച്ചുവെങ്കിലും അതുകൊണ്ടൊന്നും കുറ്റവാളികളെ പിടിക്കാനായില്ല.

നിർബന്ധ മതംമാറ്റം നടന്നിട്ടില്ലെന്നും മതം മാറാനുള്ള പൗരന്റെ അവകാശത്തെയാണ് വലതുതീവ്രവാദികൾ ആക്രമിക്കുന്നതെന്നും മതം മാറ്റം തടയേണ്ടത് അതാത് മതങ്ങളുടെ മതപരമായ ഉള്ളടക്കം ശക്തിപ്പെടുത്തിക്കൊണ്ടാണ് എന്നും അവർ അഭിപ്രായപ്പെട്ടു. ആക്രമണവും ഭീകരതയും വർഗീയവിഭജനവും അല്ല മതപരിവർത്തനത്തിന് പരിഹാരമെന്നും അവർ ശക്തിയായി വാദിച്ചു.

2008ൽ ബി.ജെ.പിക്കാരായ ശിവറാം ഭട്ട്, വെങ്കടേഷ് മേസ്ത്രി, ഉമേഷ് ദുഷി എന്നിവർ ഒരു ജുവല്ലറിയുടമയിൽ നിന്നും ഒരു ലക്ഷം രൂപ പണാപഹരണം നടത്തി വഞ്ചിച്ചുവെന്ന ഒരു വാർത്ത പ്രസിദ്ധമായ പല പത്രങ്ങളിലും വന്നു. ജുവല്ലറിയുടമ ആദ്യം ബി.ജെ.പി. വൈസ് പ്രസിഡണ്ട് പ്രഹ്ലാദ് ജോഷിയെ സമീപിച്ചുവെന്നും അവരെല്ലാവരും ഈ പണമിടപാടിൽ ഉൾപ്പെട്ടിരുന്നുവെന്നും വിശദമായ അന്വേഷണത്തിനു ശേഷം ഗൗരി ലങ്കേഷ് പത്രികെയിൽ റിപ്പോർട്ട് പ്രസിദ്ധീകരിച്ചു. എന്നാൽ മറ്റു പത്രങ്ങൾക്കെതിരെ കേസ് കൊടുക്കാതെ ഗൗരി ലങ്കേഷ് പ്രസിദ്ധീകരിച്ച ഒരു റിപ്പോർട്ടിനെ അടിസ്ഥാനമാക്കി ബിജെപിയുടെ സംസ്ഥാന വൈസ് പ്രസിഡന്റും ധാർവാഡ് പാർലിമെന്റ് മെമ്പറും ആയ പ്രഭുൽ ജോഷിയും മറ്റൊരു നേതാവ് ഉമേഷ്ദുഷിയും ചേർന്ന് ഗൗരി ലങ്കേഷിനും അവരുടെ പത്രത്തിനുമെതിരെ മാനനഷ്ടക്കേസ് കൊടുത്തു. ഹുബ്ബള്ളിയിലെ ജുഡീഷ്യൽ മജിസ്ട്രേട്ട് കോടതിയിൽ കേസ് വന്നു.

"മാനമില്ലാത്തവർക്കു എന്ത് മാനനഷ്ടം' എന്നാണ് അവർ വിവരമറിഞ്ഞ ഉടനെ സുഹൃത്തുക്കളോട് പ്രതികരിച്ചത്. വ്യക്തമായ തെളിവോടെയാണ് വാർത്ത പ്രസിദ്ധീകരിച്ചത് എന്നതിനാൽ അവർ ഈ മാനനഷ്ടക്കേസിൽ പതറിയില്ല. തനിക്കെതിരേ വരുന്ന ഭീഷണികളെക്കുറിച്ചും കേസിനെക്കുറിച്ചും ചോദിച്ചപ്പോൾ അവർ കൂട്ടുകാരോടും സുഹൃത്തുക്കളോടും ഇങ്ങനെ പറഞ്ഞു:

"അഴിമതിക്കെതിരെ എഴുതുന്ന ആർക്കും വരുന്നതാണ് ഭീഷണി. അതുകൊണ്ടൊന്നും എഴുത്തും പ്രവർത്തനവും നിർത്താനോ വഴിതിരിച്ചു വിടാനോ ചിന്തിക്കുന്നു പോലുമില്ല."

2009ൽ ബെലെഗ്ഗേറെയും രാജുവും തമ്മിലുണ്ടായ ഒരു കേസിൽ ഒരു വാർത്ത എഴുതിയതിന്റെ പേരിൽ നിയമസഭ പ്രിവിലേജ് കമ്മിറ്റിയുടെ മുന്നിൽ ഹാജരാവാൻ നിർബന്ധിതയായി. കേസ് വാദിച്ച സമയത്ത് തെളിവുകൾ ഗൗരി ലങ്കേഷിനു നൽകിയവർ നിയമസഭാക്കമ്മിറ്റിക്കു മുൻപാകെ അഭിപ്രായം മാറ്റിപറഞ്ഞപ്പോൾ ഗൗരി ലങ്കേഷ് വെട്ടിലായി.അങ്ങനെ ആ നിമിഷത്തിൽ നിസ്സഹായയായ ഗൗരി ലങ്കേഷ് അവർ ആവശ്യപ്പെട്ടതനുസരിച്ച് മാപ്പു എഴുതിക്കൊടുത്തു വിഷയം ഒത്തുതീർപ്പാക്കുവാൻ നിർബന്ധിതയായി. അവർ അതിനെക്കുറിച്ച് പിന്നീട് വിശദീകരിച്ചു.

"വലിയ ലക്ഷ്യത്തിനുവേണ്ടി പ്രവർത്തിക്കുമ്പോൾ തെറ്റ് ചെയ്തില്ലെങ്കിൽ പോലും ഇങ്ങനെ ചെയ്യേണ്ടി വന്നു, ആത്മാർത്ഥതയില്ലാതെയാണ് മാപ്പു എഴുതിക്കൊടുത്തത്."

കണ്ട ഹാഗേ (കണ്ടതങ്ങനെ)

തന്റെ പ്രസിദ്ധീകരണത്തിൽ 'കണ്ട ഹാഗേ' (കണ്ടതങ്ങനെ) എന്ന പേരിൽ കന്നഡയിൽ എഴുതിയിരുന്ന പത്രാധിപക്കുറിപ്പുകൾ സമാഹരിച്ച് ലങ്കേഷ് പ്രകാശനെ ഒന്നാംഭാഗം പ്രസിദ്ധീകരിച്ചു. ഇതിന്റെ രണ്ടും മൂന്നും ഭാഗങ്ങൾ വരും വർഷങ്ങളിൽ തുടർന്ന് പ്രസിദ്ധീകരിക്കുകയും ചെയ്തു. വായനക്കാർക്കിടയിൽ സ്വാധീനം ചെലുത്തിയ, വളരെ ആഴത്തിൽ ഇറങ്ങിച്ചെല്ലുന്ന വിമർശനങ്ങൾ, വീക്ഷണങ്ങൾ, നിരീക്ഷണങ്ങൾ, ഓർമ്മപ്പെടുത്തലുകൾ, ഓർമ്മക്കുറിപ്പുകൾ അനുസ്മരണങ്ങൾ, ആസ്വാദനങ്ങൾ എന്നിങ്ങനെ വിവിധവിഷയങ്ങൾ അടങ്ങിയ ഈ പത്രാധിപക്കുറിപ്പുകൾ വിറ്റഴിയുന്നത് പത്രസ്ഥാപനത്തിന്റെ നിലനിൽപ്പിനും സഹായകമായി.

കപ്പുമല്ലിഗേ (കറുത്തമല്ലി)

ആധുനികകഥകളുടെ സമാഹാരം വിവർത്തനം

ഫ്രാൻസിസ് സാഗൻ, ജി. ഡി മോപ്പസാങ്, ഓ. ഹെൻറി, കാറ്റേ ചോപ്പിൻ, ഖുശ്വന്ത് സിംഗ്, ഇസ്മത് ചുഘട്ടൈ തുടങ്ങിയ പ്രമുഖകഥാകൃത്തുക്കളുടെ ചെറുകഥകൾ ഗൗരി ലങ്കേഷ് കന്നടയിലേക്കു വിവർത്തനം ചെയ്ത് പ്രസിദ്ധീകരിച്ചു

ബസവരാജ മാർഗ്ഗാ

ബസവണ്ണയുടെ ജീവിതത്തേയും ദർശനത്തെയും അധികരിച്ച് എൽ. ബസവരാജു എഴുതിയ ഈ കൃതി ലങ്കേഷ് പ്രകാശനെ പ്രസിദ്ധീകരിച്ചു.

പതിനേഴ്

അന്ധവിശ്വാസ നിരോധനബിൽ

ഓഫീസിലിരിക്കുമ്പോൾ ചിദാനന്ദ രാജ്ഘട്ടെയുടെ ഫോൺ വന്നു. അർദ്ധ അമേരിക്കൻ വംശജയായ മേരിയെ, അയാൾ വിവാഹം കഴിക്കാൻ തീരുമാനിച്ചുവെന്ന വാർത്ത കേട്ടപ്പോൾ സ്വതസിദ്ധമായി ചിരിച്ചു. എന്നിട്ടു ആ സ്ത്രീയുടെ ഫോൺനമ്പറും വാങ്ങി. താനുമായുള്ള ബന്ധത്തെക്കുറിച്ച് എല്ലാ കഥകളും മേരിയുമായി ചിദാനന്ദരാജ്ഘട്ടെ പങ്കുവെച്ചിട്ടുണ്ടെന്നറിഞ്ഞപ്പോൾ ഗൗരി ലങ്കേഷിനു സന്തോഷമായി. മേരി, 'കർണാടകത്തിലെ വോട്ട്ബാങ്ക് രാഷ്ട്രീയം' എന്ന വിഷയത്തിൽ അമേരിക്കൻ യൂണിവേഴ്സിറ്റിയിൽ നിന്നും ഡോക്ടറേറ്റ് കരസ്ഥമാക്കിയിട്ടുണ്ട്. ഈ വിഷയം ഗൗരി ലങ്കേഷിനേറെ താത്പര്യമുള്ളതാണു താനും. ചിദാനന്ദരാജ്ഘട്ടെ ബാംഗ്ലൂരിൽ പണിത വീട്ടിൽ കുടുംബസമേതം വരുമ്പോൾ സഹായത്തിനും അവർ അമേരിക്കയിലേക്ക് തിരിച്ചുപോകുന്ന സമയത്തു വീട് സംരക്ഷിക്കുന്നതിനും ഒരാളെ വേണം. രാമക്കയെന്ന ഒരു പാവപ്പെട്ട സ്ത്രീയെ അതിനായി ഏൽപ്പിച്ചു, ഒപ്പം ഒരു നിബന്ധനയുണ്ടായിരുന്നു:

"രാമക്ക നിങ്ങളുടെ വീടെല്ലാം ശ്രദ്ധയോടെ പരിപാലിക്കും, അവർക്കു ഭർത്താവില്ല, രണ്ടു മക്കളുണ്ട്, അവരെ നിങ്ങൾ പഠിപ്പിക്കണം."

അതൊരു കല്പനയായിരുന്നു, അനുസരിച്ചില്ലെങ്കിൽ പിന്നെ ഗൗരി ലങ്കേഷിന്റെ പരാതിയുടെ വെടിക്കെട്ടാവും ഉണ്ടാവുക, ചിദാനന്ദ രാജ്ഘട്ടെ അംഗീകരിച്ചു.

വിവാഹാനന്തരം അയാൾ ബാംഗ്ലൂർ വന്നപ്പോൾ മേരിയോടു കൂടുതൽ ഗൗരി ലങ്കേഷ് അടുപ്പമായി. അവർ തമ്മിൽ ബാംഗ്ലൂരിലെ ദോശയും കറികളും ഉണ്ടാക്കിയും തമാശകൾ പറഞ്ഞും സൗഹൃദത്തിലായി. അവർ തിരിച്ചുപോയപ്പോൾ രാമക്കയെ കണ്ട് വീട്ടുകാര്യമെല്ലാം ശരിയായി നോക്കുന്നുണ്ടല്ലോ എന്നും കുട്ടികളുടെ വിദ്യാഭ്യാസത്തിനു കൃത്യമായി പണം കിട്ടുന്നുണ്ടല്ലോ എന്നും അന്വേഷിക്കാറുണ്ടായിരുന്നു. (ഇന്ന് രാമക്കയുടെ പെൺകുട്ടികൾ രണ്ടു പേരും വിദ്യാഭ്യാസം നേടി, ബാങ്കിൽ ജോലി ചെയ്യുന്നു, അതിനു കാരണമായതു ഗൗരി ലങ്കേഷിന്റെ അന്നത്തെ വാക്കുകളായിരുന്നു.)

രണ്ടു വർഷം കഴിഞ്ഞപ്പോൾ ചിദാനന്ദരാജ്ഘട്ടെ മേരി ദമ്പതികൾക്ക് ഒരു ആൺകുഞ്ഞ് ജനിക്കുകയും ചെയ്തു.

എല്ലാ വർഗീയതയും അപലപനീയം

രാജസ്ഥാനിലെ ജയ്പൂരിൽ നടക്കുന്ന ലിറ്ററേച്ചർ ഫെസ്റ്റിവലിൽ, ചില മുസ്‌ലിം സംഘടനകൾ സൽമാൻ റുഷ്ദി ആ യോഗത്തിൽ പങ്കെടുക്കരുത്, തടയും എന്ന ഭീഷണി മുഴക്കി. അദ്ദേഹത്തെ കൊല്ലാൻ ചില വാടകഗുണ്ടകളെ ഏൽപ്പിക്കുകയും ചെയ്തു. സാഹിത്യസമ്മേളനത്തിൽ പങ്കെടുക്കാനുള്ള തീരുമാനത്തിൽനിന്നും സൽമാൻ റുഷ്ദി ഒഴിഞ്ഞു. സാഹിത്യകാരന്റെ ആവിഷ്കാര സ്വാതന്ത്ര്യത്തിന്റേയോ, സാമൂഹിക ഉത്തരവാദിത്വത്തിന്റെയോ മാത്രം പ്രശ്നങ്ങൾക്ക് അതീതമായി വേറെയും ചില വിഷയങ്ങൾ ഇവിടെ ഉയർന്നുവരുന്നുണ്ട്.

സൽമാൻ റുഷ്ദി മഹാനായ എഴുത്തുകാരനും വിവാദങ്ങളുടെ സങ്കീർണ്ണതയിലേക്കു വലിച്ചിഴക്കപ്പെട്ടവനുമാണ്. 'സാത്താന്റെ വചനങ്ങൾ' (Satanic Versus) എന്ന നോവൽ പ്രസിദ്ധീകരിച്ചതിന്റെ പേരിൽ ആ നോവൽ മുസ്‌ലിം സമുദായത്തെ അപമാനിച്ചു എന്നാക്ഷേപിച്ച് നേരത്തേ തന്നെ അദ്ദേഹത്തെ കൊല്ലാനുള്ള 'ഫത്വ' പുറപ്പെടുവിച്ചിട്ടുമുണ്ട്. ഉടൻ തന്നെ സർക്കാർ ആ നോവൽ ഇന്ത്യയിൽ നിരോധിക്കുകയും ചെയ്തു. ഈ രണ്ടു കാര്യവും തെറ്റാണ്.

ഇസ്‌ലാമിനെ അപമാനിച്ചു എന്നാരോപിച്ച് ചില മുല്ലാക്കമാർ റുഷ്ദിയുടെ തല വേണമെന്നു പറയുന്നതും ഹിന്ദുപെൺകുട്ടികളെ പ്രണയിച്ചതിന്റെ പേരിൽ മുസ്‌ലിം ചെറുപ്പക്കാരുടെ തലയെടുക്കാൻ നടക്കുന്ന ദക്ഷിണകന്നഡയിലെ സംഘപരിവാർ നേതാക്കൾ പറയുന്നതും തമ്മിലെന്താണ് വ്യത്യാസം? രണ്ടും ഒരുപോലെ അപലപിക്കപ്പെടേണ്ടതുതന്നെയാണ്, സംശയമില്ല.

തലമുറതലമുറകളിലൂടെ ഓരോ പുതിയ കൃതിയും പുതിയ ആശയങ്ങൾ ആവിഷ്കരിക്കുകയാണ്. ചിലതു മനുഷ്യനെ ഉദ്ബുദ്ധരാക്കും വേറെ ചിലതു വിപര്യയങ്ങളിലേക്കു നയിക്കും. മാനസിക ആരോഗ്യമുള്ള സമൂഹം വേണ്ടത് സ്വീകരിക്കുകയും കൊള്ളാത്തതിനെ തള്ളുകയും

ചെയ്യും. ഇന്ന് ചിലർ 'സാത്താന്റെ വചനങ്ങ'ളോടും എസ്. എൽ. ബൈരപ്പയുടെ 'ആവരണ'യോടും വിയോജിച്ചേക്കാം. എന്നാൽ ആ ഗ്രന്ഥങ്ങൾ നിരോധിക്കുകയല്ല, തുറന്ന ചർച്ചയാണ് ഉണ്ടാവേണ്ടത്. ഏതെങ്കിലും ചിലർ വിയോജിക്കുന്നു എന്നതിന്റെ പേരിൽ പുസ്തകങ്ങൾ നിരോധിക്കാൻ പോയാൽ പിന്നെ സാഹിത്യം ഈ ഭൂമിയിൽ ഉണ്ടായെന്നു വരില്ല. സർക്കാർ റുഷ്ദിയുടെ പുസ്തകം നിരോധിച്ചത് തെറ്റായിരുന്നു.

പന്ത്രണ്ടാം നൂറ്റാണ്ടിൽ വചനസാഹിത്യം ചിലർക്ക് ദോഷകരമായിരുന്നുവെന്നതിന്റെ പേരിൽ എല്ലാ വചനകാരന്മാരെയും കൊല്ലാനും നിരോധിക്കാനും മുതിർന്നിരുന്നുവെങ്കിൽ അവയെല്ലാം ഇന്ന് നിലനിൽക്കുമായിരുന്നുവോ? ചാർവാകരുടെയും പെരിയോരുടെയും അംബേദ്കറുടെയും കൃതികൾ നിരോധിച്ചിരുന്നുവെങ്കിൽ ഇന്ന് എന്താകുമായിരുന്നു സ്ഥിതി?

നിരവധി വിഭാഗങ്ങളുള്ള ക്രിസ്തീയ വിശ്വാസികൾ ലോകത്തിൽ ഉണ്ടായത്, റോമൻ കത്തോലിക്കരോട് വിയോജിച്ചും കലഹിച്ചുമാണ്. ശക്തരായ ഷിയാ സുന്നിവിഭാഗങ്ങൾക്ക് പുറമെ സൂഫിപൈതൃകത്തിന്റെ ഒരു ധാര ലോകത്തിൽ വളർന്നുവന്നതും അതുപോലെയാണ്. മുഖ്യധാരാ മുസ്‌ലീം പ്രവാചകൻ മുഹമ്മദിൽ വിശ്വസിക്കുമ്പോൾ, അൽമാദിയാക്കാർ പറയുന്നു, മിർസഗുലാംഅഹമ്മദിന് (1835–1908) ദൈവിക വെളിപാടുണ്ടായെന്ന്. കുർദിസ്ഥാനിൽ കഴിഞ്ഞ നൂറ്റാണ്ടിൽ ജന്മമെടുത്ത ഒരു കൂട്ടർ, യാസിദികൾ ഹാദിത്തുകളെ നിരാകരിക്കുകയും ഖുർ-ആനിൽ മാത്രം വിശ്വസിക്കുകയും ചെയ്യുന്നു. എല്ലാവരും മുസ്‌ലീം സമുദായത്തിൽപെടുന്നവർ തന്നെ.

ഒരു ജനാധിപത്യസമൂഹത്തിൽ മതത്തിനു നേരെ ഉണ്ടാവുന്ന വിമർശങ്ങൾ മതങ്ങളും വിശ്വാസികളും അതിനെ അപകീർത്തിപ്പെടുത്തുന്നതായി പരിഗണിക്കാതെ കൂടുതൽ ഉൾക്കാഴ്ചയോടെ വിഷയങ്ങളെ കാണാൻ ശ്രമിക്കണം. നമ്മൾ മാത്രമാണ് ശരി, നമ്മൾ മാത്രമാണ് ഏറ്റവും വലിയ ശരി എന്ന ശാഠ്യം ഏതു മതത്തിന്റെയും വളർച്ച മുരടിപ്പിക്കും, ഒഴുക്ക് നിലയ്ക്കും, പായൽ പിടിക്കും, ദുർഗന്ധം വമിപ്പിക്കും.

റുഷ്ദിക്കെതിരെ കത്തിമൂർച്ചകൂട്ടുന്നവർക്കു മാത്രമല്ല ഇത് പ്രസക്തമാകുന്നത്. ഛത്രപതി ശിവാജിയെക്കുറിച്ചു ഭണ്ഡാർക്കർ ഓറിയന്റൽ ഇൻസ്റ്റിറ്റ്യൂട്ടിന്റെ സഹായത്താൽ ജെയിംസ് ലെയിൻ (James Lain) എഴുതിയ കൃതിയെ 2004ൽ സാംബാജി അനുയായികൾ എതിർത്തതും 'മുന്നൂറു രാമായണങ്ങൾ' എന്ന എ.കെ.രാമാനുജത്തിന്റെ പ്രബന്ധം ദൽഹി യൂണിവേഴ്സിറ്റി സിലബസ്സിൽ നിന്നു ഹിന്ദുത്വപ്രവർത്തകർ നിർബന്ധിച്ച് ഒഴിവാക്കിച്ചതിനും ഈ വാദം ബാധകമാണ്.

റുഷ്ദിയുടെ പുസ്തകത്തിനു ശേഷം മുസ്‌ലിം വിശ്വാസികൾ ആ മതത്തിൽ നിന്നും കൊഴിഞ്ഞു പോവുകയോ, ജെയിംസ് ലെയിൻ

എഴുതിയ കൃതിയിലൂടെ ഛത്രപതി ശിവാജിയോടുള്ള ബഹുമാനത്തിന്റെ കുറവ് സംഭവിക്കുകയോ ഉണ്ടായില്ല എന്നത് ഓർക്കേണ്ടതാണ്. രാമാനുജത്തിന്റെ പ്രബന്ധം കാരണം ആ കൃതിയിലേക്ക് കൂടുതൽ ആളുകൾ ആഴ്ന്നിറങ്ങുകയാണുണ്ടായത്.

വർഗ്ഗീയവാദം ഒരു സമൂഹത്തിനും ഒരുകാലത്തും ഗുണം ചെയ്തിട്ടില്ല എന്നും അത് തികച്ചും അപലപനീയമാണെന്ന തിരിച്ചറിവുമാണ് ഏറ്റവും പ്രധാന സംഗതി. ന്യൂനപക്ഷങ്ങളുടെ വർഗീയവാദം അവരെത്തന്നെ കുഴപ്പത്തിലാക്കുന്നു എന്നത് തെളിയിക്കപ്പെട്ടു കഴിഞ്ഞിരിക്കുന്നു. ഭൂരിപക്ഷസമൂഹത്തിൽ വർഗീയത വളർന്നുവരാൻ ന്യൂനപക്ഷവർഗ്ഗീയതയും കാരണമാകുന്നുണ്ട്. ഇത് ന്യൂനപക്ഷ സമൂഹത്തെയും ഭൂരിപക്ഷ സമൂഹത്തെയും നശിപ്പിക്കാൻ മാത്രമേ സഹായിക്കൂ.

സൽമാൻറുഷ്ദിക്കു ജയ്പൂർ സാഹിത്യോത്സവത്തിൽ പങ്കെടുക്കാൻ കഴിയാതെ വന്നതോ ആവിഷ്കാര സ്വാതന്ത്ര്യത്തിന്റെ പ്രതിസന്ധികളോ അല്ല കൂടുതൽ ചിന്താവിഷയമാകുന്നത്. അനുബന്ധമായി നമ്മുടെ സമൂഹത്തിന്റെ നന്മയെന്തെന്നും അതിനു വിഘാതമാവുന്ന തിന്മകളെന്തെന്നുമുള്ള ഒരു വിശകലനപാഠമാണ് ഉണ്ടാവേണ്ടത്.

(ഫെബ്രുവരി 8, 2012)

ബി.ജെ.പി. ഭരണം

2008–2013 വരെയുള്ള ബി.ജെ.പി. ഭരണകാലത്ത് അഴിമതിക്കേസുകളും ന്യൂനപക്ഷ വിരോധവും ആക്രമണങ്ങളും പെരുകി വന്നിരുന്നു. ഹിന്ദുത്വവാദികളുടെ അക്രമങ്ങൾക്കും അഴിഞ്ഞാട്ടത്തിനും ഭരണകൂടം കൂട്ട് നിൽക്കുന്നു എന്ന ആരോപണംകൊണ്ട് രാഷ്ട്രീയാന്തരീക്ഷം ശബ്ദമുഖരിതമായി. പ്രണയജാടികളായ യുവാക്കളെ ബിയർ കുടിക്കാൻ പോയതിന്റെ പേരിൽ മംഗളൂരിൽ പബ്ബിൽ നിന്നും സംഘപരിവാർ അനുകൂലസംഘടനയായ ശ്രീരാമസേന, സദാചാര പൊലീസ് വേഷം കെട്ടി വിളിച്ചിറക്കി മർദ്ദിച്ചതുമെല്ലാം കോലാഹലമായി. ഗൗരി ലങ്കേഷ് ഇതിനെതിരെ ശക്തമായി വിമർശിക്കുന്ന ലേഖനവും പത്രാധിപക്കുറിപ്പുമെഴുതി.

കൈരലാഞ്ചി എന്ന സ്ഥലത്തു വെച്ച് ഒരു ദളിത കുടുംബത്തെ ചില ആരോപണങ്ങൾ ചാർത്തി കൊലപ്പെടുത്തി. ഡോ. അനന്ത തെൽ തുമ്ബദേ എന്നയാൾ ഈ കഥ വെളിച്ചത്തുകൊണ്ടുവരികയും ഗൗരി ലങ്കേഷ് തന്റെ പത്രത്തിൽ പ്രസിദ്ധീകരിക്കുകയും ചെയ്തു.

ഹിന്ദുമതധർമവും സംഘപരിവാർ മുഴക്കുന്ന ഹിന്ദുത്വവും രണ്ടാണെന്നു ഗൗരി ലങ്കേഷ് വിശദീകരിച്ചു. അന്യമതസ്പർദ്ധയില്ലാത്ത, ബഹുസ്വരയേയും മാനവികതയേയും അംഗീകരിക്കുന്ന, ഹിന്ദുധർമ്മത്തെ സംഘപരിവാർ സംഘടനകൾ അവരുടെ രാഷ്ട്രീയഅധികാരം പിടിച്ചടക്കുന്നതിനായി ദുർവ്യാഖ്യാനിക്കുകയാണ്, ആ ഹിന്ദുത്വരാഷ്ട്രീയമാണ് എതിർക്കുന്നത്.

ദളിതന്റെ ജീവിതം അതീവദുഷ്കരമാണ്. നൂറ്റാണ്ടുകളായി അടിമ വ്യവസ്ഥിതിയിൽ അക്ഷരം വായിക്കാതെ, തറുതല പറയാതെ ജന്മിയോട് തട്ടിക്കയറാതെ, അറിവിന്റെ പടിവാതിൽ തുറന്നു വെളിയിൽ വരാത്ത അടിയാളനായി ഇഴയാൻ മാത്രമാണോ ദളിതന്റെ വിധി? സമൂഹത്തിൽ മാന്യമായി മനുഷ്യനായി ജീവിക്കാൻ അവനും അർഹതയില്ലേ? അവനു വിദ്യാഭ്യാസവും തൊഴിലും അർഹമായ വേതനവും മാന്യമായ ജീവിത സൗകര്യങ്ങളും അർഹതപ്പെട്ടതല്ലേ? ജീവിക്കാൻ ഇടം വേണ്ടേ? പണിയെടുക്കാൻ ഭൂമി വേണ്ടേ? സംസ്ഥാനത്തുള്ള ഭൂമിയിൽ ഒരു ശതമാനം പോലും ദളിതന്റെ കൈവശമുണ്ടോ? അവൻ പരമ്പരാഗതമായി ജീവിക്കാൻ വേണ്ടി ചെയ്തിരുന്ന തൊഴിൽ നഷ്ടപ്പെട്ടാൽ, അനുയോജ്യമായ തൊഴിലവസരം ഒരുക്കിക്കൊടുക്കാൻ സമൂഹത്തിനു ബാധ്യതയില്ല? ഇതിനെല്ലാം അവ്യക്തവും അപ്രായോഗികവും ദളിതവിരുദ്ധവുമായ നിരവധി മറുപടികളുമാണുണ്ടാവുക. എന്നാൽ അവനോടൊപ്പം നിന്നുകൊണ്ട് അവന്റെ പ്രശ്നങ്ങളെ കണ്ടറിഞ്ഞു സഹായിക്കുക, അവന്റെ ആവശ്യങ്ങൾ സമൂഹത്തിൽ ഉന്നയിക്കുക, അവനെ ഉപദ്രവിക്കുന്നവർക്കെതിരെ അവനെ സഹായിച്ചുകൊണ്ട് നിലകൊള്ളുക എന്ന നിലപാടാണ് ഗൗരി ലങ്കേഷ് സ്വീകരിച്ചത്. മുന്നോട്ടുള്ള ഓരോ കാൽവെപ്പും പുരോഗതിയിലേക്കാണ്, കാലത്തിനു ഒരിക്കലും പിന്നിലേക്ക് നടക്കാനാവില്ല എന്ന് ഗൗരി ലങ്കേഷ് എഴുതി.

എന്നാൽ ദളിതന്റെ സംഘാടനം ശരിയായ രീതിയിൽ നടന്നിട്ടില്ല. ദളിതനെ സംഘടിപ്പിച്ചിട്ടുള്ളത് വിരുദ്ധതാത്പര്യങ്ങളുടെ മറവിലാണ്. അംബേദ്കർ സംഘങ്ങളും ദളിതവിമോചനസംഘടനകളും ലോക പ്രാദേശിക രാഷ്ട്രീയങ്ങൾ ശരിയായി വിശകലനം ചെയ്യുന്നുണ്ടോ എന്ന കാര്യത്തിൽ ഗൗരി ലങ്കേഷിനു സംശയമുണ്ട്. അവരും കമ്യൂണിസ്റ്റ് പ്രസ്ഥാനങ്ങളുമായി അടുക്കാൻ കഴിയാത്ത രീതിയിൽ പക വളർന്നു വന്നിട്ടുണ്ട്. സത്യത്തിൽ കമ്യൂണിസ്റ്റ് ദളിത് പ്രസ്ഥാനങ്ങൾക്കു യോജിക്കാൻ എന്താണ് പ്രായോഗിക ബുദ്ധിമുട്ടുകൾ? വർഗീയതയും ഭീകരതയും അന്ധവിശ്വാസങ്ങളും വളർത്തി മനുഷ്യനെ അടിച്ചമർത്തുന്ന ഫാസിസ്റ്റ് ശക്തികളെ നേരിടാൻ എല്ലാ ജനാധിപത്യപ്രസ്ഥാനങ്ങളും യോജിച്ചുനിന്നുകൊണ്ട് പോരാടണം എന്നവർ എഴുതി.

ദുരാചാരം മഡേസ്നാന

ദളിതനെ മനുഷ്യർക്ക് താഴെയുള്ള ഒരു ജീവിയാക്കി ചിത്രീകരിച്ചതും അത് നിലനിർത്തിപ്പോരുന്നതും ബ്രാഹ്മണാധിപത്യ പ്രത്യയശാസ്ത്രമാണ്. അവരാണ് വിദ്യാഭ്യാസം ചെയ്യിക്കാൻ അവസരം കൊടുക്കാതെ അന്ധവിശ്വാസങ്ങളിൽ കുരുക്കിയെടുത്തു അവന്റെ ജീവിതം പന്താടി രസിക്കുന്നത്. ദക്ഷിണ കന്നഡയിൽ കുക്കെ സുബ്രമണ്യക്ഷേത്രത്തിലും വേറെ 27 ബ്രാഹ്മണക്ഷേത്രങ്ങളിലും ബ്രാഹ്മണർ ഭക്ഷണം കഴിച്ച ശേഷം ആ ഇലയിൽ കിടന്നുകൊണ്ട് ദളിതർ ശയനപ്രദക്ഷിണം നടത്തുന്ന

ആചാരമുണ്ട്. ശയനപ്രദക്ഷിണം ചെയ്താൽ അവർക്കു പുണ്യം കിട്ടുമെന്ന ആചാരം യുക്തിരഹിതമാണെന്നു വിമർശനമുയർന്നപ്പോൾ അവർ വീണയിടത്തു തന്നെ കിടന്നു ഉരുണ്ടു.

“ത്വക്ക് രോഗങ്ങൾ ഉള്ളവർക്ക് അത് ശമിക്കും, ത്വക്ക് രോഗമില്ലാത്തവർക്ക് ഇനിയൊരിക്കലും അത് വരില്ല.”

ഈ നുണ പ്രചരിപ്പിച്ചുകൊണ്ട് ദളിതനെ ഈ ക്രൂരവിനോദത്തിന് വിധേയമാക്കി പോരുന്ന ആചാരത്തിനെയാണ് 'മഡെസ്നാന' എന്ന് വിളിക്കുന്നത്.

ഇന്ത്യൻ കമ്യൂണിസ്റ്റ് പാർട്ടി (മാർക്സിസ്റ്റ്) നേതാക്കളായ നാഗരാജ്, ശ്രീറാം റെഡ്ഢി മുതലായവരുടെ നേതൃത്വത്തിൽ ഈ മഡെസ്നാനം എന്ന ദുരാചാരം ഹീനമാണെന്നും അത് നിർത്തലാക്കമെന്നുമുള്ള ആവശ്യം ഉന്നയിച്ചു ക്ഷേത്രനടയിൽ സമരമാരംഭിച്ചു. പോളിറ്റ് ബ്യൂറോ അംഗം എം.എ ബേബിയും മുൻ അസംബ്ലി സ്പീക്കർ കെ.രാധാകൃഷ്ണനും ഈ സമരത്തിൽ പങ്കെടുക്കാൻ എത്തിയിരുന്നു. ഇതിനെ ഹിന്ദുത്വവാദികൾ ശക്തിയായി എതിർക്കുകയാണ് ചെയ്തത്. എന്നാൽ ഈ മനുഷ്യത്വരഹിതമായ അനാചാരങ്ങൾ ഈ കമ്പ്യൂട്ടർ യുഗത്തിലും നടപ്പിലാക്കുന്നതിൽ യുക്തിരാഹിത്യം ചൂണ്ടിക്കാണിക്കുകയും ഇത്തരം അനാചാരങ്ങൾ നിർമ്മാർജ്ജനം ചെയ്യാൻ അന്ധവിശ്വാസ നിർമാർജ്ജന നിയമം (Anti Superstition Bill) നിയമസഭാ പാസ്സാക്കണമെന്നും ആവശ്യമുന്നയിക്കുകയും അത് ഗൗരി ലങ്കേഷ് ഹൃദയസ്പർശിയായി എഴുതുകയും രാഷ്ട്രീയചർച്ചകൾക്കായി വേദിയൊരുക്കുകയും ചെയ്തു. ഒട്ടേറെ

മഡേസ്നാന – കുക്കെ സുബ്രമണ്യക്ഷേത്രത്തിൽ

സംവാദങ്ങൾ നടക്കുകയും പ്രതിബന്ധങ്ങൾ ഉണ്ടായെങ്കിലും വിഷയം സിദ്ധരാമയ്യ സർക്കാർ ഗൗരവമായി പരിഗണിക്കുകയും ചർച്ച ചെയ്തു മന്ത്രിസഭ അംഗീകരിക്കുകയും ചെയ്തു. (എന്നാൽ ഇനിയും ഈ നിയമം നിയമസഭയിൽ പാസ്സാക്കിയെടുക്കാനുണ്ട്)

'ഹുളിമാവിനെ മര' (പുളിയാൻ മാവ്) 2013ൽ

പി.ലങ്കേഷിനെക്കുറിച്ചുള്ള ഓർമ്മകൾ പങ്കുവെക്കുന്ന ഒരു ലക്കം പ്രസിദ്ധീകരിക്കാൻ 'മയൂര' മാസികയുടെ പത്രാധിപർ ജി. പി. ബസവ രാജു ആലോചിക്കുകയും ആ ലക്കത്തിലേക്കു ഓരോ ലേഖനം ഇന്ദിരാ ലങ്കേഷിൽ നിന്നും ഗൗരി ലങ്കേഷിൽ നിന്നും ആവശ്യപ്പെടുകയും ചെയ്തു. ഇന്ദിരാ ലങ്കേഷ് ആദ്യം വിസമ്മതിക്കുകയും പിന്നീട് ഗൗരി ലങ്കേഷിന്റേയും ജി.പി.ബസവരാജുവിന്റേയും സ്നേഹപൂർണമായ നിർ ബന്ധത്തിനു വഴങ്ങി ലേഖനം എഴുതുകയും ചെയ്തു.

'സ്കൂട്ടർ ദിനങ്ങൾ' എന്ന പേരിൽ ഇന്ദിരാ ലങ്കേഷ് എഴുതിയ ആ ലേഖനം, 'മയൂര'യിൽ പ്രസിദ്ധീകരിച്ചു. പി. ലങ്കേഷ് ആദ്യമായി ഒരു സ്കൂട്ടർ വാങ്ങിയതും അതിൽ അവർ രണ്ടുപേരും നഗരം ചുറ്റിക്കറങ്ങി യതും മറ്റുമൊക്കെയായിരുന്നു അതിലെ വിഷയം. വായനക്കാരിൽ നിന്നും നല്ല ആസ്വാദനത്തിന്റെ പ്രതികരണമുണ്ടായപ്പോൾ, 'ഗൗരി ലങ്കേഷ് പത്രികെ'യിലെ ജീവനക്കാർ, പി. ലങ്കേഷ് എന്ന പ്രതിഭാശാലിയോടൊപ്പം നാൽപതുവർഷം ജീവിച്ച അമ്മയുടെ ആത്മകഥ ഈ പത്രത്തിൽ എന്തു കൊണ്ട് പ്രസിദ്ധീകരിച്ചുകൂടാ എന്ന ചോദ്യമുയർത്തി. അങ്ങനെ അമ്മ യുടെ ആത്മകഥ എന്ന ആശയമുണ്ടായി.

അമ്മയുടെ ഹൃദയത്തിൽ ഒരു എഴുത്തുകാരി ഒളിച്ചിരിപ്പുണ്ട് എന്നാരും അറിഞ്ഞിരുന്നില്ല. എന്നാൽ അമ്മയ്ക്ക് എഴുത്തിന്റെ രീതി ശാസ്ത്രമറിയില്ല. ഗൗരി ലങ്കേഷ് എഴുതിയെടുക്കാം, അമ്മ പറഞ്ഞാൽ മതിയെന്ന് ആദ്യം ചിന്തിച്ചു, എന്നാൽ തിരക്ക് പൊരിയുന്ന ഗൗരിയുടെ സമയങ്ങളിൽ അത് അസാധ്യമാകും എന്ന് ബോധ്യമായി. പലരുടെയും പേരുകൾ പകർത്തിയെഴുതാൻ മനസ്സിൽ വന്നെങ്കിലും അവർക്കാർക്കും വീട്ടിൽ വന്നു എഴുതിയെടുക്കാൻ സമയവും സന്ദർഭവും ശരിയായില്ല. അവസാനം, ഗൗരി ലങ്കേഷ് പറഞ്ഞു:

"അമ്മേ, ഓർമ്മകൾ വരുമ്പോൾ അതെല്ലാം ഒന്ന് കുറിച്ച് വെക്കൂ, എഴുതുന്ന കാര്യം പിന്നീടാലോചിക്കാം."

ഏതാനും നാളുകൾക്കുള്ളിൽ അമ്മ കുറച്ചു കടലാസുകൾ ഗൗരി ലങ്കേഷിന്റെ കയ്യിൽ കൊടുത്തിട്ടു ചോദിച്ചു:

"മോളെ, ഇതെങ്ങനെയുണ്ട്, ഒന്ന് വായിച്ചു നോക്കൂ..." അത് വായിച്ചു നോക്കിയപ്പോൾ ഗൗരി ലങ്കേഷിന് ആശ്ചര്യമായി, മനോഹര മായിട്ടുണ്ട്.

“എന്റമ്മേ... അമ്മയ്ക്കിങ്ങനെ നന്നായി എഴുതാൻ കഴിയുമായിരുന്നെങ്കിൽ, നമ്മൾ വെറുതെയെന്തിനാ പകർത്തിയെഴുതാൻ ആളുകളെ അന്വേഷിച്ച് സമയം കളഞ്ഞത്?” അമ്മയുടെ കഴിവ് തിരിച്ചറിയാൻ കഴിയാത്തതിൽ ഗൗരിക്ക് സങ്കടമായി.

അടുത്തയാഴ്ച തന്നെ അത് പ്രസിദ്ധീകരിക്കാൻ തീരുമാനിച്ചു, എന്നാൽ എന്തായിരിക്കണം തലക്കെട്ട് എന്ന വിഷയം ചോദ്യമുയർത്തി. ഭാര്യ രാജേശ്വരി, പൂർണ്ണചന്ദ്ര തേജസ്വിയുടെ ജീവിതകഥ എഴുതിയപ്പോൾ, ‘തേജസ്വി’ എന്നായിരുന്നു പേരിട്ടത്. അപ്പോഴാണ്, പി. ലങ്കേഷിന്റെ ആത്മകഥയുടെ ‘ഹുളിമാവിന മര’ (പുളിയൻമാവ്) എന്ന പേർ ഓർത്തത്. കന്നഡയിൽ ആ കൃതി കോളിളക്കം സൃഷ്ടിച്ചിരുന്നു. അതിനോട് ബന്ധപ്പെടുത്തി ഒരു പേരായാൽ നന്നാവുമെന്നു കരുതിയ ഗൗരി ലങ്കേഷ് ചോദിച്ചു:

“ഹുളിമാവിനെ മര മത്തു നാനു (പുളിയൻ മാവും ഞാനും) എന്നായാലോ?” അമ്മയ്ക്ക് സമ്മതവും സന്തോഷവുമായി. അങ്ങനെ ആ ആത്മകഥ തുടങ്ങി. എല്ലാ ആഴ്ചയും പ്രസിദ്ധീകരിക്കേണ്ട ദിവസത്തിന് മുൻപായി കൃത്യമായി തന്നെ ഇന്ദിരാ ലങ്കേഷ് ഓരോ ലക്കത്തിനുമുള്ള അദ്ധ്യായങ്ങൾ എഴുതി കൊടുക്കും.

ആത്മകഥ പെട്ടെന്ന് തന്നെ ജനകീയമായി, ഖണ്ഡശഃ പ്രസിദ്ധീകരണം പൂർത്തിയായപ്പോൾ പുസ്തകമാക്കി, ‘ലങ്കേഷ് പ്രകാശനെ’ പ്രസിദ്ധീകരിച്ചു. അത് അമ്മയുടെ ജന്മനാട്ടിൽ തന്നെ പ്രകാശനം ചെയ്യണം എന്ന് തീരുമാനിച്ചു. അമ്മയും യോഗത്തിലേക്ക് വരണമെന്ന് ഗൗരി ലങ്കേഷ് പറഞ്ഞു. സ്വതവേ നാണക്കാരിയായ അമ്മ ചോദിച്ചു:

ഗൗരി, കവിത എന്നിവർ ഈശയോടൊപ്പം

“ഞാനും വരണോ മോളെ?”

“വെറുതെയൊന്നു വന്നാൽ മതി.” കൊച്ചുമകൾ ഈശയോടൊപ്പം അമ്മയും ഗൗരിയും പോയി, പ്രകാശനം നിർവഹിക്കപ്പെട്ടു. ഒരു വർഷത്തിനുള്ളിൽ ഇന്ദിരാ ലങ്കേഷിനു (K.S.Indira Lankesh) സാഹിത്യരചനക്കുള്ള കുസക്കൂരു സോമസുന്ദർ പുരസ്കാരവും നേടാൻ കഴിഞ്ഞു.

ഉദ്യോഗം രാജിവെച്ചു, നാടകവും സിനിമയുമായി കിട്ടുന്ന പണം ധാരാളമായി ചിലവഴിച്ചു അച്ഛൻ നടന്നപ്പോൾ, പണത്തിന്റെ വിലയറിഞ്ഞ അമ്മയാണ് ധർമ്മസങ്കടത്തിലായത്. പി.ലങ്കേഷ് പലതരം വൈകാരിക ബന്ധങ്ങളുമായി നടന്നപ്പോൾ കുടുംബഭാരം ഏറ്റെടുത്ത്, സാരിക്കച്ചവടം ചെയ്തു മക്കളെ വളർത്തിയെടുക്കുന്നതിൽ പ്രധാന പങ്കുവഹിച്ചത് അമ്മയാണ്. അമ്മയാണ്, കുട്ടിക്കാലത്ത് മാർക്കുകുറഞ്ഞു പോകുമ്പോൾ പിടിച്ചിരുത്തി അടിച്ച് പഠിപ്പിക്കാറുള്ളത്. ആ അമ്മയാണ് ജോലിയാകുന്നത് വരെ കല്യാണം വേണ്ട എന്ന് ഉപദേശിച്ചത്:

“മോളെ, പെൺകുട്ടികളായാൽ പഠിച്ച് ജോലി നേടണം, സ്വന്തം കാലിൽ നിൽക്കണം, അല്ലെങ്കിൽ ആണുങ്ങളുടെ മുന്നിൽ നിങ്ങൾക്ക് ഒരു വിലയുമുണ്ടാവില്ല.”

വെറും പ്രീയൂണിവേഴ്സിറ്റിവരെ മാത്രം പഠിച്ച, സ്ത്രീപക്ഷ ചിന്തയുടെ ഉദ്ഭവവും ലോകസ്ത്രീപക്ഷപ്രസ്ഥാനങ്ങളുടെ ചരിത്രവും പ്രത്യയശാസ്ത്രവുമറിയാത്ത അമ്മയാണ് ഗൗരിക്കും കവിതയ്ക്കും ഫെമിനിസത്തിന്റെ ബാലപാഠങ്ങൾ സ്വന്തം ജീവിതാനുഭവങ്ങളിൽ നിന്നും പറഞ്ഞു കൊടുത്തത്.

പുരസ്കാരം സ്വീകരിച്ച അമ്മയെ അഭിനന്ദിച്ച് വീട്ടിൽ വന്ന ഗൗരി ലങ്കേഷ് ആ രാത്രി തന്നെ അമ്മയെക്കുറിച്ച് ഒരു ഓർമ്മക്കുറിപ്പ് എഴുതി പത്രത്തിൽ പ്രസിദ്ധീകരിക്കാൻ മെയിൽ അയച്ചുകൊടുത്തു. അമ്മയെക്കുറിച്ചുള്ള ഓർമ്മകളിൽ ഗൗരി ലങ്കേഷിന്റെ കണ്ണുകളിൽ സ്നേഹനീർ നിറഞ്ഞു.

പതിനെട്ട്

സിദ്ധരാമയ്യ

മാവോവാദികൾ മുഖ്യധാരയിൽ

ഹിന്ദുത്വവാദികൾക്കെതിരായി നിരന്തരം പ്രവർത്തിക്കുന്നതിന്റെ ഭാഗമായി കേസുകൾ പത്രത്തിനെതിരെയും ഗൗരി ലങ്കേഷിനെതിരെയും നിരന്തരം വരുന്നുണ്ടായിരുന്നു. കർണാടകത്തിലെ വിവിധ കോടതികളിൽ ഓരോ കേസിനുമായി പോവുകയും രാത്രിയിൽ തിരിച്ചു വന്നു പത്രത്തിന്റെ കാര്യങ്ങളും പ്രസാധനകമ്പനിയുടെ കാര്യങ്ങളും ശ്രദ്ധിക്കണം. എങ്കിലും തളരാതെ തന്നെ ഗൗരി ലങ്കേഷ് മുന്നോട്ട് നീങ്ങി. അപ്പോഴാണ്, ഗൗരി ലങ്കേഷിനു സന്തോഷകരമായ രാഷ്ട്രീയവിജയം 2013ൽ സംസ്ഥാനത്തു സംഭവിക്കുന്നത്. ബി.ജെ.പി ഭരണം പോയി, കോൺഗ്രസിന്റെ നേതൃത്വത്തിൽ പി. ലങ്കേഷിന്റെ സുഹൃത്തുകൂടിയായ സോഷ്യലിസ്റ്റ് ചിന്താഗതിക്കാരനായ സിദ്ധരാമയ്യ അധികാരത്തിലേറി.

സിദ്ധരാമയ്യ 2013ൽ അധികാരത്തിൽ വന്നതോടെ ഈ വിഷയം അനുകൂലമായി പരിഹരിക്കാൻ കഴിയുമെന്ന് ഗൗരി ലങ്കേഷും അവർ നേതൃത്വം കൊടുക്കുന്ന സമാധാന ദൗത്യസേനയും (CIP) തിരിച്ചറിയുകയും വീണ്ടും ശ്രമം നടത്തിയതിന്റെ ഫലമായി മുഖ്യമന്ത്രി

സിദ്ധരാമയ്യ

സിദ്ധാരാമയ്യയുമായി ഒരു കരാർ ഉണ്ടാക്കുകയും ഈ വിഷയം മാവോവാദികളുമായി ചർച്ച നടത്തുകയും ചെയ്തു. സമാധാന ദൗത്യസേനയുടെ (CIP) നേതാക്കൾ മുഖ്യമന്ത്രിയെ സമീപിച്ച് ഒരു മെമ്മോറാണ്ടം സമർപ്പിച്ചു. പ്രസ്തുത മെമ്മോറാണ്ടത്തിൽ പ്രതിനിധികളായി പ്രൊഫ.യു.ആർ. അനന്തമൂർത്തി, കേന്ദ്രസാഹിത്യ അക്കാദമി അവാർഡ് ജേതാവായ ദേവനൂർ മഹാദേവയ്യ, നൂറാം വയസ്സ് പൂർത്തിയാക്കുന്ന ഗാന്ധിയൻ എസ്. ദൊരൈ സ്വാമി, സീനിയർ അഡ്വക്കേറ്റും എക്സ് എം.എൽ.സി.യുമായ എ.കെ.സുബ്ബയ്യ, സാഹിത്യകാരനും സിനിമ സംവിധായകനുമായ ഇന്ദുധര ഹൊണ്ണപുര, പുരോഗമനസാഹിത്യകാരനായ ബറഗൂർ രാമ ചന്ദ്രപ്പ, വിദ്യാഭ്യാസ ചിന്തകനും അധ്യാപകനുമായ പ്രൊഫ. വി എസ്.ശ്രീധർ, പ്രൊഫ. നാഗരി ബാബയ്യ, പ്രൊഫ.എൻ. രമേഷ്, പൗരാവകാശപ്രവർത്തകൻ ശിവസുന്ദർ, ഗൗരി ലങ്കേഷ് മുതലായവരായിരുന്നു, ഇതിൽ ഗൗരി ലങ്കേഷിന്റെ പങ്കാളിത്തം പ്രഥമഗണനീയമായിരുന്നു.

ഈ മെമ്മോറാണ്ടത്തിനു അനുകൂലമായി മുഖ്യമന്ത്രിയും അന്നത്തെ ആഭ്യന്തരമന്ത്രിയും പരസ്യമായി മാവോവാദികൾ ആയുധം താഴെവെച്ച് ഒളിവ് ജീവിതത്തിൽനിന്നും മുഖ്യധാരാരാഷ്ട്രീയ പ്രവർത്തനത്തിലേക്കു വരണമെന്നും പത്രസമ്മേളനത്തിൽ ആവശ്യപ്പെട്ടു. അപ്പോൾ മാവോവാദികളുടെ പ്രതികരണം വ്യത്യസ്തമായിരുന്നു. താഴെപറയുന്ന തരത്തിലുള്ള ഒത്തുതീർപ്പു വ്യവസ്ഥകളും ആവശ്യങ്ങളുമാണ് അവർ മുന്നോട്ടു വെച്ചത്.

മാവോവാദി നേതാവ് സാകേത് രാജനെ ചതിച്ചുകൊന്നതുപോലെ ഇനിയും സർക്കാർ പിന്നിൽനിന്നും കുത്താൻ സാധ്യതയുണ്ട്. ഈ ദൗത്യത്തിനു പ്രായോഗിക നടപടികൾ വേണം. പാവപ്പെട്ടവരും ആദിവാസികളും അനുഭവിക്കുന്ന ചൂഷണത്തിനും പീഡനങ്ങൾക്കും അറുതിയുണ്ടാവാൻ വേണ്ടുന്ന ചർച്ചകൾ നടത്തി ഒത്തുതീർപ്പു വ്യവസ്ഥകൾ നടപ്പിലാക്കണം. എല്ലാ കേസുകളും പിൻവലിക്കണം. ഈ വിഷയങ്ങളിൽ ഉണ്ടാകുന്ന സർക്കാർ തീരുമാനങ്ങൾക്ക് സമാധാനദൗത്യസേന മധ്യസ്ഥം വഹിക്കണം.

സർക്കാരിന് തങ്ങളുടേതായ വീക്ഷണവും നിലപാടുകളും നിയമകുരുക്കുകളുമുണ്ട്. ഒരു വകുപ്പിന് മാത്രം തീരുമാനമെടുക്കാനാവില്ല. ആഭ്യന്തരവകുപ്പ്, നീതിന്യായവകുപ്പ്, നിയമവകുപ്പ്, എല്ലാറ്റിനെയും ഏകോപിപ്പിച്ച് കടുംപിടുത്തങ്ങളെ ഒഴിവാക്കി നാടിന്റെ നന്മയ്ക്കായി സമവായമുണ്ടാക്കണം.

നിയമോപദേശം, പൊലീസ് വകുപ്പിന്റെ അഭിപ്രായം, രാഷ്ട്രീയ പ്രശ്നങ്ങൾ എല്ലാം സർക്കാർ പരിഗണിച്ചു. ഏതാനും മാസങ്ങൾക്കു ശേഷം, സർക്കാരിനെക്കൊണ്ട് വ്യവസ്ഥകൾ അംഗീകരിപ്പിക്കാൻ ഗൗരി ലങ്കേഷിനും കൂട്ടർക്ക് കഴിഞ്ഞു. 2014 ഡിസംബർ ഏഴാം തിയതി ചിക്കമംഗളൂർ ജില്ലാകളക്ടറുടെ ഓഫീസിനു സമീപമുള്ള കോടതിഹാളിൽ പ്രമുഖ നക്സലേറ്റുനേതാക്കളായ ആർ. ശ്രീധർ, സിരിമനെ നാഗരാജ് മുതലായവർ രാവിലെ എത്തി. ആയുധം വെച്ച് കീഴടങ്ങി മുഖ്യധാരാ രാഷ്ട്രീയ പ്രവർത്തനങ്ങളിലേക്ക് വരാൻ സന്നദ്ധമാവുന്ന ഈ സംഭവത്തിന് സാക്ഷ്യം വഹിക്കാൻ ബി.ജെ.പി ഒഴികെയുള്ള എല്ലാ രാഷ്ട്രീയപാർട്ടികളുടെയും ജില്ലാ സംസ്ഥാന നേതാക്കളും സാമുദായിക സാമൂഹിക സംഘടന പ്രവർത്തകരും മറ്റു ജില്ലകളിൽനിന്നും എത്തിയിരുന്നു വിപുലമായ ആ യോഗത്തിൽ വെച്ചു ആർ. ശ്രീധർ, സിരിമനെ നാഗരാജ്, എന്നീ നക്സലേറ്റുകൾ സമാധാനദൗത്യസേനയുടെ മുന്നിൽ കീഴടങ്ങി. അവരുമായി പൊലീസ് ഉദ്യോഗസ്ഥർ ആവശ്യമായ ചോദ്യം ചെയ്യലുകൾ പൂർത്തിയാക്കി, എല്ലാ വിഷയങ്ങൾക്കുമുള്ള വ്യക്തമായ തീരുമാനങ്ങൾ ഉറപ്പിച്ചു.

പൊതുസമ്മേളനത്തിൽ പ്രശസ്ത ഗാന്ധിയൻ ദൊരൈസ്വാമി ഈ നക്സൽ പ്രവർത്തകരെ കരഘോഷങ്ങൾക്കിടയിൽ ഹാരമണിയിച്ചു സ്വീകരിച്ചു. ദൊരൈസ്വാമിയും ഗൗരി ലങ്കേഷും സർക്കാരിന്റെയും മാവോവാദികളുടെയും ആത്മാർത്ഥമായ സഹകരണത്തെ അനുമോദിച്ചു പ്രസംഗിച്ചു. നക്സലൈറ്റുകൾ ഈ ദൗത്യത്തിന് മുൻകൈ എടുത്ത സമാധാന ദൗത്യസേനയെയും അതിനു നേതൃത്വം കൊടുത്ത ഗൗരി ലങ്കേഷിനെയും അവരുടെ മറുപടി പ്രഭാഷണത്തിൽ അഭിനന്ദിച്ചു

ഈ നക്സലൈറ്റുകളെ അന്നത്തെ ശൃംഗേരി സർക്കിൾ ഇൻസ്പെക്ടർ സുധീർ ഹെഗ്ഡെയ്ക്കു കൈമാറുകയും പിറ്റേ ദിവസംതന്നെ,

ദൊരൈസ്വാമി, സിരിമനെ നാഗരാജ്, ആർ. ശ്രീധർ, ഗൗരിലങ്കേഷ്

സർക്കിൾ ഇൻസ്പെക്ടർ അവരെ കോടതിയിൽ ഹാജരാക്കി ജാമ്യത്തിൽ വിടുകയും ചെയ്തു. പിന്നീട് കേസിന്റെ നൂലാമാലകൾ സർക്കാർ സഹ കരണത്തോടെ ഓരോന്നായി അഴിച്ചു അവരെ സ്വാതന്ത്രരാക്കി. അവർ ഇന്ന് പൗരാവകാശപ്രവർത്തകരാണ്. ഇവർക്ക് ശേഷം ഒരു കൊല്ലത്തി നുള്ളിൽ ഇതേ തരത്തിലുള്ള നിയമാനുസൃതമായ കടമ്പകളെല്ലാം കടന്നു വേറെ ഏഴുപേരും നക്സൽ പ്രവർത്തനം ഉപേക്ഷിച്ചു പൊതുസമൂഹ ത്തിൽ ഇന്ന് പ്രവർത്തിക്കുന്നു. ഏതാനും നക്സൽപ്രവർത്തകർ ഈ ഒത്തുതീർപ്പു വ്യവസ്ഥകൾ അംഗീകരിക്കാതെ സായുധസമരപാത യിലൂടെ ഒളിപ്രവർത്തനം തുടരുന്നുണ്ട്. കുറെ നക്സലൈറ്റുകൾ പാർട്ടി വിട്ട് അവരവരുടെ വ്യക്തിജീവിതത്തിലേക്കു മടങ്ങുകയും ചെയ്തു.

തീവ്രവാദം സമൂഹത്തിനു തലവേദനയാകുമ്പോൾ അതിനെ പരി ഹരിക്കാൻ ഭരണകർത്താക്കൾ നേരിടുന്ന പരിമിതികളെ ഉത്തരവാദപ്പെട്ട സാമൂഹിക പ്രവർത്തകർക്ക് അതിജീവിക്കാൻ കഴിയുന്നതിന്റെ ഉദാഹ രണമാണ് ഈ സംഭവം.

ഡോ. യു.ആർ. അനന്തമൂർത്തി

കർണാടക സമുദായ സൗഹാർദ്ദവേദിയുടെ സംസ്ഥാന സമ്മേളന ത്തിന്റെ ഉദ്ഘാടനം നിർവഹിക്കാൻ ഡോ.യു.ആർ.അനന്തമൂർത്തി യെയാണ് നിശ്ചയിച്ചത്. അതനുസരിച്ച് അദ്ദേഹത്തെ ഫോണിൽ വിളിച്ചതായിരുന്നു. പ്രശസ്ത പൗരാവകാശ പ്രവർത്തകരായ തീസ്ത സെതൽവാദ്, ആനന്ദ് തെൽതുംബ്ദെ, സുഭാഷ് ഗതാദേ, തുടങ്ങിയവർ ക്കൊപ്പം 'വർഗ്ഗീയവാദവും നവലിബറൽ ഫാസിസവും' എന്ന വിഷയ ത്തിൽ സംവാദവും ഉണ്ടാവും. സമ്മേളനം ഉദ്ഘാടനം ആണ് അനന്ത മൂർത്തി നിർവഹിക്കേണ്ടത്.

ഡോ. യു.ആർ. അനന്തമൂർത്തി

തീസ്ത സെതൽവാദ്

“നിങ്ങളെല്ലാവരോടുമൊപ്പം എപ്പോഴും ഞാനുണ്ട്, ലിസ്റ്റിൽ എന്റെ പേരും ഉൾക്കൊള്ളിച്ചോളൂ, ശരീരം അനുവദിക്കുമെങ്കിൽ തീർച്ചയായും ഞാനുമുണ്ടാവും.”

യു.ആർ. അനന്തമൂർത്തി സന്തോഷത്തിലായിരുന്നു, അദ്ദേഹം തുടർന്നു:

“തീസ്ത സെതൽവാദ് ശക്തയായ സ്ത്രീയാണ്. ഞാനിപ്പോൾ എഴുതി പൂർത്തിയാക്കിയ ‘ഹിന്ദുത്വ അഥവാ ഹിന്ദു സ്വരാജ്’ എന്ന പുസ്തകം അവരെക്കൊണ്ട് പ്രകാശനം ചെയ്യിക്കുവാൻ ആഗ്രഹിക്കുന്നു.” തന്റെ സുഹൃത്തായ തീസ്തയെക്കുറിച്ചു അദ്ദേഹത്തിന്റെ അഭിപ്രായം കേട്ടപ്പോൾ ഗൗരി ലങ്കേഷിനും അഭിമാനമായി.

“തീസ്തയ്ക്കും അതീവ സന്തോഷമാകും, അങ്ങയുടെ കൃതി പ്രകാശനം ചെയ്യാൻ. ഈ വരുന്ന ശനിയാഴ്ച താങ്കൾക്ക് വരാൻ കഴിഞ്ഞില്ലെങ്കിൽ താങ്കളുടെ വീട്ടിലേക്കു ഞാനവളെ കൊണ്ടുവരാം.”

അപ്രതീക്ഷിതമായി ബാംഗ്ലൂർ വിട്ടുപോകേണ്ടി വന്ന സാഹചര്യമുണ്ടാതിനാൽ ആ ശനിയാഴ്ച തീസ്തയെ അനന്തമൂർത്തിയുടെ വീട്ടിലേക്ക് കൊണ്ടുപോകാൻ കഴിഞ്ഞില്ല. ഡോ.യു.ആർ. അനന്തമൂർത്തിയുമായി അവസാനമായി സംസാരിച്ചതായിരുന്നു അത്.

ആറു ദിവസം കഴിഞ്ഞപ്പോൾ അദ്ദേഹത്തിന്റെ മരണവാർത്തയാണ് കേട്ടത്. വായു ശൂന്യമാവുകയായിരുന്നു, വാക്കുകൾ മൗനങ്ങളിലേക്കു ഒളിക്കുകയായിരുന്നു. തണുപ്പ് ഘനീഭവിക്കുകയായിരിക്കുന്നു. സുസ്മേരവദനനായി മാത്രം കാണുന്ന എഴുത്തുകാരനും വിദ്യാഭ്യാസവിചക്ഷണനും സാംസ്കാരിക നായകനുമായ അനന്തമൂർത്തിയുടെ പ്രസരിപ്പ് തുളുമ്പുന്ന ആ സുന്ദരമായ മുഖം ഓർമ്മകളിൽ നിറഞ്ഞു.

താൻ എന്നും വിസ്മയത്തോടും ഇത്തിരി കുസൃതിയുള്ള അസൂയയോടും കൂടി മാത്രം കാണുന്ന വിസ്മയ വ്യക്തിത്വമായിരുന്നു അനന്തമൂർത്തി. അച്ഛനെപ്പോലെ തന്നെ അക്ഷരങ്ങളിലൂടെ മഹാസൗധങ്ങൾ തീർത്ത പ്രതിഭാസമ്പന്നനായ ശില്പി. അദ്ദേഹത്തിന് ലഭിച്ച ജ്ഞാനപീഠം പുരസ്കാരം അച്ഛന് ലഭിക്കാതെ പോയല്ലോ എന്നത് ഗൗരി ലങ്കേഷിൽ അല്പം സങ്കടമുണ്ടാക്കിയിരുന്നു. അച്ഛനങ്ങനെ ഒരു സങ്കടമേ ഉണ്ടായിട്ടില്ല. അവർ തമ്മിൽ ഇണങ്ങിയും പിണങ്ങിയുമാണ് കഴിഞ്ഞിട്ടുള്ളത്.

ഒരു ഗ്രാമീണന്റെ പരുക്കൻ ഭാവങ്ങളും എടുത്തടിച്ചപോലെയുള്ള സംഭാഷണങ്ങളും അച്ഛന്റെ അടുത്ത സുഹൃത്തുക്കളെപോലും ശത്രുക്കളാക്കിയെന്നു വരും. എന്നാൽ അനന്തമൂർത്തി വിപരീതമായിരുന്നു. എതിരാളികളോടും പുഞ്ചിരിയോടെ പെരുമാറാനുള്ള മാന്യതയും സംസ്കാരവും പരിഷ്കാരവും അദ്ദേഹത്തെ വേറിട്ട വ്യക്തിത്വമാക്കി ഉയർത്തി. ഈ വിശേഷം സത്യത്തിൽ തന്നെ അദ്ഭുതപ്പെടുത്തിയിട്ടുണ്ട്. ലോകം മുഴുവൻ സഞ്ചരിച്ചതിലൂടെ പാശ്ചാത്യസംസ്കാരത്തിന്റെ നന്മകളെ സ്വാംശീകരിക്കാൻ കഴിഞ്ഞതുകൊണ്ടാകാം, ഏതു പ്രതികൂല സാഹചര്യത്തിലും അതിജീവനം സാധ്യമായിരുന്നു. യുവാക്കളോടും

മുതിർന്നവരോടും ഏതു തരം ജനങ്ങളോടും ഒരുപോലെ ഇടപഴകാനും ആശയവിനിമയം ചെയ്യാനും എല്ലാം ഉൾക്കൊള്ളാനും കഴിഞ്ഞിരുന്നു. വിദേശരാജ്യങ്ങളിലൊന്നും പോകാത്ത അച്ഛന് അകം ഒളിച്ചുവെക്കാനറിയില്ലായിരുന്നു. ഡി.ആർ. നാഗരാജ് എന്ന എഴുത്തുകാരൻ അവരെ രണ്ടാളെയും താരതമ്യം ചെയ്തത് ഓർത്തു.

“എ.കെ.രാമാനുജം പറഞ്ഞത്, അവർ തമ്മിലുള്ള പിണക്കങ്ങളുടെ മുഖ്യകാരണം, ലങ്കേഷ് അനന്തമൂർത്തിയാവാനും അനന്തമൂർത്തി ലങ്കേഷ് ആവാനും ഉള്ളിന്റെയുള്ളിൽ മോഹിച്ചിരുന്നു എന്നതാണ്...”

ഏതാനും മാസങ്ങൾക്കു മുമ്പ്, ‘അന്ധവിശ്വാസ നിർമാർജ്ജന നിയമം’ എന്ന വിഷയം ഔദ്യോഗികമായി ചർച്ച ചെയ്യുന്നതിനിടയിൽ, വിഗ്രഹങ്ങളിൽ മൂത്രമൊഴിക്കുന്നതിൽ തെറ്റില്ല എന്ന പരാമർശം പ്രൊഫ. എം.എം. കൽബർഗി നടത്തിയത് ഏറെ വിവാദമായി. യു.ആർ. അനന്തമൂർത്തി തന്നെ അങ്ങനെ ചെയ്തിട്ടുണ്ടെന്നു പറഞ്ഞുകൊണ്ടായിരുന്നു ആ വാദം അദ്ദേഹം ഉന്നയിച്ചത്. ഈ വിവാദം കൊഴുത്തപ്പോൾ ആനന്ദമൂർത്തി വേദനിക്കുകയും ഗൗരി ലങ്കേഷിനെ ഫോണിൽ വിളിച്ചു വിവരം പറയുകയും ചെയ്തു.

“ഞങ്ങൾ കുട്ടിക്കാലത്ത്, വിഗ്രഹങ്ങൾക്ക് എന്തെങ്കിലും ദിവ്യശക്തിയുണ്ടോ എന്നറിയാൻ ഒരിക്കൽ വിഗ്രഹത്തിൽ മൂത്രമൊഴിക്കുകയുണ്ടായിട്ടുണ്ട്. ഞാൻ പിന്നീടതിൽ വേദനിക്കുകയും ചെയ്തിട്ടുണ്ട്. ഈ വിഷയത്തെ ദുരുപയോഗപ്പെടുത്തിയാണ്, ഞാൻ ദൈവവിഗ്രഹത്തിൽ മൂത്രമൊഴിച്ചു എന്ന് ആരോപിക്കുന്നത്. ഇതെല്ലാം കഷ്ടമാണ്.”

“താങ്കൾ ഇക്കാര്യത്തിൽ വേദനിക്കേണ്ട കാര്യമൊന്നുമില്ല. എതിരാളികൾ ഇത്തരം സന്ദർഭങ്ങൾ ചളി വാരിയെറിയാൻ ഉപയോഗിക്കാൻ മടിക്കില്ല. എന്റെ അപ്പയും ഇതിനോട് സദൃശമായ ഒരു സംഭവം ആത്മകഥയിൽ രേഖപ്പെടുത്തിയിട്ടുണ്ട്. കുട്ടിക്കാലത്ത്, അപ്പയും രണ്ടു കൂട്ടുകാരനും തമ്മിൽ ഉന്നം പരിശോധിക്കുന്നതിനായി മത്സരിച്ച് നിശ്ചിത ദൂരത്ത് നിന്ന് ഒരു മാരിയമ്മയുടെ വിഗ്രഹത്തിനു നേരെ കല്ലെറിയുകയുണ്ടായി. അപ്പയ്ക്ക് കൃത്യമായി കല്ലെറിയാൻ കഴിഞ്ഞു, കൂട്ടുകാർ പരാജയപ്പെട്ടു. ഏതാനും ദിവസങ്ങൾ കഴിഞ്ഞപ്പോൾ അവർക്കു രണ്ടു പേർക്കും വസൂരി വരികയും അപ്പയാണെങ്കിൽ വസൂരിയിൽ നിന്ന് ഒഴിവാകുകയും ചെയ്തുവത്രേ. എന്നാൽ ആർക്കെങ്കിലും ഇതിൽ അശ്ലീലം കാണാൻ കഴിയുമോ? അതെല്ലാം അറിവില്ലാത്ത കാലത്തെ തമാശകളല്ലേ?”

“ഓഹോ, അങ്ങനെയൊരു സംഭവം ലങ്കേഷിന്റെ ആത്മകഥയിൽ വിവരിച്ചിട്ടുണ്ടല്ലോ? ഞാൻ ആ കൃതി വായിച്ചിട്ടുണ്ടെങ്കിലും ആ സംഭവം മറന്നു പോയി. നീ അതിപ്പോൾ ഓർമ്മിപ്പിച്ചത് നന്നായി. അടുത്താഴ്ച നീ വീട്ടിലേക്കു വരൂ, നമുക്ക് സംസാരിക്കാം.”

ജി രാജശേഖർ, റാഞ്ചാൻ ദർഗ എന്നിവർ ഈ വിഷയത്തെക്കുറിച്ച് അടുത്ത ‘ഗൗരിലങ്കേഷ് പത്രികെ’യിൽ ലേഖനങ്ങൾ എഴുതുകയുണ്ടായി.

അനന്തമൂർത്തിക്ക് ഈ വിഷയത്തിൽ പങ്കൊന്നുമില്ല എന്ന് സമർത്ഥി ക്കുന്ന ലേഖനങ്ങളായിരുന്നു അത്. അനന്തമൂർത്തിക്കുണ്ടായ വേദന ലഘൂകരിക്കാൻ വേണ്ടി ഐക്യദാർഢ്യമായിട്ടാണ് അത് പ്രസിദ്ധീക രിച്ചത്.

അടുത്താഴ്ച അനന്തമൂർത്തി ഈ ലേഖനങ്ങൾ വായിക്കുകയും അവ പ്രസിദ്ധീകരിച്ചതിൽ നന്ദി പ്രകാശിപ്പിക്കുകയും ചെയ്തു. അപ്പോൾ ഗൗരി ലങ്കേഷ് പറഞ്ഞു:

“ഏയ്... ഇതിലെന്തിരിക്കുന്നു? ഞങ്ങൾ ഞങ്ങളുടെ കടമ നിറവേറ്റുക മാത്രമല്ലേ ചെയ്തുള്ളൂ?”

അനന്തമൂർത്തിക്കു ‘ബസവപുരസ്കാരം’ ലഭിക്കുകയുണ്ടായി. ആ സമയത്തു തന്നെ വീണ്ടും എം.എം കൽബുർഗി മറ്റൊരു വിവാദത്തിനു തിരി കൊളുത്തി.

“ബസവേശ്വരന്റെ ജാതിവിരുദ്ധചിന്തയിൽ നിന്നും വ്യത്യസ്തചിന്താ ഗതിയുള്ള അനന്തമൂർത്തിക്കു ഈ ‘ബസവേശ്വര പുരസ്കാരം’ തികച്ചും അനർഹമാണ്. അത് അദ്ദേഹം തിരസ്കരിക്കണം.”

“വീണ്ടും അനന്തമൂർത്തി ഗൗരി ലങ്കേഷിനെ വിളിച്ചു വേദനയോടെ തന്റെ മനസ്സ് തുറന്നുവെച്ചു:

“നോക്കൂ, ഗൗരീ, ഞാൻ ഒരു യാഥാസ്ഥിതിക കുടുംബാംഗമാണ്. ആധുനിക ലോകപരിസരവുമായി ഞാൻ ഇടപഴകുന്നത് വളർന്നതിന് ശേഷമാണ്. എന്നെപ്പോലുള്ള ഒരാൾക്ക് ദൈവമില്ല എന്നൊക്കെ പറയാൻ അത്ര എളുപ്പമല്ല. ഞാനിപ്പോഴും ദൈവമുണ്ടോ എന്ന ചോദ്യത്തിന്റെ ഉത്തരം അന്വേഷിക്കുകയാണ്. ഞാൻ ജനിച്ച ബ്രാഹ്മണജാതിയേയും അതിന്റെ മേൽക്കോയ്മയേയും വിശ്വാസങ്ങളെയും ചോദ്യം ചെയ്തി ട്ടുണ്ട്, അതിനുമപ്പുറത്തുള്ള ശരികളെ കണ്ടെത്താനുമുള്ള ശ്രമത്തോടെ യാണ് ഞാൻ വളർന്നത്. ബസവണ്ണ എന്നെ വേട്ടയാടുകയാണ്. തുടക്ക ത്തിൽ അദ്ദേഹത്തിന്റെ ദർശനം പ്രചരിപ്പിക്കുന്നതിൽ എന്നോട് യോജി ക്കുകയായിരുന്നു. അദ്ദേഹത്തിന്റെ ദർശനത്തിന്റെ അനുകർത്താക്കൾ ബസവണ്ണയുടെ ജീവിതദർശനം പിന്തുടരുന്നുണ്ടോ എന്നത് എന്നെ അ സ്വസ്ഥനാക്കി. ബസവണ്ണ തന്റെ സ്വന്തം ജീവിതമാണ് ബലിയർപ്പിച്ചത്. ശ്രീബുദ്ധൻ ഇപ്പോൾ എന്റെ മനസ്സിൽ കയറി വരുന്നുണ്ട്. സമയം കിട്ടി യാൽ അദ്ദേഹത്തെ കൂടുതൽ മനസ്സിലാക്കാൻ ശ്രമിക്കും.”

ആ ശബ്ദം അക്ഷരാർത്ഥത്തിൽ പതറുന്നുണ്ടായിരുന്നു. അദ്ദേഹം തുടർന്നു:

“എനിക്ക് ഈ പുരസ്കാരം തിരസ്കരിക്കാനും കഴിയാത്ത അവസ്ഥ യിലാണ്. ഞാൻ അത് വാങ്ങുന്നതിൽ ഒരു തെറ്റുമില്ല. മാസത്തിൽ എൺപതിനായിരം രൂപ എന്റെ ചികിത്സയ്ക്ക് വേണ്ടി വരുന്നുണ്ട്. ഈ അവാർഡ് തുകയാണ് എനിക്ക് ഒരു ആശ്വാസം തരുന്നത്. അവാർഡ്

വേണ്ടെന്നു പറഞ്ഞാൽ എവിടെനിന്നാണ് ഞാൻ ഈ തുകയെല്ലാം ഉണ്ടാക്കുന്നത്?"

കന്നഡ ഭാഷയ്ക്ക് ജ്ഞാനപീഠം അവാർഡ് നേടിക്കൊടുത്ത ഒരു മഹാനായ സാഹിത്യകാരന്റെ തൊണ്ടയിൽ നിന്നും നിസ്സഹായമായ ഈ വാക്കുകൾ ഉയർന്നപ്പോൾ ആർദ്രയായ ഗൗരി ലങ്കേഷിന്റെ ഹൃദയം അലിഞ്ഞു. വാർദ്ധക്യത്തിന്റെയും രോഗത്തിന്റെയും തളർന്ന അവസ്ഥയിൽ അനുകമ്പ തോന്നുകയും ചെയ്തു.

അനന്തമൂർത്തിയുടെ വീട്ടിലേക്കു പിന്നീടൊരിക്കൽ ഗൗരി ലങ്കേഷ് ചെന്നത് തന്റെ സുഹൃത്തും എഴുത്തുകാരനുമായ ചന്ദൻ ഗൗഡയോടൊപ്പമാണ്. അദ്ദേഹം മറ്റൊരു പത്രത്തിന് വേണ്ടി മുഖാമുഖം റെക്കോർഡ് ചെയ്യുകയായിരുന്നു. ഗൗരി ലങ്കേഷിനേയും ചന്ദൻഗൗഡയേയും കണ്ടപ്പോൾ അദ്ദേഹം എഴുന്നേറ്റ് നിന്നെങ്കിലും ശരീരം തളർച്ച ബാധിച്ചിരുന്നു. മുഖാമുഖം തുടർന്നു. ഇടയ്ക്കു ഇടവേളകളിൽ അവരോട് സംസാരിക്കാൻ ഉത്സാഹം കാണിച്ചിരുന്നുവെങ്കിലും ആ മനുഷ്യൻ ക്ഷീണിതനായിരുന്നു. ഉച്ചയോടെ മുഖാമുഖം പൂർത്തിയായപ്പോൾ അനന്തമൂർത്തിയുടെ മരുന്ന് കഴിക്കാനുള്ള സമയമായി, അവർക്കു കൂടുതലൊന്നും സംസാരിക്കാൻ കഴിഞ്ഞില്ല. എങ്കിലും 'ഡോ. ബി ആർ. അംബേദ്കറുടെ ജാതി ഉന്മൂലനം' എന്ന സെമിനാറിലേക്ക് അനന്തമൂർത്തിയോടൊപ്പം അരുന്ധതി റായിയെയും ഉൾപ്പെടുത്തുന്നതിനെക്കുറിച്ച് ആലോചിക്കാൻ കഴിഞ്ഞു.

അദ്ദേഹത്തിനു ഉച്ചയ്ക്ക് വിശ്രമിക്കാറായി, ഗൗരി ലങ്കേഷും ചന്ദൻ ഗൗഡയും പോകാനെഴുന്നേറ്റപ്പോൾ അമ്മയുടെ ആത്മകഥയെ അഭിനന്ദിച്ചു:

"ലങ്കേഷിനോടൊപ്പം ജീവിച്ച അവരുടെ അനുഭവങ്ങൾ പകർത്തിയത് മനോഹരമായിരിക്കുന്നു. ഈ കൃതി, ലങ്കേഷിന്റെ ഓർമ്മകളിലേക്കെന്നെ കൂട്ടിക്കൊണ്ടു പോയി..."

ഹൃദയഭാഷയിലുള്ള ആ വാക്കുകൾക്കു നന്ദി പറഞ്ഞു അവർ ഇറങ്ങിയപ്പോൾ, ഞങ്ങൾ വീണ്ടും വരാം എന്ന് പറഞ്ഞുവെങ്കിലും പിന്നീട് പോകാൻ കഴിഞ്ഞത് മരണവാർത്തയറിഞ്ഞതിനു ശേഷമാണ്. ഗൗരി ലങ്കേഷിനേക്കാൾ എത്രയോ വയസ്സിനു മുതിർന്ന ആളായിരുന്നുവെങ്കിലും സമുദായ സൗഹാർദ്ദവേദിയുടെ സമരങ്ങളിൽ പങ്കെടുക്കുമ്പോൾ യു.ആർ. അനന്തമൂർത്തി സഹപ്രവർത്തകരുടെ യൗവ്വനവും ഉത്സാഹവുമായിരുന്നു, വഴികാട്ടിയും നേതാവുമായിരുന്നു. വാർധക്യത്തിലും രോഗത്തിലും തളരാത്ത പോരാളിയായിരുന്നു. പ്രസരിപ്പിന്റെയും സംസ്കാരത്തിന്റെയും പ്രതിപദമായിരുന്നു.

ആർദ്രതയും ആദരവും ആത്മാർത്ഥതയും നിറഞ്ഞുകവിഞ്ഞൊഴുകിയ ഗൗരി ലങ്കേഷിന്റെ വാക്കുകൾ അടുത്തലക്കം പത്രത്തിൽ ലേഖന രൂപത്തിൽ പുറത്തു വന്നു...

പത്തൊമ്പത്

ഇന്നലെ ബസവണ്ണ ഇന്ന് കൽബുർഗി

കേന്ദ്രത്തിൽ മോഡി സർക്കാർ അധികാരത്തിൽ വന്നപ്പോൾ കാര്യങ്ങൾ കൂടുതൽ അപകടകരമാകുകയാണെന്ന് ഗൗരി ലങ്കേഷ് വിശ്വസിച്ചു.

ഈ തിരിച്ചടിയിൽ പിന്തിരിയാനല്ല, കൂടുതൽ ശക്തിയായി രാഷ്ട്രീയ ഉത്തരവാദിത്വം നിറവേറ്റാനാണ് തീരുമാനിച്ചത്. ന്യൂനപക്ഷങ്ങൾ, ദളിതർ, തോട്ടികൾ, ചെരുപ്പുകുത്തികൾ തുടങ്ങി ദുരിതമനുഭവിക്കുന്നവർ, സ്ത്രീകൾ തുടങ്ങി കഷ്ടപ്പെടുന്നവരുടെ ഒരു വലിയ നിരയെ തീവ്രവലതുപക്ഷ ശക്തികൾക്കെതിരെ ബോധവൽക്കരിക്കുകയും സമരസന്നദ്ധരാക്കുകയും വേണം. അവരുടെ വിഷയങ്ങളിൽ കൂടുതൽ ഇടപെടാതിരിക്കണം. കർണാടകത്തിന്റെ ഏതു മൂലയിലും വേദനയുളവാക്കുന്ന ഒരു സംഭവമുണ്ടായാൽ ഗൗരി ലങ്കേഷ് അവർക്കു വേണ്ടി ശബ്ദമുയർത്താൻ ക്ഷണിക്കപ്പെടും എന്ന അവസ്ഥയിലേക്ക് കാര്യങ്ങൾ നീങ്ങി. രാജ്യം മുഴുവൻ ആ ശബ്ദം കാതോർക്കുകയായിരുന്നു.

കേന്ദ്രഭരണകൂടത്തിന്റെ പ്രസ്താവനകളിലെ കാപട്യം തുറന്നു കാണിക്കുകയും നയപരിപാടികളിലെ ആത്മവഞ്ചനയെ വെളിപ്പെടുത്തുകയും ഓരോ ജനകീയ പദ്ധതികളും വ്യാജമാണെന്നും ഗൗരി ലങ്കേഷ് തുറന്നെഴുതി. മോഡിഭരണത്തെ പ്രതിവാരം നിശിതവിമർശനം നടത്തുന്ന ഒരു പംക്തി പത്രത്തിൽ തുടങ്ങി, 'ബുസ്സി ബസ്സ്യ' (വ്യാജൻ)

എന്ന പേരിലുള്ള ആ പംക്തി, സുരേഷ് ഭട്ട് ബക്റി ബേയിൽ എന്ന ജേണലിസ്റ്റിനെ കൈകാര്യം ചെയ്യാൻ നിയമിച്ചു.

ഇടദിവസങ്ങളിൽ വീട്ടിൽ കയറിയിട്ടാണ് സ്വന്തം വീട്ടിലേക്കു പോകുന്നതെങ്കിലും വൈകുന്ന രാത്രികളിൽ വീട്ടിൽ കയറാൻ കഴിയാറില്ല. എന്നാൽ ഞായറാഴ്ചകളിൽ മിക്കവാറും പോയിരിക്കും എന്നതാണ് രീതി. അന്നൊരു ഞായറാഴ്ചയായിരുന്നു. അമ്മയുടെ വീട്ടിൽ പോയി.

വീട്ടിൽ അമ്മാവൻ വന്നിട്ടുണ്ടായിരുന്നു. അമ്മാവൻ പറഞ്ഞു:

"ഗൗരീ, നിന്നെ ഒന്ന് കാണാൻ പോലും കിട്ടുന്നില്ലല്ലോ?"

ഗൗരി സ്വതസിദ്ധമായ ചിരിയോടെ പറഞ്ഞു,

"ഇപ്പോൾ മാമയെ ഞാൻ കണ്ടല്ലോ?"

"അച്ഛന്റെപോലെ നാട്ടുകാർക്ക് വേണ്ടി ഓടി നടക്കയല്ലേ? നേരത്തിനും സമയത്തിനും ആഹാരം പോലും കഴിക്കാതെ..."

അമ്മ അത് പറയുമ്പോൾ മകളെക്കുറിച്ചുള്ള അഭിമാനം ആ വാക്കിൽ തിളങ്ങുന്നുണ്ടായിരുന്നു."

അമ്മാവൻ തുടർന്നു:

'നീ ഏറ്റുമുട്ടുന്ന ശത്രുക്കൾ ഒന്നിനും മടിക്കാത്ത വലിയ ആളുകളോടാണ്. സൂക്ഷിക്കണം." ഗൗരിക്ക് ചിരിയാണ് വന്നത്.

"പൊതുരംഗത്ത് എതിരാളികളല്ലേ ഉള്ളൂ, എനിക്ക് ആരും ശത്രുക്കളില്ലല്ലോ മാമാ? ഞാൻ വിമർശിക്കുന്നത് അവരുടെ പ്രവൃത്തികളെയല്ലേ?"

"അച്ഛനും ശത്രുക്കളുണ്ടായിരുന്നു." അമ്മ ഓർമ്മിപ്പിച്ചു.

"അച്ഛന്റെ പൈതൃകമല്ലേ ഞാനും പിന്തുടരുന്നത്?" അപ്പോഴേക്കും ബേബിയും ഈശയും അകത്തുനിന്നു വന്നു. കവിത പറഞ്ഞു:

"നീ ആ വീട്ടിൽ ഒറ്റയ്ക്ക് കഴിയുന്നത് സേഫ് അല്ല. ഇങ്ങോട്ടു പോരൂ."

"എന്നെ ആരു കൊല്ലാൻ, ബേബി? കൊല്ലാൻ വേറെ എത്ര വലിയ ആളുകളുണ്ട് ഈ നാട്ടിൽ..?"

ഗൗരി ലങ്കേഷ് ചിരിച്ചുകൊണ്ടാണ് പറഞ്ഞത്.

"എന്റെ മോൾ ഈശയെവിടെ?"

ഈശയുടെ കയ്യിൽ ഒരു ജോടി ഉടുപ്പുകളുടെ പൊതി ഏൽപ്പിച്ചു അവളെ വാരിയെടുത്ത് ഉമ്മ വെച്ചു. ഈശയുടെ മുഖത്ത് പൂ വിടരുന്നത് കണ്ടു ഗൗരി ലങ്കേഷ് ആനന്ദത്തോടെ നോക്കി നിന്നു.

257 ആളുകൾ കൊല ചെയ്യപ്പെട്ടു എന്ന കേസിൽ യാക്കൂബ് മാമന് ഇന്ത്യയുടെ പരമോന്നത നീതിപീഠം വധശിക്ഷ വിധിച്ചിരിക്കുന്നു. വധശിക്ഷ നടപ്പാക്കാനുള്ള ദിവസങ്ങൾ അടുത്തിരിക്കുന്നു. ഒരു മനുഷ്യൻ എത്ര ക്രൂരകൃത്യം ചെയ്തവനാണെങ്കിലും അയാളെ രാജ്യം ആസൂത്രിതമായി കൊല്ലുന്നതിൽ അപാകതയുണ്ട് എന്ന് തന്നെയാണ്

അഭിപ്രായം. വിദേശരാജ്യങ്ങളിൽ പോയും വായിച്ചും അവിടത്തെ ശിക്ഷാരീതികളെക്കുറിച്ചും അറിയുന്ന താൻ അഭിപ്രായം പറയേണ്ട താണ്. ഗൗരി ലങ്കേഷ് എഴുതിയ ലേഖനത്തിന്റെ സംക്ഷിപ്ത രൂപം:

ഈ പ്രാകൃത വധശിക്ഷ വേണോ?

139 രാജ്യങ്ങളിൽ നിരോധിച്ച വധശിക്ഷയിൽതന്നെ ഇന്ത്യ ഇന്നും തൂങ്ങിക്കിടക്കുകയാണ്. ലോകപ്രശസ്ത കഥാകൃത്ത് ആന്റൺ ചെക്കോവ് പറഞ്ഞു:

'സ്റ്റേറ്റ് ദൈവമല്ല, തിരിച്ചുകൊടുക്കാൻ കഴിയാത്ത ഒരു പൗരന്റെ ജീവിതം കവർന്നെടുക്കാനും സ്റ്റേറ്റിന് അവകാശമില്ല."

എഴുത്തുകാരൻ ജോർജ്ജ് ഓർവെൽ ബ്രിട്ടീഷ് ഇന്ത്യയിൽ ജോലി ചെയ്തിരുന്ന കാലത്തെ അനുഭവം വിവരിക്കുന്നുണ്ട്. ഒരു കുറ്റവാളിയെ കൊല്ലാൻ കൊണ്ടു പോകുന്ന രംഗം നേരിട്ട് കണ്ടപ്പോൾ അദ്ഭുതപ്പെടു കയാണ് അദ്ദേഹം.

"ആരോഗ്യവാനും ബോധവാനുമായ ഒരു മനുഷ്യന്റെ ജീവിതം ഇടയ്ക്കു വെച്ച് മുറിച്ചു കളയുന്ന ദുരന്തദൃശ്യം നേരിട്ട് കാണുന്ന ആ നിമിഷംവരെ ഇതിന്റെ വൈകല്യം ഞാനറിഞ്ഞിരുന്നില്ല. ആ മനുഷ്യൻ മരിക്കുകയായി രുന്നില്ല, നമ്മളെല്ലാവരെയുംപോലെ അയാളും ജീവിക്കുകയാണ്, എന്നിട്ടും അയാളെ പച്ചയ്ക്കു കൊല്ലുന്നു, അക്ഷന്തവ്യമായ തെറ്റായിരുന്നു അത്."

മരണശിക്ഷ, കുറ്റം ചെയ്യുന്നതിന് പ്രതിവിധിയാവില്ല എന്ന് നിരവധി പഠനങ്ങൾ പുറത്തു വന്നിട്ടുണ്ട്. അമേരിക്കയിൽ മരണശിക്ഷയല്ല, പകരം ഇലക്ട്രിക് കസേരയിൽ ഇരുത്തുന്ന ശിക്ഷയാണ്. അവിടെ കൊലപാതക ങ്ങൾ കുറവാണ്. രാജീവ് ഗാന്ധി വധക്കേസിൽ 26 പ്രതികൾക്ക് വധ ശിക്ഷ വിധിച്ചുകൊണ്ട് (യഥാർത്ഥ കുറ്റവാളികൾ വിധിപറയും മുമ്പേ മരിച്ചിരുന്നു) കോടതി പറഞ്ഞു:

"വിദേശക്കുറ്റവാളികൾ ഇന്ത്യൻ മണ്ണിൽ വന്നു കുറ്റകൃത്യം നടത്താ തിരിക്കാൻ ഈ വിധി ഒരു പാഠമാവട്ടെ."

അജ്മൽ കസബും കൂട്ടുകാരും ഈ വിധി വായിച്ചിരിക്കാൻ സാധ്യത യില്ലെന്നാണ് ഞാൻ കരുതുന്നത്. ശിക്ഷയെക്കുറിച്ചു ഭയമൊന്നുമില്ലാതെ മരിക്കാൻ തയ്യാറായി തന്നെ ബോധപൂർവ്വം കുറ്റം ചെയ്യുമ്പോൾ കുറ്റ കൃത്യത്തെ പ്രതിരോധിക്കാൻ വധശിക്ഷ നടപ്പാക്കുന്നതിൽ എന്ത് സാംഗത്യമാണുള്ളത്?

അമേരിക്കൻ എഴുത്തുകാരൻ നീൽ ഗെയിമാൻ (Neil Gaiman) 2001ൽ 'അമേരിക്കൻ ദൈവങ്ങൾ' എന്ന കൃതിയിൽ പറയുന്നു:

"നമ്മുടെ നീതിന്യായവ്യവസ്ഥ പരിപൂർണ്ണമായി കുറ്റമറ്റതാണെങ്കിൽ, എല്ലാ ജീവനും പാവനമാണെന്നതിനോട് യോജിക്കാം, വധശിക്ഷയിൽ കുറ്റം കാണേണ്ടതില്ല. എന്നാൽ, മന്ദബുദ്ധികൾപോലും നീതിന്യായ വ്യവസ്ഥയിൽ യാതൊരു തെറ്റുകളുമില്ല എന്നു വിശ്വസിക്കുന്നുണ്ടോ?"

ബോക്സർ റൂബിൻ ഹരികെയിൻ കാർട്ടർക്കു മരണശിക്ഷ വിധിച്ചു നീണ്ട 28 വർഷങ്ങൾ ജയിലിൽ കിടന്നതിനുശേഷം, അയാൾ കുറ്റവാളിയല്ലെന്നു കോടതിക്ക് ബോധ്യമാവുകയും 1985 ൽ കുറ്റവിമുക്തനാക്കി ജയിലിൽ നിന്ന് വിടുകയും ചെയ്തു. മരണശിക്ഷ നടപ്പാക്കും മുൻപായിരുന്നു അത്, അയാളുടെ ഭാഗ്യം!

കോടതി വിധിച്ച കേസുകളിൽ തെറ്റ് പറ്റിയിട്ടുണ്ടെന്ന് നമ്മുടെ സുപ്രീം കോടതി തന്നെ 2009ൽ സമ്മതിച്ചു. ഈ സാഹചര്യത്തിൽ കൊലക്കുറ്റത്തിന് വിധേയനായി മരണപ്പെട്ടവർക്ക് ജീവൻ തിരിച്ചുകൊടുക്കാൻ കോടതിക്കു കഴിയുമോ? '

'The Last Days of a Condemned Man' എന്ന കൃതിയിൽ, വിക്ടർ ഹ്യൂഗോ (Victor Hugo) എഴുതി:

"കൊല ചെയ്തവനെതിരെ സമൂഹം പ്രതികാരം ചെയ്യുന്നു, കൊലക്കുറ്റത്തിന് വിധിക്കുകയും ചെയ്യുന്നു. എന്നാൽ, പ്രതികാരം വ്യക്തികൾക്കും വധശിക്ഷയുടെ അധികാരം ദൈവത്തിനുമാണ്, അത് സ്റ്റേറ്റ് ഏറ്റെടുക്കുന്നത് ശരിയല്ല."

പൊതുസമൂഹത്തിന്റെ നന്മയ്ക്കു വേണ്ടി വധശിക്ഷയാവാം എന്ന ഒരു ധാരണയുണ്ട്. ഒരു വ്യക്തി കൊല്ലുന്നതു ശരിയല്ലെങ്കിൽ, രാജ്യം കൊല്ലുന്നത് എങ്ങനെ ശരിയാവും? കൊലയ്ക്കു കൊല എന്ന ശിക്ഷ നടപ്പാക്കുകയാണെങ്കിൽ, നമ്മൾ പോകുന്നത് പ്രാകൃതനീതിയിലേക്കാണ്. കണ്ണിനു കണ്ണ്, കൈക്കു കൈ, തീവെപ്പിന് തീവെപ്പ്, എന്ന രീതിയിലേക്ക് നമുക്കിനി പോകാൻ കഴിയുമോ? താലിബാൻ മുല്ലമാരുടെ പോലെ യുക്തിരഹിതമായി ചിന്തിക്കാതിരിക്കുക. ജനഹിതമനുസരിച്ചു വിധി കല്പിക്കുകയല്ല കോടതിയുടെ ജോലി. സമൂഹത്തിന്റെ വീക്ഷണവും സംസ്കാരവും ആ വിധിയിൽ പ്രതിഫലിക്കണം.

മനുഷ്യാവകാശപ്രവർത്തകൻ കെ.ബാലഗോപാൽ പറയുന്നു, "സ്വകാര്യ പ്രതികാരം ആധുനിക നിയമത്തിൽ അംഗീകരിക്കപ്പെടുന്നില്ല, ഏറ്റവും ധാർമികമായ പ്രതികാരം പോലും അനുവദനീയമല്ല. ഈ പ്രതികാരത്തെ, സമൂഹത്തിന്റെ ധാർമ്മികബോധമെന്ന പേരിൽ, പിൻവാതിലിലൂടെ ഒളിച്ചു കടത്തി, വധശിക്ഷ വിധിക്കുന്നത് ആശാസ്യമല്ല."

നമ്മൾ ഇന്ത്യക്കാർ ആഗോള വീക്ഷണം വെച്ചു പുലർത്തുന്നവരാണെന്നു പറയാൻ ആഗ്രഹിക്കുന്നവരാണ്. എന്നാൽ വധശിക്ഷ നിരോധിച്ച 139 പരിഷ്കൃതരാജ്യങ്ങളോടൊപ്പം നിൽക്കാൻ നമുക്ക് കഴിയുന്നില്ല, എന്നിട്ട് ഇന്നും വധശിക്ഷ എന്ന അരോചകമായ നീതി നടപ്പിലാക്കിക്കൊണ്ടിരിക്കുന്ന ഇറാൻ, ഇറാക്ക്, വടക്കൻ കൊറിയ, ചൈന, പിന്നെ അമേരിക്കയുടെയും ഒപ്പം നമ്മൾ നിൽക്കുന്നു. എന്റെ രാജ്യത്തിന്റെ 'വിധി'യെക്കുറിച്ചോർത്ത് ഞാൻ സഹതപിക്കുന്നു.

ഇതെഴുതുമ്പോൾ യാക്കൂബ് മാമന്റെ വിധി നിശ്ചയിക്കപ്പെട്ടിട്ടില്ല. 257 ജീവനെടുത്ത ക്രൂരകൃത്യം ചെയ്ത കുറ്റവാളിയാണെങ്കിൽ, അവസാന

ശ്വാസം വരെ നരകയാതനയനുഭവിച്ചു അയാൾ ജീവിക്കട്ടെ, അങ്ങനെ ശിക്ഷിക്കപ്പെടട്ടെ, എന്റെ കൈകൾക്കോ എന്റെ മനസ്സിനോ അയാളുടെ ചോര ആവശ്യമില്ല. വേണ്ടേ വേണ്ട...

(2015 ജൂലൈ 28ന് ഈ ലേഖനം പ്രസിദ്ധീകരിക്കുകയും രണ്ടു ദിവസങ്ങൾക്കു ശേഷം യാക്കൂബ് മേമന്റെ അൻപത്തിമൂന്നാം ജന്മദിനത്തിൽ അയാളെ തൂക്കുമരത്തിൽ കയറ്റി വധശിക്ഷ നടപ്പിലാക്കുകയും ചെയ്തു.)

പ്രൊഫ. എം.എം. കൽബുർഗി

(28 November 1938 - 30 August 2015)

2015 ആഗസ്റ്റ് 30ന് രാവിലെ ടി.വിയിൽ വാർത്ത വന്നുകൊണ്ടിരിക്കുന്നു. കന്നഡ ഹംപി യൂണിവേഴ്സിറ്റി മുൻ വൈസ്ചാൻസലറും ഗവേഷകനും യുക്തിവാദിയും നൂറിലേറെ ഗ്രന്ഥങ്ങളുടെ രചയിതാവും കേന്ദ്രകർണാടക സാഹിത്യ അക്കാദമി അവാർഡ് ജേതാവുമായ ഡോ. പ്രൊഫ.എം.എം. കൽബുർഗി കൊല്ലപ്പെട്ടു. ധാർവാറിലുള്ള വീട്ടിൽ അജ്ഞാതരായ രണ്ടു ചെറുപ്പക്കാർ മോട്ടോർ സൈക്കിളിൽ വന്നിറങ്ങി വാതിലിൽ മുട്ടി. വാതിൽ തുറന്നു പുറത്തുവന്ന ഭാര്യ ഉമാദേവിയോട് കൽബുർഗിയുടെ വിദ്യാർത്ഥികളാണെന്നും അദ്ദേഹത്തെ കാണണമെന്നും പറഞ്ഞു. ഉമാദേവി അവർക്കു ചായ കൊടുക്കാൻ അകത്ത് പോയി, കൽബുർഗി പുറത്തേക്കു വരികയും ചെയ്തു. സമയം എട്ടു മണി നാൽപതു മിനിറ്റ്. വെടി പൊട്ടുന്ന ശബ്ദം കേട്ട് ഉമാദേവി വരുമ്പോൾ കൽബുർഗി വെടിയേറ്റ് കിടക്കുന്നു, റോഡിൽ ഒരാൾ മോട്ടോർ സൈക്കിൾ സ്റ്റാർട്ട് ചെയ്തു നിൽക്കുകയും വെടിവെച്ചയാൾ പുറത്തുപോയി മോട്ടോർ സൈക്കിളിൽ കയറി രക്ഷപ്പെടുകയും ചെയ്തു. കൽബുർഗിയെ ആശുപത്രിയിലേക്ക് കൊണ്ടുപോയെങ്കിലും ജീവൻ രക്ഷിക്കാനായില്ല."

രാജ്യത്തെ വലിയൊരു ബുദ്ധിജീവിയുടെ അന്ത്യം. വിവിധ സാംസ്കാരിക നായകരുമായി സംസാരിച്ചു. കൂടുതൽ വിവരങ്ങൾ ശേഖരിക്കണം, പ്രതിഷേധം സംഘടിപ്പിക്കണം.

ഗൗരി ലങ്കേഷ് ഉടൻ പുറപ്പെട്ടു. അടുത്ത ദിവസം ടൗൺഹാളിൽ പ്രതിഷേധ സമ്മേളനം നടത്താൻ തീരുമാനിച്ചു. എഴുത്തുകാരും ബുദ്ധിജീവികളുമായ ഗിരീഷ് കർണാട്, ബറഗൂർ രാമചന്ദ്രപ്പ, ഡോക്ടർ ജി. രാമാനുജം തുടങ്ങിയ പ്രമുഖരടക്കം സമ്മേളനത്തിനു നേതൃത്വം കൊടുക്കും.

പിറ്റേ ദിവസം കൽബുർഗിയുടെ ശവസംസ്കാര ചടങ്ങിൽ പങ്കെടുത്ത സാംസ്കാരികപ്രവർത്തകരും ധാർവാറിൽ നിന്നും ബാംഗ്ലൂരിലെത്തി.

പ്രതിഷേധ സമ്മേളനത്തിൽ ഗിരീഷ് കർണാട് പറഞ്ഞു:

'ബുദ്ധിജീവികളുടെ വാക്കുകളെ നേരിടാനാവാതെ, അവരെ ജീവനോടെ കൊന്നു തള്ളുന്ന ഈ പ്രവണത ഫാസിസത്തിന്റെ ലക്ഷണമാണ്. നരേന്ദ്ര ധാബോൽക്കറെയും ഗോവിന്ദ് പൻസാരയേയും കൊന്നത് ഒരേ ശക്തികളാണെന്നു ഊഹിക്കാനാവും. അപരന്റെ വാക്കുകൾ സഹിക്കാനാവുന്നില്ലെങ്കിൽ ഈ നാട് പോകുന്നത് അപകടത്തിലേക്കാണ്."

എല്ലാവരും ശക്തിയായി പ്രതിഷേധിച്ചു, കുറ്റവാളികളെ കണ്ടെത്തി മാതൃകാപരമായി ശിക്ഷിക്കാൻ സർക്കാരിനോടാവശ്യപ്പെട്ടു.

ഏകാന്തത കുടനിവർത്തി നിൽക്കുന്ന തന്റെ വീട്ടിലേക്കു വന്നു. ശരീരവും മനസ്സും നിസ്സഹായതയും നിരാശതയും പിടികൂടിയപോലെ. എന്ത് രാഷ്ട്രമാണിത്? അനുസ്മരണ ലേഖനമെഴുതാൻ ഗൗരി ലങ്കേഷ് മനസ്സിനെ കൽബുർഗ്ഗിയിലേക്കു കേന്ദ്രീകരിച്ചു.

ഇന്നലെ ബസവണ്ണ ഇന്ന് കൽബുർഗി

കൽബുർഗിയെ കൊല്ലാനുള്ള കാരണം കണ്ടെത്തേണ്ടിയിരിക്കുന്നു. എന്നാൽ അദ്ദേഹത്തിന്റെ മരണത്തിൽ സന്തോഷം പ്രകടിപ്പിക്കുന്നതു കാണുമ്പോൾ ഭൂരിപക്ഷ വലതുപക്ഷ താത്പര്യം അതീവ അപകടകരമാണെന്നറിയുന്നു. അയൽസംസ്ഥാനങ്ങളെ അപേക്ഷിച്ചു, കന്നഡികർ സഹിഷ്ണുതയുള്ളവരെന്ന് പറയാൻ ആഗ്രഹിക്കുന്നവരാണ് നമ്മൾ. എന്നാൽ ഒമ്പതു നൂറ്റാണ്ടുകൾക്കു ശേഷവും കാര്യങ്ങൾ മാറിയിട്ടില്ല. കൽബുർഗി വധത്തിൽ പ്രതിഷേധിച്ച പ്രകടനത്തിൽ ഒരു പ്ലക്കാർഡ് പറയുന്നു, 'ഇന്നലെ ബസവണ്ണ, ഇന്ന് കൽബുർഗി' എന്ന്.

രണ്ടു ദശാബ്ദങ്ങൾക്ക് മുൻപ് വചനസാഹിത്യത്തെക്കുറിച്ച് പണ്ഡിതശ്രേഷ്ഠനായ ഡോ.പ്രൊഫ. എം.എം. കൽബുർഗി (മല്ലേശപ്പ മടിവാളപ്പ കൽബുർഗി) അയിത്തവും അനാചാരവും അന്ധവിശ്വാസങ്ങളും ഉന്മൂലനം ചെയ്യണമെന്ന് ആഹ്വാനം ചെയ്യുന്ന ഗവേഷണപഠനങ്ങൾ അദ്ദേഹം അവതരിപ്പിച്ചു. ബസവണ്ണയുടെ രചനയായി കണക്കാക്കപ്പെടുന്ന വചനസാഹിത്യത്തിലെ, രണ്ടായിരം വചനങ്ങൾ താളിയോലയിൽ നിന്നും പകർത്തി അദ്ദേഹം പ്രസിദ്ധീകരിക്കുകയുണ്ടായി. അത് വരേണ്യസമൂഹത്തിനു സഹിച്ചില്ല.

ബസവണ്ണ

പന്ത്രണ്ടാം നൂറ്റാണ്ടിൽ, ബാഗെവതിയിൽ ബിജ്ജാല എന്ന രാജാവ് ഭരിച്ചിരുന്ന കാലത്ത് മദിരാജ മദ്ദളംബ ദമ്പതികളുടെ മകനായി ബസവ ജനിച്ചു. വലുതായപ്പോൾ ബസവയെ രാജാവ് മന്ത്രിയാക്കി നിയമിച്ചു. ഏതാനും വർഷങ്ങൾ മന്ത്രിയായ സേവനത്തിനുശേഷം കൊട്ടാരം വിട്ടിറങ്ങി. ബ്രാഹ്മണ്യസൃഷ്ടിയായ ചാതുർവർണ്യവ്യവസ്ഥയ്ക്കെതിരായി, എല്ലാ ജാതിക്കാരെയും സമന്മാരായി ഉൾപ്പെടുത്തി, സമത്വത്തിന്റെ മതമായ 'ലിംഗായത്തു മതം' രൂപീകരിച്ചു, വൈദിക ആചാരാനുഷ്ഠാനങ്ങൾ നിരസിക്കുക, ക്ഷേത്രങ്ങൾ ഉപേക്ഷിക്കുക, തൊഴിലാണ് ആരാധിക്കപ്പെടേണ്ടത് (Work is Worship) എന്ന് തുടങ്ങിയ ഭൗതിക ആശയങ്ങളാണ് ഈ മതത്തിന്റെ ആശയാടിത്തറ.

ലിംഗായത്തിൽ ചേർന്ന ഹരലയ്യ എന്ന ചെരുപ്പുകുത്തിയുടെ മകൻ ശീലവന്തയും ധനികബ്രാഹ്മണനായ മധുവരസയുടെ മകൾ ലാവണ്യയും തമ്മിലുള്ള കല്യാണം ജാതിബോധം പിഴുതെറിയാൻ, ബസവണ്ണയുടെ നേതൃത്വത്തിൽ നടത്തി. അസഹിഷ്ണുതയുള്ള ബ്രാഹ്മണർ ശക്തിയോടെ എതിർത്ത് രാജാവിനോട് പരാതിപ്പെട്ടു. ബാർബർ സമുദായത്തിൽപ്പെട്ട രാജാവിന് ഇതിലൊന്നും വിയോജിപ്പുണ്ടായില്ലെങ്കിലും വരേണ്യസമ്മർദ്ദത്തിനനുസൃതമായി ക്രൂരമായി പ്രവർത്തിക്കേണ്ടി വന്നു. ശീലവന്തയുടെ കണ്ണ് ചൂഴ്ന്നെടുത്തു, ഹരലയ്യയേയും മധുവരസയേയും ആനയുടെ കാലിൽക്കെട്ടി മരണംവരെ റോഡിലൂടെ നടത്തി. ആയിരക്കണക്കിന് ലിംഗായത്തുകാരെ ആക്രമിച്ചു നാടുകടത്തി. ജാതിരഹിതമായ ലോകം വിഭാവനം ചെയ്ത ബസവണ്ണയെ കൊന്നു. എന്നിട്ടും ലിംഗായത് മതം നിലനിന്നു. ബസവണ്ണ എഴുതി പ്രചരിപ്പിച്ച മാനവികതയുടെ മഹത്തായ സന്ദേശങ്ങളടങ്ങിയ വചനസാഹിത്യം പ്രതിബദ്ധതയുള്ള അനുയായികൾ രഹസ്യസങ്കേതങ്ങളിൽ സൂക്ഷിച്ചുവെച്ചു. ഒൻപതു നൂറ്റാണ്ടുകൾക്കുമുമ്പ് രചിക്കപ്പെട്ട ഒരു ലക്ഷത്തിലധികമുണ്ടായിരുന്ന വചനങ്ങൾ ഇന്ന് ഇരുപത്തിരണ്ടായിരത്തോളം മാത്രമേ നമുക്ക് ശേഖരിക്കാൻ കഴിഞ്ഞിട്ടുള്ളൂ.

ബസവണ്ണയുടെ അനുയായികളായ ലിംഗായത്തുകൾ, അദ്ദേഹത്തിന്റെ മരണശേഷം മാർഗ്ഗനിർദേശങ്ങളില്ലാതെ വന്നപ്പോൾ ചിലർ ബ്രാഹ്മണാചാരങ്ങളിലേക്കു തിരിച്ചു വരികയും അവരെ വീരശൈവരെന്നു വിളിക്കുകയും ചെയ്തു. ബസവണ്ണയുടെ ആദർശങ്ങളെ പിന്തുടരുന്നവർ ലിംഗായത്തുകളാവുകയും അല്ലാത്തവർ വീരശൈവരായി മാറുകയും ചെയ്തു. അങ്ങനെ ലിംഗായത്തുകളിൽ രണ്ടു ചിന്താഗതി വളർന്നുവന്നു.

ഇന്ന് മിക്കവാറും ലിംഗായത്തുകൾ ആ മതത്തിന്റെ ഉദ്ഭവവും മഹത്വവും അറിയുന്നില്ല. പകരം വെറും ക്ഷേത്രസന്ദർശകരും വിഗ്രഹാരാധകരുമായി മാറിയിരിക്കുന്നു. ബസവണ്ണയുടെ അനുയായികൾ അദ്ദേഹം

എതിർത്ത ശക്തികളുടെ ആശയപരമായ അടിമകളായി താഴ്ന്നു പോയി രിക്കുന്നു.

വചനസാഹിത്യത്തിലൂടെയും കർണാടകയുടെ ചരിത്രത്തിലൂടെയും സഞ്ചരിച്ച ജ്ഞാനിയായ കൽബുർഗി 'ഇതല്ല നിങ്ങളുടെ മതം' എന്ന് പറയാൻ ശ്രമിച്ചപ്പോൾ നീചനെന്നു ആക്ഷേപിച്ചു, ദൈവനിന്ദ ആരോ പിച്ച്, നിരവധി കേസുകളിൽ കുരുക്കി. ആ മനുഷ്യൻ കൊല്ലപ്പെട്ടപ്പോൾ, "ഹിന്ദുയിസത്തെ അപഹസിച്ചാൽ, നിന്നെ ഒരു പട്ടിയെപ്പോലെ കൊല്ലും." എന്ന് ആക്രോശിക്കുന്നു.

ഇതാണോ മഹത്തായ പൈതൃകം അവകാശപ്പെടുന്ന രാഷ്ട്രത്തിന്റെ സാംസ്കാരികമുഖം? ആയിരക്കണക്കിന് സമരപ്പോരാളികൾ ആത്മ സമർപ്പണത്തിലൂടെ നേടിയെടുത്ത സ്വാതന്ത്ര്യത്തിന്റെ വ്യാഖ്യാനം ഇങ്ങനെയാണോ നിറവേറ്റേണ്ടത്? പ്രാകൃതസമൂഹത്തെപ്പോലും അമ്പര പ്പിക്കുന്ന ഇത്തരം ഹീനകൃത്യങ്ങളിൽ നിന്നും ഇന്ത്യൻ ജനതയ്ക്ക് വഴി മാറി നടക്കാനായില്ലെങ്കിൽ ഒരു പരിഷ്കൃതസമൂഹത്തിലേക്കുള്ള നമ്മുടെ വഴികൾ ഒരുകാലത്തും തുറക്കാതെ കിടക്കും...

കൽബുർഗി ശബ്ദിച്ചതുപോലെ ബസവണ്ണയും തന്റെ വീക്ഷണങ്ങൾ നൂറ്റാണ്ടുകൾക്കുമുമ്പ് അവതരിപ്പിച്ചില്ലായിരുന്നുവെങ്കിൽ, ഇന്ന് ലിംഗാ യത്ത് എന്നൊരു വിഭാഗമേ ഉണ്ടാകുമായിരുന്നില്ല എന്നിവർ വിസ്മരി ക്കുന്നു. കൽബുർഗിയുടെ കൊലയിലൂടെ ആര്, എന്ത് നേടുന്നു എന്നറി ഞ്ഞുകൂടാ. നവോത്ഥാന ആശയങ്ങളെ കൽബുർഗിയുടെയും ബസവ ണ്ണയുടെയും ക്രൂരമായ കൊലകളിലൂടെ തകർക്കാം എന്നാണ് വലതു ശക്തികൾ പ്രതീക്ഷിക്കുന്നത്. കൊന്നാലും ആശയങ്ങൾ ഒരിക്കലും മരിക്കുന്നില്ല.

വാസ്തവത്തിൽ എഴുതിക്കഴിഞ്ഞിട്ടും വേദനയടങ്ങിയില്ല. എങ്കിലും അതിനപ്പുറം പ്രതിഷേധവും വേദനയും അറിയിക്കാനാവില്ലല്ലോ, അന്ത്യ യാമങ്ങളെടുത്തിരിക്കുന്നു, ലേഖനം പ്രസിദ്ധീകരണത്തിനായി മെയിൽ ചെയ്തു. വിളക്കണച്ചു. പുതിയൊരു പ്രഭാതത്തെ സ്വപ്നം കാണാനുള്ള മോഹങ്ങളുമായി ഉറങ്ങാൻ കിടന്നു.

ഗൗരി ലങ്കേഷിന്റെ വാക്കുകൾക്കു മൂർച്ച കൂടുംതോറും അവർക്കെ തിരെയുള്ള അപവാദങ്ങളും ആക്ഷേപങ്ങളും വർദ്ധിച്ചുവന്നു. വ്യക്തി പരമായ ആരോപണങ്ങളെയും അപവാദങ്ങളെയും ഭീഷണികളെയും ഗൗരി ലങ്കേഷ് ഗൗനിക്കാനേ പോയില്ല. എന്നാൽ രാഷ്ട്രീയ ആരോപണ ങ്ങൾക്കു അവർ മറുപടി നൽകി.

ഇരുപത്

ഉച്ചവെയിലിന്റെ ചൂട്

എൻഡോവ്മെന്റ് കമ്മീഷൻ വേണം

ലോഹ്യാചിന്താഗതിക്കാരായ പി.ലങ്കേഷും സിദ്ധരാമയ്യയും സൗഹൃദത്തിലായിരുന്നു. 2013ൽ സിദ്ധരാമയ്യ അധികാരത്തിലെത്തിയ അവസരം ഗൗരി ലങ്കേഷ് ശരിയായ അർത്ഥത്തിൽ തന്നെ ഉപയോഗപ്പെടുത്താൻ ശ്രമിച്ചു. ബി.ജെ.പിയോടും അവരുടെ ഭിന്നിപ്പിക്കൽ രാഷ്ട്രീയത്തോടും സന്ധി ചെയ്യാതെ പൊരുതാനുള്ള ഉൾക്കരുത്തു സിദ്ധരാമയ്യയ്ക്കുണ്ടെന്നു മനസ്സിലാക്കി. തീവ്രവലതുപക്ഷത്തിനെതിരെ ആത്മാർത്ഥമായി എഴുതികൊണ്ടിരിക്കുന്ന ഗൗരി ലങ്കേഷിനെ സിദ്ധരാമയ്യയ്ക്ക് ബഹുമാനമാണ്. സമുദായ സൗഹാർദ്ദവേദിയുടെ പ്രവർത്തനങ്ങൾക്ക് അനുകൂലമായ സർക്കാർ പ്രതികരണങ്ങൾ ഉണ്ടായി.

2015ൽ ബാബാബുഡൻഗിരിയിൽ ക്ഷേത്രമുണ്ടായിരുന്നുവോ എന്ന വിഷയം സർക്കാർ തലത്തിൽ ഒരു ഏജൻസി നിഷ്പക്ഷമായി അന്വേഷിക്കണം എന്ന സമുദായ സൗഹാർദ്ദവേദിയുടെ അപേക്ഷ സുപ്രീം കോടതി അംഗീകരിച്ചതനുസരിച്ച് മുഖ്യമന്ത്രിയോട് അനുയോജ്യരായ കമ്മീഷൻ അംഗങ്ങളെ തെരഞ്ഞെടുത്തു കോടതിയിൽ സമർപ്പിക്കാൻ ഉത്തരവായി.

അതനുസരിച്ച് ഗൗരിയടക്കമുള്ള സമുദായ സൗഹാർദ്ദവേദിയുടെ നേതാക്കളുമായി മുഖ്യമന്ത്രി ആലോചിക്കുകയും ചെയ്തു. സത്യസന്ധരും കോടതിക്ക് ബോധ്യമാകുംവിധം യോഗ്യതയും ചരിത്രവിജ്ഞാനവും അക്കാദമിക് പാണ്ഡിത്യവും തെളിയിച്ച വ്യക്തികളെ കണ്ടെത്താൻ സർക്കാരുമായി ആലോചനകൾ നടത്തി ആ പ്രമുഖ വ്യക്തികളുടെ ഒഴിവും സൗകര്യവും അന്വേഷിച്ചു ലിസ്റ്റ് തയ്യാറാക്കി. ഒരു ലിസ്റ്റ് മാസങ്ങൾക്കുശേഷം സുപ്രീം കോടതിയിൽ സമർപ്പിക്കുകയും ചെയ്തു.

ഗൗരി ലങ്കേഷിന്റെ ജീവിതം തിരക്കുകളുടെ വെയിലിൽ പൊരിയുകയായിരുന്നു. ഒരു ദിവസത്തിനുള്ളിൽ നിരവധി കാര്യങ്ങൾ ചെയ്തുതീർക്കാനുണ്ട്. സമുദായ സൗഹാർദ്ദവേദിയെ ശക്തിപ്പെടുത്താൻ സമാനചിന്താഗതിക്കാരായ തന്റെ സുഹൃത്തുക്കളെയും ഉൾപ്പെടുത്തി. മേധാ പട്കർ, അരുന്ധതി റോയ്, തീസ്ത സെതൽവാദ് മുതലായ ദേശീയ പൗരാവകാശ പ്രവർത്തകർ ആയിരുന്നു അവർ. സമുദായ സൗഹാർദ്ദവേദിയുടെ കേസുകൾ സുപ്രീം കോടതിയിൽ വാദിക്കാൻ തീസ്ത സെതൽവാദിന്റെയും സഹായം തേടിയിരുന്നു. ഹിന്ദുത്വതീവ്രവാദം സൃഷ്ടിക്കുന്ന ഭീകരതകളെ നേരിടാനുള്ള സംവാദങ്ങൾ സംഘടിപ്പിച്ചു. എല്ലായിടത്തും ഉയർന്നു കേട്ടത്, ഈ വലതുപക്ഷ തീവ്രവാദത്തെ ചെറുക്കാൻ ന്യൂനപക്ഷങ്ങളും ദളിതരും ആരും തന്നെ വികാരാവേശത്താൽ തീവ്രവാദത്തിലേക്കു നയിക്കപ്പെടരുത് എന്നാണ്. ഹിന്ദുത്വവർഗ്ഗീയതയെ നേരിടാൻ ന്യൂനപക്ഷ തീവ്രവാദത്തെ അമർത്തണം. ഹിന്ദുക്കൾ, മുസ്ലീങ്ങൾ, ലിംഗായത്തുകൾ ക്രിസ്ത്യാനികൾ മുതലായവരുടെ സൗഹാർദ്ദം ഒപ്പം മതേതരവാദികൾ, യുക്തിവാദികൾ, കമ്യൂണിസ്റ്റുകൾ, ബുദ്ധിജീവികൾ, പുരോഗമന വിശ്വാസികൾ, യുവാക്കൾ എന്നിങ്ങനെ എല്ലാവരെയും ഉൾപ്പെടുത്തി, വെറുപ്പ് പ്രചരിപ്പിക്കുന്ന ഹിന്ദുത്വവാദത്തെ നേരിടാൻ ബോധവൽക്കരിക്കണം.

ന്യൂനപക്ഷ സമുദായത്തിന്റെ ഉള്ളിൽ പിടയുന്ന വേവലാതികൾ അറിയുന്നുണ്ട്. പാക്കിസ്ഥാനിൽ പൊയ്ക്കൊള്ളൂ, എന്നും മറ്റുമുള്ള ആക്രോശങ്ങൾ അവരെ തളർത്തുന്നുണ്ട്. ജന്മനാട്ടിൽ അപരവൽക്കരിക്കപ്പെടുന്ന നിസ്സഹായാവസ്ഥയെ അതിജീവിക്കാൻ അവരെ സാന്ത്വനിപ്പിക്കാനും തീവ്രവാദം സൃഷ്ടിക്കുന്ന അസ്വസ്ഥതകളെ അതിജീവിക്കാനും വ്യക്തമായ വീക്ഷണം വളർത്തിയെടുക്കാനുമുണ്ട്. മതത്തിനുള്ളിലെ യാഥാസ്ഥിതിക മനോഭാവങ്ങളോട് സമരം ചെയ്യാനുള്ള പുരോഗമന ബോധവും സാഹചര്യവും ഒരുക്കണം. സമുദായ സൗഹാർദ്ദവേദിയുടെ സമ്മേളനങ്ങൾ സംഘടിപ്പിച്ചു. ന്യൂനപക്ഷങ്ങളും ദളിതരും പങ്കെടുത്ത ആ വേദിയിൽ ഗിരീഷ് കർണാട്, കെ.എൽ. അശോക്, ബറഗൂർ രാമചന്ദ്രപ്പ, റഹ്മത് തരീക്കെരെ മുതലായ എഴുത്തുകാർ മുഖ്യപ്രഭാഷണം നടത്തി.

സമുദായ സൗഹാർദ്ദവേദിയുടെ പ്രവർത്തനങ്ങൾ വിശദീകരിക്കാനും പൗരാവകാശ പ്രശ്നങ്ങൾ അവതരിപ്പിക്കാനും കർണാടകത്തിന്റെ സാംസ്കാരിക നിലപാടുകൾ പ്രകടിപ്പിക്കാനും ഇടയ്ക്കിടെ ദേശീയ

ഇംഗ്ലീഷ് ടിവി ചാനലുകളിലും കന്നഡ ചാനലുകളിലേക്കും ഗൗരി ലങ്കേഷ് ക്ഷണിക്കപ്പെട്ടു. ജേണലിസ്റ്റായി ജോലിയിൽ പ്രവേശിച്ചപ്പോൾ മുതൽ സുഹൃത്തും സഹപ്രവർത്തകനായ എൻ.ഡി. ടിവിയിലെ രാജ്ദീപ് സർദേശായി പലപ്പോഴും ജ്വലിക്കുന്ന വാക്കുകൾക്കായി ഗൗരി ലങ്കേഷിനെ സ്റ്റുഡിയോവിലേക്കു വിളിക്കും.

സഹപ്രവർത്തകരായ എഴുത്തുകാരുമായും പുരോഗമന ചിന്താഗതിക്കാരുമായും ഒരു ചർച്ച സംഘടിപ്പിക്കണം. മാധ്യമപ്രവർത്തകരെ തേടി, നഗരത്തിൽ ജേണലിസ്റ്റുകൾ വൈകുന്നേരങ്ങളിൽ കൂടിയിരുന്ന റമ്മികളി കേന്ദ്രത്തിൽ ചെന്നപ്പോൾ സഹപ്രവർത്തകർക്ക് ആശ്ചര്യമായി.

“ഹായ്, ഗൗരി ലങ്കേഷ് വീണ്ടും റമ്മികളിക്കാൻ എത്തിയോ? എന്തുപറ്റി?” സുഹൃത്തിന്റെ കമന്റ്.

“കളിയെല്ലാം ഉപേക്ഷിച്ചിട്ടു പതിറ്റാണ്ടുകൾ കഴിഞ്ഞില്ലേ? ഇനി അതിനൊന്നും നേരമില്ല.”

“അച്ഛന്റെ വഴിയിലാണ് ഗൗരി.” മറ്റൊരു സുഹൃത്ത്.

“അതെ, ഞാനതിൽ അഭിമാനിക്കുന്നു, ആ മഹാമേരുവിന്റെ താഴേ കിടക്കുന്ന പുൽക്കൊടിയാണ് ഞാൻ.”

‘ഇപ്പറഞ്ഞത് ഒരർത്ഥത്തിൽ ശരിയാണ്. സാഹിത്യത്തിൽ പി. ലങ്കേഷിനൊപ്പം നിൽക്കാൻ ഗൗരിക്കാവില്ല. എന്നാൽ രാഷ്ട്രീയ ഇടപെടലുകളിലും വീക്ഷണത്തിലും അച്ഛനേക്കാൾ മുന്നിൽ വ്യക്തമായിട്ടാണ് ഗൗരി നീങ്ങുന്നത്. അച്ഛനെയും പിന്നിലാക്കി ധീരമായി മുന്നേറുന്നു.”

“വധിക്കല്ലേ, എന്നെ വലുതാക്കാൻ അച്ഛനെ ചെറുതാക്കണോ മോനേ?

“കളിയാക്കിയതല്ല ഗൗരീ, വിവരമുള്ളവരുടെ നിരീക്ഷണമാണിത്.”

“ഓക്കെ, ഞാൻ പോരാട്ടത്തിലാണ്.” അവിടെ നിന്നും ചില സഹപ്രവർത്തകരേയും വിളിച്ചു. സമുദായ സൗഹാർദ്ദവേദിയുടെ യോഗത്തിലേക്ക് ചെന്നു, അവരെ അഭിസംബോധന ചെയ്തു:

“വ്യക്തിപരമായി ആക്ഷേപങ്ങളും ഭീഷണികളും പ്രചരിക്കുന്നുണ്ട്. ഫേസ്ബുക്ക്, വാട്സ്ആപ്പ് എന്നിവയിലാണ് കൂടുതൽ. അതൊന്നും കാര്യമാക്കുന്നില്ല, അത്തരം ചെയ്തികളിൽ ഞാനല്ല തകരുന്നത്. എന്നാൽ രാഷ്ട്രീയ ആരോപണങ്ങളിൽ മറുപടി പറയാൻ ബാധ്യസ്ഥയാണ്. മാവോയിസ്റ്റായി ആരോപിക്കുന്നത്, എന്നെ ഒറ്റപ്പെടുത്താനുള്ള ശ്രമമാണ്. മാവോവാദികളോട് വിയോജിച്ചാണ് ഞാൻ അവരെ മുഖ്യധാരയിലേക്ക് കൊണ്ടുവരാൻ പരിശ്രമിച്ചത് എന്നെല്ലാവർക്കുമറിയാമല്ലോ, പിന്നെ നുണ പറയുന്നത് എന്തിനാണ്? നുണകൾ പലതവണ പറഞ്ഞാൽ സത്യമാവുമെന്നു വിശ്വസിക്കുന്ന ഗീബൽസിന്റെ ശിഷ്യന്മാരോട് ഞാൻ അഭ്യർത്ഥിക്കുന്നു, ഈ നുണ പ്രചാരണം അവസാനിപ്പിക്കണം. നുണകൾ ശാശ്വതമല്ല, നിങ്ങൾ സത്യത്തിൽ വിശ്വസിക്കാൻ ശ്രമിക്കണം.

അടുത്ത ആരോപണം ഞാൻ ഹിന്ദു വിരോധിയാണെന്നാണ്. ഹിന്ദു വിരോധിയായും മുദ്രകുത്തി ഹിന്ദുക്കളിൽ നിന്നും വെറുപ്പിക്കാൻ ശ്രമിക്കുകയാണ്. കാര്യങ്ങൾ ശരിയായി അറിയാത്ത സാധുക്കൾ അത് വിശ്വസിച്ചെന്നു വരും. സത്യം പറയട്ടെ, ഞാൻ ആരുമായും വിരോധം വെച്ചുപുലർത്തുന്നില്ല. ഞാൻ പഠിച്ചതും ശീലിച്ചതും മനുഷ്യനെ മതത്തിനും അതീതമായി സ്നേഹിക്കാനാണ്. വെറുപ്പും വിരോധവും മനസ്സിനെ ഇരുട്ടിലാക്കും. ഞാൻ ജീവിക്കുന്നത് വെളിച്ചത്തിലാണ്. ഹിന്ദുമതത്തെക്കുറിച്ച് എനിക്ക് വ്യക്തമായ അഭിപ്രായമുണ്ട്.

ഹിന്ദുക്കളായ ലക്ഷക്കണക്കിന് ജനങ്ങളോട് എനിക്കു സ്നേഹവും ആദരവുമാണ്. സഹിഷ്ണുതയുള്ള മതമാണ് ഹിന്ദുമതമെന്ന പൊതു അഭിപ്രായമുണ്ട്. ഹിന്ദുമതം സ്ത്രീകൾക്ക് സ്വാതന്ത്ര്യം നിഷേധിച്ചകാര്യം വിസ്മരിക്കാനാവില്ല. ഹിന്ദുമതത്തിലെ വൈദികനേതൃത്വം സമൂഹത്തെ ജാതീയമായി വിഭജിച്ചു മനുഷ്യന്റെ സർഗ്ഗശേഷിയെയും ചിന്താശേഷിയെയും ഇടപഴകാനുള്ള സഹജവാസനകളെയും മുരടിപ്പിച്ചു. ഇതെന്റെ വിയോജിപ്പാണ്. എന്നാൽ ഭൂരിപക്ഷം വരുന്ന ഹിന്ദുക്കളുടെ രക്ഷാകർതൃത്വം ഏറ്റെടുത്തു, വർഗ്ഗീയവികാരം വളർത്തി, അന്യമത വിദ്വേഷവും വെറുപ്പും സൃഷ്ടിക്കുന്ന പ്രവർത്തനങ്ങൾ രാജ്യത്തു നടന്നുവരുന്നുണ്ട്. ഹിന്ദുമതത്തെ രാഷ്ട്രീയവൽക്കരിക്കുന്ന ഹിന്ദുത്വരാഷ്ട്രീയവാദത്തെയാണ് ഞാൻ എതിർക്കുന്നത്.

ജാതിയെ ചൂഷണോപാധിയാക്കിയ മതമാണ് ഹിന്ദുമതം. ആ മതത്തിന്റെ അടിസ്ഥാനത്തിൽ ഒരു രാഷ്ട്രം കെട്ടിപ്പടുക്കാൻ ശ്രമിക്കുന്നത് ഈ രാഷ്ട്രത്തിന്റെ പുരോഗതിയെ പിറകോട്ടടിക്കും. ഏതെങ്കിലും മത മൂല്യങ്ങളിലല്ല, ജനാധിപത്യ മതേതര മൂല്യങ്ങളുടെ അടിത്തറയിലാണ് രാഷ്ട്രം കെട്ടിപ്പടുക്കേണ്ടത്. ബസവണ്ണയുടെയും ഡോക്ടർ അംബേദ്കറുടെയും ഭാവനയിലുള്ള ജാതിരഹിത സമൂഹത്തിനുവേണ്ടി പ്രവർത്തിക്കുന്ന എന്നെ താറടിച്ചു കാണിക്കാൻ തീവ്രഹിന്ദുത്വവാദികൾ ശ്രമിക്കുകയാണ്. ഞാൻ ചെയ്യുന്നത് തികച്ചും ഭരണഘടനാപരമായ ദൗത്യമാണ്.

നമ്മുടെ രാഷ്ട്രത്തിന്റെ ഗതി പിന്നോട്ടാണ്. മതാധിഷ്ഠിതരാഷ്ട്രമല്ല മതനിരപേക്ഷ രാഷ്ട്രമാണ് ആധുനിക ലോകം അംഗീകരിക്കുന്നത്. നമ്മൾ കേവലം കന്നഡിഗരോ ഇന്ത്യക്കാരോ മാത്രമല്ല, വിശ്വപൗരന്റെ ഹൃദയ വിശാല വീക്ഷണങ്ങൾ നമുക്ക് വേണം. ബഹുസ്വരതയെ അംഗീകരിക്കാത്ത തീവ്രവലതുഹിന്ദുത്വ രാഷ്ട്രീയം കൃത്യമായും രാഷ്ട്രവിരുദ്ധ ദർശനമാണ്, ഐക്യത്തിനെതിരാണ്. ന്യൂനപക്ഷങ്ങൾ നൂറ്റാണ്ടുകളായി ഇന്ത്യൻ ജനതയുടെ ജീവിതസഞ്ചാരങ്ങളിൽ ഗണ്യമായ സംഭാവനകൾ ചെയ്തിട്ടുണ്ട്. സ്വാതന്ത്ര്യസമരവേദിയിലും ശാസ്ത്ര-കായിക-കലാ സാഹിത്യസാംസ്കാരിക മേഖലകളിലും അവരുടെ സംഭാവനകൾ മികച്ചതാണ്. അവർ പാക്കിസ്ഥാനിലേക്കു പോകേണ്ടവരാണെന്ന് പറയുന്നവർ വിഘടനവാദികളാണ്.

എല്ലാ സംസ്കാരങ്ങളെയും സ്വീകരിക്കാൻ സന്നദ്ധമായ മതനിരപേക്ഷവും സ്വതന്ത്രമായ ഒരു സംസ്കാരമാണ് ആധുനികസമൂഹം വിഭാവനം ചെയ്യുന്നത്. വിയോജിക്കുന്നവരെയും മതന്യൂനപക്ഷങ്ങളേയും ദളിതരെയും അടിച്ചമർത്തി, ഭയപ്പെടുത്തി, ഭീതി പടർത്തി, അധികാരത്തിൽ കയറാനുള്ള തീവ്രവലതുപക്ഷ ശക്തികളുടെ ശ്രമങ്ങളെ ധീരമായി എതിർക്കണം."

ആവേശപൂർവം സദസ്സ് പ്രസംഗം സ്വീകരിച്ചു, എല്ലാവരും ഐക്യദാർഢ്യമർപ്പിച്ചു.

തുടർന്ന് മാസികയിൽ എഴുതി:

"ഭരണഘടനയാണ് എന്റെ മതം. അന്ധവിശ്വാസത്തിൽ നിന്നും ജനതയെ പുരോഗതിയിലേക്കു നയിക്കാൻ ഓരോ പൗരനും ബാധ്യതയുണ്ടെന്നാണ് ഭരണഘടന അനുശാസിക്കുന്നത്. രാജ്യത്തെ ഭരണഘടന ഓരോരുത്തരേയും പഠിപ്പിക്കുന്നത് മതനിരപേക്ഷത പാലിക്കുന്ന പൗരനാകാനാണ്, അല്ലാതെ വർഗ്ഗീയവാദിയാകാനല്ല. അതുകൊണ്ട് വർഗ്ഗീയവാദികളെ എതിർക്കുമെന്ന് ഉറക്കെ പറയണം.

ഇന്ത്യയൊരു മതേതര ജാനാധിപത്യ രാഷ്ട്രമാണ്. വിമർശിക്കാനും പ്രവർത്തിക്കാനുമുള്ള സ്വാതന്ത്ര്യം എനിക്കുണ്ട്, എനിക്കെതിരെ സംവാദത്തിന്ന് വരട്ടെ, ഞാൻ എന്റെ നിലപാടുകൾ വ്യക്തമാക്കാം. ഒരു ഇന്ത്യൻ പൗരൻ എന്ന നിലയിൽ ഞാൻ ബി.ജെ.പിയുടെ ഫാസിസ്റ്റുവർഗ്ഗീയ രാഷ്ട്രീയത്തെ എതിർക്കുന്നു. ഹിന്ദുധർമ്മത്തിന്റെ ആദർശങ്ങളെക്കുറിച്ച് നടത്തുന്ന ദുർവ്യാഖ്യാനത്തെ എതിർക്കുന്നു. ഹിന്ദുമതത്തിന്റെ വിവേചനപരവും അനീതിപൂർവ്വകവും ലിംഗസമത്വവിരുദ്ധവുമായ നിലപാടിനെ എതിർക്കുന്നു."

ഇങ്ങനെ പറയാനും ഈ മതേതര പ്രവർത്തനത്തിൽ ഏർപ്പെടാനുമുള്ള സ്വാതന്ത്ര്യവും മൗലികാവകാശങ്ങളും എനിക്കുണ്ട്. രാഷ്ട്രീയ വിശകലനശേഷി കുറഞ്ഞവർക്കിടയിൽ മതവികാരങ്ങളും നുണകളും പ്രചരിപ്പിക്കുന്ന നാലാംകിട രാഷ്ട്രീയം എനിക്ക് വശമില്ല. ഞാൻ കാണുന്നത് ലോകം ആദരിക്കുന്ന ഇന്ത്യയെയാണ്.

ടിപ്പുസുൽത്താൻ അനുസ്മരണ സമ്മേളനം വിപുലമായി സംഘടിപ്പിക്കപ്പെട്ടു. ആയിരങ്ങൾ പങ്കെടുത്ത ആ യോഗത്തിൽ ഗൗരി ലങ്കേഷ് പ്രസംഗിച്ചു:

"ടിപ്പു സുൽത്താൻ ഏകാത്മരാജ്യത്തിനു വേണ്ടിയല്ല ബ്രിട്ടീഷുകാരോട് പോരാടിയത്, ഇന്ത്യൻ ജനതയുടെ മോചനത്തിനുവേണ്ടിയാണ്. ആ മനുഷ്യൻ ഹിന്ദു വിരോധിയോ ഇസ്ലാം മതമൗലികവാദിയോ അല്ല, രാജ്യത്തിന്റെ അടിമത്തത്തിനെതിരെ ജനതയെ സംഘടിപ്പിച്ച സ്വാതന്ത്ര്യസമര സേനാനിയാണ്. ഇവിടെ ഇപ്പോൾ രാജ്യത്തെ എംപവർ ചെയ്യണമെന്നാണ് ആഹ്വാനം, ആരുടെ ശക്തിപ്പെടൽ ആണ് ഉദ്ദേശിക്കുന്നത്? ഹിന്ദുവും മുസൽമാനും വനിതകളും അടങ്ങുന്ന നമുക്കെല്ലാവർക്കും

ശക്തി വേണം. ആരാണ് ശത്രു? രാജ്യത്തെ ശിഥിലീകരിക്കുന്ന ഹിന്ദുത്വവാദികളാണ് രാജ്യത്തിന്റെ ശത്രുക്കൾ, അവരെ ദുർബലപ്പെടുത്തി വേണം നമുക്ക് ശക്തിപ്പെടാൻ."

യുവാക്കളുമായി ആശയവിനിമയം

അംബേദ്കർ വിദ്യാർത്ഥി പ്രസ്ഥാനത്തിന്റെ നേതാവ് രോഹിത് വെമൂല, യാക്കൂബ് മേമന്റെ വധശിക്ഷയിൽ പ്രതിഷേധപ്രകടനം നടത്തിയതിന്റെ പേരിൽ യൂണിവേഴ്സിറ്റി ശിക്ഷാനടപടികൾ ഏർപ്പെടുത്തിയതിലും വിദ്യാഭ്യാസ ഗ്രാൻഡ് നിർത്തലാക്കിയതിലും പ്രതിഷേധിച്ചു ആത്മഹത്യ ചെയ്ത സംഭവം ഗൗരി ലങ്കേഷിന്റെ മനസ്സിൽ വലിയ ചലനങ്ങളുണ്ടാക്കി. സുഹൃത്ത് അരുന്ധതി റോയ്, ബോംബെയിൽ പ്രതിഷേധ സമ്മേളനത്തിൽ പ്രസംഗിച്ചു. കന്നയ്യകുമാർ, ഉമർ ഖാലിദ്, ഷെൽഹ റാഷിദ്, ജിഗ്നേഷ് മേവാനി മുതലായ വിദ്യാർത്ഥി നേതാക്കൾ കക്ഷിഭേദം മറന്നു രാജ്യവ്യാപകമായി പ്രതിഷേധസമരങ്ങൾ സംഘടിപ്പിച്ചു. അവരുമായി ഗൗരി ലങ്കേഷ് ആശയവിനിമയം നടത്തി.

അങ്ങനെയാണ് കന്നയ്യ കുമാറിനെ ബാംഗ്ളൂരിലേക്കു ക്ഷണിച്ചത്. ചന്ദൻ ഗൗർഡയുമൊത്തു അയാളെ രാജരാജേശ്വരി നഗറിൽ വീട്ടിലേക്കു കൊണ്ട് പോയി. അയാളുടെ ശരീരത്തിന് യോജിച്ച ഒരു ജോടി ഉടുപ്പുകൾ വാങ്ങി കൈയിൽ വെച്ചുകൊടുത്തിട്ട് പറഞ്ഞു:

"കന്നയ്യ, നീയെന്റെ വളർത്തുമകനാണ്.. ഞാൻ നിന്നെ ദത്തെടുത്തിരിക്കുന്നു." കന്നയ്യകുമാർ അദ്ഭുതപ്പെട്ടു. ഇങ്ങനെ സ്നേഹിക്കാൻ കഴിയുന്ന സ്ത്രീകളുണ്ടോ? പ്രതീക്ഷിക്കാത്ത സ്നേഹം അപ്രതീക്ഷിതമായി ലഭിച്ചപ്പോൾ ഹൃദയംകൊണ്ട് ഗൗരി ലങ്കേഷിനെ നമസ്കരിച്ചു.

ജിഗ്നേഷ് മേവാനി, ഉമർ ഖാലിദ്, കന്നയ്യകുമാർ

സാർവദേശീയ രാഷ്ട്രീയവും സാഹിത്യവും സിനിമയും പ്രണയവും അങ്ങനെ പല വിഷയങ്ങളും അനായാസേന സംസാരിക്കുന്ന ഗൗരി ലങ്കേഷ് പ്രായവ്യത്യാസമില്ലാതെ ഇടപഴകിപ്പോൾ ആ യുവനേതാവ് അദ്ഭുതപ്പെട്ടു.

അതോടൊപ്പം, ഷെൽഹ റാഷിദ്, ഉമർ ഖാലിദ്, ജിഗ്നേഷ് മേവാനി എന്നിവരുമായും സ്നേഹബന്ധം സ്ഥാപിച്ചു. റാണാ അയൂബ് എന്ന യുവജേണലിസ്റ്റിന്റെ ധീരതയെ ഗൗരി ലങ്കേഷിന് വളരെ ഇഷ്ടപ്പെട്ടു. ഗുജറാത്തിൽ നടന്ന ഗോദ്രാകൂട്ടക്കൊലയെ സംബന്ധിച്ച് റാണാ അയൂബ് 'ഗുജറാത്ത് ഫയൽസ്' എന്ന പുസ്തകം എഴുതുകയും നരേന്ദ്ര മോദിക്കും അമിത്ഷായ്ക്കും അതിലുള്ള പങ്കിനെക്കുറിച്ച് പ്രതിപാദിക്കുകയും ചെയ്തിട്ടുണ്ട്. ആ കൃതി കന്നഡയിലേക്കു വിവർത്തനം ചെയ്തു ഗൗരി ലങ്കേഷ് പ്രസിദ്ധീകരിച്ചു.

ഭക്ഷണത്തിൽ സർക്കാർ ഇടപെടരുത്

പശുവിന്റെ വിഷയത്തിൽ രാജ്യത്ത് സംവാദമുണ്ടായപ്പോൾ ഗൗരി ലങ്കേഷ് എഴുതി:

ഭക്ഷണം കഴിക്കാനുള്ള പൗരന്റെ അവകാശങ്ങളുടെമേൽ ആധുനിക കാലത്ത് സർക്കാരുകൾക്ക് കടന്നുകയറാൻ അവകാശമില്ല. പശു ഒരു പുണ്യമൃഗമല്ലെന്നും ഇന്ത്യയിൽ എത്രയോ കാലമായി പശുവിനെ ഭക്ഷണമാക്കിയിരുന്നുവെന്നും ഹിന്ദുക്കൾ തന്നെ അതിനെ കൊന്നുതിന്നിരുന്നുവെന്നും തെളിവുണ്ട്. ഇപ്പോൾ കാണിക്കുന്ന ഈ പശുസ്നേഹം, ഒരു വിഭാഗം ന്യൂനപക്ഷങ്ങളുടെ ജോലി കളഞ്ഞു അവരുടെ വയറ്റത്തടിക്കാനാണ്. പശുവിനെ സംരക്ഷിക്കാൻ വേണ്ടി നടത്തുന്ന മനുഷ്യക്കൊലകളെ എങ്ങനെ ഹിന്ദുത്വവാദികൾ ന്യായീകരിക്കും?

പരിശുദ്ധ പശുവിന്റെ പുരാണം (The Myth of the Holy Cow)

ഡി.എൻ. ഝാ (D.N.Jha) എന്ന ചരിത്രകാരൻ പശുവൊരു പരിശുദ്ധ മൃഗമല്ലെന്നും അതൊരു വെറും മനുഷ്യകൽപിതമായ ഐതിഹ്യമാണെന്നും സമർത്ഥിക്കുന്ന The Myth of the Holy Cow എന്നഗ്രന്ഥം, ഇംഗ്ലീഷിൽ എഴുതിയിരുന്നു. പശുവിന്റെ രാഷ്ട്രീയം ദേശീയതലത്തിൽ കേന്ദ്രബിന്ദുവായപ്പോൾ അത് ഗൗരി ലങ്കേഷ് കന്നഡയിലേക്കു വിവർത്തനം ചെയ്തു 'ഗോവു പവിത്രഎമ്പ മിഥ്യ' എന്ന പേരിൽ തന്റെ പത്രത്തിൽ പ്രസിദ്ധീകരിച്ചു.

2015 ഡിസംബർ 29ന് ബാംഗ്ലൂർ മിറർ വാരികയിൽ ഗൗരി ലങ്കേഷ് ലേഖനം എഴുതി.

ആക്ടിവിസ്റ്റുകൾ വലതുപക്ഷത്തിനെതിരെ

കർണാടകയുടെ തീരദേശത്തുനിന്നുള്ള സുഹൃത്തുക്കളോട് ഞാൻ ചോദിച്ചു: "ഈ നരകകവാടത്തിനെ (മംഗളൂരുതീരദേശം) നിങ്ങളെങ്ങനെ വീട് എന്ന് വിളിക്കും?" തമാശയായി പറഞ്ഞതായിരുന്നില്ല, കഴിഞ്ഞ ഒരു ദശകത്തിലേറെയായി ഈ തീരദേശം ഭീഷണികളും ആക്രമണങ്ങളും അധിക്ഷേപവാക്കുകളുംകൊണ്ട് മുഖരിതമാണ്. വിവിധ ജാതികളിലുള്ള ആൺകുട്ടികളും പെൺകുട്ടികളും ജാതിമതങ്ങളുടെ പേരിൽ അനുഭവിച്ച ആക്രമണങ്ങളെക്കുറിച്ചല്ല ഞാൻ പറയുന്നത്. ക്രിസ്ത്യൻ പള്ളികളെയും കന്യാസ്ത്രികളെയും ആക്രമിച്ചതിനെപ്പറ്റി പോലുമല്ല. കാവിവൽക്കരണ സംഘനേതാക്കൾക്കെതിരെ ധീരമായി എതിർത്ത പ്രമുഖരായ ആക്ടിവിസ്റ്റുകൾക്കും കോളേജ് അധ്യാപകർക്കും എഴുത്തുകാർക്കും ചിന്തകർക്കും എതിരായ ആക്രമണങ്ങളെക്കുറിച്ചാണ്.

പട്ടാഭിരാമൻ സോമയാജി

മംഗളൂരു യൂണിവേഴ്സിറ്റി കോളേജിലെ ഇംഗ്ലീഷ് അധ്യാപകനായ പട്ടാഭിരാമൻ സോമയാജിയാണ് കാവിക്കാരുടെ ദ്രോഹം സഹിക്കേണ്ടിവന്ന ആദ്യത്തെയാൾ. തൊണ്ണൂറുകളിൽ, കോജേൻട്രിക്സ് പവർപ്ലാന്റ് (Cogetnrix Power Plant) വരുന്നതിനെതിരെ വിദ്യാർത്ഥികൾ നടത്തിയ ഐതിഹാസിക സമരത്തിന്റെ മുന്നണിയിൽ ഉണ്ടായിരുന്നയാളാണ് അദ്ദേഹം. പിന്നീടദ്ദേഹം കാവികൾക്കെതിരെ തിരിഞ്ഞു. രാമസേനയിലെ കോമാളികൾ 2009ൽ, പെൺകുട്ടികൾ പബ്ബിൽ ബീയർ കുടിക്കാൻ പോയതിനെ ആക്രമിച്ചപ്പോൾ, അദ്ദേഹം ഇവരെ രാവണസേനയെന്നു കളിയാക്കി വിളിച്ചു. ഇതിൽ പ്രകോപിതരായ, ഭാരതീയജനതാ പാർട്ടിയുടെ വിദ്യാർത്ഥിവിഭാഗമായ അഖിലഭാരതീയ വിദ്യാർത്ഥി പരിഷത്തുകാർ, ഹിന്ദുവികാരം വ്രണപ്പെടുത്തി എന്നാരോപിക്കുകയും അദ്ദേഹത്തെ ജോലിയിൽനിന്നും പിരിച്ചു വിടാൻ ആവശ്യപ്പെടുകയും ചെയ്തു.

2012ൽ, പശുവിനെ കൊല്ലുന്നതിനെതിരെ ഭ്രാന്തമായ പരാക്രമങ്ങൾ നടത്തുന്നതിനിടയിൽ, ഒരു ടി.വി ചർച്ചയിൽ പശുവിനെ സംരക്ഷിക്കുന്നത് 'ഗുണ്ട'കളാണെന്നു അദ്ദേഹം പറയുകയുണ്ടായി. ഇതും 'മഹാനായ' ഒരു ഹിന്ദുഗുരുവിനെ പ്രകോപിതനാക്കി. രണ്ടാഴ്ച കഴിഞ്ഞപ്പോൾ ആ അധ്യാപകനെതിരെ ആക്രമണമുണ്ടായി. യൂണിവേഴ്സിറ്റി എക്സാമിനേഷൻ ഫ്ളയിങ് സ്ക്വാഡിന്റെ മുഖ്യനായിരുന്ന സോമയാജിയും സഹപ്രവർത്തകരും നഗരത്തിലെ പമ്പ്‌വെൽ ഹോട്ടലിൽ നിന്ന് ഉച്ചഭക്ഷണം കഴിച്ചു പുറത്തിറങ്ങുമ്പോൾ, മോട്ടോർ ബൈക്കിൽ വന്ന ഗുണ്ടകൾ അദ്ദേഹത്തിന്റെ മുഖത്ത് ചാണകാഭിഷേകം ചെയ്യുകയുണ്ടായി. കാവിഗുണ്ടകൾക്ക് സ്വാധീനമുള്ള ഇടമായിരുന്നു അത്.

സുരേഷ് ഭട്ട്

സുരേഷ്ഭട്ട് ബക്രബെയിൽ എന്ന പൊതുപ്രവർത്തകൻ വിരമിച്ച എൻജിനീയറാണ് അടുത്തത്. കബീർ എന്ന കാളവണ്ടിക്കാരനെ കൊന്നതിൽ നക്സൽ വിരുദ്ധശക്തികളുടെ പങ്കിനെക്കുറിച്ച് കർണാടക സമുദായ സൗഹാർദ്ദവേദിയുടെ ജില്ലാ പ്രസിഡന്റായ അദ്ദേഹവും സഹ പ്രവർത്തകരും പത്രസമ്മേളനത്തിൽ കുറ്റപ്പെടുത്തിക്കൊണ്ട് 2014 ഏപ്രിൽ മാസത്തിൽ പ്രസംഗിക്കുകയുണ്ടായി. ഏതാനും നിമിഷങ്ങൾക്കകം കുറച്ചു യുവാക്കൾ അദ്ദേഹത്തിന്റെ മുഖത്തും ചാണകാഭിഷേകം നട ത്തുകയുണ്ടായി.

സോമയാജിക്കും സുരേഷ്ഭട്ട് ബക്രബെയിലിനും പുറമെ നിരവധി യാളുകൾ ഇതുപോലെ ആക്രമിക്കപ്പെട്ടിട്ടുണ്ട്. പ്രഗദ്ഭനായ എഴുത്തു കാരനും ആക്ടിവിസ്റ്റും മാഹി യൂണിവേഴ്സിറ്റിയിൽ അധ്യാപകനുമായ കെ. പാണിരാജിനും ബാങ്കിൽനിന്നും വിരമിച്ച ഉദ്യോഗസ്ഥൻ ജി. രാജേശേഖറിനും ഫോണിലൂടെ ഭീഷണിപ്പെടുത്തുന്ന തെറിവാക്കുകൾ കേൾക്കേണ്ടിവന്നിട്ടുണ്ട്. പാണിരാജ് തമാശയായി പറയാറുണ്ട്, 'കൊടിച്ചി പട്ടിയുടെ മോനേ', 'വിധവക്കുണ്ടായവനേ', 'മുസ്ലീമിനുണ്ടായവനേ' എന്നെല്ലാമാണവർ പറഞ്ഞ തെറിവാക്കുകൾ...!

വിദ്യാദിനകർ

മംഗളൂർ സ്പെഷ്യൽ എക്കണോമിക് സോണിനെതിരായി (MSEZ) പ്രവർത്തിച്ച വിദ്യാദിനകർ എന്ന തീപ്പൊരി പ്രവർത്തകയാണ് അടുത്ത ഇര. 2007ൽ മംഗളൂരിന്റെ മാസ്റ്റർ പ്ലാൻ അറിയാൻ റൈറ്റ് ഫോർ ഇൻ ഫർമേഷനിൽ ആവശ്യപ്പെട്ടു. അപ്പോഴാണറിയുന്നത് 75,000 ഏക്കർ ഭൂമി ഏറ്റെടുത്തുകൊണ്ട് കേന്ദ്രസർക്കാർ അനുമതിയോടെ പെട്രോളിയം കെമിക്കൽസ് പെട്രോകെമിക്കൽസ് ഇൻവെസ്റ്റ്മെന്റ് സോൺ (Pteroleum Chemicals and Pterochemicals Investment Region (PCPIR-Mangaluru) തയ്യാറാക്കിക്കൊണ്ടിരിക്കുന്ന മാസ്റ്റർപ്ലാനിന്റെ വിവരങ്ങളറിയുന്നത്. ഇതി ലേക്കായി 75,000 ഏക്കർ ഭൂമി നോട്ടിഫിക്കേഷൻ കഴിഞ്ഞിട്ടുണ്ട്. അതിൽ 6000 ഏക്കർ ഭൂമിയാണ് ആദ്യം ഏറ്റെടുക്കുന്നത് എന്നറിഞ്ഞപ്പോൾ വിദ്യ ദിനകർ ഞെട്ടിപ്പോയി. തന്റെ പ്രിയപ്പെട്ട നഗരമായ മംഗലാപുരം പെട്രോ ളിയം ഉത്പന്നങ്ങളുടെ ഒരു കേന്ദ്രമായി മാറുന്നതിൽ അവർ വേദനിച്ചു. അവരെല്ലാ വിവരങ്ങളും ശേഖരിച്ചു ജനങ്ങളെ സമീപിച്ചു. കർണാടക വ്യവസായ ഏരിയ ഡെവലപ്മെന്റ് ബോർഡ് (KIADB), ആദ്യഘട്ടമായി 1800 ഏക്കർ ഭൂമി ഏറ്റെടുക്കാൻ വന്നിരുന്നുവെന്നും വിദ്യയ്ക്കും കൂട്ടർക്കും അതിൽ ഒന്നും ചെയ്യാനായില്ല എന്നും അവർ അറിഞ്ഞിരുന്നു, എന്നാൽ അടുത്ത ഘട്ടവുമായി 2035 ഏക്കർഭൂമി ഏറ്റെടുക്കാൻ ശ്രമിച്ചപ്പോൾ ഭൂമി ഏറ്റെടുക്കുന്ന ഇടങ്ങളിലും സർക്കാർ ഓഫീസുകളിലും നീണ്ട സമരം നടത്തി. അങ്ങനെ 2011ൽ കേന്ദ്രസർക്കാരും സംസ്ഥാന സർക്കാരും ഈ

പെട്രോളിയം കേന്ദ്രം എന്ന പദ്ധതി നിർത്തിവെക്കാൻ തീരുമാനമെടുത്തു. എന്നാൽ വിദ്യയെ ജയിലിലടയ്ക്കുകയും 13 കേസുകൾ അവർക്കെതിരെ സംസ്ഥാന സർക്കാരും MSEZഉം ചേർന്ന് ചാർജ്ജ് ചെയ്യുകയും ചെയ്തു. ഓരോ കേസുകളും അവർ വാദിച്ചു. 11 എണ്ണവും തള്ളിക്കളഞ്ഞു.

കുട്ടികളെ ദുർനടപ്പിനായുള്ള ഉപയോഗം, സ്ത്രീപീഡനങ്ങൾ, സദാചാര പൊലീസിങ് എന്നിവ തടയുക, പരിസ്ഥിതി സംരക്ഷിക്കുക, തുടങ്ങിയ വിവിധ മാനവികമായ പ്രവർത്തനങ്ങളിലും വിദ്യ ഇതിനിടയിൽ ഏർപ്പെട്ടിരുന്നു. വിദ്യ വീണ്ടും വാർത്തകളിൽ നിറയാൻ തുടങ്ങുന്നത് ഷാരൂഖ് ഖാൻ അഭിനയിച്ച 'ദിൽവാലെ' എന്ന പടം, സംഘപരിവാർ ഗുണ്ടകൾ പ്രദർശനം തടഞ്ഞപ്പോൾ ആ ഗുണ്ടയ്ക്കെതിരെ പൊലീസിനോട് കേസെടുക്കാൻ ആവശ്യപ്പെട്ടപ്പോഴാണ്. പൊലീസ് അത് ചെയ്യാൻ മടിച്ചപ്പോൾ വിദ്യ സ്വന്തമായി പരാതി രജിസ്റ്റർ ചെയ്തു, പിന്നെ ആക്രമണങ്ങൾ ആരംഭിക്കുകയായിരുന്നു.

ബജ്രംഗ് ദൾ കൺവീനറായ പുനീത് കൊട്ടാരിയായിരുന്നു ആക്രമണം നയിച്ചത്. അയാളുടെ വലതുകൈയായി വർത്തിച്ചിരുന്നവർ കുറച്ചു വാക്കുകൾ കൊണ്ട് അവരെ ആക്രമിച്ചു:

“പാകിസ്ഥാനിലേക്കു പോകണം, അല്ലെങ്കിൽ നിന്നെ ബലാത്സംഗം ചെയ്തു കൊല്ലും.” ഇതായിരുന്നു ഭീഷണി.

ഇപ്പോഴാണ് നമ്മൾ ഓർമ്മിക്കുന്നത് സാഹചര്യങ്ങൾ എത്ര ഭീകരമാണെന്നും ഭൂവിത് ഷെട്ടി എന്ന കാവിഗുണ്ട അടുത്തകാലത്തു ചെയ്തത് എന്താണെന്നും. ചരിത്രകാരനും പണ്ഡിതനുമായ പ്രൊഫ. എം എം കൽബുർഗി കൊല്ലപ്പെട്ടപ്പോൾ ഇതുപോലെ പ്രൊഫ. ഭഗവാനെയും ഈ ഭൂവിത് ഷെട്ടി ഇതേ ഭീഷണിമുഴക്കി വിരട്ടാൻ നോക്കിയിരുന്നു. എല്ലായിടത്തുനിന്നും അയാൾക്കെതിരെ മുറവിളി ഉയർന്നപ്പോൾ പൊലീസ് കേസെടുത്തുവെങ്കിലും അയാൾ ജാമ്യത്തിലിറങ്ങി.

ഏതാനും മാസങ്ങൾക്കു ശേഷം ടിപ്പുസുൽത്താൻ വിവാദത്തിന്റെ പേരിൽ ഹരീഷ് പൂജാരിയെന്ന നിഷ്കളങ്കനായ ഒരു യുവാവിനെ ഭൂവിതും ചില കൂട്ടുകാരും കൂടി കൊന്നു. വാട്സ്ആപ്പിൽ പുനീതിന്റെ പടം അഭിമാനത്തോടെ പ്രചരിപ്പിക്കുമ്പോൾ വിദ്യയുടെ ജീവിതം മാത്രമല്ല, സംസ്ഥാനത്തിന്റെ വിവേകം കൂടി ഭീതിയോടെ ചോദ്യം ചെയ്യപ്പെടുകയാണ്.

ഇരുപത്തിയൊന്ന്

സ്ത്രീപക്ഷം

സ്ത്രീസംരക്ഷണ സമിതി അംഗം

വാക്കില്ലാത്തവരുടെ ശബ്ദമായി ഗൗരി ലങ്കേഷ് വളർന്നുകഴിഞ്ഞിരുന്നു. അധികാരഗർവിനെതിരെ നടത്തിയ പോരാട്ടങ്ങളിൽ സ്ത്രീകളുടെ പക്ഷത്ത് കൽമതിലായി ഉറച്ചുനിന്നു. സ്ത്രീകളുടെയും കുട്ടികളുടെയും നേർക്കുണ്ടാകുന്ന ആക്രമണങ്ങളും പീഡനങ്ങളും അന്വേഷിക്കാനും ആവശ്യമായ പരിഹാരങ്ങൾ നിർദ്ദേശിക്കാനും സിദ്ധരാമയ്യ സർക്കാർ രൂപീകരിച്ച വി. എസ്. ഉഗ്രപ്ര ചെയർമാനായ സ്ത്രീസംരക്ഷണസമിതി (മഹിളാദൗർജന്യ വിരോധികേ സമിതി - The expert committee on preventing sexual violence against women and childrenയിൽ ഗൗരി ലങ്കേഷിനെ അംഗമായി തെരഞ്ഞെടുത്തു, ഔദ്യോഗികമായ അറിയിപ്പ് വന്നു. അവരുടെ ആത്മാർത്ഥമായ സ്ത്രീപക്ഷ നിലപാടുകളും ഈ വിഷയത്തിലുള്ള അവഗാഹമായ അറിവും സ്ത്രീകളുടെ പ്രശ്നങ്ങൾ വരുമ്പോൾ ഓടിയെത്താനുള്ള സന്മനസ്സും പരിഗണിച്ചാണ് അവരെ ഉൾപ്പെടുത്തിയത്.

പ്രേമലതാ ദിവാകർ ശാസ്ത്രി

രാമകഥാഗായികയായ പ്രേമലതാ ദിവാകർ ശാസ്ത്രി 2015ൽ നടത്തിയ സ്ഫോടനാത്മകമായ വെളിപ്പെടുത്തൽ കർണ്ണാടകത്തെ

വിസ്മയിപ്പിച്ചു. രാമകഥാഗായികയായ തന്നെ രാമചന്ദ്രമഠത്തിലെ രാഘവേന്ദ്ര ഭാരതിസ്വാമിജി മഠത്തിലേക്ക് വിളിപ്പിച്ചു. മൂന്നു വർഷത്തിനിടയിൽ (2011–14) മതപരമായ ചടങ്ങുകളിൽ പങ്കെടുക്കാൻ കർണ്ണാടക, ആന്ധ്രാപ്രദേശ്, മധ്യപ്രദേശ്, രാജസ്ഥാൻ, ഡൽഹി, പടിഞ്ഞാറൻ ബംഗാൾ, എന്നിവിടങ്ങളിൽ കൊണ്ടുപോയി പത്തു തവണയിലേറെ ശാരീരികമായി ആക്രമണവും ബലാത്സംഗവും നടത്തിയെന്ന് അവർ പരസ്യമായി വെളിപ്പെടുത്തി. സ്വാമിജി ഭയപ്പെടുത്തിയതുമൂലം തുറന്നു പറഞ്ഞില്ലെന്നും എന്നാൽ ഭർത്താവിനോടും മക്കളോടും ചെയ്യുന്ന അനീതിയാണതെന്നു മനസ്സാക്ഷി മുറവിളി കൂട്ടിയപ്പോൾ, മൂത്ത സഹോദരിയോട് പറഞ്ഞു, അവരാണ് ഇത് വെളിച്ചത്തുകൊണ്ട് വരാനുള്ള ധൈര്യം നൽകിയതെന്നും പറഞ്ഞു.

സി.പി.എമ്മിന്റെ പോഷക സംഘടന ജനാധിപത്യമഹിളാസംഘം നേതാവ് കെ.എസ്. വിമലയാണ് ഈ കേസ് ആദ്യം ഏറ്റെടുത്തത്. സമൂഹത്തിലെ ഉന്നതനായ മഠാധിപതിക്കെതിരെ ക്രിമിനൽ നടപടി പ്രകാരം കേസെടുക്കാൻ പൊലീസ് തയ്യാറായില്ല. പൊലീസിന്റെ വിമുഖത അസഹ്യമായപ്പോൾ ഗൗരി ലങ്കേഷ് വിഷയത്തിൽ ഇടപെട്ട് ആഭ്യന്തര മന്ത്രിയേയും മുഖ്യമന്ത്രിയേയും അറിയിച്ചു, വിമലയോടൊപ്പം ചേർന്ന് സമ്മർദ്ദം ചെലുത്തുകയും ചെയ്തു.

'ലോകപശുസമ്മേളനം' നാഗ്പൂരിൽ 2007ൽ നടത്തിയ ഈ സ്വാമിജി ബി.ജെ.പിയുടെ വേണ്ടപ്പെട്ടവനായിരുന്നു. കന്യകകളായ പെൺകുട്ടികളെ വിധേയമാക്കുന്ന 'കന്യാസംസ്കാര' പൂജയും സ്ത്രീകൾക്ക് മാത്രമുള്ള 'ഏകാന്ത സേവാ' തുടങ്ങിയ തന്ത്രകർമ്മങ്ങളും ആശ്രമത്തിൽ നടക്കുന്നുണ്ടെന്നും ഈ സംഭവത്തോടെ ഗൗരി ലങ്കേഷും സഹപ്രവർത്തകരും

പ്രേമലതാ ദിവാകർ ശാസ്ത്രി

അന്വേഷണം നടത്തി വെളിപ്പെടുത്തി. ഹീനമായ ഈ പ്രവർത്തനങ്ങളെ എതിർക്കാനും അതിനെതിരെ ജാഗ്രതപാലിക്കണമെന്നും പത്രത്തിലൂടെ പ്രചരിപ്പിച്ചു. പീഡനത്തിനെതിരെ പ്രതിഷേധ പ്രകടനങ്ങളും മാർച്ചുകളും സംഘടിപ്പിക്കപ്പെട്ടു. എഴുത്തുകാരും ബുദ്ധിജീവികളും ആക്ടിവിസ്റ്റുകളും ധീരമായി പ്രതിഷേധിച്ചു. സ്ത്രീസംഘടനകൾ ഇരമ്പിയിളകി. പൊലീസിന് ഒഴിഞ്ഞു മാറാനും കേസ് വഴിതിരിച്ചു വിടാനും കഴിയാത്ത അവസ്ഥ സൃഷ്ടിച്ചു. പൊലീസ് കേസെടുത്ത് ചാർജ്ജ്ഷീറ്റ് നൽകി, വിചാരണയ്ക്കായി കേസ് കോടതിയിലെത്തിയപ്പോൾ, വാദം കേൾക്കാൻ തയ്യാറാവാതെ ഭീതിയുടെ തടവറയിൽപെട്ട്, എട്ടു ജഡ്ജിമാർ ഒഴിഞ്ഞു മാറി. രാഘവേശ്വര സ്വാമിജിക്കെതിരെ വാദം കേൾക്കാനും ഒരു വിധി പുറപ്പെടുവിക്കാനും ന്യായാധിപർവരെ ഭയപ്പെടുന്ന അവസ്ഥയായിരുന്നു.

പിന്നീട് വിചാരണ നടന്നുവെങ്കിലും ആവശ്യമായ തെളിവുകൾ ഹാജരാക്കുവാൻ പരാതിക്കാരിയായ ഗായിക പ്രേമലത ദിവാകർ ശാസ്ത്രിക്ക് കഴിഞ്ഞില്ല എന്ന വിധിയുടെ അടിസ്ഥാനത്തിൽ കേസ് തള്ളിപ്പോയി. 2016 മാർച്ചു മാസത്തിലാണ് ഈ വിധിയുണ്ടായത്. ഗൗരി ലങ്കേഷിനു നിരവധി വധഭീഷണികൾ ഉണ്ടായെങ്കിലും അതെല്ലാം അതിജീവിച്ചു.

ഈ സമയത്തുതന്നെ 2006ൽ തന്നെ സ്വാമിജി ബലാത്സംഗം ചെയ്തു എന്നാരോപിച്ചു മറ്റൊരു പെൺകുട്ടിയും രാഘവേശ്വര സ്വാമിജിക്കെതിരെ പരാതി നൽകുകയും കേസ് നടക്കുകയും ചെയ്തിരുന്നു. ഈ വിഷയത്തിലും ഗൗരി ലങ്കേഷ് ഈ പെൺകുട്ടിക്ക് എല്ലാവിധ സഹായവുമായി ആദ്യാവസാനം നിലകൊണ്ടു.

ഗിരീഷ് നിഗം

ഇന്ത്യൻ പ്രധാനമന്ത്രി മോഡിയുടെ 2015ലെ അമേരിക്കൻ യാത്രയും അനുബന്ധവിവരങ്ങളും റിപ്പോർട്ട് ചെയ്യാൻ അമേരിക്കയിലേക്ക് പോകാൻ തീരുമാനിച്ച വിവരം മാധ്യമപ്രവർത്തകൻ ഗിരീഷ് നിഗം അറിയിച്ചിരുന്നു. ഈ വിവരം ചിദാനന്ദ രാജ്ഘട്ടെയെ വിളിച്ചറിയിക്കുകയും അയാൾക്ക് ആവശ്യമായ എല്ലാ സഹായങ്ങളും അവിടെ ചെയ്തുകൊടുക്കണമെന്നും അയാളോട് 'ആജ്ഞാപിച്ചു'. ന്യൂയോർക്കിൽ വന്നു അയാൾ വിളിക്കുമെന്നാണ് പറഞ്ഞിരുന്നത്. ഹോട്ടലിൽനിന്നുമുള്ള വിളിയും പ്രതീക്ഷിച്ചിരിക്കുമ്പോൾ ഒരു സഹയാത്രികന്റെ ഫോണാണ് ചിദാനന്ദ രാജ്ഘട്ടെയ്ക്കു കിട്ടിയത്:

"ഗിരീഷ്നിഗം വന്നു ഹോട്ടലിൽ മുറിയെടുത്ത ഉടനെ ഹൃദയാഘാതമുണ്ടാവുകയും നിമിഷങ്ങൾക്കകം അയാളെ ആശുപത്രിയിൽ പ്രവേശിപ്പിക്കുകയും ചെയ്തു."

വാഷിംഗ്ടൺ നഗരത്തിൽ നിന്നും ന്യൂയോർക്കിലേക്കു ദൂരമേറെയാണ്. കൂടാതെ ഭാര്യ മേരി രണ്ടാമത്തെ കുട്ടിയെ പ്രസവിക്കാൻ ദിവസമടുത്തു വരുന്നു. ചിദാനന്ദ രാജ്ഘട്ടെ പോയാൽ മേരിക്ക് സഹായത്തിനാരുമില്ല.

ഉടൻ ബാംഗ്ലൂരിൽ നിന്നും ഗൗരി ലങ്കേഷിന്റെ ഫോൺ ചിദാനന്ദ രാജ്ഘട്ടെ എടുത്തു :

"ന്യൂയോർക്കിൽ പോയി ഗിരീഷിനെ ഒന്ന് കാണൂ."

ഈ അവസ്ഥയിൽ എങ്ങനെ പോകാൻ? ചിദാനന്ദ രാജ്ഘട്ടെ ഗിരീഷ് നിഗത്തിനെ അന്വേഷിച്ചു, അയാളുമായും ഫോണിൽ ബന്ധപ്പെട്ടു. ആശുപത്രിയിൽ എത്തിയ ഉടൻ തന്നെ ഗിരീഷിനെ ആൻജിയോപ്ലാസ്റ്റ് നടത്തിയെന്നും ശരിയായ ചികിത്സ കിട്ടിയെന്നും ജീവൻ രക്ഷപ്പെട്ടെന്നും ചിദാനന്ദ രാജ്ഘട്ടെയെ അയാൾ അറിയിച്ചു. ചിദാനന്ദ രാജ്ഘട്ടെ ഇത്രയും ദൂരം പ്രയാസപ്പെട്ട് അങ്ങോട്ട് വരേണ്ടതില്ലെന്നും അറിയിച്ചപ്പോൾ അയാൾക്ക് ഒരുവിധം സമാധാനമായി. വിവരം ഗൗരി ലങ്കേഷിനെ അറിയിച്ചപ്പോൾ അവർക്കും കാര്യം മനസ്സിലായി. ഒരാഴ്ച കഴിഞ്ഞപ്പോഴേക്കും മേരിയുടെ അമ്മ വന്നപ്പോൾ ചിദാനന്ദ രാജ്ഘട്ടെ ചോറും കറികളുമെല്ലാം പാക്ക് ചെയ്തു ന്യൂയോർക്കിൽ പോയി ഗിരീഷിനെ കണ്ടു, അയാളുടെ ചില ഫോട്ടോകളുമെടുത്ത് ഗൗരി ലങ്കേഷിനയച്ചു കൊടുത്തു. അല്ലെങ്കിൽ ഗൗരി ലങ്കേഷിന് ഒരു സമാധാനവും കിട്ടില്ല എന്ന് അയാൾക്കറിയാമായിരുന്നു.

ഗിരീഷ്നിഗം അസുഖം മാറി ഇന്ത്യയിലേക്ക് മടങ്ങി. ഏതാനും മാസങ്ങൾ കഴിഞ്ഞു. അയാളുടെ The Big Picture എന്ന പ്രൈംടൈം പ്രോഗ്രാം രാജ്യസഭാ ടിവിയിൽ നടന്നുകൊണ്ടിരിക്കുമ്പോൾ വീണ്ടും ഹൃദയാഘാതം അയാളെ തളർത്തി, ഉടൻ തന്നെ ആശുപത്രിയിലേക്ക് നീങ്ങിയെങ്കിലും ദൽഹിയിലെ തിരക്ക് പിടിച്ച റോഡിലൂടെ ആശുപത്രിയിൽ എത്താൻ വൈകി. പരിമിതമായ സൗകര്യങ്ങളിൽ ഡോക്ടർമാർ ജീവൻ രക്ഷിക്കാൻ പരിശ്രമിച്ചെങ്കിലും 2016 നവംബർ എട്ടാം തീയതി അയാളെ മരണം റാഞ്ചിക്കൊണ്ടുപോയി.

ഗൗരി ലങ്കേഷ് വാർത്ത കേട്ടപ്പോൾ അക്ഷരാർഥത്തിൽ തകരുകയായിരുന്നു. ഗിരീഷ് നിഗത്തെക്കുറിച്ചുള്ള ഓർമ്മകൾ ഡൽഹിയിലേക്ക് പറക്കാൻ പ്രേരണയേകി. ഗിരീഷ് നിഗത്തിന്റെ ബോഡി വരുന്നത് വരെ ഡൽഹിയിൽ അയാളുടെ വീട്ടിൽ തന്നെ നിന്നു, സംസ്കാരത്തിൽ പങ്കെടുത്തു തിരിച്ചുപോന്നു. നിഷ്കളങ്കമായ ഒരു സൗഹൃദം. പരസ്പരം അറിയുന്ന ഹൃദയങ്ങൾ ഒരുനാൾ വിട്ടുപോകുമ്പോൾ ജീവിതത്തിന്റെ ആകസ്മികതയെക്കുറിച്ച് ഉടനീളം ചിന്തിക്കുകയായിരുന്നു.

വീണ്ടും ഓർമകളുടെ തേരിൽ ഗതകാലങ്ങളിലേക്കു യാത്രയായി. ആശയപരമായ അഭിപ്രായ വ്യത്യാസങ്ങളെല്ലാം ഉണ്ടെങ്കിലും ചിദുവുമായി ഇപ്പോഴും പരസ്പരം അംഗീകരിച്ചുകൊണ്ടും ആശങ്കകൾ പങ്കുവെച്ചു കൊണ്ടും സൗഹൃദം നിലനിർത്തിക്കൊണ്ട് പോകാൻ കഴിയുന്നുണ്ടല്ലോ. ജീവിതത്തിന്റെ ഒരു ഭാഗമാവാൻ കഴിഞ്ഞതിലും നല്ല മുഹൂർത്തങ്ങൾ പരസ്പരം പങ്കുവെക്കാൻ കഴിഞ്ഞതിലും ചിദുവിനോട് നന്ദിയുണ്ട്. അവർ തമ്മിലുള്ള ചീത്തനിമിഷങ്ങൾ മറക്കാൻ ശ്രമിച്ചു. ഏറ്റവും പ്രധാനപ്പെട്ടത് പരസ്പരം അംഗീകരിക്കുകയും ആസ്വദിക്കുകയും ചെയ്യുന്നു

എന്നതാണ്. മേരി അയാളോട് കാണിക്കുന്ന സ്നേഹവും വേരുറപ്പിച്ച കുടുംബിനിയുമാണെന്നത് സന്തോഷകരം. മേരിയോടും ചിദുവിനോടും ദിയയോടും ശരണയോടും എന്നുമെന്നും ഈ സ്നേഹം നിലനിൽക്കും. എന്തോ, ഇതെല്ലാം അയാളോട് തുറന്ന് പറയണമെന്ന് തോന്നിപ്പോയി.

ആകെയൊന്നു തളർന്നു പോയെങ്കിലും ഒരു മാധ്യമപ്രവർത്തകയ്ക്ക് ഉണരാതെ പറ്റില്ലല്ലോ, ഉണർന്നു. സി.എൻ.എൻ ടി.വി നോക്കിയിട്ടും അമേരിക്കൻ പ്രസിഡണ്ട് തെരഞ്ഞെടുപ്പ് വാർത്തകൾ കിട്ടാത്തതിൽ അസ്വസ്ഥയായി. വലതുപക്ഷ നേതാവായ ട്രംപിനെ പ്രസിഡന്റായി തെരഞ്ഞെടുത്തു എന്ന വാർത്ത ഗൗരി ലങ്കേഷിനെ അസ്വസ്ഥയാക്കി. ലോകം വലതുപക്ഷത്തേക്ക് നീങ്ങുന്നു, ഇന്ത്യയിൽ എൻ.ഡി.എ. ഭരണം വന്നതുപോലെ ലോകത്തു വലതു രാഷ്ട്രീയത്തിന്റെ കാറ്റുവീശു കയാണെന്നും അത് ലോകരാഷ്ട്രീയത്തിന് തിരിച്ചടിയാണെന്നും ഗൗരി ലങ്കേഷ് വിലയിരുത്തി.

വിദ്യാർത്ഥിനിയുടെ മരണം

മംഗളൂരിൽ കാവ്യപൂജാരി എന്ന വിദ്യാർത്ഥിനി സംശയാസ്പദമായ സാഹചര്യത്തിൽ മരണപ്പെട്ടുവെന്ന വാർത്ത വന്നപ്പോൾ മംഗളൂർ റിപ്പോർട്ടറെ വിളിച്ചു അന്വേഷിച്ചു. റിപ്പോർട്ടർ വിവരം തിരക്കിയ ശേഷം ഗൗരി ലങ്കേഷിനെ അറിയിച്ചു.

ഗൗരി ലങ്കേഷിന്റെ സംശയം ശരിയാണെന്നും ആൽവാ വിദ്യാലത്തിൽ പഠിക്കുന്ന ഈ വിദ്യാർത്ഥിനിയുടെ മരണകാരണം ദുരൂഹമാണെന്നും അയാൾ അറിയിച്ചു. ഉടൻ തന്നെ കൂടുതൽ വിവരങ്ങൾ ശേഖരിച്ച് വാർത്ത നൽകാൻ ലേഖകനോട് ആവശ്യപ്പെടുകയും ചെയ്തു. സംശയാസ്പദമായ ഈ മരണത്തെക്കുറിച്ച് പൊലീസ് അന്വേഷണം നടത്തണമെന്നും ആവശ്യപ്പെടുന്ന ലേഖനം ഗൗരി ലങ്കേഷ് പത്രത്തിൽ എഴുതി. എന്നാൽ കേസെടുത്തു അന്വേഷണം നടത്താൻ പൊലീസ് വിസമ്മതിച്ചു. സർക്കാർ സമ്മർദ്ദം ചെലുത്തിയപ്പോൾ കേസെടുത്തു അന്വേഷണം നടത്തിയെങ്കിലും പൊലീസ് സ്വതസിദ്ധമായ കളികൾ കളിച്ചു ഈ കേസ് മുക്കി. ഗൗരി ലങ്കേഷ് അടങ്ങിയിരുന്നില്ല. വീണ്ടും പത്രത്തിൽ എഴുതുകയും രാഷ്ട്രീയസമ്മർദ്ദം ചെലുത്തുകയും ചെയ്തപ്പോൾ ശരിയായ രീതിയിൽ കേസന്വേഷണം നടത്താൻ പൊലീസ് നിർബന്ധിതമായി.

പെൺകുട്ടികൾ അപ്രത്യക്ഷമാവുന്നു

കഴിഞ്ഞ പത്ത് വർഷത്തിനിടയിൽ നൂറോളം പെൺകുട്ടികൾ ബലാത്സംഗത്തിനു വിധേയരാകുകയോ കൊലചെയ്യപ്പെടുകയോ കാണാതാവുകയോ ചെയ്യുന്നു എന്ന വസ്തുത ഗൗരി ലങ്കേഷിന്റെ അന്വേഷണാത്മക പത്രപ്രവർത്തനത്തിലൂടെ വെളിച്ചം കണ്ടു. പല കൊലകളും സാധാരണ മരണങ്ങളോ ആത്മഹത്യകളോ ആയി മാറുകയാണെന്നും

സംഘപരിവാർ സംഘടനകളുടെ സഹായത്തോടെയാണ് ഇതെല്ലം നടക്കുന്നതെന്നും ഗൗരി ലങ്കേഷിന്റെ അന്വേഷണത്തിലൂടെ വ്യക്തമായി.

സംഘപരിവാർ സ്വാധീനവലയത്തിലായ ധർമ്മസ്ഥലനേത്രാവതി പ്രദേശത്ത് പഞ്ചായത്തു തെരഞ്ഞെടുപ്പ് പേരിനേയുള്ളൂ. ഏകപക്ഷീയമായി സ്ഥാനാർത്ഥികൾ ജയിക്കുകയാണ് പതിവ്. അവിടത്തെ ബിസിനസ്സ് സ്ഥാപനങ്ങളും കൃഷിഭൂമികളും വീരേന്ദ്രഹെഗ്ഡെ എന്ന ജന്മിയുടെ അധീനതയിലാണ്. അദ്ദേഹത്തിന്റെ കുടുംബാംഗങ്ങളുടെ ഏകാധിപത്യഭരണമാണ് നടക്കുന്നത്. ഇത് അന്വേഷിക്കണമെന്നും ഗൗരി ലങ്കേഷ് ആവശ്യപ്പെട്ടു.

ലൗ ജിഹാദും ആത്മഹത്യയും

ഈ വാർത്തകളും അനുബന്ധവിഷയങ്ങളും സാമൂഹികാന്തരീക്ഷത്തിൽ ചൂടുപിടിച്ച ചർച്ചാവിഷയമായപ്പോൾ സംഘപരിവാർ സംഘടനകൾ വിഷയം മാറ്റാൻ ശ്രമം നടത്തി. ശിവമോഗയിലെ തീർത്ഥ ഹള്ളിയിൽ നന്ദിത എന്ന കോളേജ് വിദ്യാർത്ഥിനിയുടെ ആത്മഹത്യ മുസ്‌ലിം സമുദായംഗങ്ങൾ കൊല ചെയ്തതാണെന്ന് വ്യാജപ്രചാരണം അഴിച്ചുവിട്ടു. 'ലൗ ജിഹാദ്' ആണ് കൊലയുടെ കാരണമെന്നവർ പ്രചരിപ്പിച്ചു.

അതിനെതിരെയും ഗൗരി ലങ്കേഷും പത്രപ്രവർത്തകരും ശരിയായ അന്വേഷണം നടത്തി സത്യം കണ്ടെത്തി. വീട്ടിലുണ്ടായ വഴക്കുകാരണം നന്ദിത സ്വയം ആത്മഹത്യയിലേക്കു നയിക്കപ്പെട്ടതാണെന്നും തെളിവുകൾ നിരത്തി സ്ഥാപിച്ചതോടെ സത്യം പൊളിച്ചു കാണിക്കുകയും സംഘപരിവാറിന്റെ നേതാക്കളുടെ വിശ്വാസ്യതയും സത്യസന്ധതയും തുറന്നു കാണിക്കുകയും ചെയ്തു.

ഷിമോഗയിൽ ഒരു പെൺകുട്ടിയുടെ സംശയാസ്പദ മരണത്തെക്കുറിച്ച് അന്വേഷിക്കണം എന്നാവശ്യപ്പെട്ട് പോപ്പുലർഫ്രണ്ട് പ്രകടനം നടത്തി. എന്നാൽ അത് മുസ്‌ലിം സമുദായാംഗങ്ങൾ കൊലചെയ്തു അവർ തന്നെ കപടനാടകം കളിക്കുകയാണെന്നും പറഞ്ഞുകൊണ്ട് സംഘപരിവാർ സംഘങ്ങൾ പ്രചാരണം നടത്തി. ഇത്തരം നുണകൾ പ്രചരിപ്പിക്കുന്നതു സംഘപരിവാർ സംഘടനകളാണെന്നും അത് തുറന്നു കാണിക്കാൻ ഗൗരി ലങ്കേഷ് എന്നും എപ്പോഴും മുന്നിലുണ്ടായിരിക്കുമെന്നും ഗൗരി ലങ്കേഷ് പരസ്യമായി പ്രഖ്യാപിച്ചു.

2016 ഏപ്രിൽ മാസത്തിൽ കൊല്ലത്ത് പുറ്റിങ്ങൽ വെടിക്കെട്ട് ദുരന്തം നടന്നപ്പോൾ ഗൗരി ലങ്കേഷ് എഴുതിയ ലേഖനം ചുവടെ:

ദൈവം സ്വന്തം നാട്ടിൽ മരിക്കുമ്പോൾ

'ദൈവത്തിന്റെ സ്വന്തംനാട്' എന്ന് സ്വയം പ്രഖ്യാപിക്കുന്ന കേരളം, ദൈവത്തിന്റെ പേരിൽതന്നെ നിരവധി കൂട്ടമരണങ്ങൾക്കാണ് സാക്ഷ്യം വഹിച്ചത്. ഇന്ത്യയിലെ ഏറ്റവും പ്രശസ്ത ക്ഷേത്രമായ ശബരിമലയിൽ

ചുരുങ്ങിയത് മൂന്നു കൂട്ട മരണങ്ങളാണ് ഉണ്ടായത്. 1952ൽ വെടിക്കെട്ട് പ്രകടനം നടത്തിയപ്പോൾ 66 തീർത്ഥാടകരുടെ ജീവനാണ് ബലികൊടുക്കേണ്ടി വന്നത്. 2016 ഏപ്രിൽ പത്തിന് 107 പേർ കൊല്ലത്ത് പുറ്റിങ്ങലിൽ മരണപ്പെട്ടു. 1999ൽ മകരജ്യോതി സമയത്തെ തിരക്കിൽ വിരണ്ടോടി 52 തീർത്ഥാടകർ മരിച്ചു. മകരജ്യോതി കണ്ടപ്പോൾ ഉണ്ടായ പഴയ രണ്ടു ദുരന്തങ്ങൾക്കും 2011ൽ 106 പേര് മകരജ്യോതി സമയത്തെ തിക്കിലും തിരക്കിലുംപെട്ട് മരണപ്പെടുന്നതിനെ തടയാനായില്ല.

പുറ്റിങ്ങൽ ദേവീക്ഷേത്രത്തിലെ വെടിക്കെട്ട് കണ്ടാൽ ദുരിതങ്ങളെല്ലാം ഓടിയൊളിക്കുമെന്നും മകരവിളക്ക് കണ്ടാൽ ആത്മശുദ്ധി കൈവരുമെന്നുമാണ് വിശ്വാസം. സത്യത്തിൽ വിവിധ ജാതിമതങ്ങളിലും പാർട്ടികളിലും ഉൾപ്പെട്ട നേതാക്കളുടെ സംഘടനാമികവും 6000 കോടി രൂപയുടെ വെടിക്കെട്ട് വ്യവസായ ഉല്പന്നത്തിന്റെ പ്രയോഗവുമാണ് അവിടെ നടക്കുന്നത്. ശബരിമലക്ഷേത്രത്തിന്റെ ഭരണം നടത്തുന്ന ദേവസ്വം ബോർഡിന്റെയും വൈദ്യുത ബോർഡിന്റെയും ജീവനക്കാർ സംയുക്തമായി ചെയ്യുന്ന ഒരു തട്ടിപ്പാണ് മകരജ്യോതി.

എന്നിട്ടും വർഷങ്ങളായി ഈ 'ദുരിതക്കാഴ്ചകളും ദിവ്യദർശനവും' എന്തിനാണ് പരിപോഷിക്കുന്നത്? എന്തെന്നാൽ ഇത് വിശ്വാസവ്യവസായം വളർത്താനാണ്, അന്ധവിശ്വാസമാണ്, യുക്തിചിന്തയല്ല.

മതത്തിന്റെ അപസിദ്ധാന്തങ്ങളെ പ്രചരിപ്പിക്കുന്നതിനു പകരം ശാസ്ത്രീയവീക്ഷണം പ്രചരിപ്പിക്കുക എന്ന ഭരണഘടനാപരമായ ഉത്തരവാദിത്വം നിറവേറ്റുന്നതിൽ സ്റ്റേറ്റിന്റെ പങ്കെന്താണ്? അതിന്റെ ഉത്തരം തേടുന്നതിന് മുമ്പ് ഇതിന്റെ സാമ്പത്തിക ശാസ്ത്രമൊന്നു നോക്കാം. രണ്ട് രണ്ടര കോടി വരുന്ന തീർത്ഥാടകരിൽ നിന്നായി പതിനായിരം കോടിയോളം രൂപ, വിവിധയിനം നികുതികളിൽ നിന്നായി സർക്കാരും വഴിപാടായി 200 കോടി രൂപ ദേവസ്വംബോർഡും നവംബർ മുതൽ ജനുവരിവരെയുള്ള സമയത്തു നേടുന്നുണ്ട്. എല്ലാവർക്കും നേട്ടമാണ്, ജീവനും മനസ്സും നഷ്ടപ്പെടുന്നത് ഭക്തർക്കാണ്, ശാസ്ത്രീയബോധം പ്രചരിപ്പിക്കാൻ ആർക്കും താത്പര്യമില്ല. കോൺഗ്രസ്സ് നയിക്കുന്ന മുന്നണിക്കോ കമ്യൂണിസ്റ്റ് പാർട്ടി നയിക്കുന്ന ഇടതുമുന്നണിക്കോ ഇതിൽ ഒരു താത്പര്യവുമില്ല. ക്രിസ്ത്യൻ മുസ്ലിം മതങ്ങളുടെ കാര്യത്തിലും സ്ഥിതിക്ക് വ്യത്യാസമൊന്നുമില്ല.

2016ലെ വെടിക്കെട്ട് ദുരന്തത്തെക്കുറിച്ചും 1999ലെ മകരജ്യോതി കൂട്ടമരണത്തെക്കുറിച്ചും അന്വേഷിക്കാൻ മുഖ്യമന്ത്രിമാരായ ഉമ്മൻചാണ്ടിയും ഇ.കെ. നായനാരും യഥാക്രമം ഉത്തരവിട്ടിരുന്നു. ചന്ദ്രശേഖരമേനോൻ കമ്മീഷൻ പറഞ്ഞു, 'രാജ്യത്തിന്റെ വിവിധ ഭാഗത്തുനിന്നും വരുന്ന തീർത്ഥാടകരുടെ ജീവൻ രക്ഷിക്കുന്നതിൽ സർക്കാർ വീഴ്ചവരുത്തി' എന്ന്. ഇതുതന്നെ പുട്ടിങ്ങൽ ദുരന്തത്തെക്കുറിച്ചും പറയും. ഇനി വേറെയൊരു ദുരന്തമുണ്ടാകുമ്പോൾ വേറെയൊരു കമ്മീഷനെ നമ്മൾ വെക്കും, കഥയങ്ങനെ തുടർന്നുകൊണ്ടേയിരിക്കും.

ജനങ്ങളുടെ വിശ്വാസത്തെ രാഷ്ട്രീയക്കളിയാക്കി മാറ്റുന്നതെങ്ങനെയെന്നു മനസ്സിലാക്കാൻ ശ്രമിക്കാം. എഴുപതുകൾ വരെ അയ്യപ്പസേവാസംഘം കേരളത്തിൽ മാത്രമേ ഉണ്ടായിരുന്നുള്ളൂ. അമിതാബ് ബച്ചനും രജനീകാന്തും കർണാടകയുടെ സ്വന്തം രാജ്കുമാറും മക്കളും അടക്കമുള്ള താരങ്ങൾ ശബരിമലയിലേക്ക് പോകാൻ തുടങ്ങിയതോടെ അയപ്പമാലയുടെ കീർത്തി വടക്കൻ സംസ്ഥാനങ്ങളിൽ എളുപ്പത്തിൽ പരക്കാൻ തുടങ്ങി. യുക്തിവാദികൾ വിസ്മയിച്ചു. ഈ മകരജ്യോതി തട്ടിപ്പാണെന്നു അവർ പ്രഖ്യാപിച്ചു. ദേവസ്വംബോർഡും സർക്കാരും മൗനം പാലിച്ചു. എന്നാൽ 2008ൽ വസ്തുതകൾ അവരെക്കൊണ്ട് അംഗീകരിപ്പിക്കാൻ സാഹചര്യങ്ങളുടെ സമ്മർദ്ദം നിർബന്ധിതമായി. വർഷങ്ങളായി അതുവരെ നിഷ്കളങ്കരായ ജനങ്ങൾ 'ദിവ്യജ്യോതി'യെന്നു കരുതി സാഹസികമായി കാണുന്നത് 'മകരജ്യോതി' ആയി തന്നെ കാണുന്നതാണ് ലാഭകരമെന്ന് അവർക്കു രണ്ടുകൂട്ടർക്കും മനസ്സിലായി.

വോട്ട് നേടാൻവേണ്ടി അന്ധവിശ്വാസം പ്രചരിപ്പിക്കുന്നതിനേക്കാൾ ദോഷം അവരുടെ ജീവൻ നഷ്ടപ്പെടുത്തുന്നതാണ്. ദൈവം സ്വന്തം രാജ്യത്തു മരിച്ചു കൊണ്ടേയിരിക്കുകയാണ്.

മാനനഷ്ടക്കേസ് വിധി പറയുന്നു

2008ൽ പ്രസിദ്ധീകരിച്ച ഒരു റിപ്പോർട്ടിനെ അടിസ്ഥാനമാക്കി ബി.ജെ.പി നേതാക്കളായ പ്രഭുൽജോഷിയും ഉമേഷ്ദുഷിയും ചേർന്ന് കൊടുത്ത മാനനഷ്ടക്കേസിന്റെ വിധി പറയാൻ സമയമായി. ഹുബ്ബള്ളിയിലേക്കു തലേദിവസം ഗൗരി ലങ്കേഷ് യാത്രയായി, വക്കീലിനെ കണ്ടു, കോടതിയിൽ ഹാജരായി.

പ്രതിഭാഗം വക്കീൽ ചോദിച്ചു:

"പ്രഹ്ലാദ് ജോഷി പണം കൈപ്പറ്റിയെന്നത് ചതിയാണെന്ന് നിങ്ങളോട് ആരാണ് പറഞ്ഞത്?"

"ഒരു പത്രപ്രവർത്തകയായ തനിക്കു അതു വെളിപ്പെടുത്തേണ്ട ബാധ്യതയില്ല." എന്ന് ഗൗരി ലങ്കേഷ് വാദിച്ചു. എന്നാൽ പ്രസ്തുത വാദം അംഗീകരിക്കാതെ കോടതി ഗൗരി ലങ്കേഷിനെ കുറ്റവാളിയായി കാണുകയും അവർക്കെതിരെ ആറ് മാസം തടവുശിക്ഷ വിധിക്കുകയും ചെയ്തു. ഗൗരി ലങ്കേഷ് മേൽക്കോടതിയിൽ അപ്പീൽ പോകുന്നതിനുവേണ്ടി ജാമ്യം ആവശ്യപ്പെട്ടു, കോടതി ജാമ്യം അനുവദിക്കുകയും ചെയ്തു. (കേസ് മേൽക്കോടതിയിൽ തുടരുന്നതിനിടയിലാണ് കൊല്ലപ്പട്ടത്)

നേതാക്കൾ പണം കൈപ്പറ്റിയെന്ന വാർത്ത പറഞ്ഞത് സത്യത്തിൽ ബി.ജെ.പി നേതാക്കൾ തന്നെയായിരുന്നുവെന്നും ജ്വല്ലറി ഉടമയുമായി പരാതിക്കാരൻ കേസ് ഒത്തുതീർപ്പുണ്ടാവുകയാണുണ്ടായതെന്നും അവർ പിന്നീട് 'ന്യൂസ് ലാൻഡ്രി'യുടെ മുഖാമുഖത്തിൽ പറഞ്ഞു. യഥാർത്ഥത്തിൽ ദേവാനന്ദ് ജഗൽപുർ എന്ന റിപ്പോർട്ടറാണ് ആ വാർത്ത

എഴുതിയതെങ്കിലും അയാൾക്കെതിരെ തെളിവ് ഹാജരാക്കാൻ അവർക്കു കഴിയാതെ വന്നപ്പോൾ പത്രത്തിനെതിരായി തിരിഞ്ഞു ഗൗരി ലങ്കേഷിനെ വേട്ടയാടുകയായിരുന്നു. ഈ വാർത്ത പല കന്നഡ പത്രങ്ങളിലും പ്രസിദ്ധീകരിച്ചു വന്നതാണെങ്കിലും ഗൗരി ലങ്കേഷിനോട് ശത്രുതാ പരമായി കേസ് കൊടുത്തതാണെന്നും ഗൗരി ലങ്കേഷ് 'വയർ' (Wire) എന്ന അന്വേഷണ ഏജൻസിയോട് വെളിപ്പെടുത്തിയിരുന്നു.

ഗൗരി ലങ്കേഷ് കൂടുതൽ ശക്തിയാർജ്ജിച്ചു ഫാസിസ്റ്റു ശക്തികളെ നേരിട്ടു കൊണ്ടിരിക്കുകയായിരുന്നു. അവരുടെ കാര്യങ്ങളെ ദുർബല മാക്കാൻ, വരുമാനം കുറയ്ക്കുക എന്ന തന്ത്രം ഫാസിസ്റ്റുശക്തികൾ പ്രയോഗിച്ചു. തെഹൽക്ക, മിറർ, സൺഡേ എന്ന ഇംഗ്ലീഷ് പ്രസിദ്ധീക രണങ്ങളിൽ അവർ എഴുതിയിരുന്നു. മിറർ എന്ന ടൈംസ് പ്രസിദ്ധീകര ണത്തിൽ പ്രതിവാരം എഴുതിയിരുന്ന പംക്തി, നിർത്തലാക്കാൻ അവ രുടെ മേലുദ്യോഗസ്ഥനെ മാറ്റി നിയമിക്കാൻ ടൈംസ് ഓഫ് ഇന്ത്യ തീരു മാനിക്കുകയും പുതിയതായിവന്ന എഡിറ്റർ ഗൗരി ലങ്കേഷ് എഴുതി ക്കൊണ്ടിരിക്കുന്ന പംക്തി നിർത്തലാക്കുകയും ചെയ്തു. പ്രതിമാസം അവർക്കു കിട്ടിയിരുന്ന മുപ്പതിനായിരം രൂപയോളം വരുന്ന വരുമാനം നിന്നു. എന്നാൽ മുപ്പതിലേറെ വർഷക്കാലം ഇന്ത്യയിലും വിദേശത്തു മായി ഇംഗ്ലീഷ് പത്രങ്ങളിലും മാസികകളിലും എഴുതിക്കൊണ്ടിരിക്കുന്ന ഗൗരി ലങ്കേഷ് എന്ന മാധ്യമപ്രവർത്തകയ്ക്ക് എഴുതാൻ നിരവധി പത്ര ങ്ങളുണ്ട്, ഉയർന്ന പ്രതിഫലം കിട്ടുന്ന മാധ്യമപ്രവർത്തകയായിരുന്നു അവർ. സ്വന്തം പത്രത്തിന്റെ നടത്തിപ്പിലും എഴുത്തിലും ആക്ടിവിസ ത്തിലും കേന്ദ്രീകരിക്കുന്നതുകൊണ്ട് മറ്റു പത്രങ്ങളിൽ അധികം എഴു താറില്ല എന്നു മാത്രം. വരുമാനം ഗൗരി ലങ്കേഷിന് ഒരു പ്രശ്നമേ ആയി രുന്നില്ല.

ശാരീരികമായി തളർത്തുക എന്നതായിരുന്നു മറ്റൊരു തന്ത്രം. ശിവ മോഗയിൽ വെച്ച് കൂടാനിരുന്ന പുരോഗമനസാഹിത്യസമ്മേളനത്തിൽ ഗൗരി ലങ്കേഷിനെ പങ്കെടുപ്പിക്കരുതെന്നു സംഘപരിവാർ ശക്തികൾ സംഘാടകരോട് 'കൽപന' പുറപ്പെടുവിച്ചു. ഗൗരി ലങ്കേഷിനെ ക്ഷണി ക്കുമെന്നും അവർ പ്രസംഗിക്കുമെന്നും ധീരമായി സംഘാടകർ പറയു കയുണ്ടായി. നിശ്ചയിച്ച സ്ഥലത്തു കൃത്യസമയത്തു തന്നെ എത്തി, ഗൗരി ലങ്കേഷ് പ്രസംഗം പൂർത്തിയാക്കിയിരുന്നു. ആസൂത്രണം അനുസരിച്ച്, ചില ഗുണ്ടകൾ അവരെ ആക്രമിക്കാൻ ശ്രമിച്ചുവെങ്കിലും സിരിമനെ നാഗ രാജിന്റെ മകൾ മല്ലികെയും സഹപ്രവർത്തകരും തന്ത്രപരമായി അവരെ അക്രമികളിൽ നിന്നും ഒഴിവാക്കി മാറ്റിക്കൊണ്ടുപോകുകയാണുണ്ടായത്. 2016 നവംബറിൽ 'ന്യൂസ് ലാൻഡ്രി'ക്കു നൽകിയ അഭിമുഖത്തിൽ ഗൗരി ലങ്കേഷ് വെളിപ്പെടുത്തി:

"ഞാൻ നിങ്ങൾക്കുറപ്പു തരുന്നു, അവർ എന്നെയും വായ് മൂടിക്കെട്ടി ക്കാൻ ഒരുമ്പെട്ടിരിക്കുകയാണ്."

ഇരുപത്തിരണ്ട്

തളരാത്ത ചിറകുകൾ

ഗാർമെന്റ് വർക്കേഴ്സ് സമരം

പ്രൊവിഡന്റ് ഫണ്ട് നിയമത്തിൽ മാറ്റം വരുത്തിയ കേന്ദ്രസർക്കാർ നടപടിക്കെതിരെ സംസ്ഥാനത്തിലെ സ്ത്രീതൊഴിലാളികൾ ഗാർമെന്റ് വർക്കേഴ്സ് തെരുവിലിറങ്ങി സമരം ചെയ്തപ്പോൾ ആയിരക്കണക്കിന് പേർക്ക് ലാത്തിച്ചാർജ്ജിൽ പരിക്കേറ്റു. പ്രൊവിഡന്റ് ഫണ്ട് നിയമഭേദഗതിക്കെതിരെ നിന്ന ഗൗരി ലങ്കേഷ് അതിനെതിരെ സമരം ചെയ്ത സ്ത്രീകൾക്ക് ഐക്യദാർഢ്യം പ്രകടിപ്പിച്ചു ഒപ്പം നിന്നു. ആശുപത്രിയിലെത്തി കഴിയാവുന്ന എല്ലാ സഹായങ്ങളും ഒരുക്കി കൊടുക്കുകയും ആവശ്യമായ നിയമസഹായങ്ങൾ നൽകുകയും ചെയ്തു. വിഷയം രാഷ്ട്രീയമായി ഏറ്റെടുത്തുകൊണ്ട് ശക്തമായി പ്രതിഷേധിക്കാനും കുറ്റക്കാർക്കെതിരെ നിയമാനുസൃതമായ നടപടികൾ സ്വീകരിക്കാൻ എഴുതുകയും സർക്കാരിൽ സമ്മർദ്ദം ചെലുത്തുകയും ചെയ്യുകയുണ്ടായി.

അംഗനവാടി ജീവനക്കാരുടെ റാലി

അംഗനവാടി ജീവനക്കാരുടെ പ്രശ്നങ്ങൾ ഏറ്റെടുത്തു സി.പി.എം നേതൃത്വത്തിലുള്ള സംഘടനാ, ശമ്പളപരിഷ്കരണം മുതലായ ആവശ്യങ്ങൾ നേടിയെടുക്കാൻ 2017ൽ, ഇരുപതിനായിരം പേർ പങ്കെടുത്ത റാലി നടത്തി.

സർക്കാരിന്റെ ഭാഗത്തുനിന്ന് അനുകൂലമായ സമീപനമുണ്ടാകാൻ വേണ്ടി 'ഗൗരിലങ്കേഷ്പത്രികെ'യിൽ എഴുതുകയും ഈ സമരത്തിന്റെ ന്യായ വശങ്ങളെ സർക്കാരിനെ ബോധ്യപ്പെടുത്താൻ മുന്നിൽ നിൽക്കുകയു മുണ്ടായി. സംഘടനയുമായി സഹകരിച്ചു സർക്കാറുമായി ചർച്ചകളിൽ ഇടപെട്ടു. ഓരോ അംഗനവാടി ജീവനക്കാരിക്കും രണ്ടായിരം രൂപവരെ ശമ്പളത്തിൽ ഉയർച്ചയുണ്ടാക്കാനും മറ്റു ആവശ്യങ്ങൾ അനുഭാവപൂർവ്വം പരിഗണിക്കാനും തീരുമാനമുണ്ടാക്കിയതിൽ ഗൗരി ലങ്കേഷിന്റെ പങ്കു നിസ്സാരമായിരുന്നില്ല.

ചിദാനന്ദരാജ്ഘട്ടെയുടെ അമ്മയ്ക്ക് മറവിരോഗം ബാധിച്ചു. അന്ത്യ നിമിഷങ്ങളിലേക്ക് യാത്രയായപ്പോൾ, അയാൾ അമേരിക്കയിൽനിന്ന് കുടുംബവുമായെത്തി. അയാളുടെ മകൻ ശരണയ്ക്കു ആറേഴുമാസം പ്രായമായിട്ടേ ഉണ്ടായിരുന്നുള്ളൂ. ആ കൊച്ചിനെ കണ്ടപ്പോൾ പറഞ്ഞറി യിക്കാൻ കഴിയാത്തവിധം സന്തോഷവതിയായി. വാരിയെടുത്ത് കൊണ്ട് പോയി ലാളിക്കാനും സ്നേഹം ചൊരിയാനും തിരക്കിൽ മുങ്ങിനിൽക്കു മ്പോൾ പോലും ഗൗരി ലങ്കേഷ് സമയം കണ്ടെത്തി.

അവർ അമേരിക്കയിൽ പോയശേഷം 2017 ഫെബ്രുവരിയിൽ അയാ ളുടെ അമ്മ മരിച്ചപ്പോൾ, അമേരിക്കയിൽ നിന്നു ചിദാനന്ദ രാജ്ഘട്ടെ ഫ്ളൈറ്റിൽ വരുന്നതുവരെയുള്ള നേരങ്ങളിൽ, മരണത്തോടനുബന്ധി ച്ചുണ്ടായ സംഭവങ്ങൾ സമയാസമയങ്ങളിൽ ആ വീട്ടിൽ തന്നെ നിന്ന് അയാളെ ഫോണിലൂടെ അറിയിക്കാനും എപ്പോഴും ഗൗരി ലങ്കേഷ് ഉണ്ടാ യിരുന്നു. ചിദാനന്ദ രാജ്ഘട്ടെയും ഗൗരി ലങ്കേഷും തമ്മിൽ അവസാന മായി കണ്ടത് അന്നായിരുന്നു.

ദേശീയ പൗരാവകാശസംരക്ഷണദിനമാചരിക്കുന്നതിന്റെ ഭാഗമായി ഡൽഹിയിൽ ഒരു കൺവെൻഷൻ സംഘടിപ്പിക്കാൻ തീരുമാനിച്ചതനു സരിച്ച് ഗൗരി ലങ്കേഷ് പ്രഭാഷകയായി ക്ഷണിക്കപ്പെട്ടു. ഇന്ത്യയിലെ പ്രമുഖരായ പൗരാവകാശ പ്രവർത്തകർക്കൊപ്പം ഗൗരി ലങ്കേഷ് ഹ്രസ്വ മായ ഒരു പ്രസംഗം നടത്തി:

'ഒരു പുരോഗമനമതേതര സംസ്ഥാനം എന്ന നിലയിൽ നിന്ന് കർ ണാടകം, സാമുദായിക വിഭാഗീയ വീക്ഷണത്തിലേക്കു നീങ്ങുന്നതു ഒരേ സമയം രസകരവും ദുർബ്ബലവുമായി തീരുന്നു. കാറൽ മാർക്സിനും മുൻപ്, പന്ത്രണ്ടാം നൂറ്റാണ്ടിൽ തന്നെ തൊഴിലിന്റെ മാന്യത, സമത്വം, യുക്തിബോധം, എന്നിവയും ബ്രാഹ്മണമേധാവിത്വത്തിനെതിരേയും ബസവണ്ണ ഓർമ്മിപ്പിച്ചിരുന്നു. എന്നാലിന്ന്, ആരൊക്കെയാണോ ബസ വണ്ണയുടെ പിൻഗാമികളെന്നവകാശപ്പെടുന്നവർ, അവരെല്ലാം ബസവണ്ണ യുടെ ആദർശങ്ങൾക്കെതിരായ ഹിന്ദുത്വവാദികളാണ്. എത്ര ലാഘവ മായിട്ടാണ് അവർ വധഭീഷണികൾ മുഴക്കുന്നത്? മുൻകാലങ്ങളിൽ ഭരണ കൂട വിമർശനം നടത്തിയിരുന്ന ചിന്തകർക്കും ആക്ടിവിസ്റ്റുകൾക്കുമെതിരെ ശാരീരിക ആക്രമണം ഉണ്ടായിട്ടില്ല.

ഇരുപതാംനൂറ്റാണ്ടിൽ, കന്നഡഭാഷയ്ക്ക് ജ്ഞാനപീഠം അവാർഡ് നേടിത്തന്ന കുവെമ്പു 'ജാതിയുടെയും സമുദായങ്ങളുടെയും ഇരുട്ടിൽ നിന്ന് പുറത്തുകടന്നു വിശ്വപൗരനാകൂ' എന്ന് പുരോഗമനപ്രസ്ഥാനത്തെ നയിച്ചുകൊണ്ട് ആഹ്വാനം ചെയ്തു. തുടർന്ന്, യു.ആർ. അനന്തമൂർത്തി, എം.എം. കൽബുർഗി, എന്റെ പിതാവ് പി. ലങ്കേഷ്, പൂർണ്ണചന്ദ്ര തേജസ്വി... ഇവരെല്ലാവരും തന്നെ ജവഹർലാൽ നെഹ്റു, ഇന്ദിരാഗാന്ധി, രാജീവ് ഗാന്ധി എന്നിവരെ രൂക്ഷമായി വിമർശിച്ചവരായിരുന്നു. എന്നാൽ ഞാൻ പറയട്ടെ, ആരും തന്നെ ഭീഷണിക്കു വിധേയമാവുകയോ കൊല്ലപ്പെടുകയോ ചെയ്തിട്ടില്ല. ഇന്ന് വധഭീഷണി ഒരു സാധാരണ സംഭവമായി മാറിയിരിക്കുന്നു. സ്ത്രീകളുടെ ഹോംസ്റ്റേക്കും പബ്ബിൽ പോയി പെൺകുട്ടികൾ മദ്യപിക്കുന്നതിനെതിരേയും സംസ്കാരത്തിന്റെയും സ്ത്രീസംരക്ഷണത്തിന്റെയും പേരിലാണെങ്കിൽ, ദളിതരെയും യുക്തിവാദികളെയും സ്വതന്ത്രചിന്തകരെയും ഇടതുപക്ഷ പ്രവർത്തകരെയും ആക്രമിക്കുന്നതും കൊല്ലുന്നതും ഹിന്ദുത്വത്തിന്റെ പേരിലാണ്. ഇവിടെ പൗരാവകാശങ്ങൾ ധ്വംസിക്കപ്പെടുകയാണ്."

മീറ്റിംഗ് കഴിഞ്ഞു നേരെ പോയത് ജെ.എൻ.യുവിലേക്കാണ്. ഡൽഹിയിൽ ചെല്ലുമ്പോൾ ജെ.എൻ.യുവിലേക്കു ഇടയ്ക്കു പോകുന്നത് അവിടെയുള്ള പൊതുപ്രവർത്തനങ്ങൾ അറിയാനും അവരുമായി ആശയവിനിമയം നടത്താനും കൂടിയായിരുന്നു. ഇന്ത്യയുടെ യുവരാഷ്ട്രീയം, പുതിയ വർണ്ണങ്ങളിൽ, പുതിയ സുഗന്ധം പരത്തി, ഭാവിയുടെ വാഗ്ദാനമാവുന്ന രാഷ്ട്രീയ മുകുളങ്ങൾ പൂത്തു വിടരുന്നത് ജെ.എൻ.യു.വിലാണ്. ഭഗത്സിംഗ് അംബേദ്കർ വിദ്യാർത്ഥി യൂണിയന്റെ നേതാവും അഖിലേന്ത്യാ തലത്തിൽ ശ്രദ്ധേയനുമായ ഉമർ ഖാലിദ് ഒരു വിദ്യാർത്ഥിസമരത്തിനു നേതൃത്വം കൊടുക്കുകയും പ്രസംഗിച്ചു നിൽക്കുകയുമായിരുന്നു. ആ ചെറുപ്പക്കാരൻ ജെ.എൻ.യുവിൽ പിഎച്ച്.ഡിക്കു ഗവേഷണം നടത്തുന്നു. ആ വിദ്യാർത്ഥിയുടെ വാക്കുകളും ശരീരഭാഷയും ആവേശവും ആത്മാർത്ഥതയും ഗൗരി ലങ്കേഷിന്റെ ഹൃദയത്തിൽ അടയാളങ്ങൾ ഉണ്ടാക്കി.

പ്രസംഗം കഴിഞ്ഞ ഉടനെ ഉമർ ഖാലിദിന്റെ അടുത്ത് പോയി പ്രസംഗത്തിനെ അഭിനന്ദിച്ച് സ്വയം പരിചയപ്പെടുത്തി. പ്രശസ്ത ജേണലിസ്റ്റും ആക്ടിവിസ്റ്റുമായ ഗൗരി ലങ്കേഷ് തന്നെ കാണാൻ വന്നതും സംസാരിക്കാൻ താത്പര്യം പ്രകടിപ്പിച്ചതും ഉമർ ഖാലിദിനും സന്തോഷമായി.

"നിന്നെ ആദർശവളർത്തുപുത്രനായി ഞാൻ ദത്തെടുത്തിരിക്കുന്നു. (Adopted Ideological Son.)" മാതൃസഹജമായ സ്നേഹത്തിന്റെ വശ്യതയുള്ള ഗൗരിലങ്കേഷിന്റെ വാക്കുകൾ ആ ചെറുപ്പക്കാരനിൽ വിസ്മയമാണുണ്ടാക്കിയത്. വ്യക്തിപരമായി അധികമൊന്നും പരസ്പരം അറിയാത്ത അവർ തമ്മിൽ അവരവരുടെ പ്രവർത്തനങ്ങൾ പങ്കുവെച്ചു. ഒപ്പം തന്നെ ജെ.എൻ.യുവിൽ ഗവേഷണം നടത്തുന്ന അഖിലേന്ത്യാ

വിദ്യാർത്ഥി ഫെഡറേഷൻ നേതാവ് കനയ്യ കുമാറിനെയും കണ്ടു, പരിചയം പുതുക്കുകയും ചെയ്തു. വിദ്യാർത്ഥികളെ വിളിച്ചുകൂട്ടി ഗൗരി ലങ്കേഷ് പറഞ്ഞു:

“എനിക്ക് വളർന്നു വരുന്ന നിങ്ങളിൽ ഏറെ പ്രതീക്ഷയുണ്ട്. വർഗീയ ഫാസിസ്റ്റു ശക്തികൾക്കെതിരെ നിങ്ങൾ നടത്തിക്കൊണ്ടിരിക്കുന്ന പോരാട്ടം ആവേശകരമാണ്, അത് തുടരണം. പ്രചരിക്കപ്പെടുന്നത് വർഗീയത വിഘടനവാദമാണ്. രാജ്യത്തിന്റെ ഐക്യം കെട്ടിപ്പടുക്കാൻ തുറന്ന മനസ്സുള്ള നിങ്ങളുടെ സ്നേഹത്തിലൂടെ മാത്രമേ കഴിയൂ. വർഗ്ഗീയതക്കെതിരെയുള്ള പോരാട്ടം പെട്ടെന്ന് തീരുമെന്ന് പ്രതീക്ഷിക്കേണ്ട, അത് തലമുറകളിലേക്ക് തുടരേണ്ടി വരും. എന്നാൽ ഈ പോരാട്ടത്തിൽ ഏതു തരത്തിലുമുള്ള ആക്രമണവും പ്രതീക്ഷിക്കണം. നിങ്ങളോടൊപ്പം ഒരമ്മയായി, സഹപ്രവർത്തകയായി ഞാനെന്നുമുണ്ടാവും. നിങ്ങൾ ഓരോരുത്തരും വളരെ കരുതലോടെ നടക്കണം. നമുക്കിനിയും കാണാം, നിർഭയമായി പോരാട്ടം തുടരണം...”

ആ ചെറുപ്പക്കാരുടെയെല്ലാം ഹൃദയങ്ങളിൽ പോരാട്ടത്തിനുള്ള ആവേശവീര്യത്തിന്റെ മൺചിരാത് കൊളുത്തിയിട്ടാണ് ബാംഗ്ലൂർക്കു മടങ്ങിയത്. അതേസമയം ഗൗരി ലങ്കേഷിന് അനുദിനം വന്നുകൊണ്ടിരിക്കുന്ന ഭീഷണികളെക്കുറിച്ച് ഒരു വാക്കുപോലും ആരോടും പറഞ്ഞില്ല എന്നതാണ് വാസ്തവം.

ബാംഗ്ലൂരിൽ തിരിച്ചു വന്ന ശേഷം ഡൽഹിയിലെ വളർത്തുമക്കളെ എല്ലാ ദിവസവും ഫോണിൽ വിളിക്കുമായിരുന്നു. എല്ലാ പുരോഗനജനാധിപത്യ ശക്തികളേയും സമുദായ സംഘടനകളേയും ഒരു കുടക്കീഴിൽ അണിനിരത്തിയ കർണ്ണാടകസമുദായ സൗഹാർദ്ദവേദിയുടെ മാതൃകയിൽ ഡൽഹിയിലും ഒരു വർഗ്ഗീയ ഫാസിസ്റ്റ് പ്രതിരോധ പ്രസ്ഥാനത്തിന് രൂപം കൊടുക്കാൻ വഴികൾ അവരോടു അന്വേഷിച്ചു. അപ്പോൾ ഉമർ ഖാലിദ് പറഞ്ഞ പ്രശ്നം ഗൗരവമുള്ളതായിരുന്നു.:

“അംബേദ്കർ പ്രസ്ഥാനവും ഇടതുപക്ഷ പ്രസ്ഥാനവും തമ്മിൽ തലമുറകളായി നിലനിൽക്കുന്ന പകയും അവിശ്വാസവുമാണ് ഈ ഐക്യത്തിന് പ്രധാനമായ തടസ്സം.”

“വർഗീയത പനപോലെ വളരുമ്പോൾ, നിങ്ങൾ ഇങ്ങനെ തത്വശാസ്ത്രത്തിന്റെ തലനാരിഴ കീറി, പരസ്പരം വഴക്കിട്ടാൽ ജയിക്കുന്നതു ഫാസിസമാണ്. കർണാടകത്തിലും ഈ പ്രശ്നങ്ങളുണ്ടായിരുന്നു, ഞങ്ങളത് പരിഹരിച്ച് വരികയാണ്. അടുത്തിടപഴകലുകളിലൂടെ എല്ലാം പരിഹരിക്കണം. എല്ലാവരും ഒരുമിച്ചു നിന്ന് നിർഭയമായി പോരാട്ടം നടത്തണം. പക്ഷേ, കരുതൽ ഉണ്ടാവണം.”

ഇത്രയും ആത്മാർത്ഥതയും സ്നേഹവും ഉപദേശവും തരുന്ന ഈ അമ്മേയുടെ ആത്മബന്ധം അവരിൽ വളരുകയായിരുന്നു. അവർ തമ്മിൽ

പിന്നീട് കണ്ടുമുട്ടിയപ്പോൾ, ഗൗരി ലങ്കേഷ് ഒരു പൊതി നീട്ടി. ഉമർ ഖാലിദ് ചോദിച്ചു:

"ഇതെന്താ?"

"സ്നേഹം... ഒരു ജോടി പാന്റ്സും ഷർട്ടും." ഗൗരി ലങ്കേഷിൽ നിന്നും അത് വാങ്ങുമ്പോൾ ഒരമ്മയുടെ വാത്സല്യം ഉമർ ഖാലിദ് അറിയുകയായിരുന്നു. എന്നാൽ ആകാശത്തിനു കീഴിലുള്ള ഏതു വിഷയങ്ങളും പ്രായത്തിന്റെ ദൂരമില്ലാതെ തുറന്നു സംസാരിക്കുന്ന വൈജ്ഞാനിക സൗഹൃദമുണ്ടായിരുന്നു. സാഹിത്യം, സംസ്കാരം, ചരിത്രം, നിയമം, നീതി ന്യായം, രാഷ്ട്രീയം, സാമൂഹിക ജീവിതം മുതലായ വിഷയവൈവിധ്യത്തിലും ഏറ്റവും പുതിയ അറിവുകളുടെ കാര്യത്തിലും വിസ്മയപ്രതിഭാസമായിരുന്നു. ഇപ്പോഴും അവർ പിരിയുമ്പോൾ, ഓർമിപ്പിച്ചു:

"മോനേ, പോരാട്ടം ഒരിക്കലും അവസാനിപ്പിക്കരുത്, പക്ഷേ, സൂക്ഷിക്കണം. കേട്ടോ."

ഇതേ രീതിയിൽ തന്നെയാണ് കന്നയ്യകുമാർ, ദളിത് യുവനേതാവ് ജിഗ്നേഷ് മേവാനി എന്നിവരോടെല്ലാം ഗൗരി ലങ്കേഷ് പെരുമാറിയത്. എല്ലാവർക്കും ആവേശകരമായ സമരവീര്യം പകരാനും പ്രായവ്യത്യാസമില്ലാതെ പ്രണയംവരെയുള്ള കാര്യങ്ങൾ തുറന്നു പറയാനും മാതൃസ്നേഹം ചെരിയാനും അവർക്കു കഴിഞ്ഞു.

സമ്മർ ഹോളിഡേയ്സ് എന്ന സിനിമയിൽ അഭിനയിക്കുന്നു

കവിത ലങ്കേഷ് ഇതിനകം നാൽപതിലേറെ ഡോക്യുമെന്ററികളും പത്ത് സിനിമകളും പുറത്തിറക്കിയിരുന്നു. കഥ, തിരക്കഥ, സംവിധാനം എന്നീ സർഗ്ഗപ്രവർത്തനവും നടത്തിയിരുന്ന കവിത ലങ്കേഷ് തന്നെയാണ് മിക്കവാറും ചിത്രങ്ങളുടെ നിർമ്മാതാവും. ആദ്യ ചിത്രമായ 'ആവേരി'ക്ക് ഒൻപത് അന്തർദേശീയ അവാർഡുകളും മികച്ച ആദ്യ സംവിധായിക, മികച്ച ഭാഷചിത്രം തുടങ്ങി നിരവധി സംസ്ഥാനദേശീയ പുരസ്കാരങ്ങളും നേടിയിരുന്നു. പിന്നീട്, അലമാരി, ബിംബ, പ്രീതി പ്രേമ പ്രണയ, മാൽ ഗുഡി ഡേയ്സ് (ടെലിസീരിയൽ) തനനം തനനം, അവ്വ, മഴൈ, ക്രേസി ലോക, കരിയകൻ ബിട്ട എന്ന ചിത്രങ്ങൾ നിർമിച്ചു, ചില ചിത്രങ്ങൾ കച്ചവടവിജയവും നേടി. കാതൽ മഴൈ, തമിഴിലേക്ക് ഡബ്ബ് ചെയ്തു. ഈ എല്ലാ ചിത്രങ്ങൾക്കും ദേശീയ സംസ്ഥാന അംഗീകാരങ്ങളും അവാർഡുകളും നേടിയ കന്നഡയിലെ മികച്ച സംവിധായികയായി വളർന്നു കഴിഞ്ഞിരിക്കുന്നു. ഈ സമയത്താണ്, 'സമ്മർഡെയ്സ്' എന്ന ചിത്രം സംവിധാനം ചെയ്യുന്നത്. പതിവുപോലെ തിരക്കഥ വായിക്കാൻ ഗൗരി ലങ്കേഷിനെ ഏൽപ്പിച്ചു, അത്യാവശ്യം വേണ്ടുന്ന ചില എഡിറ്റിങ് നടത്തി, ഗൗരി ലങ്കേഷ് ചോദിച്ചു:

"ഇതിൽ ഒരു ലേഡി ആക്ടിവിസ്റ്റ് ഉണ്ടല്ലോ, ആ വേഷം ആരാണ് ചെയ്യുന്നത്?"

"അത് ചോദിക്കാനുണ്ടോ, നിന്നെ മനസ്സിൽ കണ്ടല്ലേ ഞാനതു എഴുതിയത്?"

"ഞാനോ? അഭിനയിക്കാനറിയുന്ന വേറെ ആരെയെങ്കിലും നിനക്ക് കിട്ടിയില്ലേ?" ഇത്രയും നാളായി ഒരു നല്ല പ്രഭാഷണം നടത്താൻ പോലും എനിക്ക് കഴിയുന്നില്ല. എന്നിട്ടാണ് അഭിനയം, അതെല്ലാം ഞാൻ പണ്ടേ നിർത്തിയതല്ലേ?"

"ഇതിൽ ഗൗരിയെപോലുള്ള ഒരു ആക്ടിവിസ്റ്റിന്റെ കഥാപാത്രമാണ്, ചെറിയ റോളാണ്, നീ തന്നെ മതി." ബേബി പറഞ്ഞാൽ പിന്നെ ഗൗരിക്ക് മറ്റൊന്നും പറയാനുണ്ടാവില്ല.

ഗൗരി ലങ്കേഷിന്റെ തിരക്ക് പരിഗണിച്ച്, അവർക്കുള്ള ഭാഗങ്ങൾ വേഗം ഷൂട്ട് ചെയ്ത് തീർത്തു കൊടുക്കാൻ കവിത ലങ്കേഷ് പ്രത്യേകം ശ്രമിച്ചിരുന്നു. എന്നാൽ, മിക്കവാറും ദിവസങ്ങളിൽ ഷൂട്ടിങ്ങ് കുറെ നേരം കണ്ട് ആസ്വദിച്ചിട്ടേ തന്റെ സ്വന്തം കാര്യങ്ങൾക്കു ഗൗരി ലങ്കേഷ് പോയിരുന്നുള്ളൂ. ഷൂട്ടിങ്ങ് പൂർത്തിയായെങ്കിലും സ്റ്റുഡിയോ ജോലികൾ ബാക്കിയുണ്ടായിരുന്നു. ആഗസ്റ്റിൽ ആ ചിത്രം റിലീസായി.

ലങ്കേഷ് ജന്മദിനവാർഷികം പത്രവാർഷികം

പി.ലങ്കേഷിന്റെ ജന്മദിനം മാർച്ച് എട്ടാം തിയതി പതിവ് പോലെ നടത്തണം. ആ യോഗത്തിൽ പ്രൊഫ. റഹ്മത്ത് തരീക്കെരെ പി. ലങ്കേഷിന്റെ ചിത്രത്തിൽ പുഷ്പാർച്ചന നടത്തണം എന്ന് അദ്ദേഹത്തെ ഫോണിൽ വിളിച്ചു അഭ്യർത്ഥിച്ചു.

റഹ്മത്ത് തരീക്കെരെ

റഹ്മത്ത് തരീക്കെരെ സരസമായി പ്രതികരിച്ചു.

"പണ്ട്, എന്റെയൊരു ലേഖനത്തെ ശക്തമായി എതിർത്ത് വിമർശനമെഴുതി എന്നെയൊരിക്കൽ തകർത്തയാളാണ് പി. ലങ്കേഷ്, പുഷ്പ്പാർച്ചന നടത്തുമ്പോൾ എന്നെ ലങ്കേഷ് ആക്രമിച്ചാലോ ഗൗരീ?"

"ഏയ്, ഈവക ബാലിശമായ കാര്യങ്ങളൊന്നും മനസ്സിൽ

കൊണ്ട് നടക്കുന്ന കൊച്ചു മനുഷ്യനൊന്നുമല്ല എന്റെ അപ്പ, നിങ്ങൾ ഭയപ്പെടേണ്ട, വന്നു പുഷ്പാർച്ചന നടത്തിക്കൊള്ളൂ, പേടിക്കേണ്ട, അപ്പ യൊന്നും ചെയ്യില്ല..."

ജോലിത്തിരക്കിലും സംഘർഷങ്ങളിലും തലപുകഞ്ഞു നടക്കു മ്പോഴും ഗൗരി ലങ്കേഷിന്റെ സ്വഭാവത്തിൽ വിട്ടുപോകാതെ അലങ്കാര മായി നിലനിൽക്കുന്ന സ്വതസിദ്ധമായ നർമ്മം കേട്ട് റഹ്മത്ത് തരീക്കെരെ വിസ്മയിച്ചു. അതായിരുന്നു, പത്രത്തിന്റെയും പി. ലങ്കേഷിന്റെയും അവസാനമായി ആചരിച്ച വാർഷികാഘോഷം.

നോട്ട് നിരോധനം എല്ലാ വ്യാപാര വ്യവസായങ്ങൾക്കുമെന്നതുപോലെ ഗൗരി ലങ്കേഷ് പത്രികെയെയും പ്രസാധനങ്ങളേയും പ്രതികൂലമായി ബാധിച്ചു. സാമ്പത്തികമായ പ്രതിസന്ധി തരണം ചെയ്യാൻ സഹപ്രവർ ത്തകരുമായി പല യോഗങ്ങളും നടത്തിയെങ്കിലും പരസ്യം പത്രത്തിൽ ആരംഭിക്കാം എന്ന അഭിപ്രായത്തോട് യോജിക്കാനായില്ല. വരുന്ന ദസ റയ്ക്ക് ഒരു പരസ്യം സർക്കാരിൽ നിന്നും സ്വീകരിക്കാം എന്ന അഭി പ്രായം വന്നെങ്കിലും 'നോക്കാം' എന്ന അലസമായ ഒരു മറുപടി മാത്ര മാണ് ഗൗരി ലങ്കേഷിൽ നിന്നും ഉണ്ടായത്.

ഇരുപത്തിമൂന്ന്

വാതിൽപ്പടിയിൽ രക്തം

ബാബാ ബുഡൻഗിരിയിൽ സൂര്യോദയം

ജൂലായ് 2017

മൊബൈൽ ഫോൺ മണിയടിച്ചു, മുഖ്യമന്ത്രിയുടെ പേഴ്സണൽ അസിസ്റ്റന്റ് ചോദിച്ചു, "മുഖ്യമന്ത്രി ഓഫീസിലുണ്ട്. ഒന്ന് വരാൻ പറ്റുമോ?"

"വരാം." ഗൗരി ലങ്കേഷ് കാർ സ്റ്റാർട്ട് ചെയ്തു. വിധാൻ സൗധയ്ക്കരികെ വണ്ടി പാർക്ക് ചെയ്തു ഓഫീസിൽ എത്തിയപ്പോൾ മന്ത്രിമാരുമായി സിദ്ധരാമയ്യ ചർച്ചയിലായിരുന്നു. സെക്യൂരിറ്റിക്കാരൻ ഗൗരി ലങ്കേഷിനെ മുഖ്യമന്ത്രിയുടെ ഓഫീസിലേക്ക് കടക്കുമ്പോൾ തടയുന്ന പതിവില്ല. ഒരു പത്രപ്രവർത്തകയെന്നതിനേക്കാൾ മുഖ്യമന്ത്രിയുമായി അവർക്കുണ്ടായിരുന്ന സൗഹൃദത്തിന്റെ അടയാളമായിരുന്നു ആ സ്വാതന്ത്ര്യം. അകത്തു കയറി മുഖ്യമന്ത്രിയെ വന്ദിച്ച് മുൻപിലിരുന്നപ്പോൾ അദ്ദേഹം കൈ പിടിച്ചു കുലുക്കിയശേഷം ഗൗരി ലങ്കേഷിനെ അഭിനന്ദിച്ചു, ഒരു കടലാസ് എടുത്തു നീട്ടി മുഖ്യമന്ത്രി വിശദീകരിച്ചു.

"ബാബ ബുഡൻ ഗിരികേസിൽ കർണാടക സർക്കാർ നിർദേശിച്ച മൂന്നു എൻഡോവ്മെന്റ് കമ്മിറ്റിയംഗങ്ങളെ സുപ്രീംകോടതി അംഗീകരിച്ചു." അദ്ദേഹം തുടർന്നു :

'ജസ്റ്റിസ് നാഗമോഹൻദാസ് ചെയർമാനും പ്രൊഫ. റഹ്മത്ത് തരീക്കെരെ, പ്രൊഫ എസ്.ഷെട്ടാർ എന്നിവർ അംഗങ്ങളായുമുള്ള കമ്മിറ്റിയെയാണ് സർക്കാർ ശുപാർശ ചെയ്തിരുന്നത്. സുപ്രീംകോടതി അവരുടെ നിയമനം അംഗീകരിച്ചു. അവർ ഉത്തരവാദിത്വം ഉടൻ തന്നെ ഏറ്റെടുക്കും. മുമ്പ് ബാബാ ബുഡൻഗിരിയിൽ ഒരു ക്ഷേത്രമുണ്ടായിരുന്നുവെന്നു സത്യവിരുദ്ധമായി എഴുതാൻ അവർക്കു കഴിയില്ല. ആദർശ ശാലികളും സത്യസന്ധരും ചരിത്രബോധവുമുള്ള പണ്ഡിതരുമാണിവർ. ഗൗരി ലങ്കേഷ് ഏറ്റെടുത്ത പോരാട്ടം ജയിക്കാൻ പോകുന്നു. ഈ വിജയം ജനാധിപത്യത്തിന്റേതാണ്, നമ്മുടെ നാടിന്റേതാണ്. കാര്യങ്ങൾ ഇവിടെയെത്തിക്കാൻ കഴിഞ്ഞതിൽ ഏറ്റവും അഭിമാനിക്കാൻ അർഹതയുള്ളത് എന്റെ സുഹൃത്തിന്റെ മകൾ കൂടിയായ ഗൗരിലങ്കേഷിനും സമുദായ സൗഹാർദ്ദവേദിയുടെ സഹപ്രവർത്തകർക്കുമാണ്, അഭിനന്ദനങ്ങൾ ഗൗരീ."

സിദ്ധരാമയ്യ നിഷ്കളങ്കമായി പറഞ്ഞു ചിരിച്ചു, സന്നിഹിതരായ മന്ത്രിമാരും ഗൗരി ലങ്കേഷും കൂടെ ചിരിച്ചു. അതൊരു കൂട്ടച്ചിരിയായി മാറി. ആ ചിരി സംഘപരിവാർ കേന്ദ്രങ്ങളെ കൂടുതൽ അസ്വസ്ഥരാക്കുകയും പ്രകോപിപ്പിക്കുകയും ചെയ്തിരുന്നുവോ? 2017 ജൂലൈ മാസത്തിൽ ഈ സർക്കാർ കല്പന നിലവിൽ വരികയുണ്ടായി. ഈ സംഭവം നടന്ന് ഒന്നര മാസം കഴിഞ്ഞാണ് ഗൗരി ലങ്കേഷ് കൊല്ലപ്പെടുന്നത്.

ആഗസ്ത് 2017

ഡൽഹിയിൽ കന്നയ്യ കുമാറിനെതിരെ ആക്രമണമുണ്ടായെന്നറിഞ്ഞപ്പോൾ ഗൗരി ലങ്കേഷിന്റെ മാതൃഹൃദയം തുടിച്ചു. ഉടൻ തന്നെ കന്നയ്യ കുമാറിനെ വിളിച്ച് കാര്യങ്ങൾ തിരക്കിയപ്പോൾ ആക്രമണം അപകടകരമല്ല എന്നറിയാൻ കഴിഞ്ഞു.

"മോനേ കന്നയ്യ, അവരെന്തും ചെയ്യാൻ മടിക്കില്ല. കരുതലോടെ പോരാട്ടം, തുടരണം, നിർഭയമായി."

മുൻപൊരിക്കൽ സമരം അക്രമാസക്തമായെന്നും പറഞ്ഞു കന്നയ്യ കുമാറിനെയും സഹപ്രവർത്തകരെയും പൊലീസ് ലോക്കപ്പിലടച്ചപ്പോഴും ആവേശഭരിതമായ വാക്കുകൾ കൊണ്ട് ചലനാത്മകമാക്കാൻ ഗൗരി ലങ്കേഷ് കൂടെയുണ്ടായിരുന്നു.

തുടർന്ന് ഉമർ ഖാലിദിനെ വിളിച്ചു:

"മോനെ ഉമർ.. കന്നയ്യയെ അക്രമിച്ചതറിഞ്ഞില്ലേ?"

"ഞങ്ങൾ എല്ലാ യൂണിവേഴ്സിറ്റി വിദ്യാർത്ഥികളും സംയുക്തമായി പ്രതിഷേധ യോഗം സംഘടിപ്പിച്ചു."

"നല്ലത്, നിനക്കെന്തെങ്കിലും ഭീഷണിയുണ്ടോ?"

"ഇല്ല."

"സൂക്ഷിക്കണം. പോരാട്ടം തുടരണം, നിർഭയമായി."

എന്നാൽ സഹയാത്രികരുടെ നേരെയുള്ള ഭീഷണികളിൽ ആശങ്കപ്പെട്ട ഗൗരി ലങ്കേഷ് തനിക്കെതിരെയുള്ള ഭീഷണികളെ അവഗണിച്ചത് ആരും അറിഞ്ഞില്ല..

ടൈംസ് ഓഫ് ഇന്ത്യയിലെ പഴയ സഹപ്രവർത്തകനും എൻ.ഡി.ടി.വിയിലെ ജനസമ്മതിയുള്ള അവതാരകനുമായ രാജ്ദീപ് സർദേശായിയെ ഫോണിൽ വിളിച്ചു.

"രാജ്ദീപ്, മുസ്‌ലിം സമുദായത്തിൽ നിലവിലുള്ള യാഥാസ്ഥിതികത്വങ്ങളും അവരിൽ കുത്തിവെക്കുന്ന വർഗ്ഗീയതയും ഹിന്ദുത്വവർഗീയതയ്ക്ക് വളരാൻ സഹായകമാണ്. അതിനെതിരെ ഈ സമുദായത്തിലെ പുരോഗമനഎഴുത്തുകാരുടെ ഒരു സെമിനാർ മംഗളൂരിൽ സംഘടിപ്പിക്കുന്നു. താങ്കളും വരണം, സൗകര്യപ്പെടുമോ?"

"മുസ്‌ലിം എഴുത്തുകാരോ? എഴുത്തുകാർക്ക് മതവുമുണ്ടോ?"

"ഉണ്ട്, ആ സമുദായത്തിന്റെ പ്രശ്നങ്ങളെ അഭിസംബോധന ചെയ്യാൻ അവർ തന്നെയാണ് നല്ലത്. മികച്ച പ്രതിഭയുള്ളവർ ആ സമുദായത്തിൽ ഉണ്ട്, അവർക്കു പറയാനുള്ളത് നിങ്ങൾ കേൾക്കണം. നിങ്ങളുടെ സ്വതന്ത്ര അഭിപ്രായങ്ങൾ അവരും കേൾക്കണം. ദിവസവും

സമയം തീരുമാനിക്കാൻ താങ്കളുടെ സൗകര്യം അറിയണം, ഞങ്ങൾ കാത്തിരിക്കുന്നു."

"ഗൗരി ലങ്കേഷ് ചെയ്യുന്ന കാര്യമല്ലേ, എന്തായാലും അത് നല്ലതിനേ ആവൂ. തീർച്ചയായും വരാം, ദിവസം ഞാനറിയിക്കാം, എന്റെ തിരക്കുകൾ ഗൗരിക്കറിയാമല്ലോ?"

"അറിയാം, താങ്ക് യൂ... വേഗം അറിയിക്കണേ."

"തീർച്ചയായും..." ആഗസ്റ്റ് മാസം അവസാനത്തിലായിരുന്നു ഈ സംഭാഷണം നടന്നത്. രാജ്ദീപ് സർദേശായിക്ക് സൗകര്യപ്പെട്ട ഒരു ദിവസം ഗൗരി ലങ്കേഷിനോടു പറയാൻ കഴിയുന്നതിനു മുൻപേ ആ ദുരന്ത വാർത്തയാണയാൾ കേട്ടത്.

2017 സെപ്റ്റംബർ 2 ശനിയാഴ്ച

ഓഫീസിൽ പോയി, പല പരിപാടികളും നടത്താനുള്ള ആസൂത്രണങ്ങൾ ചെയ്തു. മുപ്പത്തഞ്ചു വർഷമായി അടുത്ത സൗഹൃദമുള്ള നാടകചലച്ചിത്ര താരവുമായ പ്രകാശ് രാജുമായി അദ്ദേഹമെഴുതിയ ഒരു ലേഖനത്തെക്കുറിച്ചു സംസാരിച്ചു. ജീവനക്കാർക്ക് കൊടുക്കാനുള്ള ശമ്പളം കരുതിയിരുന്നു, എല്ലാവർക്കും ശമ്പളം കൊടുത്തു. ഒരു മുടക്കവും വരുത്താതെ എല്ലാമാസവും ഒന്നാം തിയതിക്കും അഞ്ചാം തിയതിക്കുമിടയിൽ ശമ്പളം കൊടുക്കുക പതിവായിരുന്നു..

2017 സെപ്റ്റംബർ 3 ഞായറാഴ്ച

പതിവ് പോലെ അമ്മയേയും ബേബിയേയും ഈശയേയും കാണാൻ പോയി. സംസാരിക്കുന്നതിനിടയിൽ ഗൗരി ലങ്കേഷ് പറഞ്ഞു:

"എന്റെ വീടിന്റെ ചുറ്റിലും ആരോ ചുറ്റിയടിക്കുന്നതു പോലെയുണ്ട്.. കഴിഞ്ഞ ഒന്ന് രണ്ടു രാത്രികളിലായി എന്തോ പന്തികേട് തോന്നുന്നു."

അമ്മ ആശങ്കയോടെ ചോദിച്ചു:

"ആരാ മോളെ, വല്ല കള്ളന്മാരോ മറ്റോ ആണോ?"

"അമ്മേ, എന്റെ വീട്ടിൽനിന്നും കള്ളന്മാർക്കെന്തു കിട്ടാൻ? അവർ എന്നെ പ്രാകും."

"നമ്മൾ വെച്ച സീസീ ടി.വി പ്രവർത്തിക്കുന്നുണ്ടല്ലോ, അതെപ്പോഴും ഓൺ ചെയ്തു വെക്കണം എന്നല്ലേ പറഞ്ഞത്?"

"അതെപ്പോഴും അങ്ങനെ തന്നെയാണ്."

"നിന്നെ ആരെങ്കിലും ഉപദ്രവിക്കാനാണോ?"

'എനിക്കൊരാൾപോലും വ്യക്തിപരമായി ശത്രുവില്ലമ്മേ, ഞാൻ പോരാടുന്നത് ആശയപരമായിട്ടല്ലേ? ചില പ്രവൃത്തികളെയല്ലേ?"

"നിന്റെ തോട്ടത്തിൽ ചെടികൾ നിറഞ്ഞു നിൽക്കുന്നുണ്ട്." അമ്മ പറഞ്ഞു.

"ങാ, ഒരു ദിവസം ഒരു പാമ്പിനെയും ഞാൻ കണ്ടതോർക്കുന്നു."

"വരുന്നാഴ്ച തോട്ടക്കാരനെയും കൂട്ടി ഞാവിടെ വന്ന് എല്ലാ ചെടികളും വെട്ടി വൃത്തിയാക്കി പോരാം."

അപ്പോഴേക്കും അവിടെ വന്ന ഈശയെ കൊഞ്ചിച്ചു ഗൗരി ലങ്കേഷ് അവിടെനിന്നും പോയി.

സെപ്റ്റംബർ 4 തിങ്കളാഴ്ച

ഗൗരി ലങ്കേഷ് ഓഫീസിൽ വന്നു, ബുധനാഴ്ച (സെപ്റ്റംബർ 6) പ്രസിദ്ധീകരിക്കാനുള്ള പത്രാധിപക്കുറിപ്പെഴുതി പ്രിന്റിങ്ങ് ചുമതലയിലുള്ള ഡി. നരസിംഹമൂർത്തിയെ ഏൽപ്പിച്ചു. വരുന്ന ലക്കത്തിലേക്കു തെരഞ്ഞെടുത്ത വാർത്തകളും ഫീച്ചറുകളും വായിച്ചു നോക്കി എഡിറ്റിംഗ് നടത്തി.

അന്ന് രാത്രി ഗൗരി ലങ്കേഷ് വീട്ടിൽ വരുമ്പോൾ ഒളിച്ചു നിന്ന് പിന്നിൽ നിന്ന് വെടിവെച്ച് കൊല്ലാനായിരുന്നു വാടകക്കൊലയാളികൾ പദ്ധതിയിട്ടിരുന്നത്. അന്ന് വൈകുന്നേരം കൊലയാളികൾ കണക്കുകൂട്ടിയതിനേക്കാൾ ഗൗരി ലങ്കേഷ് വീട്ടിലെത്താൻ വൈകിയതുകൊണ്ട് അവരുടെ അന്നത്തെ പദ്ധതി പൊളിഞ്ഞു. ഗൗരി ലങ്കേഷ് ഒന്നും അറിഞ്ഞില്ല, വന്നു, കുറച്ചു നേരം വായിച്ചു, പുതിയ എഡിറ്റോറിയൽ എഴുതി പൂർത്തിയാക്കി, കിടന്നു. അത് അവസാനത്തെ രാത്രിയായിരുന്നുവെന്നു അവർ അറിഞ്ഞിരുന്നില്ല.

വ്യാജവാർത്തകളുടെ കാലം

(അവസാനത്തെ പത്രാധിപക്കുറിപ്പ് സെപ്റ്റംബർ 6ന് പ്രസിദ്ധീകരിച്ചത്.)

ഗീബൽസിന്റെ മാതൃകയിൽ ഇന്ത്യയിൽ ഈ വ്യാജവാർത്താനിർമ്മാണ ഫാക്ടറികൾ പ്രവർത്തിക്കുന്നതെങ്ങനെ എന്നതിനെക്കുറിച്ചു ഗൗരി ലങ്കേഷ് പത്രികെയിലെ ഈ ആഴ്ചയിലെ പതിപ്പിൽ എന്റെ സുഹൃത്ത് ഡോ.വാസു എഴുതിയിട്ടുണ്ട്. മോദിഭക്തരാണ് അത്തരം നുണ ഫാക്ടറികൾ നടത്തുന്നത്, ഇത്തരം നുണനിർമ്മാണഫാക്ടറികൾ സൃഷ്ടിക്കുന്ന പ്രശ്നങ്ങളെപ്പറ്റിയാണ് എന്റെ ഈ പത്രാധിപക്കുറിപ്പ്.

കർണാടക സർക്കാർ തീരുമാനിക്കുന്ന സ്ഥലങ്ങളിൽ മാത്രമേ ഗണേശ പ്രതിമകൾ സ്ഥാപിക്കാവൂ എന്നൊരു അപവാദം ഗണേഷ് ചതുർത്ഥിസമയത്ത് സംഘപരിവാറുകാർ സാമൂഹ്യമാധ്യമങ്ങളിൽ പ്രചരിപ്പിച്ചു. 'ഒരു പ്രതിമ സ്ഥാപിക്കുന്നതിന് മുമ്പ് 10 ലക്ഷം രൂപ സർക്കാരിൽ നിക്ഷേപിക്കണമെന്നും പ്രതിമയുടെ ഉയരം തീരുമാനിക്കാൻ സർക്കാർ അനുമതി വേണമെന്നും മറ്റുമതക്കാർ താമസിക്കുന്ന പ്രദേശത്തുകൂടെ നിമജ്ജനറാലി കടന്നുപോകരുതെന്നും പടക്കങ്ങൾ അനുവദനീയമല്ലെന്നും' മറ്റുമാണ് അവർ പറയുന്നത്. രാഷ്ട്രീയസ്വയംസേവക്

സംഘ് ആണ് ഈ വ്യാജവാർത്ത പരത്തിയത്. ഇതെല്ലാം നുണയായിരുന്നുവെന്നും സർക്കാർ ഒരു പത്രസമ്മേളനം നടത്തി പറഞ്ഞിരിക്കുന്നു.

ഈ അപവാദം പ്രചരിപ്പിച്ചത് അന്വേഷിച്ചപ്പോൾ, പോസ്റ്റ്കാർഡ് ന്യൂസ് എന്ന വെബ്സൈറ്റിലാണ് ഞങ്ങൾ എത്തിച്ചേർന്നത്. ഈ വെബ് സൈറ്റ് നടത്തുന്നത് മതഭ്രാന്തരായ ഹിന്ദുപ്രചാരകർ ആണ്. ഈ സൈറ്റ്, വ്യാജവാർത്തകൾ പ്രതിദിനവും നിർമ്മിച്ചെടുത്തു സാമൂഹ്യമാധ്യമങ്ങളിൽ പ്രചരിപ്പിക്കുകയാണ്.

'കർണാടകയിൽ താലിബാൻഭരണം', എന്ന തലക്കെട്ടിൽ ഓഗസ്റ്റ് 11ന് പോസ്റ്റ്കാർഡിൽ വന്ന മറ്റൊരു നുണവാർത്തയായിരുന്നു ഇത്. ഗണേഷ്ചതുർത്ഥിക്ക് നിയന്ത്രണങ്ങൾ ഏർപ്പെടുത്തി എന്ന സംഘപരിവാർ വ്യാജവാർത്ത പ്രചാരണത്തെപ്പറ്റിയാണ് ഈ വാർത്ത. സംസ്ഥാനം മുഴുവൻ നുണപ്രചരിപ്പിക്കുന്നതിൽ സംഘികൾ വിജയിച്ചു. സിദ്ധരാമയ്യ സർക്കാരുമായി ഏതെങ്കിലും തരത്തിൽ വിയോജിപ്പുള്ളവർ എല്ലാം ഈ വ്യാജവാർത്ത ആയുധമാക്കി സർക്കാരിനെതിരെ പ്രചരിപ്പിച്ചു.

യാതൊരു പ്രതിചിന്തയുമില്ലാതെ ജനങ്ങൾ എല്ലാം വിശ്വസിക്കുന്നു എന്നതാണ് ഞെട്ടിക്കുന്നതും ദുഃഖകരവുമായ കാര്യം. ജനങ്ങളുടെ കണ്ണുകളും കാതുകളും അടച്ചിട്ട്, തലച്ചോർ അടക്കം പൂട്ടിവെച്ച് അവരത് വിശ്വസിക്കുന്നു. വ്യാജഗുരു ഗുർമീത് റാം റഹീം ബലാത്സംഗക്കേസിൽ പ്രതിയാണ് എന്ന വാർത്ത കഴിഞ്ഞയാഴ്ച പുറത്ത് വന്നപ്പോൾ, ബിജെപി നേതാക്കൾക്കുമൊപ്പം നിന്നുള്ള അയാളുടെ ചിത്രങ്ങൾ സോഷ്യൽ മീഡിയയിൽ വൈറലായി. പ്രധാനമന്ത്രി നരേന്ദ്രമോദിയും മറ്റനേകം ഹരിയാന ബി.ജെ.പി നേതാക്കളും റഹീമിനൊപ്പമുള്ള ചിത്രങ്ങളും വീഡിയോകളും വ്യാപകമായി പ്രചരിപ്പിക്കപ്പെട്ടു. ഇത് ബിജെപിയെയും സംഘ്പരിവാറിനെയും പ്രകോപിപ്പിച്ചു. ഇതിനെ നേരിടാൻ അവർ കേരള മുഖ്യമന്ത്രിയും സി.പി.എം നേതാവുമായ പിണറായി വിജയൻ, റാം റഹീമിനൊപ്പം ഇരിക്കുന്ന ഒരുചിത്രം ഫോട്ടോഷോപ്പ് ചെയ്ത് പ്രചരിപ്പിച്ചു.

എന്നാൽ, സത്യത്തിൽ കോൺഗ്രസ് നേതാവ് ഉമ്മൻചാണ്ടിയാണ് ശരിയായ ചിത്രത്തിൽ റാം റഹീമിനൊപ്പമുള്ളത്. വലതുപക്ഷക്കാർ സോഷ്യൽമീഡിയയിൽ പ്രചരിപ്പിച്ച ചിത്രത്തിൽ ഉമ്മൻചാണ്ടിയുടെ തലയ്ക്ക് പകരം പിണറായി വിജയന്റെ തലയാണ് ഉണ്ടായിരുന്നത്. ചിലർ യഥാർത്ഥ ഫോട്ടോ പോസ്റ്റ് ചെയ്തതോടെ, ഭാഗ്യവശാൽ, ആ പ്രചരണത്തിനു അവർ ഉദ്ദേശിച്ച ഫലം കിട്ടിയില്ല.

വലതുപക്ഷക്കാരുടെ ഇത്തരം വ്യാജപ്രചരണത്തെ വെളിച്ചത്തുകൊണ്ടുവരാൻ, കഴിഞ്ഞൊരു കൊല്ലം മുൻപുവരെ ആരുമുണ്ടായിരുന്നില്ല. എന്നാലിന്ന് പലരും വ്യാജ വാർത്തയ്ക്കെതിരെ പ്രവർത്തിക്കുന്നുണ്ട്. വ്യാജവാർത്തകൾ മാത്രം മുന്നിട്ടു നിന്നിരുന്ന ഇടങ്ങളിൽനിന്ന് ഭിന്നമായി, ഇന്ന് സത്യവാർത്തകൾ പുറത്തുവരികയും അവ പ്രചരിപ്പിക്കപ്പെടുകയും ചെയ്യുന്നു.

ഉദാഹരണമായി, പ്രധാനമന്ത്രി നരേന്ദ്രമോദിയുടെ സ്വാതന്ത്ര്യദിന പ്രസംഗത്തിലെ നുണകൾ ചൂണ്ടിക്കാട്ടി ധ്രുവ് രതീ ഓഗസ്റ്റ് 17ന് പോസ്റ്റ് ചെയ്ത വീഡിയോ. കഴിഞ്ഞ ഏതാനും മാസങ്ങളായി മോദി പ്രചരിപ്പിക്കുന്ന നുണകൾ സോഷ്യൽ മീഡിയ വഴി പുറത്തു വിടുകയാണ് രതീ.

രതീയുടെ വീഡിയോകൾ മുൻകാലങ്ങളിൽ വളരെ കുറച്ചുപേർ മാത്രമേ കണ്ടിരുന്നുള്ളൂ. എന്നാൽ, ഇന്ന് രതീയുടെ വീഡിയോയ്ക്ക് കാഴ്ചക്കാർ കൂടി, വീഡിയോ വൈറലായി. ഒരു ലക്ഷത്തിലേറെപ്പേർ യൂട്യൂബിൽ ഈ വീഡിയോ കണ്ടു.

ധ്രുവ് രതീ പറയുന്നതനുസരിച്ച്, ഒരുമാസം മുമ്പ് ബുസ്ബുസിയ (മോദിയെ പരിഹസിച്ചുകൊണ്ട് ഗൗരി ലങ്കേഷ് ഉപയോഗിച്ചുവരുന്ന വ്യാജൻ എന്നർത്ഥം വരുന്ന കന്നഡ പദം ബുസ്ബുസിയ) ഗവണ്മെന്റ് രാജ്യസഭയെ അറിയിച്ചത്. 33 ലക്ഷം പേർ നോട്ടു നിരോധനത്തിനുശേഷം നികുതിയടച്ചു തുടങ്ങി എന്നാണ്. ഗവണ്മെന്റും ബി.ജെ.പിയും നൽകിയ ഈ കണക്കുകളെ ഗോസ്പൽ സത്യമായി മുഖ്യധാരാമാധ്യമങ്ങൾ സ്വീകരിക്കുന്നു.

ധനമന്ത്രി അരുൺ ജെയ്റ്റ്ലി മുൻപൊരിക്കൽ അറിയിച്ചത് 91 ലക്ഷം പേർ നികുതി അടച്ചു തുടങ്ങി എന്നാണ്. എക്കണോമിക് സർവേ പുറത്തുവിട്ട കണക്ക് 5.4 ലക്ഷമാണ്. ഈ കണക്കുകളെ എല്ലാം വീഡിയോയിൽ ധ്രുവ് രതീ ചോദ്യം ചെയ്യുന്നു.

ടി.വി. ചാനലുകൾ ഗവണ്മെന്റിന്റെ അവകാശവാദങ്ങളെ വെല്ലുവിളിക്കുകയോ ചോദ്യം ചെയ്യുകയോ ചെയ്യാതെ ഇക്കാര്യത്തിൽ പത്തടി മുന്നിലാണ്. രാംനാഥ് കോവിന്ദ് രാഷ്ട്രപതിയായി സ്ഥാനമേറ്റ് മണിക്കൂറുകൾക്കകം ട്വിറ്റർ ഫോളോവേഴ്സിന്റെ എണ്ണത്തിൽ മുപ്പതു ലക്ഷത്തിലേറെ വർധനവുണ്ടായി എന്ന് ഇംഗ്ലീഷ് ചാനലുകളൊന്നാകെ വാർത്ത കൊടുത്തത് തന്നെ ഉദാഹരണമായെടുക്കാം. കോവിന്ദിന്റെ പ്രശസ്തി വർധിച്ചുവെന്ന് ചാനലുകൾ ദിവസം മുഴുവൻ പ്രഖ്യാപിച്ചു കൊണ്ടേയിരുന്നു. അടുത്തകാലത്തായി പല ടി.വി ന്യൂസ് സ്ഥാപനങ്ങളും ആർ.എസ്. എസ്സുമായി ചങ്ങാത്തമായതു കാണാം. സ്ഥാനമൊഴിഞ്ഞ രാഷ്ട്രപതി പ്രണബ് മുഖർജിയുടെ ഔദ്യോഗിക ട്വിറ്റർ എക്കൗണ്ടിലേക്ക് പുതിയ രാഷ്ട്രപതി സ്ഥാനമേറ്റപ്പോൾ ഉണ്ടായതാണ് ഫോളോവേഴ്സിന്റെ എണ്ണത്തിലുണ്ടായ വർദ്ധനവ്. മുൻരാഷ്ട്രപതി പ്രണബ് മുഖർജിക്ക് ട്വിറ്ററിൽ മുപ്പതു ലക്ഷത്തിലധികം ഫോളോവേഴ്സ് ഉണ്ടായിരുന്നു. പല വസ്തുതാന്വേഷകരും മിത്ത് തകർക്കുന്നവരും ഇപ്പോൾ ആർ.എസ്.എസ്. നടത്തുന്ന ഇത്തരം കുപ്രചരണങ്ങളെപ്പറ്റി സംസാരിക്കുന്നു. വസ്തുതകളിലൂടെ അതിനെ എതിർത്തു ധ്രുവ് രതീ അത് വീഡിയോകളിലൂടെ ചെയ്യുമ്പോൾ പ്രതീക് സിൻഹ അത് ആൾട്ട് ന്യൂസ് എന്ന തന്റെ വെബ്സൈറ്റിലൂടെ ചെയ്യുന്നു. എസ് എം ഹോക്സ് സ്ലേയർ, ബൂം ഫാക്ട്ചെക്ക്

എന്നീ വെബ്സൈറ്റുകളും ദ വയർ, സ്ക്രോൾ, ന്യൂസ് ലോണ്ട്രി, ദക്വിന്റ് എന്നീ ന്യൂസ് പോർട്ടലുകളും സജീവമായി വ്യാജവാർത്തകളെ പൊളിച്ചടുക്കുന്നുണ്ട്.

ഞാൻ സൂചിപ്പിച്ച വ്യക്തികളും സംഘടനകളും സ്ഥാപനങ്ങളും വ്യാജവാർത്തകൾക്ക് പിന്നിലുള്ള സത്യം പുറത്തുകൊണ്ടു വന്നവരാണ്. ഈ വെളിപ്പെടുത്തലുകളെല്ലാം ആർ.എസ്.എസ്സിനെ അസ്വസ്ഥമാക്കിയിട്ടുണ്ട്. ഇവരൊന്നും പണമുണ്ടാക്കാനല്ല ജോലി ചെയ്യുന്നത് എന്നതാണ് ഏറ്റവും പ്രധാനം. ഫാസിസ്റ്റുകളുടെ വ്യാജവാർത്താപ്രചരണ രീതികളെയും വ്യാജപ്രവർത്തനങ്ങളെയും വെളിച്ചത്തു കൊണ്ടുവരികയാണ് അവരുടെ പ്രധാന ലക്ഷ്യം.

ഒരാഴ്ച മുമ്പ് ബംഗളൂരുവിൽ മഴതോരാതെ പെയ്തപ്പോൾ, കർണാടകയിലെ ബിജെപി ഐടി സെൽ ഒരു ഫോട്ടോ പ്രചരിപ്പിച്ചു. “ചന്ദ്രനിലൂടെ ആളുകൾ നടക്കുന്നതായി നാസ കണ്ടെത്തി, പിന്നീട് ബംഗളൂരു മുനിസിപ്പൽ കോർപ്പറേഷൻ അത് ബംഗളൂരു റോഡാണെന്ന് അറിയിച്ചു.” എന്ന ആക്ഷേപഹാസ്യത്തിൽ പൊതിഞ്ഞ തലക്കെട്ടോടെയായിരുന്നു ബിജെപി പോസ്റ്റ് ചെയ്തത്. റോഡ് നിറയെ കുണ്ടും കുഴികളുമാണ് എന്ന് പ്രചരിപ്പിച്ച് മുഖ്യമന്ത്രി സിദ്ധരാമയ്യക്കെതിരെ ആക്ഷേപ പ്രചാരണം നടത്തുകയാണ്. എന്നാൽ, ബിജെപി ഭരിക്കുന്ന മഹാരാഷ്ട്രയിൽനിന്നുള്ളതാണ് പ്രസ്തുത ഫോട്ടോ, ബംഗളൂരുവിൽ നിന്നുള്ളതല്ല എന്ന് ചൂണ്ടിക്കാട്ടിയതോടെയാണ് പദ്ധതി പൊളിഞ്ഞത്.

പശ്ചിമബംഗാളിൽ കലാപം പൊട്ടിപ്പുറപ്പെട്ടപ്പോൾ വലതുപക്ഷക്കാർ സോഷ്യൽ മീഡിയയിൽ രണ്ട് പോസ്റ്ററുകൾ ഷെയർ ചെയ്തു. ഒന്നിന് തലക്കെട്ട് ‘ബംഗാൾ കത്തുന്നു’ എന്നായിരുന്നു. കത്തിയ വീടുകൾ ഉള്ള പോസ്റ്റർ ആണ് അത്. രണ്ടാമത്തെ ചിത്രം ഒരു സ്ത്രീയുടെ സാരി മറ്റൊരാൾ വലിച്ചൂരുന്നതായിരുന്നു. കുറെപ്പേർ അത് നോക്കിനിൽക്കുന്നുമുണ്ട്. അതിനു നൽകിയ തലക്കെട്ട് ‘ബദൂരിയയിൽ ഹിന്ദുസ്ത്രീകൾ ആക്രമിക്കപ്പെടുന്നു’ എന്നായിരുന്നു. ഉടനെ തന്നെ ഈ ചിത്രങ്ങൾക്കു പിന്നിലെ സത്യവും പുറത്തുവന്നു. ആദ്യത്തെ ചിത്രം മോദി ഗുജറാത്ത് മുഖ്യമന്ത്രിയായിരുന 2002ലെ ഗുജറാത്ത് വംശഹത്യക്കാലത്തെയായിരുന്നു. ഒരു ഭോജ്പൂരി സിനിമയിലെ സ്റ്റിൽ ആയിരുന്നു രണ്ടാമത്തേത്. മുതിർന്ന ബിജെപി നേതാവ് വിജേതാ മല്ലിക് ആണ് ഈ ചിത്രം ഷെയർ ചെയ്തത്.

ആർ.എസ്.എസ് മാത്രമല്ല, ബി.ജെ.പി കേന്ദ്രമന്ത്രിമാർവരെ ഈ വ്യാജവാർത്ത പ്രചരണത്തിന്റെ ഭാഗമാവുന്നുണ്ട്. ഉദാഹരണത്തിന്, മുസ്ലീങ്ങൾ ദേശീയപതാക കത്തിക്കുന്നതിന്റെ ഒരു പടം നിതിൻ ഗഡ്കരി ഷെയർ ചെയ്തു. ‘റിപ്പബ്ലിക്ദിനത്തിൽ, ഹൈദരാബാദിൽ ത്രിവർണ പതാക കത്തിക്കുന്നു’ എന്ന തലക്കെട്ടോടെ. ഗൂഗിളിൽ പുതിയൊരു ഇമേജ് സെർച്ച് ആപ്ലിക്കേഷനുണ്ട്. അതിൽ ഒരു ഇമേജ് സെർച്ച് ഒരു

പ്രൈംടൈം ചർച്ചയ്ക്കിടെ ബി.ജെ.പി വക്താവ് സാംബിത് പത്ര, ജെഎൻയു അടക്കമുള്ള കേന്ദ്രസർവ്വകലാശാലകളിൽ ദേശീയപതാക ഉയർത്തുന്നതിനെപ്പറ്റി പറയുകയുണ്ടായി. തന്റെ ടാബിൽ ഇന്ത്യൻ പതാകയുയർത്തുന്ന ആറ് പട്ടാളക്കാരുടെ ചിത്രം കാണിച്ചു കൊണ്ടായിരുന്നു സാംബിത്പത്ര ഇക്കാര്യം അവതരിപ്പിച്ചത്. പിന്നെ വ്യക്തമായി അത് രണ്ടാം ലോകയുദ്ധകാലത്ത് ജപ്പാനിലെ ഇവോ ജിമാ ദ്വീപ് പിടിച്ചടക്കിയശേഷം അമേരിക്കൻ സൈനികർ അമേരിക്കൻ പതാകയുയർത്തുന്ന ഫോട്ടോയായിരുന്നുവെന്ന്. ആളുകളെ കബളിപ്പിക്കാൻ വേണ്ടിയാണ് സാംബിത്പത്ര ഇത്തരം ഫോട്ടോകൾ ഉണ്ടാക്കുന്നത്.

"30,00,000 എൽ.ഇ.ഡി.ലാമ്പുകൾ ഇന്ത്യയിലെ 50,000 കിലോ മീറ്ററോളം റോഡുകളിൽ തെളിയിച്ചിരിക്കുന്നു" എന്ന വാർത്തയോടെ അടുത്തിടെ കേന്ദ്രഊർജ്ജമന്ത്രി ഒരു ഫോട്ടോ ഷെയർ ചെയ്തു, എന്നാൽ, ആ പടവും വ്യാജമായിരുന്നു. ഒരു ജാപ്പനീസ് തെരുവിന്റെ 2009ൽ എടുത്ത ചിത്രമായിരുന്നു അത്.

"തദ്ദേശീയ കൽക്കരി വിതരണത്തിൽ കഴിഞ്ഞ മൂന്നുവർഷത്തിനിടെ വർധനവുണ്ടായി. 25,900 കോടിയുടെ ലാഭമുണ്ടായി" എന്ന് ഊർജ്ജമന്ത്രി ഗോയൽ ഈയടുത്തായി അവകാശപ്പെട്ടു. ഇതിന്റെ കൂടെ ചേർത്ത ഫോട്ടോയും വ്യാജമാണ് എന്ന് തെളിഞ്ഞു. ഛത്തീസ്ഗഢിൽ ബി.ജെ പി.യുടെ പിഡബ്ള്യൂഡി മന്ത്രി രാജേഷ് മുനത് ഒരു പാലത്തിന്റെ ഫോട്ടോ ഷെയർ ചെയ്തു, സംസ്ഥാന ഗവണ്മെന്റിന്റെ നേട്ടമാണ് അത് എന്ന് കാണിച്ചാണ് ഷെയർ ചെയ്തത്. പക്ഷേ സത്യത്തിൽ അത് വിയറ്റ്നാമിലെ ഒരു പാലത്തിന്റെ ചിത്രമായിരുന്നു. ആ പോസ്റ്റിന് 2000 ലൈക്കുകൾ കിട്ടി. പിന്നീട് ഡിലീറ്റ് ചെയ്തു.

കർണാടകയിലെ ആർഎസ്എസ് ബിജെപി നേതാക്കളും വ്യാജ വാർത്ത പ്രചാരണത്തിൽ പിന്നിലല്ല. എം.പി. പ്രതാപ് സിംഹ, ടൈംസ് ഓഫ് ഇന്ത്യയിൽ പ്രസിദ്ധീകരിച്ച വാർത്തയെന്നു കാണിച്ച് ഒരു റിപ്പോർട്ട് ഷെയർ ചെയ്തു. ഒരു ഹിന്ദുപെൺകുട്ടിയെ മുസ്ലീം യുവാവ് കുത്തിക്കൊന്നുവെന്നായിരുന്നു തലക്കെട്ട്. ധാർമികതയെപ്പറ്റി പ്രസംഗിക്കുന്ന സിംഹ ഈ വാർത്തയുടെ ആധികാരികത പരിശോധിച്ചില്ല. ഒരൊറ്റ പത്രം പോലും അത്തരത്തിലൊരു വാർത്ത കൊടുത്തിട്ടില്ല. സത്യത്തിൽ തലക്കെട്ട് ഫോട്ടോഷോപ്പ് ചെയ്ത് വാർത്ത വർഗീയമായി അവതരിപ്പിക്കുകയായിരുന്നു. ഇതിനെതിരെ പ്രതിഷേധ മുണ്ടായപ്പോൾ എംപി പോസ്റ്റ് ഡിലീറ്റ് ചെയ്തു. പക്ഷേ നുണ പ്രചരിപ്പിച്ചതിന് മാപ്പപേക്ഷിച്ചിട്ടില്ല.

എന്റെ സുഹൃത്ത് ഡോക്ടർ വാസു എഴുതിയപോലെ, എനിക്കും ഇതുപോലൊരു അബദ്ധം സംഭവിച്ചു. ലാലു പ്രസാദ് യാദവ് ഷെയർ ചെയ്ത, പാറ്റ്നയിൽ നടന്ന റാലിയുടെ ഫോട്ടോ എന്ന് കരുതി ഞാനൊരു പടം പോസ്റ്റ്ചെയ്തു. എന്നാൽ, എന്റെ സുഹൃത്ത് ശശിധർ ഹെമ്മാഡി

ഉടൻ തന്നെ അത് വ്യാജഫോട്ടോ ആണെന്ന് എന്നെ തിരുത്തി. ഞാനുടൻ തന്നെ അബദ്ധം സമ്മതിച്ചു. വ്യാജഫോട്ടോയും ഒറിജിനൽ ഫോട്ടോയും ഷെയർ ചെയ്തു. വർഗീയമായി എന്തെങ്കിലും ഷെയർ ചെയ്യാനോ പ്രചരിപ്പിക്കാനോ യാതൊരു തരത്തിലും ഉദ്ദേശമുണ്ടായിരുന്നില്ല. വർഗീയ ശക്തികൾക്കെതിരെ ജനങ്ങൾ സംഘടിക്കുവെന്ന വാസ്തവം അറിയിക്കുക മാത്രമായിരുന്നു എന്റെ ഉദ്ദേശ്യം.

വ്യാജവാർത്തകൾ പൊളിച്ചടുക്കുന്ന എല്ലാവർക്കും എന്റെ അഭിവാദ്യങ്ങൾ! എന്നാൽ എന്റെ ആഗ്രഹം, ഇവരെ നേരിടാൻ ഇതിൽ കൂടുതൽ ആളുകൾ വേണമെന്നാണ്.

2017 സെപ്റ്റംബർ 5 ചൊവ്വാഴ്ച

രാവിലെ ഓഫീസിൽ വന്നയുടനെ മുഖ്യമന്ത്രിയുടെ ഓഫീസിൽ നിന്നും ഫോണിൽ വിളിച്ചു. ഒളിവ് പ്രവർത്തനങ്ങളിൽ നിന്നും ഇനിയും ചില മാവോവാദികൾ പുറത്ത് വരാനുണ്ടെന്നും അതിനെ സംബന്ധിച്ചു നാളെ (സെപ്റ്റംബർ 6ന്) മുഖ്യമന്ത്രിയുടെ സാന്നിധ്യത്തിൽ നടക്കുന്ന ചർച്ചയിൽ പങ്കെടുക്കണമെന്നും മുഖ്യമന്ത്രി സിദ്ധരാമയ്യയുടെ ക്ഷണം അറിയിച്ചതായിരുന്നു. ഉടൻ തന്നെ പൗരാവകാശപ്രവർത്തകനായി മാറിയ മുൻ മാവോവാദി നേതാവ് സിരിമനെ നാഗരാജുമായി ബന്ധപ്പെടുകയും നാളത്തെ യോഗവിവരം അറിയിക്കുകയും അദ്ദേഹം വരാമെന്നു സമ്മതിക്കുകയും ചെയ്തു.

ഉച്ചയ്ക്ക് കവിത ലങ്കേഷ് വന്ന് ഊണ് ഗൗരി ലങ്കേഷിന്റെ മേശപ്പുറത്തു വെച്ച്, ചില ജോലിയുണ്ട് എന്നും പറഞ്ഞു പുറത്തു പോയി. ഊണ് കഴിച്ച്, പിറ്റേ ദിവസം പ്രസിദ്ധീകരിക്കുന്ന 'ഗൗരി ലങ്കേഷ് പത്രികെ'യുടെ ഫൈനൽ പ്രൂഫ് നോക്കി, പ്രിന്റിങ്ങിനയച്ചു. ഓഫീസ് ജോലികളും പൊതുരംഗത്തുനിന്നുള്ള ഫോൺ വിളികളുമായി സമയം നീങ്ങി. സന്ധ്യ കഴിഞ്ഞു. ഏഴുമണിയായപ്പോൾ ഗൗരി ലങ്കേഷ് പോകാനെഴുന്നേറ്റു. ജീവനക്കാരായ നരസിംഹമൂർത്തിയും മാനേജർ രാജുവും അവിടെയുണ്ടായിരുന്നു. അവർ പോയത് മരണത്തിന്റെ വായിലേക്കായിരുന്നു.

കൊലയാളികൾ വീണ്ടും ഏഴുമണി മുതൽ വീടിന്റെ പരിസരത്ത് ഒളിച്ചു, അവർ തീരുമാനിച്ചുറച്ചിരുന്നു, ഇന്ന് എന്തായാലും കൊല്ലണം, അതാണ് കല്പന. എന്നാൽ മാത്രമേ നിശ്ചയിച്ചുറപ്പിച്ച കൊലക്കൂലി കിട്ടു. വീടിന്റെ പരിസരത്ത് ഗൗരിയുടെ വരവുംകാത്ത് അവർ നിൽക്കുന്നത് ഗൗരി ലങ്കേഷ് അറിഞ്ഞില്ല.

കാറിൽ രാജരാജേശ്വരി നഗറിൽ വീട്ടിലെത്തിയപ്പോൾ എട്ടുമണി. മഴ ചെറുതായി ചാറുന്നുണ്ടായിരിരുന്നു. കാർ പൂട്ടി, ഗേറ്റ് തുറന്നു, അകത്തു കടന്നു. ഒളിച്ചുനിന്നവർ പതുങ്ങി എഴുന്നേറ്റു വരുന്നത് ഗൗരി ലങ്കേഷിനു കാണാൻ കഴിഞ്ഞില്ല. പന്ത്രണ്ടടിയോളം കഴിഞ്ഞിട്ടാണ്

വരാന്ത. ഗൗരി ലങ്കേഷ് വരാന്തയിലേക്ക് നീങ്ങുകയായിരുന്നു. ഭീരുവായ ആ വാടകക്കൊലയാളി കൃത്യമായി ഉന്നം വെച്ചു. പിന്നിൽനിന്നും പെട്ടെന്നൊരു വെടി പൊട്ടുന്ന ശബ്ദം കേൾക്കാനേ ഗൗരി ലങ്കേഷിനു കഴിഞ്ഞുള്ളൂ. റിഫ്ളെക്സ് ആക്ഷനിൽ തിരിയുമ്പോഴേക്കും അവരുടെ പുറത്തുകൂടെ ഒരു വെടിയുണ്ട തുളച്ചുകയറി, വേറെയും ആറു വെടികൾ പൊട്ടി. അവർ വീഴുന്നതിനിടയിൽ തന്നെ നെഞ്ചിലും ശരീരത്തിലുമായി നാല് ഉണ്ടകൾ ശരീരത്തിൽ കയറി. അതൊന്നും ഗൗരി ലങ്കേഷ് അറിഞ്ഞിരിക്കാനിടയില്ല.

എതിരെയുള്ള അപ്പാർട്ട്മെന്റിലെ ആളുകൾ തുടർച്ചയായി ഏഴു വെടികൾ പൊട്ടുന്ന ശബ്ദം കേട്ട് വാതിൽ തുറന്നു വെളിയിൽ വന്നു നോക്കുമ്പോഴേക്കും കൊലയാളി മോട്ടോർ ബൈക്കിൽ മറയുന്നത് അകലെനിന്ന് അവ്യക്തമായി കണ്ടു, തിരിച്ചറിയാൻ കഴിഞ്ഞില്ല. അവർ പൊലീസിനെ വിവരമറിയിച്ചു അൻപത്തഞ്ചു വയസ്സായ ബുദ്ധിജീവിയായ ഒരു സ്ത്രീയുടെ രക്തം മുറ്റത്തു ചിതറിയൊഴുകി, വരാന്തയിൽനിന്നും വാതിൽപടിയിലേക്കു ഒഴുകി കട്ട പിടിച്ചു. സീസി ടിവിയിൽ തലയിൽ ഹെൽമെറ്റ് ധരിച്ചയാൾ ബൈക്കിൽ മറയുന്നതു റെക്കോർഡ് ചെയ്യുന്നുണ്ടായിരുന്നു.

ഇന്ത്യ കണ്ട ഏറ്റവും ധീരവനിതകളിലൊരാളായ ഗൗരി ലങ്കേഷ് എന്ന എഴുത്തുകാരിയുടെ ശ്വാസം നിലച്ചു.

പോരാളിയായിരുന്ന ഗൗരി ലങ്കേഷിനെ ധർമയുദ്ധത്തിന്റെ നിയമങ്ങളൊന്നും പാലിക്കാതെ, പിന്നിൽ നിന്നും വന്നു ഒളിച്ചുനിന്നു വെടിവെക്കുകയായിരുന്നു. ആശയപരമായി നേരിടാനാകാതെ ചതിച്ചു കൊല്ലുന്നവർ അറിയുന്നില്ല, കൊല കൊല്ലുന്നവരുടെ തോൽവിയാണെന്നും മരിക്കുന്നവരുടെ വിജയമാണെന്നും. മരണം മൗനമാണെങ്കിൽ ഗൗരി ലങ്കേഷ് നിശ്ശബ്ദയായിരിക്കില്ല.

ഗൗരി ലങ്കേഷിന്റെ വാക്കുകൾ തന്നെ ഓർക്കാം

"ഇവിടെ പ്രധാനമാവുന്നത്, ജനശബ്ദം കരുത്താർജ്ജിക്കമെന്നാണ്. ജനാധിപത്യത്തിൽ വോട്ടും തെരഞ്ഞെടുപ്പുമെന്നതിനേക്കാൾ പ്രധാനം, വിയോജിക്കുന്നവന്റെ ശബ്ദവും പരിഗണിക്കപ്പെടണമെന്ന തിരിച്ചറിവാണ്. പ്രതിശബ്ദത്തേയും പരിഗണിക്കാനാവുമോ എന്നതാണ് ചോദ്യം. ഭരണകൂടത്തിനെതിരെയുള്ള ചോദ്യങ്ങൾ പ്രസക്തമാണെന്നറിയുമ്പോഴാണ് കരുത്തുറ്റ ജനാധിപത്യ സംവിധാനം പടുത്തുയർത്താൻ നമുക്ക് സാധിക്കുകയുള്ളൂ."

എഴുത്തുകാരനുമായി ചില കൂടിക്കാഴ്ചകൾ

കവിതാ ലങ്കേഷ്

ഗൗരിലങ്കേഷ് കൊല്ലപ്പെട്ട അടുത്ത ദിവസങ്ങളിൽ തന്നെ കവിതാ ലങ്കേഷിനെ ഓഫീസിൽ വെച്ച് കണ്ടിരുന്നു. ഏകസഹോദരിയുടെ അപ്രതീക്ഷിതനഷ്ടം സൃഷ്ടിച്ച ഞെട്ടൽ, അസ്വസ്ഥത, വേദന... വിളറിയ മുഖം... എല്ലാം പ്രത്യക്ഷമായിരുന്നു. സാധാരണ ജീവിതത്തിലേക്ക് വരാൻ ഇനിയും സമയമെടുക്കുമെന്നു തോന്നി. അത്യാവശ്യം കാര്യങ്ങൾ മാത്രം ചോദിച്ചു വെളിയിലിറങ്ങി. മാസങ്ങൾ കഴിഞ്ഞപ്പോൾ വീണ്ടും കണ്ടു. അവരുടെ പ്രതികരണം:

'**ഗൗ**രിയെനിക്ക് ചേച്ചിയും കൂട്ടുകാരിയായിരുന്നു, വഴികാട്ടിയുമായിരുന്നു. ആ സ്നേഹം, നിഷ്കളങ്കത, തുറന്നപ്രകൃതം...

കവിത ഗൗരിലങ്കേഷുമൊത്ത്

എല്ലാം നഷ്ടമായില്ലേ? അന്യായവും അനീതിയും കണ്ടാൽ അവൾ പ്രതികരിക്കും. ഞങ്ങളിലാര് ക്ഷമിച്ചാലും അവൾക്കു ക്ഷമിക്കാനാവില്ല. പീഡിതരുടെ പക്ഷംചേർന്ന് കലഹമുണ്ടാക്കും. നേരിട്ട് പെരുമാറിയവർ, ആസ്നേഹം അനുഭവിച്ചവർ, ശത്രുക്കൾ പോലും അവളെ വെറുക്കില്ലായിരുന്നു, ഈ ലോകത്തെ മുഴുവൻ അവൾ സ്നേഹംകൊണ്ട് പുതയ്ക്കുകയായിരുന്നു. എന്നാൽ അവൾക്കും അസഹനീയമായതു ചോദ്യം ചെയ്യേണ്ടതായി വന്നു.

വ്യക്തിജീവിതത്തിലെ വിഷമസന്ദർഭങ്ങളേയും തമാശയിലൂടെ പ്രതികരിച്ചവൾ. സ്വന്തം കാര്യം അവഗണിച്ചും അപരവിഷയങ്ങൾക്കു പ്രത്യേക പരിഗണന നൽകിയവൾ... അവളെ കൊല്ലരുതായിരുന്നു. അങ്ങനെയുള്ളവരെ എന്തിന് കൊല്ലണം? അവരെ കൊല്ലാൻ പാടുണ്ടോ? അവൾ തെറ്റ് ചെയ്യില്ല, വിവരമുള്ളവളാണ്.

എന്റെ രക്തമാണ് ഒഴുകിച്ചിതറിയത്. എന്റെ ശരീരത്തിൽ നിന്നും രക്തം ചോർന്നു പോകുന്നതു പോലെ...

അവൾ തുടങ്ങിവെച്ച പോരാട്ടം, അതേ തീവ്രതയിലും തീക്ഷ്ണതയിലും തുടരാതെ കഴിയില്ല..."

ശിവസുന്ദർ - സഹപ്രവർത്തകൻ

"**ഒ**രിക്കൽ പരിചയപ്പെട്ടാൽ മതി, ഗൗരി നിങ്ങളുടെ ഹൃദയത്തിൽ കടന്നുവന്നു നിങ്ങളെ സ്നേഹം കൊണ്ട് പൊതിയും. ഗൗരിയെ കാണാനും സ്നേഹബന്ധം തുടരാനും നിങ്ങളുടെ മനസ്സ് പ്രേരിപ്പിക്കും... അടുക്കുംതോറും ആദരവും സ്നേഹവും വർധിച്ചുവരുന്ന അസാധാരണ വ്യക്തിത്വമാണ് ഗൗരി...

ഗൗരിലങ്കേഷിനെയും ശ്രീനാരായണഗുരുദേവനെയും താരതമ്യം ചെയ്യുകയല്ല, സഹോദരനയ്യപ്പൻ, ഗുരുവിനെക്കുറിച്ചു എഴുത്തുകാരനായ പി.കെ. ബാലകൃഷ്ണനോട് പറഞ്ഞ വാക്കുകൾ ഓർക്കുകയാണ്:

'ശ്രീനാരായണഗുരുവുമായി ഏതുവിധേനയാവട്ടെ ഒരാൾ പരിചയപ്പെടാനിട വന്നാൽ, വീണ്ടും അദ്ദേഹത്തെ കാണാൻ തോന്നുകയും ആ മഹത്വഗുണം അറിയാൻ കൂടുതൽ അടുക്കുകയും ജീവിതകാലം മുഴുവൻ ഗുരുദേവനോട് സ്നേഹാദരങ്ങളർപ്പിക്കാൻ അയാൾക്ക് തോന്നുകയും ചെയ്യും..."

ഇന്ദിരാ ലങ്കേഷ്

ഗൗരിലങ്കേഷിന്റെ കൊലപാതകം കഴിഞ്ഞു, അടുത്തചൊവാഴ്ച പതിനായിരങ്ങൾ പങ്കെടുത്ത പ്രതിഷേധപ്രകടനം, നഗരത്തിൽ.... പ്രതിഷേധവും ദുഖവും മുദ്രാവാക്യങ്ങളായി....

'ഗൗരിലങ്കേഷ് അമർ രഹേ...

ഗൗരിലങ്കേഷ് അമർ രഹേ...

നാനൂ ഗൗരി...നാനൂ ഗൗരി...'

സാംസ്കാരികനായകർ നിറഞ്ഞകവിഞ്ഞ ആ സമ്മേളന വേദിയിൽ മകൾ കൊല്ലപ്പെട്ട വേദനയിൽ കുളിച്ചു ഇന്ദിരാലങ്കേഷ് പ്രസംഗവേദിയിലേക്ക് ക്ഷണിക്കപ്പെട്ടു: വിറയ്ക്കുന്ന ശബ്ദത്തിൽ :

"**എ**ന്റെ രക്തം, ഗൗരി പോയി... എനിക്ക് സങ്കടമില്ല..."

തൊണ്ടയിടറി, നിറഞ്ഞസങ്കടം കണ്ണുകളിൽനിന്ന് കർച്ചീഫുകൊണ്ട് ഒപ്പിയെടുത്തു തുടർന്നു:

""എന്റെ മോൾ ഗൗരിപോയാലും മക്കളായി എന്റെ മുന്നിലുള്ള പതിനായിരം ഗൗരിമാർ കൂടെയുണ്ടല്ലോ... എനിക്കിനി അത് മതി. അല്ലാതെന്തു ചെയ്യാൻ.?"

വീണ്ടും ശബ്ദം ഇടറി. അവർക്കു തുടരാനായില്ല. സംഘാടകർ അവരെ വേദിയിൽ ഒരിടത്ത് ഇരുത്തി. മാസങ്ങൾ കഴിഞ്ഞു. വീട്ടിൽ പോയി കണ്ടപ്പോൾ സ്നേഹപൂർവ്വം പെരുമാറി. ചോദ്യങ്ങൾക്കു മറുപടി നൽകി:

"അവൾ എന്ത് തെറ്റാണ് ചെയ്തത്? തെറ്റ് ചെയ്തിട്ടുണ്ടെങ്കിൽ കേസ് കൊടുത്ത് ശിക്ഷിക്കട്ടെ. അവൾക്കു പഠിപ്പുണ്ട്, വിവരമുണ്ട്. അവളൊരു തെറ്റും ചെയ്തില്ല. തെറ്റുകൾ ചൂണ്ടി കാണിക്കുന്നത് അവളുടെ ജോലിയല്ല? അച്ഛൻ ലങ്കേഷും അങ്ങനെയായിരുന്നു, അവളെ കൊന്നവരെ കണ്ടെത്തണം, എന്തിനാണ് കൊന്നതെന്നു ചോദിക്കണം. അവൾ കൊല്ലപ്പെടേണ്ടവളൊന്നുമല്ല, എന്റെ മോൾ നല്ലവളാണ്. ജീവിക്കേണ്ടവളാണ്.

പത്രമൊന്നും ഇനി വേണ്ട. അവളെപ്പോലെ എഴുതാൻ ആർക്കു കഴിയും? ആ അറിവും ധൈര്യവും ആർക്കാണുള്ളത്...? അവൾ നടത്തിയപോലെ പത്രം നടത്താൻ കഴിഞ്ഞില്ലെങ്കിൽ പിന്നെന്തിനു നടത്തണം? ഇനി ആ പത്രം നടത്തിയാൽ, അവൾക്കാണ് അപമാനം.. അതിനി നടത്തുന്നില്ല...

എല്ലാ ചോദ്യങ്ങൾക്കും മറുപടി പറഞ്ഞു, ഇടയ്ക്കിടെ മനസ്സ് വേദനയിൽ പതറുന്നുണ്ടായിരുന്നു. ചായ കുടിച്ചു പുറത്തിറങ്ങുമ്പോൾ. ഗൗരി ഒരു കൊല്ലം മുമ്പ് വാങ്ങിയ കാർ കാണിച്ചു തന്നു. ഗൗരിയെക്കുറിച്ചുള്ള ഓർമ്മകൾ വീണ്ടും പൊങ്ങി വന്നു.. എന്നെ യാത്രയാക്കിയപ്പോൾ ആ മുഖത്തേക്ക് നോക്കി.. വീണ്ടും, ഒരു കണ്ണുനീർതുള്ളി ഉരുണ്ടുകൂടി വരുകയായിരുന്നു, വേദനയൊതുക്കി ഞാൻ പടിയിറങ്ങി.

■

ഗൗരി ലങ്കേഷിന്റെ ജീവിതരേഖ

ജോലി

- ടൈംസ് ഓഫ് ഇന്ത്യ, ബാംഗ്ലൂർ, ന്യൂഡെൽഹി 1985–1990
- ടൈംസ് ഓഫ് ഇന്ത്യ, ബാംഗ്ലൂർ 1989–1990
- സൺഡേ മാഗസിൻ 1990–1993
- സ്കോളർഷിപ്പ് പഠനം, ഫ്രാൻസ് 1993–1994
- സൺഡേ മാഗസിൻ 1993–1998
- മീഡിയ എഡിറ്റർ, ഈ ടി വി ഡെൽഹി 1998–2000
- എഡിറ്റർ, ലങ്കേഷ് പത്രികെ 2000–2005
- എഡിറ്റർ & പ്രൊപ്രൈറ്റർ ഗൗരി ലങ്കേഷ് പത്രികെ 2005–2017

ഗ്രന്ഥങ്ങൾ

- ജീവചരിത്രം (ബേനസീർ ഭൂട്ടോ) : ജിദുഗാഗിളിഗെ ബലിയാടാ കിളി ബേനസീർ (കഴുകന്മാർക്കിടയിലെ തത്ത)
- നോവൽ വിവർത്തനം : ജുഗാരി ക്രോസ്സ് (കന്നഡ ഇംഗ്ലീഷ്)
- കഥാസമാഹാരം വിവർത്തനം
  1. (ഇംഗ്ലീഷ് കന്നഡ) : ദേവവരസി കതകളു
  2. (ഇംഗ്ലീഷ് കന്നഡ) : കപ്പു മല്ലികേ
- രാഷ്ട്രീയം (ഇംഗ്ലീഷ് കന്നഡ) : ഗുജറാത്ത് ഫയൽസ്
- എഡിറ്റോറിയൽ സമാഹാരം : കണ്ട ഹാകെ മൂന്ന് വാല്യങ്ങൾ (കണ്ടതങ്ങനെ)

ജേണലിസം

- 32 വർഷങ്ങളിലായി 1500 ഓളം ലേഖനങ്ങൾ

  (എഡിറ്റോറിയൽ, മുഖാമുഖം, സാഹിത്യ സാംസ്കാരിക ലേഖനം, റിപ്പോർട്ട്, നിരൂപണം, അനുഭവക്കുറിപ്പ്, ഫീച്ചർ എന്നിവ ഉൾപ്പെടെ)

പ്രസിദ്ധീകരണം എഡിറ്റർ

- ലങ്കേഷ് പത്രികെ വാരിക 60 ലക്കങ്ങൾ
- ഗൗരി ലങ്കേഷ് പത്രികെ 96 ലക്കങ്ങൾ
- ന്യൂ ജോബ്സ് 120 ലക്കങ്ങൾ

പുസ്തക പ്രസാധനം എഡിറ്റർ

- സാഹിത്യ സാംസ്കാരിക കൃതികൾ : 100ൽപരം (ലങ്കേഷ് പ്രകാശനെ)
- ഗൈഡുകൾ : 60ൽ പരം(ഗൈഡ് പ്രകാശനെ)

സ്ത്രീസംരക്ഷണ സമിതി അംഗം 2015

സ്ത്രീകളുടെയും കുട്ടികളുടെയും നേർക്കുണ്ടാകുന്ന ആക്രമണങ്ങളും പീഡനങ്ങളും അന്വേഷിക്കാനും പരിഹാരങ്ങൾ നിർദ്ദേശിക്കാനും സിദ്ധ

രാമയ്യ സർക്കാർ രൂപീകരിച്ച ഉഗ്രപ്പ ചെയർമാനായ സ്ത്രീസംരക്ഷണ സമിതി (മഹിളാ ദൗർജന്യവിരോധികേ സമിതി)യിൽ അംഗം.

പൊതുപ്രവർത്തനം

പൗരാവകാശപ്രവർത്തനം 2003–2017

സംസ്ഥാന കമ്മിറ്റിയംഗം കർണാടക കോമു സൗഹാർദ്ദവേദികെ 14 വർഷം

മരണാന്തര ബഹുമതികൾ

- ### അന്ന പോളിറ്ക്കോവ്സ്ക്കിയ പുരസ്കാരം

  അവകാശങ്ങൾക്കുവേണ്ടി പോരാടുന്ന സ്ത്രീകൾക്ക് RAW (Reach All Women in War) ഏർപ്പെടുത്തിയ അന്തർദേശീയ മരണാനന്തര ബഹുമതി 2017 വർഷം ഗൗരി ലങ്കേഷിനു നൽകാൻ തീരുമാനിച്ചു. ഇന്ത്യയിൽനിന്നും ആദ്യമായിട്ടാണ് ഒരു വനിതയെ ഈ അവാർഡി നായി തെരഞ്ഞെടുക്കുന്നത്. 2006ൽ റഷ്യയിൽ സ്ത്രീകളുടെ അവകാശങ്ങൾക്കു വേണ്ടി പോരാടി മരിച്ച അന്ന പോളിറ്ക്കോവ്സ് ക്കിയ എന്ന സ്ത്രീയുടെ പേരിൽ ഏർപ്പെടുത്തിയ പന്ത്രണ്ടാമത് പുരസ്കാരമാണ്.

- ### 'മുരളീധരകാഞ്ചനെ' അവാർഡ്

  കർണ്ണാടകത്തിൽ നിന്നും, 'മുരളീധരകാഞ്ചനെ' അവാർഡിനും മരണാനന്തര ബഹുമതിയായി ഗൗരി ലങ്കേഷിനെ തെരഞ്ഞെ ടുത്തു.

കുടുംബം

- അച്ഛൻ: പി. ലങ്കേഷ്, അമ്മ: ഇന്ദിരാ ലങ്കേഷ്
  അനിയത്തി: കവിത ലങ്കേഷ്, അനിയൻ: ഇന്ദ്രജിത് ലങ്കേഷ്
  ജനനം: 29, ജനുവരി 1962, ഷിമോഗ. മരണം: സെപ്റ്റംബർ 5, 2017.

വിദ്യാഭ്യാസം

പ്രൈമറി വിദ്യാഭ്യാസം : 1967–74 ദ ഹോം സ്കൂൾ, ബാംഗ്ലൂർ.

ഹൈസ്കൂൾ വിദ്യാഭ്യാസം : 1974–77 വിജയ ഹൈസ്കൂൾ, ബാംഗ്ലൂർ

പി.യു.സി	:	1977–79 നേഷണൽ കോളേജ്, ബസവന ഗുഡി, ബാംഗ്ലൂർ.
ബി. എ.	:	197982 സെൻട്രൽ കോളേജ്, ബസവന ഗുഡി, ബാംഗ്ലൂർ (ജേണലിസം, ഹിസ്റ്ററി, ടൂറിസം)
പോസ്റ്റ് ഗ്രാഡുവേറ്റ് ഡിപ്ലോമ	:	1983 84 ഇന്ത്യൻ ഇൻസ്റ്റിറ്റ്യൂട്ട് ഓഫ് മാസ് കമ്യൂണിക്കേഷൻ, ന്യൂ ഡെൽഹി